ஆண்பால் பெண்பால்

தமிழ்மகன்

விலை : ரூ.335

பதிப்பக வெளியீடு 3

மின்னங்காடி

ஆண்பால் பெண்பால் / நாவல்

ஆசிரியர் : © தமிழ்மகன்

இரண்டாம் பதிப்பு : ஜூலை 2021

மூன்றாம் பதிப்பு : டிசம்பர் 2024

வெளீயீடு : மின்னங்காடி பதிப்பகம்
24, அண்ணா 3-வது குறுக்குத் தெரு,
அவ்வை நகர், பாடி, சென்னை - 50.
writertamilmagan@gmail.com
www.minnangadi.com

Rs.335

Aanpaal Penpaal / Novel

Author : © Tamilmagan

2nd Edition : July 2021

3rd Edition : December 2024

Published by : Minnangadi Pathipagam
24, Anna 3rd Cross Street,
Avvai Nagar, Padi, Chennai - 50
writertamilmagan@gmail.com
www.minnangadi.com

ISBN : 978-81-953318-1-9

அட்டைப் படம் : ஓவியர் மருது

பெண்களால் பாதிக்கப்பட்ட
ஆண்களுக்கும்...
ஆண்களால் பாதிக்கப்பட்ட
பெண்களுக்கும்...

ஆசிரியர் குறிப்பு

பிறப்பு, படிப்பு, பணி:

- தமிழ்மகன் என்கிற பா.வெங்கடேசன் சென்னையில் 1964-ல் பிறந்தவர்.
- படிப்பு; B.Sc., M.A. மாநிலக் கல்லூரி, சென்னைப் பல்கலைக்கழகம்.
- 1989 தொடங்கி போலீஸ் செய்தி, தமிழன் நாளிதழ், வண்ணத்திரை, தினமணி, குமுதம், குங்குமம், ஆனந்த விகடன் இதழ்களில் 2019 வரை பணியாற்றியவர்.
- மாநிலக் கல்லூரியில் படித்தபோது 'பூமிக்குப் புரியவைப்போம்', 'ஆறறிவு மரங்கள்' என இரண்டு கவிதைத் தொகுதிகள் வெளியாகின.
- இளைஞர் ஆண்டையொட்டி, 1984-ல் டி.வி.எஸ். நிறுவனமும் இதயம் பேசுகிறது இதழும் இணைந்து நடத்திய போட்டியில் இவரது வெள்ளை நிறத்தில் ஒரு காதல் புதினம் முதல் பரிசு பெற்றது. இதயம் பேகிறது இதழில் தொடராக வெளியானது. அரசியல் விமர்சகர் சின்னக்குத்தூசி தேர்வு செய்தார். இதுவும் கல்லூரி படிக்கும்போதே நிகழ்ந்தது. பேராசிரியர்கள் இரா.இளவரசு, கவிஞர் மு.மேத்தா, பொன். செல்வகணபதி, இ.மறைமலை, பி.சிவகுமார் போன்றோர் ஆசிரியர்களாக - வழிகாட்டிகளாக- அமைந்தனர்.

விருதுகள்

- 1984-ல் இதயம் பேசுகிறது - டி.வி.எஸ் நிறுவனம் நடத்திய போட்டியில் வெள்ளை நிறத்தில் ஒரு காதல் நாவலுக்கு விருது.
- மொத்தத்தில் சுமாரான வாரம் குறுநாவல் தி.ஜானகிராமன் நினைவு போட்டியில் தேர்வு செய்யப்பட்டது. 1986-ல் தேர்வு செய்தவர் எழுத்தாளர் அசோகமித்திரன்.
- இவர் எழுதிய மானுடப் பண்ணை நாவல் 1996-ல் தமிழக அரசின் விருது பெற்றது.
- எட்டாயிரம் தலைமுறை சிறுகதைத் தொகுப்பு 2008-ம் ஆண்டுக்கான தமிழக அரசின் விருது பெற்றது.
- எழுத்தாளர் சுஜாதா நினைவு அறிவியல் புனைகதை விருது (2008).

- வெட்டுப்புலி நாவல் (2009) கோவை ரங்கம்மாள் நினைவு விருது, ஜெயந்தன் அறக்கட்டளை விருது பெற்றது.
- ஆண்பால் பெண்பால் நாவலுக்கு (2011) விகடன் விருதும் ஜி.எஸ். மணி நினைவு விருதும் கிடைத்துள்ளன.
- வனசாட்சி நாவல் (2012) சுஜாதா அறக்கட்டளை விருது, மலைச்சொல் விருதுகள், அமுதன் அடிகள் விருது ஆகியன பெற்றது.
- வேங்கை நங்கூரத்தின் ஜீன் குறிப்புகள் நாவலுக்கு கனடா இலக்கியத் தோட்ட புனைவு இலைக்கிய விருது (2017) பெற்றார்.
- படைவீடு நாவல் (2021) வென்றுமண்கொண்டார் விருது, சௌமா விருது, வள்ளுவப் பண்பாட்டு விருது, உலகத் தமிழ்ப் பண்பாட்டு மையம் விருது ஆகியன பெற்றது.
- திராவிடர் கழகத்தின் பெரியார் விருது (2014), விஜய் டி.வி நீயா? நானா? வழங்கிய இலக்கிய விருது (2016), நெருஞ்சி இலக்கிய வட்டத்தின் க.நா.சு விருது உள்ளிட்ட பல விருதுகள் பெற்றவர்.
- படைவீடு நாவல் (2021) வென்றுமண்கொண்டார் விருது, சௌமா விருது, வள்ளுவப் பண்பாட்டு விருது, உலகத் தமிழ்ப் பண்பாட்டு மையம் விருது ஆகியன பெற்றது.
- படைவீடு நாவலுக்காக மலேசிய நாட்டின் கே.ஆர்.சோமா நில நல வாரியத்தின் இலக்கிய விருது பெற்றவர். (பத்தாயிரம் அமெரிக்க டாலர் தொகை பரிசு.)
- தென்னிந்தியப் புத்தகக் கண்காட்சியின் 2024-ஆம் ஆண்டுடின் சிறந்த நாவலுக்கான கலைஞர் பொற்கிழி விருது பெற்றவர்.

எழுதிய நூல்கள்

- பூமிக்குப் புரியவைப்போம், ஆறறிவு மரங்கள் இரண்டும் கவிதைத் தொகுப்புகள்.
- வெள்ளை நிறத்தில் ஒரு காதல் (1984), மானுடப் பண்ணை நாவல் (1996), சொல்லித் தந்த பூமி (1997), ஏவி. எம். ஸ்டூடியோ ஏழாவது தளம் (2007), வெட்டுப்புலி (2009),ஆண்பால் பெண்பால் (2011), வனசாட்சி (2012), ஆபரேஷன் நோவா (2014), தாரகை (2016), நான் ரம்யாவாக இருக்கிறேன் (2018), படைவீடு (2020), பிரம்மராட்சஷ் (2021), ஞாலம் (2024) ஆகியவை இவரது நாவல்கள்.
- எட்டாயிரம் தலைமுறை (2008), சாலை ஓரத்திலே வேலையற்றதுகள் (2006),

மீன்மலர் (2008), அமரர் சுஜாதா (2013), மஞ்சு அக்காவின் மூன்று முகங்கள் (2014) இவரது சிறுகதைத் தொகுப்புகள்.

- இவருடைய நூல்கள் பலவும் முனைவர் பட்டத்துக்கும் ஆய்வு பட்டயங்களுக்கும் எடுத்தாளப்பட்டுள்ளன. கல்லூரிகளில் பாடமாக வைக்கப்பட்டுள்ளன.

- திரைப் பிரமுகர்கள் பற்றிய அரிய செய்திகளைச் சொல்லும் செல்லுலாயிட் சித்திரங்கள் (திரை) (2009), நூற்றாண்டு கண்ட தமிழ்ச் சிறுகதைகளை அறிமுகப்படுத்தும் தமிழ்ச் சிறுகதைக் களஞ்சியம் - (2013) ஆகிய கட்டுரைத் தொகுப்புகளும் இவர் படைப்புகள். சென்னையின் வரலாற்றை மெட்ராஸ் நல்ல மெட்ராஸ் (2016) என்ற பெயரில் எழுதியிருக்கிறார். விகடன் இணைய இதழில் வெளிவந்து பெரும் வரவேற்பைப் பெற்றது.

- ஆனந்த விகடனில் வெளியான ஆபரேஷன் நோவா (2014), ஜூனியர் விகடனில் வெளியான ‘நான் ரம்யாவாக இருக்கிறேன்’ (2018) ஆகிய அறிவியல் புனைகதைகள் பெரும் வாசக வரவேற்பைப் பெற்றன. திரையுலகைப் பின்னணியாகக் கொண்டு தாரகை என்ற நாவலை எழுதியுள்ளார்.

திரைத்துறை பணிகள்

- உள்ளக்கடத்தல், ரசிகர் மன்றம், பீட்ஸா மம்மி -3, கொற்றவை உள்ளிட்ட திரைப்படங்களுக்கு வசனம் எழுதியுள்ளார். நான் ரம்யாவாக இருக்கிறேன், ஆபரேஷன் நோவா நாவல்கள் சினிமாவுக்காக ஒப்பந்தமாகியுள்ளன.

குடும்பம்

தந்தை க.பாலகிருஷ்ணன் - தாய் பார்வதி. மனைவி திலகவதி.

மகன் மாக்ஸிம் - மருமகள் த.சந்தியா. பேத்தி அகல்விழி.

மகள் அஞ்சலி - மருமகன் ஸ்ரீதர். பேரன்கள் அதியமான், அகிலன்.

தொடர்புக்கு:

writertamilmagan@gmail.com

7824049160

யாரோ எழுதிய இந்த நாவலில் மிகுந்திருக்கும் அதிகப்படியான குழப்பங்கள் குறித்து என்னுடைய விளக்கம்

இந்தக் கதையை அருண் சொல்லி ரகுவும் பிரியா சொல்லி பிரமிளாவும்தான் எழுதியிருக்கிறார்கள். என்னவென்றால் கதை நடக்க, நடக்க அதை எழுதிக் கொண்டு போகும் பாணியில் இல்லாமல் முழுக் கதையும் முன்னரே தெரிந்திருந்து அதை ஒருவிதமாக முதலில் இருந்து சொல்ல ஆரம்பித்திருப்பது தெரிகிறது. முதலில் இருந்து சொல்ல ஆரம்பித்திருந்தாலும் முதலிலேயே முடிவு என்ன என்பதையும்கூட இடையிடையே சொல்லி விடுகிறார்கள். முதலிரவில் தொடங்கி மணமுறிவில் முடிகிறது கதை. மூன்று அல்லது நான்கு ஆண்டு கால இடைவெளியில் நடப்பதாகவும் புரிந்துகொள்ள முடிகிறது.

அருணுக்கு உற்ற நண்பனாக இருக்கும் ரகு ஆண் பாகம் என்பதாக கதையைச் சொல்லிக் கொண்டு போவதாக எழுதியிருப்பதிலும் பிரியாவுக்கு வைத்தியம் பார்த்த டாக்டர் பிரமிளா பிரியாவே கதையைச் சொல்லிக் கொண்டு போவதாக எழுதியிருப்பதிலும் ஒரு நியாயம் இருக்கிறது.

இரண்டு பாகங்களையும் சேர்த்துப் போட்டு ஆண்பால் பெண்பால் என்ற நாவலாக்கி அதை நான் எழுதியதாகப் போட்டிருப்பதில்தான் அதிர்ச்சி யடைந்தேன்.

நாவலை ஒரு முறைக்கு மூன்று முறை படித்தேன். ஓர் இடத்தில் இதைநான் எழுதியதாக ஒரு குறிப்பு வருகிறது. அதற்கு என்ன ஆதாரம் என்று தெரியவில்லை.

பிரியாவும் அருணும் சொன்னதை முறையே பிரமிளாவும் ரகுவும் இதை எழுதினாலும் இருவருமே தாம் சேகரித்த விஷயங்களை என்னிடம் கொடுத்து கதையாக்க முனைந்திருப்பதாக இதிலிருந்து தெரிகிறது.

எனக்கு ரகுவையோ, பிரமிளாவையோ தெரியாது. அவர்கள் என்னவிதமாக என்னிடம் கதையைச் சேர்ப்பித்தார்கள் என்பதும் தெரியவில்லை. பிரெய்ன் கண்ட்ரோல் முறையில் எனக்குள் செலுத்தியிருந்தால் மட்டும்தான் சாத்தியம்.

அருணையும் பிரியாவையும் போல இவர்களும் கதாபாத்திரங்களாகத் தான் இருப்பார்கள் என்பது என்னுடைய முடிவு. இந்தப் புத்தகத்தின் அட்டையில் இந்தப் புத்தகத்தை நான் எழுதியதாக என் பெயரைப் பிரசுரிக்க விரும்பினால், இந்த நாவலில் மிகுந்திருக்கும் அதிகப்படியான குழப்பங்கள் பற்றி என்னுடைய விளக்கம் இடம்பெற வேண்டும் என்ற வேண்டுகோளை பதிப்பாளரிடம் வைத்தேன். அவர் சம்மதம் தெரிவித்தது ஆறுதலான விஷயம்.

வாசகர்கள் இதையும் நாவலின் ஒரு பகுதியாக நினைத்தால் அதற்கு நான் பொறுப்பல்ல. இப்படியொரு விளக்கம் எழுதப் போவதாக நாவலில் அருண் சொல்வதாகவோ, பிரியா சொல்வதாகவோ எந்தக் குறிப்பும் வராத வரை தப்பித்தேன்.

எம்.ஜி.ஆர். இந்தக் கதையின் முக்கியமான அங்கமாக இருக்கிறார். இரண்டு பாகத்திலுமே ஏறத்தாழ எல்லா பக்கத்திலும் அவரைப் பற்றி எழுதப்பட்டிருக்கிறது.

பிரியா சொல்வதாக பிரமிளா எழுதியிருந்த பகுதியில் ஓர் இடத்தில் என்னுடைய நாவல்களில் சிறுகதைகளில் எம்.ஜி.ஆர் பற்றி குறிப்புகள் இடம் பெற்றிருப்பதைச் சொல்லியிருக்கிறார்.

நான் 1982 முதல் எழுதி வருகிறேன்.

தி.ஜானகிராமன் குறுநாவல் போட்டியில் தேர்வு பெற்ற மொத்தத்தில் சுமாரான வாரம் குறுநாவலில் ஒரு இடத்திலும் வெட்டுப் புலி நாவலில் தொப்பிக்காரன் என்று அவரை மக்கள் திட்டுவதாக எழுதியிருந்ததும் ஏவி.எம். ஸ்டூடியோ ஏழாவது தளம் நாவலில் எம்.ஜி.ஆர். பற்றிய பல புதிர்களை மக்கள் பேசிப் பேசி ஓய்ந்து கொண்டிருப்பதையும் சொல்லியிருந்தேன். அவையெல்லாம் வெவ்வேறு பத்தாண்டு இடைவெளிகளில் எழுதியவை. ஒரு மனிதன் ஆண்பால் பெண்பால் என்று ஒரு நாவல் எழுதுவதாக முப்பதாண்டுகளுக்கு முன்பே திட்டமிட்டுவிட்டு அதற்கான குறிப்புகளை ஒவ்வொரு பத்தாண்டுகளுக்கு ஒரு முறை தாம் எழுதும் நாவலில் எழுதிவந்ததாகக் குற்றம்சாட்டுவது எந்தவிதத்தில் நியாயம் என்று தெரியவில்லை.

தமிழ்மகன் | 9

இந்த நாவல் நான் எழுதியதாக இருக்கும்பட்சத்தில் நாவலில் குறிப்பிடுவதற்காகவே கடந்த முப்பது ஆண்டுகளாக நான் என் நாவல்களிலும் சிறுகதைகளிலும் எம்.ஜி.ஆர். பற்றி எழுதிக் கொண்டு வந்தேன் என்று ஆகாதா? படிக்கிற உங்களுக்கே அபாண்டமாகப் படவில்லையா? அப்படியே எழுதியிருந்தாலும் அதை நானே பட்டியல் போடுவேனா... ஆகவே இதை நான் எழுதியிருக்கும் வாய்ப்பு மிகவும் குறைவு என்று புரிந்துகொள்ள வேண்டுகிறேன்.

இந்த நூலை நான்தான் எழுதியதாக நிரூபிப்பதற்கு இன்னொரு சப்பையான காரணத்தைத் தேர்ந்தெடுத்திருக்கிறார்கள். ஏவி.எம். ஸ்டூடியோ ஏழாவது தளம், சங்கர் முதல் ஷங்கர் வரை, மானுடப் பண்ணை, மீன்மலர் போன்ற என் நூல்களுக்கு நான் எழுதிய முன்னுரைகள் 24.12. என்ற தேதியிட்டு இருந்தன என்பதுதான் அது. அதாவது அது எம்.ஜி.ஆர். இறந்த தினம். தொடர்ச்சியாக ஐந்து நூல்களுக்கு நான் டிசம்பர் 24-ம் தேதி முன்னுரை எழுதியதை எம்.ஜி.ஆரோடு தொடர்புபடுத்துவது எப்படி நியாயமாகும்? எனக்குப் பிடிக்காத ஒருவரின் நினைவு நாளை நினைவு வைத்துக் கொண்டு என் நூலில் பதிவு செய்வேனா? உங்களுக்குப் பிடிக்காத ஒருவர் இறந்து போய்விட்டது உங்களுக்கு நினைவிருக்க வேண்டிய நாள்தானே என்கிறீர்களா? இதன்பிறகு நான் ஒன்றும் சொல்வதற்கில்லை. இரண்டு கைகளையும் தூக்கி சரணாகதி அடைகிறேன்.. வேறென்ன செய்வது?

என்னுடைய ஐந்து நூல்களிலும் டிசம்பர் மாதம் இருபத்தி நான்காம் தேதியில் முன்னுரை எழுதப்பட்டதற்கு என்ன காரணம் என்பதைச் சொல்லிவிடுகிறேன்.

பதிப்பகத்தார் எல்லோரும் சென்னை புத்தகக் கண்காட்சியை ஒட்டியே கடைசி நாள் வரை அச்சிடும்வேலையில் இருக்கிறார்கள். கடந்த முப்பத்தாறு ஆண்டுகளாக புத்தகக் கண்காட்சியானது டிசம்பர் இறுதியிலோ, ஜனவரி தொடக்கத்திலோ நடந்து வருகிறது. என் நூல்கள் அந்த நெருக்கடியான நேரத்தில்தான் அச்சாகின்றன. என் நூலின் முன்னுரைகள் டிசம்பரில் எழுதப்பட்டதற்கு அதுவே முக்கிய காரணம். இருபத்து நான்காம் தேதி என்பது ஓர் அபூர்வ ஒற்றுமையாக இருக்கலாம். எம்.ஜி.ஆரின் ஆவி குறித்து இந்த நூலில் பல இடங்களில் பலவாறாக வருகின்றன. துஷ்ட ஆவி என்றால் கருப்பாகவும் நல்ல ஆவி என்றால் வெள்ளாடையிலும் இருக்கும் என்கிறார் தமிழறிஞர் மறைமலை அடிகள். தப்பித்தேன். எம்.ஜி.ஆரின் ஆவி வெள்ளையாடையில்தான் நாவலில் வருகிறது.

எனக்கு பேய் நம்பிக்கையோ, கடவுள் நம்பிக்கையோ சிறிதும் கிடையாது. இந்த விஷயத்தில் நான் ஸ்டீபன் ஹாக்கின்ஸ் கட்சி. இத்தனை பிரம்மாண்ட பிரபஞ்சத்தைக் கட்டுப்படுத்திக்

கொண்டிருக்கிற கடவுளின் வேலையைச் சுமப்பதற்கு ஏந்த மனிதனாவது விரும்புவானா? அப்படி விரும்பினால் உலகைச் சுமக்கும் அட்லஸ், ஹெர்க்குலஸ் கதையாகத்தான் முடியும். பாவம் கடவுள். பேய் கதையும் அப்படித்தான். எதற்குச் சொல்கிறேன் என்றால் இவ்வளவுக்கும் பிறகு நான் ஒரு பேய் கதையை ஏன் எழுதப் போகிறேன் என்பதால்தான்.

ஆண் ஒருவிதமாகவும் பெண் விதமாகவும் இருப்பதாக நான் முன்பு எப்போதோ காதல் தேனீ என்று ஒரு மாத நாவலை எழுதியது உண்மைதான். பெண் இடதுபுறம் என்றால் ஆண் வலதுபுறம். பெண் இரவு என்றால் ஆண் பகல். பெண் நம்பிக்கை என்றால் ஆண் பகுத்தறிவு. பெண் உணர்வு என்றால் ஆண் அறிவு. பெண் பின்புத்தி என்றால் ஆண் முன்புத்தி. இப்படியெல்லாம் ஒன்றும் அதில் வகைபிரிக்கவில்லை. ஓரளவுக்கு அப்படித்தான் இருக்கிறார்கள் என்பதாக அந்த நாவலில் ஒரு கதாபாத்திரம் கருத்துத் தெரிவிக்கும். இப்படியெல்லாம் ஆளுக்கொரு கருத்து தெரிவிப்பதற்கு உரிமை இருக்கிறதுதானே?

ஆணுக்குப் பெண்ணும் பெண்ணுக்கு ஆணும் தொடர்ந்து முரண்பட்டுக் கொண்டிருப்பதாக உலகம் முழுதுமே ஒரு தோராயமான தோற்றம் இருக்கிறது.

ஒரு வெளிநாட்டுப் பெண் எழுத்தாளரிடம் ஏன் திருமணம் செய்து கொள்ளவில்லை என்று கேட்டபோது நான் நாயும் கீரியும் பூனையும் வளர்க்கிறேனே போதாதா என்றாள்.

நாய் சாப்பாடு தாமதமானால் குறைக்கும்.. கீரியோ பொழுதெல்லாம் தேவையே இல்லாமல் கத்தும்.. பூனை இரவானதும் வெளியே போய்விடும்... ஒரு கணவன் இதைத்தானே செய்கிறான் என்று அவர் சொன்னார்.

கல்யாணத்துக்கு முன்னாடி ஒரு வாட்டி சிரிச்சிக்கப்பா என்று போட்டோ எடுக்கும்போது மணமகனிடம் கமெண்ட் அடிக்காத கல்யாண மண்டபம் உண்டா?

எதற்கு சொல்கிறேன் என்றால் கல்யாணம் என்பது காம தாபத்துக்கும் இனவிருத்திக்கும் இந்தியச் சூழலில்.. ஏன் உலக அளவிலும்கூட இருக்கிற ஒரே ஏற்பாடு. ஒரே வேளை சாப்பாட்டுக்காக ஒரு ஹோட்டலையே விலைக்கு வாங்குகிற முட்டாள்தனம்.

திருமணம் ஒரு கிரிமினில் குற்றம் என்ற பெரியாரின் வாதம் எல்லாம்கூட இந்த நாவலில் வருகிறது.

கல்யாணம் கட்டிக் கொண்டு அமைதியாகக் குடும்பம் நடத்திக்

கொண்டிருக்கும் நான் இப்படியெல்லாம் எழுதவேண்டிய அவசியம் இல்லை என்பதையும் இதன் மூலம் உணர்த்தக் கடமைப் பட்டிருக்கிறேன். இந்தக் கதையில் பிரியா என்றொரு பெண் பாத்திரம் தன் கதையை பிரமிளா என்ற டாக்டரின் மூலம் சொல்கிறது.

பிரியாவுக்கு என்ன பிரச்சனை?

அவளுக்கு கல்யாண வயதில் வெண்புள்ளி வந்துவிடுகிறது. அந்த வயதில் அழகுக்குப் பங்கமாக என்ன நேர்ந்தாலும் மன அதிர்ச்சி ஏற்படுவது இயல்புதான். திடீரென்று ஒருநாள் கண்ணாடி முன்னால் நிற்கும்போது நம் உடலில் சில இடங்களில் நிறம் மாறிப் போயிருப்பது தெரிந்தால் பெரிய அதிர்ச்சியாகத்தான் இருக்கும்.

இதை நான் எழுதியிருந்தால் அதற்கு முக்கியத்துவம் கொடுத்தி ருப்பேன். இது என் பாணியே இல்லை.

பிறகு, அவள் வீட்டில் மூன்று புத்தகங்கள் இருப்பதாகச் சொல்லப்படுகிறது. எம்.ஜி.ஆர். எழுதிய அவருடைய வாழ்க்கை வரலாற்று நூலான நான் ஏன் பிறந்தேன் (இது இரண்டு தொகுதியாக வந்தது. அதனால் இதை இரண்டு நூல்கள் என்றே சில இடத்தில் எழுதியிருக்கிறார்கள்.) மற்றும் நீங்களும் கூடுவிட்டு கூடுபாயலாம் என்ற புத்தகம்... அப்புறம் கண்ணதாசன் எழுதிய அர்த்தமுள்ள இந்துமதம்..

ஒன்று ஒருவர் தான் பிறந்த காரணத்தைச் சொல்லும் புத்தகம், இன்னொன்று ஒருவர் ஆவி ரூபமாக இன்னொரு உடலில் வசிப்பது சம்பந்தமானது. இன்னொன்று ஆத்ம விசாரணை சம்பந்தமானது. இது மூன்றையும் சம்பந்தப்படுத்திக் கொள்கிறாள் பிரியா. ஒருவீட்டில் இரண்டே இரண்டு புத்தகங்கள் மட்டுமே இருப்பது எவ்வளவு ஆபத்து? அவள் தேடிப்படிக்கிற புத்தகங்களும் அப்படித்தான் இருக்கின்றன. மறைமலைஅடிகள் தனித் தமிழ் இயக்கம் வளர்க்க எத்தனையோ நூல்கள் எழுதியிருக்கிறார். அவர் பெயரில் ஒரு நூலகம்கூட இயங்கிவருகிறது. ஆனால் அவர் ஆவிகள் குறித்து எழுதிய புத்தகம் பிரியாவின் கண்ணில் படுகிறது. நல்ல ஆவி எப்படி இருக்கும், கெட்ட ஆவி எப்படியிருக்கும் என்று பாகம் பிரிக்கிறாள்.

பிரியாவுக்கு வெண்புள்ளி வந்தபோது பிரியாவின் பாட்டி ஆறுதல் சொல்லுவதாக நினைத்து அவள் எம்.ஜி.ஆர். நிறத்தில் மாறிவருவதாகச் சொல்லுவது அவளுடைய மனச்சிக்கலை துரிதப் படுத்துகிறது. அவளுக்குள் எம்.ஜி.ஆர். கூடுவிட்டு கூடுபாய்ந்து விடுவதாகக் கற்பிதம் கொள்கிறாள்.

அருணுடைய ரசனை வேறு மாதிரி இருக்கிறது. பிரியாவின்

ரசனை வேறு மாதிரி இருக்கிறது.. ஒத்துப் போகவில்லை.

இவ்வளவும்தான் அவளுடைய மனச் சிதைவுக்குக் காரணம். அதைச் சற்றே கோர்வையாகவும் புரியும்படியாகவும் சொல்லி யிருக்கலாம்.

கல்யாணத்தன்றே அவர்கள் விவாகரத்து செய்துகொள்ளப் போகிறார்கள் என்பதும் அவளுக்கு மனப் பிரச்சினை ஏற்படப் போகிறது என்பதும் எம்.ஜி.ஆர். ஆவி பற்றியும் வந்துவிடுகிறது என்பதும் சொல்லப்பட்டுவிடுகிறது. முழு நாவலும் இரண்டு பேர் மூலமாக அதையே சொல்கிறது. ஒன்று பெண்ணின் பார்வையில் இன்னொன்று ஆணின் பார்வையில். அதாவது மனைவியின் பார்வையில்.. கணவனின் பார்வையில்.

(மீதி முன்னுரை பின்னுரையாக நாவலின் இறுதியில்...)

பெண்பாகம்

(பிரியா சொல்வதாக பிரமிளா எழுதியது)

திருமணத்துக்கு முன்பு ஒருநாள் காலை..

இடைப்பட்ட நிலப்பரப்புகள் நீருக்குள் மூழ்கிப் போயின. ஆப்ரிக்காவிலிருந்து இந்திய நிலப்பகுதி வரை மாலை போல கோர்த்திருந்தன தீவுக்கூட்டங்கள். ஆனாலும் மக்கள் நிலப்பரப்புகள் வழியாகவே வடக்கே நகர்ந்து பிறகு கிழக்கே திரும்பி இந்திய எல்லைக்குள் நுழைய ஆரம்பித்தன. அவர்கள் கைகளால் கற்களைப் பற்றிக் கொள்ளும் திறன் பெற்றிருந்தன.

மக்களோ ஓரசைச் சத்தம் எழுப்பும் திறன் பெற்றிருந்தனர். மிகச் சில நேரங்களில் ஈரசைச் சொற்கள். அவற்றைச் சொற்கள் என்பது மிகை. ஈரசைச் சத்தங்கள் என்பதே பொருத்தம். எவ்வாறெனின் அந்தச் சத்தங்களுக்கு அந்த மனிதக் கூட்டத்தில் பொது வான ஒரு பொருள் கொள்ளப்படவில்லை. மனிதக் குழுவில் உயரிய சிந்தனை ஆற்றல் உள்ளவரே ஒரு குறிப்பிட்ட ஓசைக்கு ஒரு குறிப்பிட்ட அர்த்தம் கொள்ளத் துவங்கியிருந்தனர்.

உதாரணத்துக்கு என்பது நெருப்பைக் குறிக்கும் என்பதை அந்தக் குழுவில் ஒரு பகுதியினர் மட்டுமே அறிந்திருந்தனர். அதே ஃபு என்பது புகையைக் குறிப்பதென்பதும் பலருக்கும் தெரிந்திருந்தது. ஐந்து ஆறு வயதுள்ள ஆண், பெண் குழந்தைகளுக்கும்கூட வனத்தில் எங்கேனும் புகைவது தெரிந்தால் அதை ஃபு எனச் சொல்லத் தெரிந்திருந்து. ஊய் என்பதற்கு உணவு என்பது பரவலாக அனைவரும் தெரிந்திருக்கவில்லை.

சிலரே அந்த எழுத்தைப் பிரயோகித்தனர். மய், வய், போ, வா, கய், அய், தய் போன்ற எழுத்துக்களை பிரயோகித்தனர். ஆனால் அவற்றுக்குப் பொருள்கொள்ளாமல் இருந்தனர்.

அப்படி பொருள் கொள்ள வேண்டிய அவசியம் இல்லாமல் பிறவிலங்குகள் போலவே இருப்பது அவர்களுக்கு வசதி குறைவாக இல்லாமல் இருந்தது. ஊய் என்று விளிக்காமலேயே அவர்களால் உணவை உண்ணவும் உணவைத் தேடவும் முடிந்தது. பின்னெதற்கு அதைக் கூவ வேண்டும் என்பதில் சிலருக்கு கேள்வி இருந்தது.

நாயைப் போல பசிக்காகவும் வலிக்காகவும் சில ஊளை முறைகள் போதுமானதாக இருக்கவே சில நூறு ஆண்டுகளில் மிகச் சிலரே ஊய் என்பதைசொல்லத்தொடங்கினர். குழுவில்சிலர் பழகிக்கொள்ள ஆரம்பித்த நேரத்தில் பக்கத்துக் குகைகளில் இருந்த மனிதக் கூட்டத்தினருக்கும் அது பரவ ஆரம்பித்தது. சிலர் அதை ஊன் என தவறாகப் பிரயோகித்தனர். நீரும் நிலப்பரப்பும் மனிதக் குழுக்களை தொடர்ந்து விரட்டிக் கொண்டிருந்தது. பக்கத்துத் வுகளில் இருந்து முன்பு போல மக்கள் கூட்டம் இந்த நிலபரப்பு நோக்கி நீந்தியோ காய்ந்த மரத்துண்டுகள் மீது பிரயாணித்தோ வர இயலாத நிலை ஏற்பட்டுக் கொண்டிருந்தது. கடல் மட்டம் உயர்ந்து கொண்டே இருந்தது. மேலும் அந்தந்தப் பகுதிகளிலேயே இருந்துவிடுவதே நிலையான உணவுக்கும் இருப்பிடத்துக்கும் பாதுகாப்பு என்று நினைத்தக் கூட்டம் ஆங்காங்கே நிலைபெற்றுவிட்டது. சில மனித இனம் இங்கேயே கரையோராம் தொடர்ந்து இருப்பது ஆபத்தென்று எண்ணி மூழ்கி விடாதபடிக்கு பெரிய நிலப்பரப்பை நோக்கி ஓடியது. இந்திய நிலப்பரப்பு அவர்களுக்குப் புதிதல்ல. ஏற்கெனவே இந்த மனிதக் குழுவினர் பலர் பலநூறு ஆண்டுகளுக்கு முன்னர் குடியேறி அங்கேயே கால காலமாக இருந்தனர். நெடுங்காலமாக நிம்மதியாக ஒரே இடத்தில் இருந்தவர்கள் வீடுகள் அமைக்கவும் இறந்தவர்களைப் புதைக்கவும் பிரச்சினைகள் ஏற்பட்டால் கும்பலாக அமர்ந்து பேசி முடிவெடுக்கவும் தெரிந்து வைத்திருந்தனர். இந்திய தென் முனையில் தஞ்சம் அடைந்த கூட்டம் அவர்களுடன் கலந்து சில ஆயிரம் ஆண்டுகள் நிம்மதியாகவே வாழ்ந்தன. ஆனால் கடல் நீர் அங்கே தொடர்ந்து வாழ விடவில்லை. உட்புற நிலப்பரப்பை நோக்கி விரட்டியது. நீர் உயர நிலம் நோக்கி உயர்ந்தனர் சில குழுவினர். மிக உயரமான இடங்களில் நீர் வருவதில்லை என்பதை அறிந்து மலைகளில் குடியமர்ந்தனர். ஓரசைச் சொல் ஈரசைச் சொல்லாகவும் மாறியிருந்தது. ஊன் என்பது உண்ணு என்றும் ஊனு என்றும் மாறியது வேடிக்கை இல்லை. ஹானு என்றானது. கானா என்றும் மாறிப்போனது...ஹிந்தி. ஃபுவும் கூட புகை என்றாகிப் போனது. பெண், ஆண் குறியை சேர்த்து ‘லிங்க்’

முறை வழிபாட்டுப் பழக்கம் இருந்தது. அதை லிங்க வழிபாடு என்றனர் காலப் போக்கில். இதை நினைக்கும்போது எனக்குக் கூச்சமாக இருந்தது. விரைவில் எனக்கும் லிங்க் உருவாக்க வீட்டில் பேச்சு நடந்து வருகிறது. இவர்களிடம் மாடுகள் இருந்தன. ஆனால் அவற்றை உண்ணும் வழக்கமில்லை. பெண் வழி சமூக அமைப்பு இருந்தது. கட்டையாகவும் குட்டையாகவும் கருப்பாகவும் இருந்தனர். நிலையான வாழ்க்கையில் பண்பாடுடன் அமைதி வாழ்வு வாழும் நோக்கம் இவர்களுக்குப் பிரதானமாக இருந்தது.

"ப்ரியா இன்னுமா குளிக்கல?" என்று அம்மா உசுப்பும் வரைஇப்படித்தான் ஓடிக் கொண்டிருந்தன நினைவலைகள். டவலை எடுத்துக் கொண்டு குளியலறைக்குப் போனேன்.

எதையாவது நினைத்தால் அதில் கற்பனையை ஓட்டிக் கொண்டிருப்பது சகஜமாகிவிட்டது. எனக்குக் கற்பனை குதிரையை ஓட்டுவதற்கு ஏற்ற வேலை வேறு. பஸ்ஸில் பயணம் செய்யும்போது, தூங்குவதற்கு முன்னால் என்று எனக்கு இந்த குதிரை ஓட்டுவதற்கு சமயம் இருந்தது. இப்போதோ வீட்டிலும் பகலிலும்கூட இது தொடர ஆரம்பித்துவிட்டது. எந்த சம்பவம் கிடை த்தாலும் அதை வரலாற்றுக்கு முந்தைய சம்பவத்துக்குக் கூட்டிக் கொண்டு போகிற விபரீத விளையாட்டு இது. கும்பகோணம் போய் வந்ததிலிருந்து சற்று அதிக குதிரையோட்டம். சேர நாடு தமிழகத்தின் ஒரு பிரிவுதானே? மொழிவாரி மாகாணம் பிரிக்கும்போது அதையும் தமிழகத்தோடு சேர்ப்பதுதானே முறை? அப்படிச் செய்திருந்தால் எவ்வளவோ பிரச்சினை தீர்ந்திருக்கும் போல இருந்தது.

அவரை தமிழர் என்று நிரூபிக்க வேண்டிய அவசியம்கூட ஏற்பட்டிருக்காமல் போயிருக்கும். அவர் மலையாளியாகவே இருந்தாலும் தமிழின் ஒரு பிரிவு என்பதாக இருந்திருக்கும். இப்போது அதற்காகக் கவலைப்படுவதும் அவசியமற்றது. ஏனென்றால் அவர் மொழி பாகுபாட்டுக்குள் சிக்காமல் தமிழர்களின் ஒரு தலைவராகவே இருந்தவர். உலகத் தமிழ் மாநாடே அவர் தலைமையில் நடந்துவிட்டது அப்புறம் என்ன? யாராவது சிறுபான்மையாக அரசியல் காரணங்களுக்காக அவரை மலையாளி என்கிறார்கள். இருபத்து மூன்று வயதாகும் எனக்கு இதுபோன்ற கவலை எதற்கு? அதுவும் அடுத்த மாதம் கல்யாணம் நடக்க இருக்கிறது. அபாயகரமானதாக தோன்றுகிறது. நான் இந்த வேலைக்கே சேர்ந்திருக்கக் கூடாது. அமெரிக்க நிறுவனத்தின் உதவித் தொகையோடு நடக்கும் நிறுவனம். இந்தியத் தொன்மைகள், தமிழக அரசியல், இந்தியப் பழங்குடிகள் எல்லோரையும் மூலைக்கு மூலை ஆராய்ந்து ஆவணப்படுத்தும் பணி. எப்போதும் சென்றதையே சிந்தை செய்து கொன்றொழிக்கும் கவலையெனும் குழியில் வீழும்

வேலை. இது தகாது. என் நிலைமை மோசமடைந்துவருகிறது.

டாக்டரிடம் கூட்டிக் கொண்டு போகச் சொல்லலாமா? நாமே சரி செய்துவிட முடியுமா? அல்லது இப்படியே இருந்துவிட்டுப் போகட்டுமா?

இப்படியே இருந்துவிட்டுப் போகட்டும் என்பதைத்தான் விரும்பினேன்.

1

எதிர்பார்த்தது மாதிரிதான் இருந்தன எல்லாமும். ஆனால் இப்படித்தான் எதிர்பார்த்தேனா என்று அவ்வளவு உறுதியாகத் தெரியவில்லை. நடப்பது எல்லாமே எதிர் பார்த்ததுபோல இருப்பதாக நினைப்பதே புதிய அனுபவமாக இருந்தது.

கண்ணாடி போட வேண்டாம் என்று சொல்லி விட்டார்கள். காலையில் மணவறையில் இருந்த போதிலிருந்தே கண்ணாடி அணியவில்லை. தலையில் நிறைய பூ வைத்துவிட்டது சிரமமாக இருந்தது. அரைமுழம் மல்லிகைப் பூவுக்கு மேல் இதுவரை வைத்ததில்லை. பெரும்பாலும் ஒரு ஒற்றை ரோஜாவைச் சூடிக் கொள்வதுதான் எனக்குப் பிடிக்கும். இவ்வளவு பெரிய பொட்டும்கூட நான் வைத்துக் கொண்டது இல்லை. இவ்வளவு பவுடர் போட்டதில்லை. இவ்வளவு நகை போட்டதில்லை. எல்லாமே மிகையாக இருந்தது. “எல்லாமே இன்னைக்கு ஒருநாள்தானே அப்புறம் நீ வழக்கம்போல இருக்கப் போறே” என்று யாரோ சமாதானம் சொன்னார்கள். சமாதானம் எதுவும் எனக்குத் தேவையிருக்கவில்லை. ஏனென்றால் இவற்றை மறுப்பது பற்றி நான் நினைத்துக்கூட பார்க்கவில்லை. கல்யாணத்தில் தலையில் இவ்வளவு பூ வைக்காதீர்கள் என்று சொல்கிற உரிமை எந்த மணப்பெண்ணுக்கு இருக்கிறது? கழுத்தை நீட்டுவதற்கு முன்னால் தலையை நீட்ட வேண்டியிருக்கிறது. அதுவுமில்லாமல் நான் நாளை முதல் வழக்கம் போல இருக்க முடியாது என்பதாகவே உள்ளுணர்வு சொல்லிக் கொண்டிருந்தது.

வெண் புள்ளி என்னைப் பொறுத்தவரை ஒரு கரும்புள்ளியாக மாறிவிடும் என்ற அச்சம் திருமணத்துக்கு முன்பே துளிர்விட்டு கல்யாணமான இரண்டு ஆண்டுகளில் என்னவெல்லாம் பாடு படுத்தியது? அதிலும் தங்க பஸ்பம் செய்வதற்குத் திட்டமிட்டது... வேடிக்கைதான்... கதை ஒரே பாய்ச்சலாக மாறிவிடுவதைக் கட்டுப் படுத்திக் கொள்கிறேன். ம்.. என் திருமண நாளிலிருந்தே சொல்லிக் கொண்டு வருகிறேன்.

திருமணம் என்பது பெண்களின் துர்சகுனமாக இருக்குமோ? இது பெண்ணியவாதிகள் எற்படுத்திய கருத்தாகவும் இருக்கலாம். எதார்த்தமாக அப்படி நினைத்தேன். ஹாஸ்டலில் தங்கிப் படித்து வந்த துர்கா கல்யாணமான மறுநாளே கணவனைப் பிரிந்துவிட்டாள். முதலிரவில் அவன் செய்த செக்ஸ் டார்ச்சர் பொறுக்கமுடியாமல் அவள் மீண்டும் ஹாஸ்டலுக்குப் பையைத் தூக்கிக் கொண்டு போய் விட்டாள். வெறுக்கும் அளவுக்கு அவன் அப்படி என்ன செய்தான் என்று ஆளாளுக்கு உடனடியாக கற்பனையில் இறங்கியிருப்பார்கள் நிச்சயமாக. துர்காவின் சோகக் கதையைக் கிளறிக் கேட்டுக் குடைந்துகொண்டிருந்த ஒவ்வொருவரின் பரிதாபத்திலும் ஒரு வக்கிரம் ஒளிந்திருந்தது.

திருமண நாளின்போது அப்படியெல்லாம் நினைக்கக்கூடாது. கடைசியாக கோர்ட் வாசலில் நானும் அருணும் பிரிந்து என்னை காருக்குள் அடைத்துக் கொண்டு கிளம்பிய நேரத்தில் நான் பிரிந்த காரணத்தை நானே அறிந்துகொள்ள முடியாதவளாக இருந்தது நினைவுக்கு வருகிறது. இப்போது அதைப் பற்றி வேண்டாம். முடிந்த வரை வரிசையாகவே சொல்கிறேன்.

நான் நினைப்பது யாருக்குத் தெரியப் போகிறது? முகத்தைப் பார்த்தால் மிகவும் மகிழ்ச்சியாகத்தான் தெரிகிறது. அகத்தின் அழகு முகத்தில் எங்கே தெரிகிறது? எல்லாம் அக வேஷம். முகத்துக்கு மேக் அப் போடுவதுபோல அகத்துக்கும் போட முடிகிறது. அதைத்தான் நாகரிகம் என்கிறார்கள்.

இது தலைமுறை தலைமுறையாகத் தொடர்கிற நாடகம். என் அம்மாவும் பாட்டியும் இந்த நாடகத்தை ஆடியதன் வெளிச்சக்கீற்று நான் யோசிக்காமலேயே மனதில் வெட்டியது. நான் வேகமாகத் திரும்பி அதைச் சோதித்துக் கொள்வதுபோல அம்மாவைப் பார்த்தேன். அவள் வாயிலே சீப்பைக் கவ்விக்கொண்டு, என் ஜடையில் பின்னலுக்கு மேலே கலைந்திருந்த தலைமுடியை சரி செய்து கொண்டிருந்தாள். உடனே பாட்டியையும் பார்க்க வேண்டும் போல இருந்தது. “தலைய ஆட்டாம இரும்மா” அம்மா தலையை இறுக்கிப் பிடித்து நிறுத்தினாள்.

ஜன்னலில் பார்த்தபோது அருண் அப்பாவிடம் பேசிக் கொண்டிருப்பது தெரிந்தது. அருணுக்கு அப்பா மீது நல்ல மரியாதை இருக்குமா? அப்பா சொல்வதற்கெல்லாம் வேகமாக தலையாட்டி ஆமோதித்துக் கொண்டிருப்பது அளவு கடந்த மரியாதையா, அலட்சியமா? இரண்டு வருடத் தாம்பத்தியத்தில் அருண் வெளிப்படுத்தியது அளவு கடந்த மரியாதையும் இல்லை, அலட்சியமும் இல்லை என்று புரிந்தது. எதையுமே விவாதிக்க விரும்பாத மனப்போக்கு அருணுக்கு.

அப்பாவுக்கு எதிலும் துல்லியமான கருத்து உண்டு. அல்லது அப்படி அவர் நினைத்துக் கொண்டு சொல்லுவார். எங்களுக்குப் பழகியிருந்தது. காம்பு உடைந்த வாழைப்பழம் வாங்கக் கூடாது என்று சொல்லுவார். வாழைப்பழத்தில் ஈக்கள் மொய்த்திருக்கக்கூடும் என்பதுஅதில்வெளிப்படும் கருத்து. காம்பு பிய்ந்திருந்தால் என்ன, கொஞ்சம் போல மேலே பிய்த்துப் போட்டுவிட்டு தோலால் மூடிய பழத்தைச் சாப்பிட்டுவிட்டுப் போக வேண்டியதுதானே? இதெல்லாம் ஒரு கொள்கையா என்று நினைக்கலாம். அருணுக்கும் அப்படித்தான் இருந்திருக்கும். உடம்பைக் கட்டுமஸ்தாக வைத்துக் கொள்ள வேண்டும் என்பதை வலியுறுத்திக் கொண்டிருந்தார். எம்.ஜி.ஆர். தன் வீட்டில் கன்று வளர்த்ததாகவும் அது பிறந்ததிலிருந்து தூக்கிப் பழக ஆரம்பித்து, அது வளர, வளர அப்படியே தம்புல்ஸ் மாதிரி தூக்கித் தூக்கிப் பயிற்சி செய்து அந்தக் கன்று தான் ஒரு கன்று போடும் வரைக்கும் தூக்கியதாகவும் சொல்லிக் கொண்டிருந்தார்.

ஒரு கன்றுக்குட்டியைத் தூக்கி விளையாடுவது எல்லோரும் செய்யக் கூடியதுதான். ஆனால் அப்படி அதை தினமும் தூக்கிக் கொண்டே இருந்து அது வளர்வதை உணர்த்திக் கொள்ளாமல், அந்தக் கன்று தான் ஒரு கன்று ஈனும் வரைக்கும் தூக்கி விளையாடுவது அவருக்கு மட்டுமே சாத்தியம். நான் அதை முழுமையாக நம்பிக் கொண்டுதான் இருந்தேன். இப்படி வேறொரு புது மனிதரிடம் சொன்னால் எப்படி எடுத்துக் கொள்ளுவார்களோ என்ற தயக்கம். அந்தத் தயக்கமே நானும் நம்பாமல் போய்விடும் அளவுக்கு உருமாறிவிட்டது. பாவம் அருண்.. அவனுடைய தலையாட்டல் எதையும் உள்வாங்கிக் கொள்ளாமலேயே ஆடுவதாக இருந்தது. கொட்டாவி விட்டான். நான் என் கணவன் பக்கம் யோசிப்பதா, தந்தையின் பக்கம் யோசிப்பதா?

இப்போதைக்குத் தந்தை சொல் மிக்க மந்திரம் இல்லை என்றுதான் தோன்றியது. இன்னமும் கணவனே கண் கண்ட தெய்வம் அளவுக்கு மனசு தயாராகவில்லை.

இரவு, அதாவது முதலிரவு. அதற்கான அறை ஏற்பாடுகள் செய்து

கொண்டிருந்தார்கள். அது ஒரு ஆறுதல். புதிய வீட்டில் முதல் இரவு என்றால் கூச்சத்திலேயே செத்துப் போயிருப்பேன். அம்மா, அப்பா கூடிக் குலாவி மகிழ்ந்த அதே கட்டிலில் நான் இன்று கூட வேண்டும். அதுவும் கூச்சமாகத்தான் இருந்தது.

அருணுடன் அவருடைய உறவினர்கள் சிலர் வந்திருந்தார்கள். ஒருத்தரை மாமா, மாமா என்று அழைத்துக் கொண்டிருப்பதிலிருந்து அவர், அருணுக்கு அக்கா வீட்டுக்காரராக இருக்கலாம்போல இருந்தது. அருணுடைய அக்காவும் வந்திருந்தார்.

அம்மாவை அழைத்தார் அப்பா. அருண் படுத்துத் தூங்குவதற்காக தலையணை கேட்டிருந்தார். அம்மா, வெட்கத்தோடு மாப்பிள்ளைக்குக் கொண்டு போய் கொடுத்துவிட்டு வந்தார். அப்பாவும் நாகரிகமாக அங்கிருந்து விலகி வராந்தாவில் பைக் நிறுத்தி வைக்கும் இடத்தில் ஈஸி சாரைப் பிரித்துப் போட்டு உட்கார்ந்து கொண்டார். ஏதோ கடமை முடிந்துவிட்டது போல இருந்தது. அப்பாக்கள் ஈஸி சேரில் சாய்ந்து கொள்வது மனதில் வலி ஏற்படுத்தும் நிகழ்வாக இருந்தது. அடுத்தக்கட்டத்துக்குத் தயாராகிவிட்டதுபோலவும் விடைபெற நேரம் வந்துவிட்டது போலவும் நடந்து கொள்கிறார்கள். அப்பாவை உள்ளே வந்து டி.வி. பார்க்கச் சொல்லலாம் என்று எழுந்து போனேன். ஹாலைக் கடந்து செல்லும்போது அருண், பேச்சுத் துணைக்கு ஆள் இல்லாமல் சோபாவில் சாய்ந்து உட்கார்ந்திருப்பதைப் பார்த்ததும் பேச வேண்டுமே என, “ஏதாவது சாப்பிட்றீங்களா?” என்றேன்.

அருண் ஜன்னல் மட்டத்தில் வரிசையாக மாட்டப்பட்டிருந்த எம்.ஜி.ஆர். படங்களை ஆர்வமாகப் பார்த்துக் கொண்டிருந்தான். அவை அப்பாவின் திருமணத்துக்கு வந்த திருமண வாழ்த்து மடல்கள். எம்.ஜி.ஆருடன் அவருடன் நடித்த சரோஜா தேவியோ, ஜெயலலிதாவோ, லதாவோ, மஞ்சுளாவோ அதில் இருந்தனர். அவர்களின் புகைப்படங்களுக்குக் கீழே திருமண வாழ்த்து அச்சிடப்பட்டிருக்கும். எங்கள் வீட்டுக்கு வரும் பலருக்கும் சுவாரஸ்யமான விஷயமாக இது அமைந்துவிடும்.வேறுபல எம்.ஜி.ஆர். படங்கள் இந்தத் திருமண நிமித்தம் பரண் மீது ஏற்றப் பட்டுவிட்டது.

“இதுக்கு மேல சாப்பிட்டா தூங்கிடுவேன்”.. குறும்பாகச் சொன்னான். முதலிரவில் தூங்கிவிடுவேன் என்கிற கிண்டல். திகைப்பாகஇருந்தது. அம்மாவோ, அப்பாவோ பார்த்திருப்பார்களோ என்ற அச்சம். இயல்பில் கூச்சம்தான் ஏற்பட்டிருக்க வேண்டும். அவசரப்பட்டு அச்சப்பட்டுவிட்டேன். அச்சத்தை உடனடியாக அகற்ற வேண்டியிருந்தது. கணவன் சொன்னால் அது தப்பில்லை

என்ற சாதகமான எண்ணமும் தோன்றியது. அவன் குறும்பைப் புரிந்து கொண்டதை வெளிப்படுத்தும்விதமாகச் சிரித்தேன். என்னுடைய வெட்கம் அவனுக்கு சந்தோஷத்தைத் தந்திருக்க வேண்டும். பதிலுக்குச் சிரித்தான்.

என்னுடைய பட்டுப் புடவையும் தலை ஜடையும் என்னையே ஓர் உறையில் இட்டுப் பூட்டி வைத்திருக்கிற மாதிரி பார்த்தான்.

"இதையெல்லாம் கழட்டிட வேண்டியத்தானே?' "நைட்டுதான் கழட்டணுமாம்.."

அவன் என்னைப் பார்த்த பார்வை மறுபடி என்னைச் சிரிக்க வைத்தது. கழற்றுவதற்காகத்தான் இவ்வளவு அலங்காரங்களும் என்பதாக ஒரு குறுகுறுப்பு. ஆண்களாக இருப்பதில் எத்தனை சலுகைகள்? மறுபடியும் சிரித்து வைத்தேன்.

"நீங்க எத்தனை நாள் லீவ் போட்டிருக்கீங்க?"

"நீ?"

"வர்ற சண்டே வரைக்கும்."

"நானும்தான்.. கொடைக்கானல்ல இருந்து சாட்டர்டே வந்துடுவோம்.." என்றான்.

"சண்டே ரெஸ்ட்.. மண்டே ஆஃபிஸ்."

"எதுக்கு ரெஸ்ட்?"

களுக்கென சிரித்தேன்.

யாரோ வருகிற சத்தம் கேட்கவும் தப்பித்தேன். அருணுடைய மாமாவும்...

இன்னொருத்தர்? ம்ம்.. அருணுடைய பெரியப்பா.

"உக்காந்து பேசும்மா" என்றவரிடம் காபி கொண்டு வர்றேன் மாமா" உள்ளே ஓடினேன்.

எல்லோரும் தங்கமானவர்களாகத்தான் தெரிந்தனர். வாம்மா போம்மா என்று அன்பாகப் பேசினர். இதெல்லாம் ஆடு வெட்டுவதற்கு முந்தைய கழுத்து மாலைகளாகவும் இருக்கலாம். எல்லா கல்யாண வீட்டிலும் முதல் நாளிலேயேவா அடியே ராட்சஸி என்கிறார்கள்? வரதட்சணை கொடுமையால் இறந்துபோன எல்லா பெண்ணின் கல்யாண நாளிலும் வாம்மா.. போம்மா என்றுதான் பேசியிருப்பார்கள். முதல்நாள் முகமூடிகள் அடுத்தடுத்த நாள்களில் அவிழ ஆரம்பிக்கிறது.

அருணின் அக்கா, வாஞ்சையாகத் தொட்டுத் தொட்டுப் பேசினார். "அருணை உன் கையில ஒப்படைச்சாச்சி. அவனை

நீதான் பாத்துக்கணும்" என்றாள்.

அப்புறம் நாத்தனார் சண்டையெல்லாம் எப்படி ஏற்படுகிறது என்று ஆவலாகவும் எதிர்பார்ப்பாகவும் இருந்தது. அம்மா காபி போட்டுக் கொண்டிருந்தாள். திடீரென்று மனதுக்குள் வெற்றிடம் ஏற்பட்டு நிரப்ப முடியாமல் நின்று கலங்கினேன். திடீரென்று எதிர்காலம் எனக்குள் கலக்கத்தை ஏற்படுத்தியது. உண்மையில் நான்தான் எதிர்காலத்தில் கலக்கத்தை ஏற்படுத்திவிட்டேன்.

சாமி படத்தின் முன்னால் நின்று மனத்தைத் திடப்படுத்திக் கொண்டேன். 'நெஞ்சம் உண்டு நேர்மை உண்டு ஓடு ராஜா... அஞ்சி அஞ்சி வாழ்ந்தது போதும் ராஜா..'

உடனடியாக இரவு ஏற்பட்டு, அந்த சம்பவம் நடந்துவிட்டால் போதும் போல இருந்தது. திணித்துவைத்த எதிர்பார்ப்பாக குடைந்து கொண்டிருந்தது. தன்னிலையில் இல்லாத வேட்கையாக உடம்பு தன்னிச்சையாக இயங்கியது. அடிக்கடி சிறுநீர் கழிக்க வேண்டும்போல தவித்தது. பிசுபிசுப்பும் குழைவும் எரிச்சலாகவும் இருந்தது. இரவுச் சம்பவம் முடிந்தால் ஒன்று துர்காவுக்கு ஏற்பட்ட அனுபவமா, இல்லை அம்மாவுக்கு ஏற்பட்ட அனுபவமா என்று தெரிந்துவிடும். அம்மாவுக்குத் துர்காவின் அனுபவம் ஏற்பட்டுப் பொறுத்துப் போகிறவராக இருந்தால்? முதலில் செக்ஸ் என்றால் என்ன என்பது தெரியவந்தால்தான் செக்ஸ் டார்ச்சர் என்றால் என்னவென்று தெரியவரும். அருணைப் பார்த்தால் டார்ச்சர் எல்லாம் செய்கிறமாதிரி தெரியவில்லை. கொட்டாவி விட்டுக்கொண்டு உட்கார்ந்திருந்தான். தோற்றம் அழகாக இருக்க வேண்டும் என்பதில் கவனம் உள்ளவனாக இருந்தான். மொட்டை அடித்து ஒரு மாதம் ஆனது மாதிரி ஒரு கிராப். மீசையில் கல்யாணத்துக்கான நேர்த்தி இருந்தது. தாலி கட்டிவிட்டு எதிரெதிரே மாலை மாற்றும்போது பார்த்தேன். மிகத் துல்லியமாக அளவெடுத்துக் கத்திரிக்கப்பட்டிருந்தது. நான் மாலையை அவன் கழுத்தில் போடுவதற்கு எத்தனித்தபோது அவன் தலையை பின் பக்கம் விலக்கி தமாஷ் பண்ணினான். ஏறத்தாழ எல்லா கல்யாணத்திலும் பார்க்க முடிகிற காட்சிதான். என் கல்யாணத்திலும் எதிர்பார்த்தேன். சற்றும் அதை எதிர்பார்க்கவில்லை போல எல்லோருடனும் சேர்ந்து நானும் சிரித்தேன்.

சலங்கை மாதிரி சப்திக்கும் கொலுசு. கூரைப்புடவை. மல்லிகைப்பூ. நிறைய நகைகள். கல்யாண மண்டபத்தில் போட்டுவிடப்பட்ட மேக் அப்... எல்லாமாக சேர்ந்து கிரக்கத்தில் தள்ளியது.

அம்மா நெருங்கிவந்து நெற்றியில் விழுந்திருந்த தலைமுடியை, காது மடலுக்குப் பின்பாகத் தள்ளிவிட்டு, "என்னம்மா வேணும்?" என்றார்கள்.

எனக்கு என்ன வேண்டும் என்றே தெரியவில்லை. "ஹார்லிக்ஸ் குடிக்கிறியா?... பால்?"

"எதுவும் வேணாம்மா.."

எனக்குள் ஓடிக் கொண்டிருந்தது ஒரு கேள்வி.. இப்படித்தான் ஆரம்பிக்குமா எல்லோருடைய முதல் நாள் திருமண வாழ்க்கையும்?

2

பரவச உணர்வை அழுத்திக் கொண்டிருந்தது பய உணர்வு. மனத்தின் அலைபுரளலை உடலின் சோர்வு வீழ்த்திவிட்டதுபோல இருந்தது. “பாத்து நடந்துக்கடீ” என்று அத்தை சொன்னாள்.

பார்த்து நடப்பதற்கு என்ன இருக்கிறது? இருட்டுக் குகைக்குள் குருட்டுப் பெண் போல தடுமாற்றமாக நடைபோட வேண்டியிருக்குமோ? கவனமாக நடந்து கொள்ள வேண்டும் என்பதுதான் அவர் சொல்ல வருவது. பிரயத்தனமான வேலை என்ற எச்சரிக்கை. தவறேதும் நடந்துவிடக்கூடாது என்கிறாரா? விவரமாக நடந்து கொள் என்கிறரா? ரொம்ப விவரமாக நடந்து கொண்டால் இவ்வளவு விவரம் எப்படி வந்தது என்பார்களே? முன் அனுபவம் உண்டா என்று கேட்டு இம்சிக்கும் கணவனாக வந்து வாய்த்துவிட்டால் என்ன செய்வது? ஜாக்கிரதையாக இரு என்கிறார். ரொம்ப விவரம் தெரிந்தாலும் காட்டிக் கொள்ளாதே என்கிற ஜாக்கிரதை. எதுவும் தெரியாத மண்டாகவும் இருந்துவிடாதே. கட்டிலில் கட்டி உருளும் போது யார், யார் எந்த அளவோடு தங்களை வெளிப் படுத்திக்கொள்ள வேண்டும் என்கிற ஜாக்கிரதை உணர்வு வேண்டும். அதைத்தான் சொல்கிறார்.

அருணுக்கும் இப்படி அவனுடைய மாமா சொல்லியிருப்பாரா பார்த்து நடந்துக்கப்பா என்று? சிரிப்பாக இருந்தது. அருண் எப்படி பார்த்து நடந்துகொள்வான்? ஆண்கள் அனுபவத்தை வெளிப்படுத்தினால் முன் அனுபவம் பற்றி சந்தேகம்

கொள்வதில்லை எந்த மனைவியும். சந்தேகப்பட்டு என்ன ஆகப் போகிறது?

முதலில் அவன் அன்பாகப் பேசி பின்னர் தொடுவானா? தொட்டுக் கொண்டே பேசுவானா? பேசாமலேயே காரியத்தை முடித்துவிட்டுப் பிறகு பேசுவானா? அலங்காரம் முடிந்துவரும் ஜெயலலிதாவுக்காக அந்தப்புரத்தில் அரச உடையில் காத்திருக்கும் ஆயிரத்தில் ஒருவன் எம்.ஜி.ஆர். நினைவுக்கு வந்துபோனார்.

அவர் சினிமா நடிகர் இல்லை. அவருடைய திரைப்படங்கள் ஒவ்வொன்றும் நிஜம். அவர் எப்போதும் துவண்டு போனதில்லை. அநியாயங்களைக் கண்டபின் நமக்கேன் வம்பு என ஒதுங்கிப் போனதில்லை. எல்லாவற்றையும் எதிர் கொண்டார். அவருக்கு அறிவுஜீவிகள் நிறைந்த சபையில் பெரும்பாலும் மரியாதை இருந்ததில்லை. ஆனால் சாதாரண மக்களின் நிரந்தர வழிகாட்டியாக அவர் தோன்றினார். நிஜமாகவே அவர் தன்னை நேசித்தவர்களை நேசித்தார். அதற்கு நானே சாட்சி. நான் அவரைப் புரிந்து கொண்டது அவர் எங்கள் தெருவில் தேர்தல் பிரசாரத்துக்கு வந்து காளிமார்க் என்ற குளிர்பானத்தைக் குடித்தபோதுதான். தமிழ்மக்களின் நாடித் துடிப்பு உணர்ந்த நல்ல மலையாளி என்று மக்கள் ஏற்றுக் கொண்டார்கள். அவர் மலையாளி என்று யாரும் யோசிப்பதில்லை. அதுவுமில்லாமல் அவர் மலையாளியும் இல்லை. அதைப்பற்றி பிறகு வருகிறேன். கஞ்சிக்கு வழியின்றி சிரமப்பட்டு தமிழகத்தின் முதல்வராக உயர்ந்தவர். அவருடைய படங்களில் நடைபெற்றதுபோலவே அவருடைய வாழ்க்கையிலும் நடந்தன. அவர் அநீதிகளைத் தட்டிக் கேட்பவர். நேர்மையாளர் என்று அவர் இறந்து இருபத்தைந்து ஆண்டுகள் ஆனபின்பும் மக்கள் உறுதியாக நம்புகின்றனர்.

“என்னடி யோசனை போ.. உள்ள போ.. வெக்கத்த பாரு” என்றாள் அத்தை. அவசரமாக வெட்கப்பட வேண்டியிருந்தது. நான் குழம்பிக் கொண்டிருந்ததை வெட்கப்பட்டதாகச் சொல்வதைக் கேட்ட பின்பு ஏற்படுத்திக் கொண்ட அவசர வெட்கம். எனக்கே சகிக்கவில்லை. நானும் எம்.ஜி.ஆரைப் போலவே சிவப்பாக ஆகிவிடுவேன் என்ற எண்ணத்தை நான் என் காலில் உள்ள தோலின் மூலம் அறிந்தேன். மூளையாலோ, மன தாலோ ஆலோசிப்பதைவிட தோலால் ஆலோசிப்பதும் சிந்திப்பதும் சாத்தியமாகியிருந்தது. தோலில் சமீபத்தில் உருவாகியிருக்கும் வெண்புள்ளி எனக்கு எடுத்துச் சொன்னது அதைத்தான். அந்த இடம் வெண்மையும் ரோஸ் நிறமுமாக இருந்தது. சில கேவர்ட் கலர் சினிமாவில் எம்.ஜி.ஆர். அப்படித்தான் இருப்பார்.

“போடி உள்ள” என்று உசிப்பினார் அத்தை. உசுப்பிய வேகத்தில்

கொலுசு அதிர்ந்தது. சப்தமில்லாமல் நடக்க வேண்டும் என்று விரும்பினேன். ஆனால் இந்த கொலுசு இப்போதுதான் அதிகமாக சப்தம் எழுப்பிச் சங்கடப்படுத்தியது. நான் அறைக்குள் செல்வதை அனைவரும அறிய நேரிடும் என்பதே தவிப்பை ஏற்படுத்துவதாக இருந்தது. இவ்வளவு நாளும் இல்லாமல் இந்த கொலுசில இருந்து இன்று இப்படி சப்தம் வருகிறது. மெல்ல மெல்ல அடியெடுத்து வைத்தும்கூட அதன் சப்தத்தைக் குறைக்க முடியவில்லை. அதன் சப்தத்தைக் குறைப்பதற்காக அவதிப்படுவதைவிட அங்கிருந்து வேகமாக அகன்றுவிடுவது சரியென்று தோன்றினாலும் முதலிரவு அறைக்குள் அவசரமாக ஓடுவதாக நினைப்பார்களோ என்பதையும் யோசித்து நடக்க வேண்டியிருந்தது. பத்து இருபதடி தூரத்தை இப்படி கடக்க வேண்டியிருக்கும் என்று கனவிலும் நினைத்ததில்லை.

மெல்ல அறைக்குள் நுழைந்தேன். கையில் பால் சொம்பை வைத்திருந்தேன். படு இயல்பாக அருணுக்குப் பக்கத்தில் அதை வைத்தேன். இயல்பாக இருப்பதை உணர முடிவதாலேயே அது இயல்பில்லை என்ற சந்தேகமும் வந்தது. எப்போதும் இல்லாத புது தினுசாக எனக்கே என் நடவடிக்கைகள் இருந்தன. கசகசப்பு அதிகமாக இருந்தது. கட்டியிருந்த கூரைப்புடவை பிளாஸ்டிக்கால் ஆனதுபோல இறுக்கமாக இருந்தது. அருண் என்னை குறுகுறுவென பார்த்துக் கொண்டிருந்தான். அவன் இயல்பாக இருக்க நினைப்பதையும் மீறி அந்தத் தவிப்பான பார்வை பீறிட்டு வெளியே தெரிந்தது. சிரிப்பாக வந்தது. கட்டுப்படுத்திக் கொள்ள வேண்டியிருந்தது. இருவரும் ஏதற்காக இப்படியொரு ஏற்பாட்டுக்குள் சிக்கிக் கொண்டிருக்கிறோம் என்பது தெரிந்தும் அதை மறைத்துக் கொண்டு ஏதோ வேறு ஒரு வேலையாக இங்கே சந்தித்துக் கொண்டதுபோல நடித்துக் கொண்டிருப்பதில் அர்த்தமில்லாமல் இருந்தது. செயற்கையான முகபாவனைகளும் பேச்சுகளும் மேலும் வேடிக்கையூட்டுவதாக இருந்தன. குட்டையாக வெட்டப்பட்ட அருணின் தலைமுடி அவனுடைய அழகுக்கு இடையூறாக இருப்பதாக இருந்தது. உடம்புக்குப் பொருத்தமில்லாத சிறிய தலையாகக் காட்டியது. நான் கண்ணாடி அணியாமல் இருப்பதால் அப்படித் தெரிகிறதா என்பதை உறுதியாகச் சொல்ல முடியவில்லை.

“ஏ.ஸி. போட்டுக்கலையா?”

“நீதான் விளக்கேத்தணும். ஏ.ஸி. போடணும்” அருண் ஏதோ நகைச்சுவை போல சொன்னான்.

“பால் குடிங்க” நான்தான் சொன்னேனா என்ற பிரக்ஞை இன்றியே சொல்லிமுடித்தேன். உண்மையில் இதையெல்லாம் அருண் தடையரண்களாகத்தான் நினைத்திருப்பான். அதாவது

இதையெல்லாம் வேகமாக கடந்துவிட வேண்டும் என்ற விருப்பம் அவன் கண்களில் நன்றாகவே தெரிந்தது.

நான் நினைத்ததுபோலவே பாலே வேண்டாம் என்றான். "நீயே குடிச்சுடு."

"உங்களைப் பார்க்க வெச்சுட்டுக் குடிச்சா வயிறு வலிக்கும்."

புதிதாக இரண்டுபேரை ஒரு அறைக்குள் தள்ளி சம்பாஷிக்க வைத்தால் இப்படித்தான். எனக்கு புதிதாக எதுவுமே பேசவோ, சிந்திக்கவோ தோன்றவில்லை. பழைய, ஏற்கெனவே வழக்கத்தில் இருக்கும் வாக்கியங்களைப் பேசிக் கொண்டிருந்தேன். பார்க்க வைத்துச் சாப்பிட்டால் வயிறுவலிக்கும் என்ற ஒரு நம்பிக்கையைக் கிண்டலடிப்பதைத் தவிர வேறுவிழியில்லை.

அவன் சந்தோஷ தருணத்தைத் தள்ளிப் போட விரும்பாமல் பாலை மடக் மடக்கென்று சரிபாதி குடித்துவிட்டு எனக்கு நீட்டினான். டம்ளரில் வாய் வைத்துக் குடித்துவிட்டுத் தந்ததால் மீதியைக் குடிப்பதற்குச் சற்றே தயக்கமாக இருந்தது. உஷாவோ, அம்மாவோ எச்சில் பண்ணியதைக்கூட நான் குடித்ததில்லை.

அருணிடமிருந்து வாங்கிய டம்பளரை என்ன செய்வது என்று தெரியவில்லை. எம்.ஜி.ஆரிடம் மதுக்கோப்பையைக் கொடுத்தால் அதை குடிப்பது மாதிரி நடித்து பக்கத்தில் இருக்கும் பூந்தொட்டியில் ஊற்றிவிடுவாரே அப்படிச் செய்யலாமா? எம்.ஜி.ஆர். கையில் மதுக்கோப்பை போல முதலிரவுப் பாலை கையில் ஏந்தி நின்றேன். அருண் பார்த்துக் கொண்டே இருந்ததால் வேறு வழி தெரியவில்லை. கஷாயம் போல சிறுகச் சிறுகப் பருகினேன். என்னால் முடிந்த அளவு நிதானமாகக் குடித்துமுடித்தேன். நானும் அவசரப்படுவதாக வெளிக்காட்டுவதில் என் மீது தப்பான எண்ணம் வந்துவிடும் என்பதில் கவனமாக இருந்தேன். பாலுக்குப் பிறகு ஒரு வாழைப் பழத்தை எடுத்துக் கொடுத்தேன். அதை அவன் சாப்பிடாமல், மறுபடி இருந்த இடத்திலேயே வைத்துவிட்டு என் கையைப் பற்றிக் கொண்டான். சட்டென்று கையை உதறிக்கொள்ள வேண்டும் என்ற வழக்கமான எண்ணம் எழுந்து அதை அடக்கிக்கொண்டேன். இது அவன் பற்ற வேண்டிய கைகள். அவனுக்குப் பக்கத்தில் உட்கார்ந்தேன்.

நான் சும்மா சாத்திவிட்டுவந்த கதவை, தாள் போடும் உத்தேசத்தோடு நெருங்கினான். ஒரு கணத்தில் ஜுரம் வந்து அடங்கியது போல இருந்தது. சப்தமில்லாமல் தாழ் போட்டுவிட்டு கமுக்கமாக சிரித்தான். அப்படிச் சாத்தும்போதுதான் கதவில் ஒட்டியிருந்த எம்.ஜி.ஆர். படத்தைப் பார்த்தான். அது எப்போதோ ஒட்டி, பிறகு பிய்க்க முயன்று முடியாமல் கதவோடு கதவாக

28 | ஆண்பால் பெண்பால்

மாறிவிட்ட எம்.ஜி.ஆரின் வண்ணப்படம். வீட்டில் இருந்த பல படங்களையும் ஸ்டிக்கர்களையும் கல்யாணத்துக்கு முன்பே அகற்றிய நாங்கள், கதவுக்குப் பின்னால் ஒளிந்திருந்த இந்த எங்கள் வீட்டுப் பிள்ளை எம்.ஜி.ஆர். படத்தை மறந்துவிட்டோம். அவர்தான் எங்க வீட்டுப் பிள்ளையாயிற்றே?

புதிதாக வருகிற யாருக்கும் ஏற்படும் சந்தேகம் அருணுக்கும் வந்தது. "உங்க வீட்ல எல்லாருமே எம்.ஜிஆர். பைத்தியமா?"

"அப்படில்லாம் இல்லையே?"

ஆமாம் என்று சொல்வதில் அப்படியென்ன தவறு? எதற்காக இப்படியொரு பொய்யைச் சொன்னேன் எனத் தெரியவில்லை. ஜாக்கிரதை உணர்வு என்னை அப்படி பேச வைத்துவிட்டது.

"கேரளாவுலகூட அவரை இப்படி யாரும் ஒட்டி வைச்சிருக்க மாட்டாங்க" "அவர் ஒரு மலையாள படத்திலயும் நடிக்கல.. கேரளாவிலயும் சி.எம்.ஆ இல்ல. அப்புறம் எப்படி அங்க ஒட்டி வைப்பாங்கன்னு எதிர்பார்க்கிறீங்க?"

"ஆனா அவருக்குத் தாய்மொழி மலையாளம்தானே?"

எப்படி அவரை இப்படிப் பிரித்துப் பார்க்கிறார்கள் என்று தெரியவில்லை. என் திருமணம் எனக்குப் பெரிய தலைவலியாகி விடுமோ என முதன் முதலாக பயந்தேன். நான் கேட்டுக்கொண்டிருந்த பாடலே அவருடையதா, சிவாஜியுடையதா என்பதைக்கூட புரிந்துகொள்ளாத அருண் இப்படித்தான் சொல்லுவான் என எதிர்பார்த்தேன்.

அருண் இது சமயமாக இந்த நேரத்தில் சர்ச்சை வேண்டாமென என் கையில் இருந்த ரிமோட்டைப் பிடுங்கி, ஏஸி.யை ஆன் செய்தான்.

எனக்குள் திகில் பரவியது. அவரை மலையாளி என்று சொல்பவர்கள் மீது எனக்கு அருவருப்பு இருந்தது. அதுவுமில்லாமல் அவர் தமிழர்தான் என்பதற்காக ஆராய்ச்சிகள் எல்லாம் நடந்திருக்கின்றன. மேனன் என்றால் மலையாளி என்று ஆகிவிடுமா? இது அவர் குறித்து அருண் செய்யும் இரண்டாவது தவறு. முதல் தவறு அருண் என் அலுவலகத்துக்குவந்தபோது.கல்யாணத்துக்கு முன்னர் என்னைப் பார்க்க அருண் என்னுடைய அலுவலகத்துக்கு வந்தான்.

எனக்கானவன் இவன்தான் என்று முதல் பார்வையில் ஏற்றுக் கொண்டேன். ஏற்கெனவே அம்மா, அப்பா பார்த்து முடிவு செய்துவிட்டதால் வேறுவழியில்லாமல் நான் அப்படி முடிவுக்கு

வந்திருக்கலாம் என்று கல்யாணமாகி இரண்டொரு மாதத்திலேயே புரிந்தது.

"ஒரு காபி சாப்பிடலாமா?" என்றான் அருண்.

எனக்கு நிறைய வேலைகள் இருந்தன. இப்போது உட்கார்ந்தாலே இரவு ஏழு மணி வரைக்கும் வேலை இழுத்துவிடும். இந்திய நாடோடி இனக் குழுக்கள் என்ற தலைப்பில் தகவல் திரட்டித் தரவேண்டியிருந்தது. அதற்காக மறுத்துவிட்டால், நான் அவனுடன் காபி சாப்பிட தயங்குகிறேன் என்றோ, பிகு செய்கிறேன் என்றோ அர்த்தமாகிவிடலாம். கல்யாணமே நின்று போய்விடுமளவு இது காரணமாகிவிடுமோ எனவும் அச்சமாக இருந்தது. கல்யாணப் பேச்சு ஆரம்பித்ததிலிருந்து இது போன்ற தேவையற்ற அச்சங்கள் துளிர்விட ஆரம்பித்துவிட்டன.

எங்களுடைய கேன்டீன் நவீனமயமாக இருக்கும். கோக், பெப்ஸிதான் எல்லோர் கையிலும். காபி குடிப்பதே கடந்தக் காலத்து நாகரிகம் போல இருக்கும். ஒரு பேச்சுக்குத்தான் காபி குடிக்கலாம் என்று கூப்பிட்டான் என்று பார்த்தால் நிஜமாகவே கேன்டீனில் காபி இருக்கிறதா என்று கேட்டான்.

காபி இல்லை என்றதும் பதிலுக்கு என்ன குடிப்பது என்பது முடிவாகாமல் இருந்தபோது நானே "இரண்டு கோக்" சொன்னேன். காசு கொடுக்கிற விஷயத்தில் அது அவனுக்கான உரிமை போல துரிதமாக காசை பாக்கெட்டில் இருந்து எடுத்தான். சில நூறு ரூபாய் தாள்கள் சிதறின. குனிந்து எடுத்துக் கொண்டிருக்கும்போது "எதற்கு இவ்வளவு அவசரம்" என செல்லமாகக் கடிந்துகொண்டேன். எனக்குக் கணவனாகப் போகிறவனை முதல்முறையாக கடிந்து கொள்ளும்போது சுகமாக இருந்தது.

அவன் வந்ததைத் தெரிவித்த நேரத்தில் அவசரமாக காதில் இசைத்துக் கொண்டிருந்த எம்.பி.3-யை அணைக்காமல் காதுக் குமிழ்களை அப்படியே கழுத்தில் மாலை போல போட்டுக் கொண்டு வந்திருந்தேன். அதில் அனைத்துமே எம்.ஜி.ஆரின் துள்ளலான பாடல்கள்.

அருண் கேட்டான்: "சிவாஜி கணேசன் பாட்டெல்லாம் கேட்கிறீங்களே?" தூக்கி வாரிப் போட்டது. எனக்கு நினைவு தெரிந்து சிவாஜி கணேசன் பாட்டை இத்தனை காதுக்கு நெருக்கமாக வைத்துக் கேட்டதேயில்லை. முதலில் சிவாஜி கணேசன் பாட்டு ஒன்று எம்.ஜி.ஆர் பாடலோடு கலந்து வந்துவிட்டதோ என சந்தேகித்தேன். ஒரு மைக்ரோ வினாடிதான். எனக்கு ஊர்ஜிதமாகி விட்டது, அருணுக்கு ஒன்றுமே தெரியவில்லை.

இதோ இப்போது எம்.ஜி.ஆரை மலையாளி என்று புதைகுழியில்

தள்ளுவதற்குத் துணிந்தாயிற்று. தலையில் பல்வேறு ஹேர் பின்களால் சொறுகியிருந்த பூச்சரங்களை நீக்கி ஓரமாக வைத்தேன். பூக்களின் மணமும் ஊதுபத்திகளின் மணமும் மனசு வரை பாய்ந்து கிறக்கத்தை ஏற்படுத்தியது. இந்த மணத்துடன் போர்வைக்குள் நாளெல்லாம் கிடக்கலாம். நான் பூக்களை கழற்றி வைத்தது அது நசுங்கிவிடாமல் இருப்பதற்குத்தான். கல்யாணத்துக்கு முந்தியும் படுக்கும் முன்னால் அப்படித்தான் கழற்றி வைப்பேன். இப்போது அதைப்போல் செய்ததும் நான் தாயார் ஆகிவிட்டதுபோல எடுத்துக் கொண்டு அருண், தன் சட்டையைக் கழற்றி வைத்துவிட்டு வெறும் உடம்பில் அமர்ந்தான். திடீரென்று என்ன நினைத்தானோ.. ஊதிவத்தியை நான் குடித்துவிட்டுக் கொடுத்த டம்ளரில் மிச்சமிருந்த பாலில் நனைத்து அணைத்தான்.

துர்சகுனம்போல அதிர்ந்து போனேன். விளக்கை ஊதி அணைப்பதே தவறு என்று என்னை வளர்த்திருந்தார்கள்.பாட்டி, விளக்கை அணைக்க வேண்டியிருந்தால், ஒரு பூவை எடுத்து தீபத்தின் மீது வைத்து அணைப்பாள். எங்கே நெருப்புக்கு வலிக்குமோ போல இருக்கும் அந்தச் செயல். ஆனால் பூவுக்குத்தானே வலி இருக்கும்? இப்படி எடக்கு மடக்காக யோசிப்பதேகூட தவறுதான். என்னையும் அறியாமல் அருண் உணர்ந்துகொள்ளும் அளவுக்கு நான் திகைத்து நின்றேன்.

“இந்த வாசனை தலை வலிக்குது..” அந்த அதிர்ச்சிக்கு விளக்கம் போல சொன்னான்.

“மாத்திரை ஏதாவது வேணுமா?”

“நீதான் வேணும்..”

“இடுப்புல கை வைக்காதீங்க.. சத்தம்போட்டு சிரிச்சிடுவேன்.”

இப்படியாக நாங்கள் நெருங்க ஆரம்பித்தோம். கட்டிலில் சாய்ந்து பேசிக் கொண்டிருக்கும்போது நான் புடவை கணுக்கால் வரை விலகிவிடாமல் இருப்பதில் கவனமாக இருந்தேன். மிகச் சிறிய தழும்புதான். இருந்தாலும் அது வெளியே தெரிந்துவிடாமல் இருப்பதில் கவனமாக இருந்தேன்.

தழும்பு தெரிந்துவிடாமல் இருக்க விளக்கை எவ்வளவு சீக்கிரம் அணைத்துவிட்டாலும் நல்லதுதான் என நினைத்தேன். அருண் அதை உடனே நிறைவேற்றினான். ட்யூப் லைட் வெளிச்சம் அணையும்போது மெல்லிய புகைபோல ஒன்று சிவுக்கென்று மேலே பறந்ததுபோல இருந்தது. அதை நான் அப்போது சாதாரணமாக எடுத்துக் கொண்டேன். வெளிச்சம் மறையும்போது கண்களில் ஏற்பட்ட பிழையென்று நினைத்திருந்துவிட்டேன். அருணிடம் ஏதோ இந்தப் பக்கத்தில் நகர்ந்தது போல இல்லையா என்று

கேட்டேன். இதுதான்... இந்த மெல்லிய வெண்புகைதான் என் வாழ்வில் நீண்ட புயலைக் கிளப்பப்போகிறதென்று அப்போது எனக்குத் தெரியாது. என் புகுந்த வீட்டிலும் அது என்னைத் தொடர்ந்தபோதுதான் அது என்னை என்னையும் மீறி ஈர்த்துக் கொண்டது.

அருண் மீண்டும் ஒரு முறை விளக்கை ஏற்றிப் பார்க்கட்டுமா என்றான். முதன் முதலில் இந்த மாதிரி சேரும் போது யாரோ பார்த்து விடுவார்களோ என்ற பிரக்ஞை அதிகமாக இருப்பது சகஜம்தான் என்று கண் சிமிட்டினான். இறுக்கமாக அணைத்துக் கொண்டான்.

சப்தநாடியும் ஒடுங்கிவிட்டது மாதிரி ஆகிவிட்டது. வாழ்வின் முதல் தீண்டல். அதனுடைய எதிர்ப்பார்ப்பும் முடிவும் இருதயத்தின் வேகத்தை உயர்த்தியது. நான் மூச்சுவிடுவது எனக்கே புயல்போல கேட்டது. அவன் முந்தானையை அகற்றிவிட்டு அவனுடைய மார்பையும் என்னுடைய மார்பையும் சேர்த்து அணைத்துக் கொண்டான். பதிலுக்கு நான் என்ன செய்ய வேண்டும் என்பது புரியாமல் கைகளை வெறுமனே வைத்திருந்தேன். அவனாகவே என் கைகளை தன் மேல் போர்த்திக் கொண்டான். அவனுடைய கைகள் எங்கேங்கோ உலவின. தாங்கமுடியாத தகிப்பும் பயமும் அடக்குமுமாக இருக்க வேண்டியிருந்தது. பதிலுக்குத் தழுவுவதற்கு எனக்கு சில நாட்கள் தேவைப்பட்டது. புடவையையும் ஜாக்கெட்டையும் அகற்றுவதற்கும் கோரிக்கை விடுத்தான். அதையெல்லாம் நான் ஒரு போதும் அகற்றுவதற்கு சம்மதிக்கவேயில்லை. பாவாடையைச் சற்றே மேலே தூக்குவதற்கே உடம்பின் அத்தனை செல்களும் எதிர்ப்புத் தெரிவித்தன. எதேச்சையாக அது விலகி வழிவிட்டதுபோலத்தான் எல்லா நேரமும் எங்கள் கூடல் நடைபெற்றது.

என்னைப் பொறுத்தவரை மிகச் சில மாதங்கள்தான் இதில் ஈடுபாடு இருந்தது. அந்தத் தருணத்திலும் அது ஒரு ஆனந்தமான அச்சமாக எனக்குள் உருவகமாகி இருந்தது. அவருடைய ஆவி எனக்கு பார்க்க முடிவதாக மாறியதிலிருந்து இதில் ஈர்ப்பு குறைந்துவிட்டது. ஆவியைப் பார்க்க முடிவதோடு அதைப் பார்ப்பதற்கு ஏங்கவும் அதனோடு பேசவும்கூட என்னால் முடிந்த வேளையில் காமத்தில் ஈர்ப்பு சுத்தமாக மறைந்துவிட்டது. அருணுடைய கவலை வேறு மாதிரி..ஏதேதோ வெள்ளைக்காரிகளின் புகைப்படங்களையெல்லாம் கொண்டு வந்து காண்பித்து இப்படியெல்லாம் இருந்தால்தான் பூரணமான இன்பத்தை எட்ட முடியும் என்றான். இதில் என்ன பூரணம் வேண்டிக்கிடக்கிறது?

செல்வராஜ் டாக்டரிடம் அருண் செய்த இந்த மாதிரி லீலைகளையெல்லாம் சொன்னால் வண்டவாளம் தண்டவாளம் ஏறியிருக்கும். இடைப்பட்ட காலங்களில் அப்படி நினைத்தேன்.

இப்போது நினைத்தால் பாவம் இந்த விஷயத்தில் அருணைக் குறைசொல்வது சரியில்லை எனப் புரிந்தது. கல்யாண கனவில் இருக்கும் புதுக் கணவனின் எதிர்பார்ப்புகளைப் பற்றி டாக்டர் பிரமிளா எடுத்துச் சொன்னபோது டாக்டர் செல்வராஜ் என் மனநிலையைப் பற்றி விசாரித்துக் கொண்டிருந்த வேளையில் அருணைப் பற்றி கேவலமாக எதையும் சொல்லிவிடாதது பெருமையாக இருந்தது.

பேய் பிடித்துவிட்டது என்று ஒதுக்கித் தள்ளப்பட்ட நான் மீண்டும் ஓரளவுக்கு மீண்டு வந்து என்கதையை சொல்ல ஆரம்பித்திருப்பதால் முன்னும் பின்னுமாக மாற்றிச் சொல்லுவதற்கு நிறைய வாய்ப்பு இருக்கிறது.

என் வீட்டில் பார்த்த அதே போன்ற புகையை நான் அருண் வீட்டில் பார்க்க ஆரம்பித்தேன். சற்றுத் தெளிவாகவே தெரிந்தது. அது புகைபோல இல்லை. தெளிவற்ற ஒரு உருவமாக இருந்தது. குபீரென்ற அச்சம் பரவ ஆரம்பித்தது. வெளியில் சொல்லவும் தயக்கமாக இருந்தது. வாழ வந்த இடத்தில் இல்லாததும் பொல்லாததுமாக என்னைப் பற்றி எடை போட்டுவிட காரணமாக அமைந்துவிடும். அது ஒரு பேயின் உருவம் என்று எல்லோரையும் கலவரப்படுத்திவிட எதனாலேயோ நான் விரும்பவில்லை.

நான் அதை வெளியில் சொல்லாமல் இருப்பதற்கு வேறு ஒரு காரணமும் இருந்தது. நல்லவர்களின் ஆவிதான் வெள்ளையாக இருக்கும். தீயவர்களின் ஆவி கருப்பாக இருக்கும். நான் பார்த்தது வெள்ளை வெளேர் ஆவி. அது எம்.ஜி.ஆரின் ஆவி என்று என்னால் அடையாளம் காணமுடிந்தது. இதற்குத் தமிழறிஞர் மறைமலை அடிகள் ஒரு காரணம்.இந்த விஷயத்தில் அருணின் நண்பன் ரகுவை நான் நம்பினேன். அவன் உலக விஷயங்களை பேசுவதில் ஈடுபாடு உள்ளவன். எந்த விஷயத்தையும் எதிர்ப்பார்க்காத ஒரு புள்ளியில் இருந்து துவங்கும் அம்சம் அவனிடமிருந்தது. ஏதோ பானையைப் பற்றிப்பேசினாலும் அவன் துருக்கியில் டி வடிவப் பாறைகளைத் தொடர்புபடுத்திப் பேசுவான். மிளகு ரசம் பற்றி பேச்சு வந்தாலும் அல்பேனியாவில் தயாரிக்கப்படும் சூப்புக்குப் போய்விடுவான்.

ரக்பி விளையாட்டு, பங்கி ஜம்ப், மாஜிகல் ரியலிஸம், பிரான்ஸ் அதிபர் தேர்தல் எல்லாம் பேசுவான். அதனால்தான் நம்பிக்கையோடு அவனிடம் சொன்னேன். எம்.ஜி.ஆர். தமிழர் என்பதில் ஆரம்பித்து, ஜோ போர்டு.. என்று எல்லாவற்றையும் ஆர்வமாகப் பேசிப் பார்த்தேன். அவன் எல்லாவிஷயத்தையும் அலட்சியப்படுத்திவிட்டான்.

சக மனிதர்களைப் புரிந்துகொள்ளத் தெரியாதவன். கல்யாணம் காட்சி என்று ஏதாவது நடந்தால்தானே நான்கு பேரை அனுசரித்துப் போகும் பக்குவம் வரும். திருமணமே செய்து கொள்ளப் போவதில்லை என்று வைராக்கியமாம். அப்படியானால் உடம்பின் தேவைகளை காசு கொடுத்து நிறைவேற்றிக் கொள்ளுவானா? அருணிடம் கேட்டுப் பார்க்க வேண்டும் என்று பல முறை நினைத்துத் தவிர்த்துவிட்டேன். ஏனென்றால் ரகுவின் பார்வையில் ஒரு இம்மி அளவுக்குக்கூட காமம் இருந்ததில்லை. அதற்காக அதைச் சகோதரப் பாசம் என்றும் முத்திரைக் குத்த விரும்பவில்லை.

3

இரவில் இரண்டு முறையோ மூன்று முறையோகூட ஈடுபட்டோம். கல்யாணமான புதிதில் அருண் ஒரு வாசனையாக என்னிடம் இடம்பெற்றான். பார்வையால் உருவான பரவசம் கால் பங்கு என்றால் வாசனையால் ஏற்பட்ட பரவசம் முக்கால் பங்காக இருந்தது. லட்சம் பேரில்கூட அருண் வாசனையைக் கண்டுபிடித்துவிட முடியும் என்று தோன்றியது. இது ஓர் அசட்டு தைரியம்தான். கல்யாணமான புதிதில் கணவன் பித்து என்னை அப்படி நினைக்க வைத்தது.

ஆகஸ்ட் மாதத்தில் திருமணம் நடந்ததால் மழை எங்களுக்குத் தோதாக இருந்தது. பெரும்பாலும் நாங்கள் ஈடுபடும்போது மழைச் சாரலின் சப்தம் கேட்கும். கூடவே குளுமையும் மண் மணமும் ஈடுபாட்டுக்கான அடையாளமாகிப் போனது.

அருணின் தலைமுடியைப் பிடித்து உலுக்குவது அவனுக்குத் தலைவாரிவிடுவது போன்றவை எனக்குப் பிடித்திருந்தன. குளிக்கும்போது ஏதோ காரணம் சொல்லி அழைத்து - முதுகு தேய்க்க, டவல் எங்கே?- அவனுடைய நிர்வாணத்தைப் பார்க்கும்படி செய்வான். நானும் அப்படி நினைப்பேன். ஆனால் தவறாக நினைத்துவிடுவானோ என்ற அச்சமும் கூச்சமும் இருக்கும். இது அவனுடன் இரண்டாண்டுகள் வாழ்ந்த பின்னும் தொடர்ந்தது. வாழ்க்கை முழுதும்கூட தொடர்ந்திருக்கும்தான்... நான்தான் வாழ்க்கையைத் தொடரவில்லையே..

கல்யாணமான அந்த ஆரம்ப கிளுகிளுப்பு மட்டும்தான் மிச்சம். ஒவ்வொரு இரவும் ஏன் இப்படி விலகியிருக்கின்றன. பகல் ஏன் வெகு நேரம் நீடிக்கிறது என்ற பைத்தியக்காரத்தனமான யோசனையும்கூட கல்யாணப் புதிதில் ஏற்பட்டது. இரவு அறைக்குள் போனதும் கட்டிப் பிடித்துப் படுத்துக் கொள்ள வேண்டும்போல ஆர்வம் மேலோங்கும். தேகஉறவு முடிந்ததும் அருண் முகத்துக்கு நெருக்கமாக ஒரு புன்னகை செய்வான். நான் அவனைச் செல்லக் கோபத்தோடு பிடித்துக் கீழே தள்ளுவேன். சிறிது நேரம் அருணின் சில்மிஷங்கள் தொடரும். பிறகு கவிழ்ந்து படுத்துத் தூங்க ஆரம்பித்துவிடுவான். எனக்கு உடனே தூக்கம் வருவதில்லை.

புரண்டு படுத்தால் தூங்குகிறவனுக்கு இடையூறாக இருக்குமே? ஒரே பக்கம் ஒருக்கலித்த நிலையில் வெகு நேரம் படுத்திருப்பேன்.

அகன்ற தோளும் சற்றே ரோமம் ஆக்ரமித்த மார்பும் என்னை அப்படியே போர்த்திக் கொள்ளும்போது அடையும் மனக்கிளர்வும் உடற்கிளர்வும் அலாதியாக இருந்தது. ஒவ்வொரு முறையும் அவன் என் மீது போர்த்திய தருணம்தான் எனக்கு பெரும் தகிப்பை ஏற்படுத்தியது.

புதிய முயற்சிகளில் ஈடுபடுவதில் அவனுக்கு அதிக ஆசையும் அதிக தயக்கமும் இருந்தது. ஆரம்பத்தில் இதுகுறித்த கற்பனைகள் மட்டுமே இருந்ததால் அவன் அவன் என்ன முயற்சியில் இறங்கியிருந்தாலும் இப்படித்தான் செயல்படுவார்களா என்று அவனுக்கு இடம் கொடுத்திருப்பேன். எனக்குத் தோராயமான அனுபவம் ஏற்பட்டு விட்டபின் அவன் முயன்ற வேறு முயற்சிகளுக்கு இடம்தர மறுத்து விட்டேன். என் இரண்டாண்டு தாம்பத்தியத்தில் கிட்டத் தட்ட ஒரு பாணிதான் இடம் பெற்றது. ஆனதால் அப்போது வேறு சில பாணிகள் இருப்பது தெரிந்திருந்தது. அருண் சிலவற்றைச் சொன்னான். அருணா சிலவற்றைச் சொன்னாள்.

கல்யாணமான சில தினங்களில் அருணுக்குத் தயக்கம் போய்விட்டது. அவன் சிலவற்றை வேண்டினான். ஆனால் அதற்குள் அவனுடைய கோரிக்கைகளைத் தவிர்த்துவிடும் தைரியம் எனக்கும் ஏற்பட்டுவிட்டது. அவனுக்குத் தயக்கம் போய்விட்டது. எனக்கு தைரியம் வந்துவிட்டது. இது சில இரவுகளில் பிரச்சினையாகவும் மாறியது. அவன் கோபித்துக்கொண்டு திரும்பிப் படுத்துக் கொண்டிருப்பான். ஆனால் சிறிது நேரத்தில் அவன் என் வழிக்கு வந்துவிடுவான். அது எனக்கு சந்தோஷமாக இருந்தது.

இரண்டு ஆண்டுகள் கழித்து டாக்டரிடம் போய் வந்த பிறகு அவனுடைய நடவடிக்கைகள் மாறிப்போய்விட்டன. என்னை மேலே படுக்க வைக்க முயற்சி செய்தான். கடும்கோபமாக வந்தது.

அந்த லூஸ் டாக்டர் என்ன சொல்லித் தந்தானோ.. பேச்சிலும் வக்கிரம் அதிகமாக இருந்தது. இந்த மாதிரி தருணங்களில் துர்கா ஒரு பெயராக ஒரு ஆபத்தாக நினைவில் வெட்டி மறைந்தாள்.

மிக இன்பமான சிந்தனைகளை ஏக்கங்களைத் தந்து கொண்டிருந்த இந்த நேரத்தில் என் அலுவலகத் தோழி அருணா ஒரு விஷயத்தைச் சொன்னாள். தேக சேர்ப்பில் பல்வேறு கலைகள் இருப்பதாகவும் நாம் அவற்றையெல்லாம் இழந்து விட்டோம் என்றும் சொல்லிக் கொண்டு போனாள். வாத்ஸாயனர், கொக்கோக கலை என்றும் சிலவற்றை ரகசியமாகச் சொன்னாள். இன்பத்துக்கு இத்தனை விதங்களில் ஈடுபட வேண்டுமா என்று ஆயாசமாக இருந்தது. அவள் காட்டிய ஒரு வாத்ஸாயனர் புத்தகத்தில் ஒரு பெண் பிறந்த மேனியாகக் கால் பரப்பி குறிகாட்டி உட்கார்ந்திருக்க ஊஞ்சலில் அமர்ந்து ஆடியபடி ஒருவன் நீண்டிருக்கும் குறியோடு அதில் குத்துவதற்கு வேகமாக வருவதாகப் படம் வரைந்திருந்தது. ஊஞ்சலில் புவியீர்ப்பின் வேகத்தோடு வந்து குறியோடு குறி மோதினால் என்ன கதியாகும் என்பதில் பதறிப்போனேன்.

இதெல்லாம் ஆண்களின் வக்கிரம்தான். பெண்களின் காம வெறியைத் தீர்க்கும்பொருட்டு மனதில் உருவாக்கிக் கொண்ட அபத்தக் கற்பனைகள். அருணா மராட்டிய பிராமண குடும்பத்தைச் சேர்ந்தவள். அவளுடைய குடும்பத் திருமணம் ஒன்றில் முதலிரவுக்கு ஏற்பாடு செய்யயப்பட்டிருந்த அறையில் கட்டிலோ, பாயோ, தலையணையோ இல்லாமல் ஒரே ஒரு ஸ்டூல் மட்டும் போடப்பட்டிருந்ததாகச் சொன்னாள். அந்தக் காட்சியைப் பார்த்தபோது அவளுக்கு பதினாறு வயது. ஸ்டூலில் எப்படி முதலிரவு கொண்டாட முடியும் என்று அவளுக்கு கற்பனை விரிந்திருக்கிறது. அந்தக் கற்பனையை என்னிடம் சொன்னபோது எனக்கு குமட்டலாக இருந்தது. அப்படியெல்லாம் சாத்தியமே இல்லை என்று சொன்னேன். அப்படி சாத்தியமானாலும் அது முரட்டுத்தனமான பாலியல் கற்பனையாகத்தான் இருக்கும். அதில் எந்தவித கூடுதல் இன்பமும் இருக்க வாய்ப்பில்லை என்று வாதிட்டேன். அந்த அறையில் எதேச்சையாக ஒரு ஸ்டூல் இருந்திருக்கலாம். அந்த ஸ்டூலுக்கும் முதலிரவுக்கும் முடிச்சுப் போடுவது சரியில்லை என்றேன்.

அவள் இருக்கலாம் என்று ஒப்புக் கொண்டாள். இருந்தாலும் அது தன் சொந்த அனுபவத்துக்குப் பிறகு ஏற்றுக்கொண்ட முடிவாக இருக்கவேண்டும் என்று பிடிவாதமாகக் கூறிவிட்டாள். எனக்கு அதில் எந்தவித பரீட்சையும் தேவையில்லை என்றேன். அந்த லூஸ் டாக்டரைப் பார்த்துவிட்டு வந்த பிறகு அருண் அப்படித்தான் விபரீத ஆர்வங்களில் ஈடுபட்டான். அருணும்

அருணாவும் பொருத்தமான ஜோடியாக இருந்திருப்பார்கள்.

என்னை வேலையிலிருந்து நீக்கத் திட்டம் துவங்கியபோது அருணா எனக்குத் தெரியாமல் அருணிடம் பேசினாள். நான் கிழித்துவிட்ட பக்கங்கள் குறித்து அவள் அருணை அச்சுறுத்தியிருக்கக் கூடும். அருண் என்னை மீட்க அலுவலகம் வந்தபோது அவனுடைய முகத்தில் அந்தக் கலவரம் தெரிந்தது. இது நாவலின் கடைசி பகுதியில் இடம் பெற வேண்டியது. இதைப் பற்றிப் பிறகு பார்ப்போம்.

அருணின் விபரீத முயற்சிகளின்போது அந்த ஊஞ்சல் படம் நினைவுக்கு வந்துவிட்டுப்போனது. வழக்கமாக செய்துவந்த பாணியும் கசந்துபோயிருந்த நேரம். அருணுக்கோ எனக்கு அந்த பாணி பிடிக்காமல் போய்விட்டதால் புதிய பாணியை விரும்புகிறேனோ என்ற கற்பனை.மனம், மூளை, உடம்பு என மூன்றுவிதமாக நான் இருந்தேன். மனம், உடம்பை ஆண்டு கொண்டிருந்தது. மனதில் என்ன ஆசை எழுந்தாலும் உடனே உடம்பு அதற்குத் தயாராகி விடுகிறது.

அதே சமயத்தில் மூளையோடு உடம்பு மறுபுறத்தில் பலவீனமான தொடர்பில் இருந்தது. அதாவது மனதின் ஆசைக்கு ஆட்பட்டு தயாராகும் உடம்பை மூளை செயல்பட விடாமல் தடுத்தது. மருத்துவத் துறையில் இப்படியெல்லாம் உண்டா என்று எனக்குத் தெரியாது. எனக்கு அப்படித்தான் நடந்து கொண்டிருந்தது.

இந்த மூன்றுமே அவருக்கு கட்டுப்பட்டிருந்தது என்பதுதான் யாருக்கும் தெரிவிக்க முடியாத உச்சகட்டக் குழப்பம்.

எப்போதும் தொடர்ச்சியான சோர்வு இருந்தது. வேறு எந்த வேலையைச் செய்ய முடியாமல் தவித்தாலும் அருண் என் அருகிலேயே இருக்க வேண்டும் என்ற தவிப்பு இருந்தது. அருணுக்கோ அந்தப் பத்துநிமிடம் நான்போதுமாக இருந்தது. அல்லது நான் அப்படி நினைத்தேன். அவனிடம் இருந்து இந்த உணர்வே என்னை மெல்ல மெல்ல விலக்கவும் செய்தது.

வினோதமாக இருந்தது. அவன் மீது இருந்த அதீத ஆர்வம் அவனிடமிருந்து என்னை விலக்க ஆரம்பித்துவிட்டது. சொன்னால் யாருக்கும் புரியுமா? வேறு யாருக்குப் புரிய வேண்டுமோ, இல்லையோ அருணுக்குப் புரியுமா? நான் அவனுக்குப் புரிய வைக்க வேண்டும் என்ற ஆசையைக்கூட தளர்த்திக் கொண்டேன். அவன் மீதான என்னுடைய காதல் அப்படித்தான் கருக ஆரம்பித்தது.

அலுவலகத்தில் அவனுக்கு நெருக்கடி இருந்தது. எந்த அலுவலகத்தில் இல்லை. தொடர்ந்து நான் திறமைசாலிதான் என்று ஒருவன் நிரூபித்துக் கொண்டே இருக்க வேண்டும். எதற்கு தொடர்ந்து படிக்க வேண்டும். தேர்வுகளில் வெல்ல வேண்டும்.

தேர்வுகளில் வென்றால் மட்டும்போதாது. அதை வேலைபார்க்கும் இடத்தில் திறமையாக வெளிப்படுத்த வேண்டும். அருணுக்குச் சவால் அதில்தான். என்னிடம் எந்தச் சவாலும் தேவையிருக்கவில்லை. என்னை வெல்ல வேண்டும் என்பதில் அவனுக்குக் கவனம் இல்லை.

என்னை வெல்லாவிட்டாலும் அவன் வாழ்க்கையில் வெற்றி பெற்றவன்தானா என்பதில் யாருக்கும் கேள்வி வராது. நான் அவனுக்கு நான்காம் பட்சம்.

நான் நிலைக்குத்திய பார்வையில் எங்கோ வெறித்துப் பார்த்துக் கொண்டிருக்க ஆரம்பித்தேன். தனியாக உலவிக் கொண்டிருப்பது பிடித்தது. பத்துக்குப் பதினைந்து அறையில் மிருகக் காட்சிச்சாலை சிங்கம்போல சுற்றிச் சுற்றி வந்தேன். எம்.ஜி.ஆர். சிங்கமும் என்னைப் போலத்தான் பாதிக்கப்பட்டு மனம் துடித்துக் கிடந்ததோ?

தனியாக முணுமுணுத்துக் கொண்டிருப்பதும்கூட எனக்கே சில வேளைகளில் தெரிந்தது. எனக்கு ஆறுதலாக இருந்தது அவர்தான். அவரே எனக்குள் இருப்பதாக இருந்தது. அவரே நானாக இருந்தது.

எம்.ஜி.ஆர். தலைமாட்டில் கலங்கி அழுது கொண்டிருக்கும்போது யாருக்காவது இப்படியெல்லாம் ஆசை வருமா? ஆவிகள் நிராசையின் காரணமாக பூவுலகில் உலவுவதாகப் பலரும் சொன்னார்கள். அவருக்கு என்ன நிராசை என்பதை என்னால் கணிக்க முடியவில்லை. அவரும் அதைப் பற்றி என்னிடம் கடைசி வரை சொல்லவேயில்லை. நானாக ஒன்றை யூகித்தேன். நன்கு தெரிந்தவர்கள் அகால மரணமடைந்தால் அவர்களின் அவி நம் உடம்பில் புகுந்து கொள்ளும் என்று சொல்லுவார்கள். எம்.ஜி.ஆரை எனக்குத் தெரியும். ஆனால் அவருக்கு எனக்குத் தெரியாதே என்ற தர்க்கரீதியான கேள்வி ஒன்று எனக்குள் கொஞ்ச காலம் இருந்தது. ஆவிகள் ஒருவரைத் தேர்ந்தெடுப்பதற்கு சம்பந்தப்பட்ட ஆவியும் ஆவியை ஏற்றுக்கொள்ளும் நபரும் பரஸ்பரம் அறிந்திருக்க வேண்டியதில்லை என்று ஆவிகள் ராஜ்ஜியம் பத்திரிகையின் கேள்வி-பதில் பகுதியில் அதன் ஆசிரியர் சொல்லியிருந்தார். என்னுடைய தர்க்க நியாயங்களை வீழ்த்துவதற்கு இந்த மாதிரி ஒரு பதிலே போதுமாக இருந்தது. நான் ஆவியின் உணர்வைப் புரிந்து கொள்ள ஆரம்பித்திருந்தேன். என்னுடைய இச்சை உணர்வு அதன்பிறகு மரத்துப் போயிருந்தது.

நான் என்ன வார்த்தைகளில் சொன்னால் அருண் புரிந்து கொள்வான் என்று தெரியவில்லை. எரிச்சல்பட்டுப் பார்த்தேன். கோபப்பட்டுப் பார்த்தேன். தூங்கிவிட்டதுபோல நடித்துப் பார்த்தேன். இரவு படுக்கைக்கு நெருங்கும் நேரத்தில் அவனுக்குப் பிடிக்காத விஷயங்களைப் பேசிப் பார்த்தேன்.

அருணுக்கு அவனுடைய அக்காவைக் குறை சொன்னால் பிடிக்காது. ஏதாவது காரணம் காட்டி அருணின் அக்காவை வம்புக்கு இழுக்க ஆரம்பித்தேன்.

"உங்க அக்காவுக்கு மஞ்சள் கலரை விட்டா வேற கலரே தெரியாதா... எப்பப் பார்த்தாலும் மஞ்சள் புடவையே எடுக்கறாங்களே?" எனக்கு நினைவு தெரிந்து முதன் முதலாக அருண் அக்காவைப் பற்றி சொன்ன வம்பு இது.

"நீ கூடத்தான்.. பிரெளன் கலர் ஹாண்ட் பேகே வாங்கறே.. அப்பிடித்தான்" என்றான்.

இதைத்தான் நான் எதிர்பார்த்தேன். அவனுக்கு உடனடியாக வலிக்கிற இடம் என்று தெரிந்து போனது.

"லெதர் பேக்ன்னா கருப்பு கலர்லயும் பிரெளன் கலர்லயும்தான் செய்றாங்க.. இருக்கறதே ரெண்டு ஆப்ஷன்தான். புடவை அப்பிடியா...?"

"அவங்களுக்குப் பிடிச்ச கலர்ல அவங்க கட்டிக்கிறாங்க.. உனக்கு என்ன வந்தது?"

அவனுக்கு என் மீது இருக்கும் வெறுப்பை அதிகரிக்க இது வசதியாக இருந்தது.

உங்க அக்காவுக்கு முறுக்குன்னா ரொம்ப பிடிக்குமா என்று சொன்னால்கூட போதும் அருணுக்கு ஆத்திரம் வருவதற்கு போதுமானதாக இருந்தது. உங்க அக்கா எட்டு மணிக்கே தூங்கிடுவாங்களா என்றால்போதும் அன்றைய எரிச்சலுக்கு. அருணை நெருங்கவிடாமல் இருக்க இந்த உத்தி பயனுள்ளதாக இருந்தது.

"அவங்களுக்கு ஏன் குழந்தை இல்லை? யார் மீது குறை?" இப்படி ஒரு தரம் கேட்டேன்.

"உனக்கும்தான் குழந்தை இல்லை. உனக்குக் குறைன்னு சொன்னா தாங்கிப்பியா?"ஆவேசமாக பதில் வந்தது. இதற்கு மேல் பேசினால் அவனுக்குக் கோபம் உச்சத்துக்குப் போய்விடும் என்பதை உணர்ந்தேன்.

உடனே எனக்குக் கண்கலங்கி விட்டது. ஒருக்கலித்துப் படுத்து வெகுநேரம் அழுது கொண்டிருந்தேன். அருண் என்னை அவன் பக்கம் திருப்பி அணைத்துக்கொண்டு மன்னித்துவிடும்படி சொன்னான். அருண் அக்கா எனக்குத் துருப்புச் சீட்டு. அழுகை, கவசம்.

4

அவருடைய விசும்பல் அதிகமாகிக் கொண்டே இருந்தது. அதன் பிறகு நான் மிகவும் ரகசியமாகவே எல்லா ஏற்பாடுகளையும் செய்ய வேண்டியதாக இருந்தது.

அதாவது அது அவர்தானா என்பதை உறுதி செய்வதற்காக நிதானமாக இருந்தேன். அவர்தான். கண்ணாடியில் தலைவாரிக் கொண்டிருக்கும்போது கண்ணாடியில் எனக்கு மட்டும் திடீரென்று ஓர் உருவம் தோன்றிமறையும். திடுக்கிட்டுப் பின்னால் திரும்பிப் பார்ப்பேன். அது வெள்ளையாக தோன்றியது மட்டும் நன்றாக நினைவில் இருக்கும். எப்போதும் எனக்கு அருகில் ஒரு உருவம் வேகமாக இடம் பெயர்வதை நான் எந்த நேரத்திலும் எதிர்பார்த்தபடி இருந்தேன். ஏதோ பத்திரிகை படித்துக் கொண்டிருப்பேன். கண்ணிமைக்கும் நேரத்தில் ஏதோ கடந்து போன நிழல் தெரியும். மிகவும் பயமாக இருந்தது. வாழ வந்த இடத்தில்தான் இப்படி தோன்றுகிறதோ என்று பார்த்தால் அம்மா வீட்டுக்கு வரும்போதும் இந்த அறிகுறி தெரிய ஆரம்பித்தது.

தலை வாரிக்கொண்டிருந்தவள் சீப்பை அப்படியே தலையில் நிறுத்திவிட்டு அந்த அசைவு களைக் கண்களை மட்டும் உருட்டி அவதானிப்பேன். முதன் முதலில் அவரை நான் அடையாளம் கண்ட தருணம் அதிர்ச்சியாக இருந்தது. யாரோ உரசிச் சென்றது மாதிரி இருந்தது. நான் நிதானமாகக் கவனிக்க ஆரம்பித்தேன். நான் கவனிப்பது தெரிந்தவிடாதபடி மிகவும் நிதானமாகக் கவனித்தேன். மெல்ல திரும்பிப்

பின்னால் பார்த்தேன். நான் பின்னால் திரும்பிய நேரத்தில் அவர் என் முன்னால் வந்துவிட்டார். என் கண்ணில் யாரும் படவில்லை. சட்டென முன்னால் திரும்பினேன்.

"என்னடி டான்ஸ் ஆடிக்கினு இருக்கே?" உஷா சாதாரணமாகக் கேட்டுவிட்டுக் கடந்து போனாள்.

சிறிது நேரத்தில் தலைக்கு மேலே அவர் தவழ்ந்து கொண்டிருப்பதை யூகித்தேன். நான் நினைத்தது சரிதான். சட்டென தலையை மேலே உயர்த்தியபோது கன்னத்தில் கையூன்றி யோசிக்கும் பாவனையோடு அவர் இருந்தார். தலையை உயர்த்தி நான் விட்டத்தைப் பார்த்துக் கொண்டிருந்தேன். அவர் புன்னகைத்துக் கொண்டே இருந்தார். உஷா மறுபடிவந்து என்னை உசிப்பிவிடும்வரை நான் பார்த்துக் கொண்டிருந்தேன். அல்லது அவர் சிரித்து முடித்த தருணத்தில் உஷா வந்து என்னை உசுப்பினாள். இதுதான் முதலில் அவரை நான் பார்த்தது. கறுப்பும் வெள்ளையுமான புகை போன்றதொரு உருவம். யாரிடமும் சொல்லாமல் இதை மறைப்பது பெரிய விஷயமாக இல்லை. என் ஆர்வம் இல்லாமலேயே அது எனக்குள் ரகசியமாகிவிட்டது.

சிரிப்பதுதான் என்று இல்லை. சில நேரத்தில் யாரோ பக்கத்தில் நின்று அழுவது போல கேட்கும். யாரோ ஏதோ கிசுகிசுத்த மாதிரி இருக்கும். எனக்குப் பக்கத்தில் இருக்கும் பலருக்கும் அது கேட்டிருக்காது. ஏதோ பிரமையாக இருக்கும் என்று எத்தனை நாளைக்கு அலட்சியமாக இருப்பது? அதுவும் அருணின் நண்பர் ரகு வந்து சென்றால் இந்த உணர்வு இன்னும் அதிகமாகவே வெளிப்பட்டது.

ரகுவிடம் ஆவிகள் பற்றி பேசமுடியும், அடினியம் பூக்கள் பற்றியும் பேசமுடியும். நான் எந்த விஷயம் குறித்துப் பேசினாலும் அதைப் பற்றி சில வினாடிகளுக்கு முன்புதான் செய்திகள் திரட்டிப் படித்துவிட்டு வந்தது மாதிரி பேசுவான். சீனர்கள் எச்சிலால் கூடுகட்டும் ஒருவகைப் பறவையின் கூட்டை சூப் வைத்துக் குடிக்கும் வழக்கம் கொண்டிருப்பதைப் பற்றி ஒரு முறை சொன்னான். பறவையைச் சூப் வைத்துக் குடிப்பது தெரியும். பறவையின் கூட்டையே சூப் வைப்பதா? அதுதான் உலகிலேயே விலை அதிகமான சூப் என்பதைச் சொல்லி முடிக்கும்போது அது நேரத் துல்லிய உணர்வுடன் கூடிய செய்தியாக இருந்தது.

அருணும் ரகுவும் ப்ளஸ் டூ தோழர்கள். அருண் மெக்கானிகல் என்ஜினீயரிங் படித்தான். ரகு எலக்ட்ரானிக்ஸ். துறை சார்ந்து பிரிந்து போனாலும் நட்பு தொடர்ந்தது. நட்பையும் மீறி அருணுக்கு ஒரு ஆலோசகனாகவும் இருந்தான் ரகு.

எதையுமே அவன் பார்வையில் எப்படிச் சொல்வான் என்ற ஈர்ப்பும் எனக்கு இருந்தது. கேடுகெட்ட சொறி நாயைக்கூட அவன் ரசிக்கும்படி செய்துவிடுவான் என்ற நம்பிக்கை அவன் மீது வளர்ந்தது.

எங்கள் வீட்டின் எதிரில் ஒரு தண்ணீர் டாங்க் இருந்தது. நகரம் வளர்வதற்கு முன்பே அவசரப்பட்டுக் கட்டப்பட்டுவிட்ட சிறிய டாங்க் அது. பாசி படர்ந்து அழுக்காக இருந்தது. அதற்கு வெள்ளையடிப்பது பற்றி ஒரு காண்ட்ராக்டருக்கும் ஆசை எழுந்ததில்லை. அதைப் பார்த்துவிட்டு அது ராட்சதர்களுக்கான அடுப்பு போல இருப்பதாக சொன்னான் ரகு.

அந்தக் கற்பனை நன்றாக இருந்தது. அது முதல் அது எனக்கு அடுப்பு போலவே தோன்றியது. பனை மரங்கள் இருபதை வெட்டி அந்த டேங்குக்குக் கீழே விறகு போல வைத்து எரிய வைக்க வேண்டும். மேலே டேங்கில் உள்ள தண்ணீரில் ஒரு மூட்டை மிளகாய் தூளைக் கொட்டி, ஒரு ஒட்டகத்தை நெடுக்கை வாட்டத்தில் வெட்டி மஞ்சள் பொடி ஒரு படி போட்டு வேக வைக்க வேண்டும். இஞ்சி விழுது ஒரு பக்கெட்... உப்பு? தேவையான மூட்டை... என்று ஒட்டகத்தை வேக வைப்பது பற்றி விவரித்துக் கொண்டே போனான்.

அவனுடைய கற்பனைகள் அலாதியானவை. அவன் திருமணம் செய்து கொள்ளாதது ஏன் என்று தெரியவில்லை. வயதான ஒரு அம்மா மட்டும் அவனுக்கு உண்டு. பாபநாசம் பக்கத்தில் ஏதோ கிராமத்தில் இருக்கிறார். ஒவ்வொரு மாதமும் ஐந்தாம் தேதி அம்மாவோடு இருப்பான். செலவுக்குக் காசு கொடுத்துவிட்டு வருவதோடு அம்மாவையும் பார்த்துவிட்டு வருவான். அவனுடைய சுபாவத்துக்கு பாசம் காட்டுவது ஆச்சர்யமூட்டும் விஷயம்தான். அதைவிட ஆச்சர்யம் அருண் போன்ற ஒருவனோடு அவன் இத்தனை நெருக்கமாக பழக முடிவது. எல்லா விஷயத்திலும் அவனுக்கு இருந்த ரசனை இல்லறத்தில் இல்லாமல் போய்விட்டது ஏன் என நான் கேட்டதில்லை. அவனுக்குத் திருமணம் நடந்திருந்தால் மனைவியின் தேவையை உணர்ந்தவனாக அவன் செயல்பட்டிருப்பான். அருணா போல முரட்டு ஆர்வமோ, அருண் போல கடமைக்கு மாரடிப்பதோ ரகுவிடம் இருந்திருக்காது என்று அவன் ஒரு முறை டீ குடித்துக் கொண்டிருக்கும்போது நினைத்தேன்.

அப்படி நினைத்தது தவறு என்று மனக்கிலி ஏற்பட்டது.

அருணா வாத்ஸாயனர் புத்தகத்தைப் பார்த்துப் பரவசப்படுவது எத்தனை பெரிய குற்றம். யாரோ முகம் தெரியாத ஆணும் பெண்ணும் ஓவியமாகத் தீட்டப்பட்டு இருக்கும் புத்தகத்தைப்

பார்த்துப் பரவசப்படுவதோ, ஏதோ நடிகனும் நடிகையும் நடிக்கும் காமலீலைப் படங்களைப் பார்ப்பதும்கூட தவறுதானே? நம்முடைய காமத்துணையாகப் பக்கத்தில் ரத்தமும் சதையுமாக இருப்பவரைக் கற்பனை செய்து தவறென்றால் இரண்டு பரிமாண ஓவியத்துக்கும் சினிமாவுக்கும் அது பொருந்தாதா?

எம்.ஜி.ஆரை சில பெண்கள் அவ்வாறு கற்பனை செய்தார்கள் என்று எழுத்தாளர் ஜெயகாந்தனும் கவியரசர் கண்ணதாசனும் கண்டித்து எழுதியிருப்பதெல்லாம் தவறுதானே? ஆனால் அது எம்.ஜி.ஆரின் தவறாகுமா? அவரை அவ்வாறு நினைத்த பெண்களின் தவறுதானே?

டாக்டர் பிரமிளா ஒவ்வொரு முறை நான் சொல்லும் விவரங்களையும் தனித்தனியாகக் குறித்துக் கொள்கிறார். ஆனால் எந்தச் சம்பவம் எதற்கு முன்னால் அல்லது எதற்குப் பின்னால் நடந்தது என்பதில் நான் சொல்லும் அடுக்கில் அவருக்கு சில சந்தேகம் இருந்து கொண்டே இருந்தது. அவர் எல்லாவற்றையும் முறைப்படுத்தி எழுதுவதில் கடும் அவதிக்குள்ளானார். இந்த அவதியைக் குறிப்பிடும்படி நான்தான் அவரிடம் சொன்னேன். எல்லாவற்றையும் நான் சொல்லுவதாக எழுதுவதிலும் அவருக்கு இடையூறு இருந்தது. சில இடங்களில் கதை அவர் சொல்லிக் கொண்டு போவதாக மாறிப் போய்விடும். மீண்டும் என்னிடம் அவர் படித்துக் காட்டும்போது அதைப் புரிந்து கொண்டு திருத்துவார். அவரே நானாக மாறி யோசித்தது பெரிய விஷயம்தான். மனநிலையும் உடல் நிலையும் ஓரளவுக்குத் தேறிய நிலையிலும்கூட என்னால் எதையும் வரிசைக்கிரமமாகச் சொல்ல முடியவில்லை. சினிமாவில் போல ஒரு நாள் படுக்கையில் இருந்து விழித்து நான் எங்கே இருக்கிறேன் என்று கேட்கவில்லை நான் மருத்துவமனையில் கொஞ்சம் கொஞ்சமாக நான் சரியாகிக் கொண்டிருந்தேன். பிரமிளா டாக்டரிடம் கொஞ்சம் கொஞ்சமாகச் சொல்லிக் கொண்டு வந்தேன்.

உதாரணமாக நான் நகிரி பேயோட்டியைச் சந்தித்துவிட்டு வந்த பிறகுதான் ரகு அர்ஜன்டீனா பிரிசிடென்ட் பற்றி பேசினானா என்று கேட்டார். அவர் அப்படிக் கேட்டதும் இல்லை பேயோட்டியைச் சந்தித்துவிட்டு வந்த பிறகுதான் என்று கூறினேன். ஆனால் அதற்கு முன்னர் அர்ஜென்டீனா ஜனாதிபதி பற்றி பேசிய பிறகுதான் மந்திரவாதியைப் பார்க்கப் போனதாகச் சொல்லியிருந்தேன். மறுபடி ஒரு தரம் கேட்டபோது மீண்டும் மாற்றிச் சொன்னேன். அதனால் வாசகர்கள் எந்தச் சம்பவத்துக்குப் பிறகு எது இருந்தால் சரியாக இருக்கும் என்று வரிசைப்படுத்திக் கொள்ளவும்.

என் மனதில் ரகுவுக்கு என்று ஒரு மரியாதைக்குரிய இடம்

இருந்தது. ஏனென்றால் அவனுடைய பேச்சு என்னைப் படிக்க வைத்தது. தேடித் தேடி படிக்கவைத்தது. அந்த மரியாதையை அவன் கெடுத்துக்கொண்டான். அவனை கேவலமாக நடத்திவிட்டேன் என்பது இப்போது வருத்தமாக இருக்கிறது. ஒரு நல்ல அறிவாளியை நான் அப்படி அவமதித்திருக்கக் கூடாது. இப்போது ரகுவின் முகத்தில் முழிக்கவே சங்கடமாக இருக்கிறது. எனக்கு நான் கொடுத்துக் கொண்ட தண்டனைதான் இது.

நான் எத்தனை பாடுபட்டுப் படித்தபோதும் ரகுவை எட்ட முடியாதது மட்டுமல்ல, படித்தவற்றை எம்.ஜி.ஆரோடு தொடர்பு படுத்திப் பார்ப்பதை மட்டுமே வழக்கமாக்கிக் கொண்டேன். ஆண்கள் அறிவு பூர்வமாகச் சிந்திக்கிறார்கள். பெண்கள் உணர்வு பூர்வமாகச் சிந்திக்கிறார்கள் என்று சொல்வது சரியாகத்தான் இருக்குமோ?

5

ஒருநாள் காலையில் தலைவலிக்காக விடுப்பெடுத்துக் கொண்டு வீட்டில் இருந்தேன். மாமாவும் மாமியும் எங்கேயோ வெளியே போயிருந்தார்கள். கண்ணை மூடி படுத்திருந்தேன். யாரோ வெடித்து விசும்புவதுபோல கேட்டது. நான் உடனடியாக யூகித்துவிட்டேன். அது அவர்தான். நான் கண்ணையே திறக்கவில்லை. யாரென்று தெரிந்துவிட்டபின்பு எதற்காக அச்சம்? நல்லவர்கள் ஆவி வெள்ளையாகவும் தீயவர்களின் ஆவி கறுப்பாகவும் இருக்கும் என்பதை மறைமலை அடிகளே கறாராக சொல்லியிருக்கிறார். தமிழறிஞர். ஆய்ந்து முடிவெடுப்பவர். எந்த லாப நோக்கத்துக்காவும் அவர் ஆதாரமில்லாமல் சொல்லக் கூடியவராக அனுமானிக்க முடியவில்லை. நல்ல ஆவியும் வெள்ளை ஆவியுமான அவரைக் கண்டு நான் அஞ்சவில்லை. ஒரு நல்ல ஆவி என்னையே எதற்காகச் சுற்றிச் சுற்றி வருகிறது? கண்கள் மூடியிருந்தாலும் அவர் நான் படித்திருக்கும் கட்டிலுக்கு மேலே எனக்கு நேரே அவர் சூக்கும சரீரமாக மிதந்து கொண்டிருப்பதை உணர முடிந்தது. கண்ணைத் திறந்தால் அவர் சட்டெனப் புகையைப் போல மறைவதுதான் மிச்சம். ஸ்தூல உடம்புக்கும் சூக்கும உடம்புக்கும் இதுதான் வித்தியாசம்.

திடீரென தோன்றுவதும் திடீரென மறைவதும் சூக்கும உடம்புக்கு சர்வ சாதாரணம். அடுத்து கணமே சொர்க்கத்துக்குப் போய்விட முடியும். அடுத்த கணம் அமெரிக்கா செல்லமுடியும்.

“அமெரிக்காவில் இருந்த பத்மாவதி நங்கநல்லூருக்கு திடீரென்று ஒரு நாள் காலையில் வந்திருக்கிறார். அமெரிக்காவில் இருந்து தனியாக எப்படி வந்தீர்கள்.. இந்த வயதில் இப்படி தனியாகப் புறப்பட்டு வரலாமா என்றெல்லாம் எல்லோரும் விசாரித்தார்கள். மகள் ஞாபகமாக இருந்ததால் திடீரென்று புறப்பட்டு வந்ததாக சொன்னாள் பத்மாவதி. மகளிடம் ஆசையாகப் பேசிவிட்டு, பேத்தியையும் எடுத்துக் கொஞ்சினார். அண்ணனோடு அமெரிக்காவில் போய் தங்கிவிட்டவர் பத்மாவதி. இப்படி சொல்லாமல் கொள்ளாமல் அதிகாலையில் வந்து கதவைத் தட்டினால் யாருக்குத்தான் ஆச்சர்யமாக இருக்காது? பாத்ரூமுக்குப் போய் முகத்தைக் கழுவிக் கொண்டு வருவதாகச் சொன்னார். அவர் முகத்தைக் கழுவிக் கொண்டிருக்கும்போது அமெரிக்காவில் இருக்கும் அண்ணனிடமிருந்து போன். அம்மா இறந்து போய் விட்டதாக. இல்லை அண்ணா அம்மா இப்போதுதான் இங்கு வந்திருக்கிறார்கள். பாத்ரூமில் முகத்தைக் கழுவிக்கொண்டிருக் கிறார்கள் என்றேன். அண்ணன் அங்கே இறுதிச் சடங்குளுக்களுக்கான வேலை நடந்துகொண்டிருப்பதாகச் சொன்னான். நான் போனை வைத்துவிட்டு பாத்ரூமுக்குள் ஓடிப்போய் பார்த்தேன். அங்கே யாரும் இல்லை.”

ஆவிகள் ராஜ்ஜியம் பத்திரிகையில் நான் படித்த கடிதம் இது. இப்போது நானே ஒரு கடிதத்தை அந்தப் பத்திரிகைக்கு எழுதலாம் போலிருக்கிறது. வந்திருப்பது அவராயிற்றே.. அதுதான் யோசனை. எதற்காக என்னை நாடி வந்திருக்கிறார் என்பது தெரியவில்லை.

எப்போதும் ஓடி ஓடி உழைப்பதையும் ஊருக்கெல்லாம் கொடுப்பதையும் தன் பாட்டாகவும் வாழ்வாகவும் கொண்டவர். நான் தீர்மானமாக ஒரு முடிவு எடுக்க வேண்டியிருந்தது. எம்.ஜி.ஆர். என்னிலும் திறமையான ஒருவரை அணுகுவதுதான் அவருடைய நிராசையை ஈடேற்ற வாய்ப்பாக இருக்கும்.

கண்ணைத் திறக்காமல் படுத்திருந்தேன். விசும்பல் சத்தம் நின்றுவிட்டது. என்றாலும் அவர் கட்டிலின் அருகே நின்று கொண்டி ருப்பதை உணர முடிந்தது. எழுந்து விளக்கைப் போட்டுவிட்டுப் பார்த்தேன். அவரைக் காணவில்லை. உடனே அருணின் அலுவலகத்துக்குப் போன் செய்தேன். வந்து சாப்பிட்டுவிட்டுப் போகுமாறு சொன்னேன். அருண் இருந்தால் அந்த சமயத்தில் அவர் வருவதில்லை. அருணோடு நெருக்கமாக இருக்கும் நேரங்களில் அங்கே அவர் இருப்பதே இல்லை. அந்த நாகரிகம்தான் அவரை மக்கள் மனதில் தெய்வமாக உயர்த்தியது.

அருண் வந்து சாப்பிட்டுவிட்டு என்னோடு இருந்துவிட்டுப் போனான். அது நான் எதிர்பார்த்ததுதான். நான் எதற்கு

அழைத்தாலும் அதற்காக அழைத்ததாக நினைத்துக்கொள்வதில் அருணுக்கு ஒரு சந்தோஷம். எல்லா சந்தோஷத்துக்கும் எல்லையாக அதைத்தான் நினைத்தான். எனக்கு ஆரம்பத்திலேயே அது சந்தோஷத்தின் எல்லையாக இல்லை. சந்தோஷத்தின் ஆரம்ப எல்லை என்று வேண்டுமானால் சொல்லுவேன்.அருண் அதற்காக எந்த அளவுக்கும் இறங்கி வருவதுதான் எனக்கு சந்தோஷமாக இருந்தது. அவன் அந்த சுகத்துக்காக எந்த வாக்குறுதியையும் தருபவனாக இருந்தான். மத்தியான நேரத்தில் இப்படியொரு திடீர் அதிர்ஷ்டம் அடித்ததில் அவனுக்கு ஆனந்தம் தாளவில்லை. மூச்சு முட்ட அவன் செயல்பட்டுக் கொண்டிருந்தபோது, நான் ஆவியின் அச்சத்தில் இருப்பதைச் சொன்னேன். அவன் சற்றே நிதானித்துவிட்டு கொஞ்சமாக விசாரித்தான். எம்.ஜி.ஆரின் ஆவி புகைகூண்டு வழியாக உள்ளே நுழைவதைத் தடுக்க இந்த வழியை மூடிவிட வேண்டும் என்று சொன்னேன். “என் செல்லம் சொன்னா அதைச் செஞ்சிட வேண்டியதுதான்” என்றானே பார்க்கலாம். இயக்கத்தின்போது எந்த விவாதத்தையும் வைத்துக்கொள்ள விரும்பாத சுயநலம் அது. என்னது ஆவியா... என்ன பிதற்றுகிறாய் என்று கேட்க வேண்டியவன், செல்லம் சொன்னா செஞ்சிட வேண்டியதுதான் என்று லாகவமாக கையாண்டான்.

வேகமாக முடித்துவிட்டு பிறகுதான் நிதானத்துக்கு வந்தான். மறுபடி ஆவி பற்றி விசாரித்தான். அவன் கண்கள் என் கண்களில் ஏதாவது கிண்டல் ஒளிந்திருக்கிறதா என்று கவனமாக அலசிக் கொண்டிருந்தது. நான் விரமாகச் சொல்லிக் கொண்டிருந்தபோது அவன் கண்களில் கலவரம் அதிகமாகியது. கொடுத்த வாக்கை திரும்பப் பெறுவதில் சங்கடம் இருந்தது. “சரி அப்படியே செஞ்சிடலாம்” என்றான். தேவையே இல்லாமல் கிடக்கிற புகைக் கூண்டை மூடுவதில் அவனுக்கு ஒரு தடையும் இல்லை. அதுவுமின்றி இனிமேல் அதற்கு மறுப்பு சொல்வதில் நாட்டமில்லை. பெற்றோரை எப்படி சமாளிப்பது என்பதே அவனுக்கு யோசனையாக இருந்தது.

எப்படியோ சமாளிக்க வைத்து நான் சொன்ன யோசனையை நிறைவேற்றினான். எல்லாவற்றுக்கும் என்னிடம் இருக்கும் ஒரே ஈடு அதுதான். கலவிக்கு ஈடுதான் எல்லாமே. ஒரு லட்ச ரூபாய் நகையானாலும் கரண்ட் பில் கட்டுகிற வேலையானாலும் அதற்கு ஈடாக அது வேண்டும். இது அருணுக்கான குணமில்லை; ஆண்களுக்கான குணம். அது பழைய வீடு. அந்தக் காலத்தில் விறகு வைத்து அடுப்பு பற்ற வைத்த நேரத்தில் அடுப்பு வைத்து எரியப் போடும்போது புகை மேலே செல்வதற்காக அந்த மாதிரி அமைப்பை ஏற்படுத்தியிருந்தார்கள். இப்போது அது தேவையே

இல்லை. இப்போது புகை எங்கே வருகிகிறது? அப்படியே வந்தாலும் சிம்னி சிஸ்டம் எல்லாம் வந்துவிட்டன. "எனக்குள்ள எம்.ஜி.ஆர். ஆவி புகுந்துடுச்சிங்க" அவன் நிதானத்துக்கு வந்து மீண்டும் ஒரு குளியலுக்குப் பிறகு அலுவலகம் கிளம்பும் நேரத்தில் தெளிவாகச் சொன்னேன். நான் சொன்னவிதம் அருணை அச்சுறுத்தியிருக்க வேண்டும். முகம் அப்படித்தான் அறிவித்தது. ஆனால் மிகுந்த தைரியத்தோடு பேசுவதாக நினைத்துக்கொண்டு "என்ன இது விபரீத கற்பனை?" என சிரித்தான்.

இந்த நேரத்தில் மேற்கொண்டு பேசிப் பயனில்லை. சிறிது நேரம் கழித்து அவன் என் மீது முழு அக்கறையும் உள்ளவனாக "உனக்கு என்ன பிரச்சினை என்கிட்ட சொல்லு. அது என்னன்னு நான் சொல்றேன். நீயாவே ஒரு முடிவுக்கு வந்துவிடாதே" அவன் பலமுறை முயன்றும்கூட நான் செவி சாய்க்கவில்லை. என் மனம் திறந்து கொண்டது. விழிப்படைந்துவிட்டது. அதன் பிறகு அருண் பேசியதையெல்லாம் உதாசீனம் செய்தேன்.

எம்.ஜி.ஆர். தினமும் இரவு பனிரெண்டு மணிக்கு இந்த புகைகூண்டு வழியாகத்தான் உள்ளே நுழைகிறார். அரசியல் அடையாளங்களை அவர்விரும்பவில்லை என்பதை அவர் அணிந்திருக்கும் ஆடைகளின் மூலம் உணர முடிந்தது. நடிப்பு மீது அவருக்கு இருந்த ஆர்வம், சிவாஜிக்கு இருந்த ஆர்வத்தைவிட அதிகமானது. சிவாஜி ஒரு போதும் நடிப்புக் கல்லூரி ஆரம்பிக்க வேண்டும் என்பது பற்றியோ, புதிய நடிகர்களை உருவாக்குவதில் ஆர்வம் செலுத்துவது குறித்தோ பேசியதுகிடையாது. ஆனால் அவர் பேசியிருக்கிறார். எழுதியிருக்கிறார். தமிழ் சினிமாவுக்கு ஒரு தயாரிப்பாளர் சங்கம் வேண்டும் என்பதும் நடிகர் சங்கம் வேண்டும் என்பதிலும் அவர் காட்டிய ஆர்வம் அலாதியானது. எத்தனை பேருக்குத் தெரியும்? எம்.ஜி.ஆரா? கோமாளி, கூத்தாடி என்று எடுத்தோம் கவிழ்த்தோம் என்று பேசத் தெரிந்து வைத்திருக்கிறார்கள். அருண் அந்த ரகம்தான். எம்.ஜி.ஆரை அரசியல் வாதியாகப் பார்ப்பதைவிட சினிமா கலைஞராகப் பார்ப்பதுதான் பொருத்தம். அதனால்தான் அவரும் இப்போது, நான் ஆணையிட்டால் என்று சவுக்கு சொடுக்கும் பாணியில் துள்ளலோடுதான் உள்ளே வருகிறார்.

பிறகொரு நாள் அவனிடம் சுயநல வாசனை மேலோங்கியிருந்த நாளில் நானே பேச்சுக் கொடுத்தேன், அவருடைய நள்ளிரவு வருகையைப் பற்றி. அருணுடைய சுயநல வாசனைப் பற்றி தனியாக சொல்ல வேண்டும். நானாக இறங்கி வந்து அதுபற்றி பேசியதில் அவனுக்கு சற்றே பெருமை. அவர் தினமும் வந்து போவதை

நான் என் இரண்டு கண்ணால் பார்க்க முடிவதை தெளிவாக சொன்னேன். அவன் மிரட்சியாக நகர்ந்து உட்கார்ந்து கேட்டான்:

"தினமுமா?"

"தினமும்தான். சரியா பனிரெண்டு மணிக்கு.."

"வந்து என்ன செய்கிறார்?"

கிண்டல் செய்துவிடுவானோ என்ற தயக்கம். "என்னைப் பார்த்து சிரிப்பார்.. சில நேரம் சுவரில் சாய்ந்து கேவி கேவி அழுவார். பிறகு ஒரு லைட் மாதிரி எனக்குள்ள புகுந்துடுவார். அப்புறம் நானே எம். ஜி.ஆர். ஆகிட்டமாதிரி இருக்கும். ராத்திரி ஃபுல்லா இப்படித்தான்..."

"காலையில மறுபடி போயிடுவாரா?"

"அத்தை வர்றது தெரிஞ்சதும் வேகமாகப் போயிடுவார். போகும்போது சிரிச்சிட்டு கைகாட்டுவார்."

"இதெல்லாம் என்ன கற்பனை பிரியா? புரிய வேண்டாமா? படிச்ச பொண்ணுதானே?"

அதன் பிறகு அவள் அருணிடம் சகஜமாக இருக்க விரும்பினேன். அதாவது எல்லாவற்றையும் மறைக்க ஆரம்பித்தேன். மறைக்க விரும்புவது தெரிந்ததும் அத்தை வந்தாலும் எம்.ஜி.ஆர். போக மறுத்து என்னிடமே இருந்தார். சில நேரங்களில் எனக்குள்ளே.. சில நேரங்களில் எனக்கு வெளியே... இதுதான் சிக்கலான கட்டம். நகிரிக்குப் பக்கத்தில் பேய் ஓட்டும் வித்தை தெரிந்தவர் ஒருவர் இருப்பதாகச் சொன்னார்கள். எந்தவிதமான பேயையும் ஒரு வாரத்தில் கிளப்பிவிடுவார் என்றார்கள்.

நம்பிக்கை இல்லாமலேயே அழைத்துப் போனார்கள். அம்மாவின் பிடிவாதத்துக்காகப் போக வேண்டியதானது. ஊத்துக்கோட்டை மார்க்கமாக காரில் நகிரிக்குப் போனோம். போகிற வழியில் சிதிலமாகிக் கிடந்த இரண்டு பழைய கோவில்களைப் பார்த்தேன். அது ஒரு தொன்மைக்கு உதாரணமாக இருந்தது. திருப்பதிக்குச் செல்லும் பாதை அது. ஆனால் அந்த பிரதான பாதையைவிட்டு விலகி, ஒரு சிறிய சாலை வழியாக செல்வதற்கு வழிகாட்டினார்கள். மாந்தரீகர் முனுசாமி என்றால் அங்கு வழிகாட்டுவதற்கு ஆள்கள் இருந்தார்கள்.

நாக்கு தொங்கிக் கொண்டிருக்கும் காளி படம் போட்டு போர்டு போட்டிருந்த இடம் வந்ததும் வந்துவிட்டோம் என்று உறுதியானது.

தென்னை மரங்கள் சூழ்ந்த ஓட்டு வீடு. எங்களைப் போலவே நிறையபேர் காத்திருந்தனர். சிலர் காரில் வந்திருந்தனர். சிலர் மாட்டு வண்டிகளில். ஒரு பெண்ணின் தலைமுடியை இறுக்கிக்

கட்டி அதை கயிறு கொண்டு மரத்தில் கட்டி வைத்திருந்தார்கள். அவள் தலைமுடியால் தொங்கவிடப்பட்டவள்போல இப்படியும் அப்படியும் ஆடிக் கொண்டிருந்தாள். கால் வலித்தால் அவளால் தரையில் உட்கார முடியாது. அவள் எவ்வளவு நேரமாக அப்படி உட்கார்ந்திருக்கிறாள் என்பதைப் பற்றி யாரும் கவலை கொண்டதாகத் தெரியவில்லை.

முனுசாமி என்பவர் பெரிய மீசை வைத்து முறுக்காக இருந்தார். விபூதியும் குங்குமமும் அளவுக்கு அதிகமாக அவர் முகத்தில் இடம் பெற்றிருந்தது. அவருக்கு முன்னால் சிறிய மண்டை ஓடு. அதன் பக்கத்திலும் அளவுக்கு அதிகமான விபூதி. பீமனுக்கு சாப்பாடுபோல ஒரு தட்டில் விபூதியைக் குவித்து வைத்திருந்தார்கள். கையில் கருப்பு நிறத்தில் பிரம்பு ஒன்று. அதன் இரண்டு பக்கமும் வெள்ளியால் பூன் போட்டிருந்தார்கள். அங்கு வந்திருந்த பலரில் நான் மட்டும்தான் வேறுபட்டு இருந்தேன். கயிறாலும் சங்கிலியாலும் அவர்களில் பலர் கட்டப்பட்டு இருந்தார்கள். நான் அருண் கையைக் கெட்டியாகப் பிடித்துக் கொண்டேன். அவன் என்னை அடிப்பதற்கோ விபூதியால் முகத்தைத் தாக்கவோ இடம் தராமல் நானே தெளிவாக சொன்னேன். இப்படியொரு தெளிவான பேயை முதல் தடவையாகப் பார்த்ததில் அவன்தான் சற்று கலவரமடைந்தான்.

“நல்லவேளை முன்னாடியே கூட்டிக்கிட்டு வந்துட்டீங்க. சீக்கரமே குணப்படுத்திடலாம்” என்று ஆரம்பித்தான். பேயோட்டி எம்.ஜி.ஆரின் ஆவி மிகவும் சக்தி மிக்கது என்றான். எமனுக்கே மூன்று முறை டிமிக்கி கொடுத்தவராச்சே என்றான். அவ்வளவு சீக்கிரம் கிளப்புவது கஷ்டம் என்றான். “இதே கண்டி சிவாஜியா இருந்தா ஒரு நிமிஷ வேலை” என்றான்.

அதுதான் நம்புகிற மாதிரி இருந்தது.

எம்.ஜி.ஆர். வருகிற புகைகூண்டு வாசல் பற்றி நான்தான் சொன்னேன். அதை அடைத்துவிடுவதால் மட்டும்தான் அவரைத் தடுக்க முடியும் என்று நானே சொன்னதை அந்தப் பேயோட்டி அவனுடைய கண்டுபிடிப்பாக மாற்றிக்கொண்டதை யாரும் பெரிதாக எடுத்துக் கொள்ளவில்லை.

கண்ணை மூடி தியானித்துவிட்டு, “வந்த வாசலை அடைச்சுட்டா வந்த வழியே போயிடுவாரு” என்றான்.

அவனுடைய சாமர்த்தியம் எனக்குப் பிடித்திருந்தது. அந்தத் தீர்வை அவனே கண்டுபிடித்தது மாதிரி சொன்னான். ஆவிகளுக்குத் தெரிந்த பாதையை அடைப்பது முதல்கட்ட வேலை என்றான்.

அதாவது ஆவிகளுக்கு ஒரு குறிப்பிட்ட வழிதான் பரிச்சயமாக இருக்கும். அல்லது வேறு வழிகளில் உள்ளே வருவதற்கு தெய்வாந்திரமான தடையிருக்கும். ஆகவே அவர் எந்தப்பக்கமாக வருகிறாரோ அந்த வாசலை அடைத்துவிட வேண்டியது. எம்.ஜி.ஆர். தினமும் வந்து பார்த்துவிட்டு திரும்பிப் போய்விடுவார். அப்புறம் வேறு ஆளைத் தேடிக்கொள்வார் என்றான்.

கல்யாணத்துக்கு முன்னர் கும்பகோண சோதிடரைப் பார்க்கப் போனது நினைவுக்கு வந்தது.

விருட்டென்று எழுந்துகையில் இருந்த பிரம்பைச் சுழற்றி, "அடச்சீ.. ஓடிப் போயிடுங்க.." என வீறிட்டுக் கத்தினான். எல்லோருக்கும் அவன் யாரைச் சொல்கிறான் என்று தெரியவில்லை. அங்கிருந்த நாற்காலி, ஜன்னல், டேபிள் எல்லாவற்றையும் பிரம்பால் ஓங்கி அடித்துவிட்டு வந்தான். யாருமில்லாத இடத்தைப் பார்த்து அவன் பிரம்பால் அடித்துக் கொண்டிருப்பது அச்சுறுத்துவதாக இருந்தது. எல்லோரும் மிரண்டு போய் காற்றுக்கிடையில் ஏதேனும் உருவத்தை எதிர்பார்த்தனர்.

"சும்மா வந்து இங்க உக்காந்து அழுதுகிட்டிருந்தா நான் என்னதான் பண்ண முடியும் சொல்லுங்க?.... ஏய் போடீ.... தூக்கு மாட்டிக்கிட்டு சாகும்போது தெரியணும்... இப்ப வந்து என் குழந்தைய பாக்கணும். குழந்தைய பாக்கணும்னு கண்ண கசக்கிக்கிட்டு நிக்கிறே.. போடீ.. போ" அப்பாவுக்கு பின்னால் பிரம்பை வீசினான். அப்பா அவசரமாகக் குனிந்து கொண்டார். நாங்கள் அத்தனை பேரும் பேய்களுக்கு மத்தியில் உட்கார்ந்திருப்பது மிரட்சியான அனுபவமாக இருந்தது.

"பேய்களைப் பார்க்கணுமா?" ஆர்வமிருப்பவர்கள் கையைத் தூக்கலாம் என்பதாகக் கேட்டான். அவன் கண்கள் கோழி முட்டையின் நடுவில் கறுப்புப் பொட்டு வைத்தது மாதிரி தெரிந்தது. விழியை இன்னும் கொஞ்சம் அகல விரித்தால் கண்கள் வெளியே வந்து விழுந்துவிடுவதுபோல இருந்தன.

"கையில் கறுப்பு மையைத் தடவிக் கொண்டு என் கையைப் பிடித்துக் கொண்டு பார்த்தால் உங்களுக்கும் இங்கு இருக்கும் பேய்களைப் பார்க்க முடியும்."

நான் கையை நீட்டுவேன் என்று அம்மாவோ, அப்பாவோ, பூசாரியோகூட நம்பவில்லை.

அம்மா அவசரமாக என்கையைப் பிடித்து இழுத்துக் கொண்டார். எனக்கு அத்தனைப் பேயையும் உடனே பார்த்தாக வேண்டும்போல ஆவேசம் கையை விறைப்பாக்கி அம்மாவை நீக்கிக்கொண்டு பேயோட்டியிடம் நீட்டினேன். அருணும் அப்பாவும் என்னைக்

கட்டுப்படுத்த நினைத்தார்கள். எதிர்பாராத நேரத்தில் விபூதியை எடுத்து என் முகத்தில் வேகமாக எறிந்தான். சிவப்பு நிறத்திலும் கறுப்பு நிறத்திலும் சில கயிறுகளைக் கொடுத்துக் கையில் கட்டிக் கொள்ளுமாறு சொன்னான். சிறிய புட்டியில் மஞ்சள் திரவத்தைக் கொடுத்து புகைக் கூண்டை உடைப்பதற்கு முன்னால இதை அந்த புகைக் கூண்டின் மேல் தெளியுங்கள் என்றான்.

நான் மீண்டும் மீண்டும் அவனுடைய கைகளைப் பற்றிக் கொண்டு பேய்களைப் பார்த்துவிட துடித்தேன். இந்த முறை அப்பாவின் கரங்கள் என்னை முரட்டுத்தனமாகப் பிடித்து இழுத்தன. அப்பாவுக்கு இதில் திகில் ஏற்பட்டுவிட்டதைக் கவனித்தேன்.

அருணும் அருணுடைய பெற்றோரும் சற்றே பதைத்தனர் என்றாலும் என்னுடைய பெற்றோர் உடனிருந்ததால் இது அவர்கள் பாடு என்பதாக இருந்தனர்.

அவன் சொன்னதை வேத வாக்காக எடுத்துக் கொண்டு, காலம் காலமாக இருந்த புகைக்கூண்டைப் பூசிவிட்டார்கள். எனக்காக வீட்டை மாற்றி அமைப்பது சந்தோஷமாக இருந்தது. ஆனால் அதில் எனக்குச் சற்று வருத்தமும்தான். அவர். இனி வராமல் போய்விடுவாரோ என்ற அச்சம் சூழ்ந்துகொண்டது.

அந்தப் பேயோட்டியிடம் இருந்து வெளியே வரும்போது எனக்கு ஒரே ஒரு ஆவி மட்டும் கண்ணுக்கு நன்றாகவே தெரிந்தது. அது அவருடைய ஆவிதான். அவர் கதவின் மீது சாய்ந்து கைகட்டி சிரித்துக் கொண்டிருந்தார்.

இவருக்குத் தெரியாமல் புகைக் கூண்டை அடைப்பதாவது? அந்தப் பேயோட்டி இன்னும் இரண்டு தரம் வந்து போகச் சொன்னான். ஏதோ இரண்டு புதன் கிழமைகளைக் குறித்துக் கொடுத்தான். அம்மா ஞாபகமாக அடுத்த புதன் கிழமையன்று நகிரிக்குப் போகவேண்டியதை நினைவூட்டினார். ஆனால் அப்பா மறுத்துவிட்டார். அம்மாவுக்கு மனது கேட்கவில்லை. நான்கைந்து முறை போராடிப் பார்த்தார்.

இரண்டு பெண்கள் ஒரு விஷயத்தில் ஒத்துப் போவதை ஆதாரபூர்வமாக அருணின் அப்பாவிடம் நிரூபிக்க இது ஒரு வாய்ப்பாக இருந்தது. நகிரி பேயோட்டியிடம் இன்னொரு புதன் கிழமையும் போய் வரவேண்டும் என்பதில் என் அம்மாவைப் போலவே அருணின் அம்மாவும் உறுதியாக இருந்தார். இதைவிட நிரூபணம் என்ன வேண்டும்? அதற்கு அருணின் அப்பா சம்மதிக்கவில்லை.

அம்மாவின் பேச்சு எடுபடவேயில்லை.

அம்மாவின் முடிவுகளை எப்போதும் அப்பாதான் எடுத்தார். பொதுவாகவே பெண்களின் முடிவுகளை ஆண்கள்தான் எடுத்தார்கள். அது வெளியில் தெரிவதில்லை. ஏனென்றால் அது ஓர் இயற்கையான நிகழ்வு போல நடந்து வருகிறது.

6

உ தட்டைச் சுற்றி வெண்குஷ்டம் பரவ ஆரம்பித்தது. கண்ணாடியில் என் முகமே எனக்கு அந்நியமாக இருந்தது. மூக்குக்குக் கீழ் பகுதியில். அதாவது மூக்கின் விளிம்பில் நிறம் மாறிவிட்டது. சட்டென்று அது என் அடையாளத்தை மாற்றிவிட்டது.

என் தாய் மாமா பரமசிவம் வீணாய்ப் போன டி.வி. ஒன்றில் நண்பகலில் வைத்தியம் சொல்லும் நிகழ்ச்சியைப் பார்த்துவிட்டு நாற்பாதாயிரம் இருந்தால் நான்கே நாளில் வெண்குஷ்டம் மறைந்துவிடும் என்று சொன்னார். என் மாமா இப்படியொரு மருத்துவ முறைக்கு என்னை உட்படுத்தும் நேரத்தில் எம்.ஜி.ஆர். சூக்கும வடிவமாக என் உடலுக்குள்ளே நிரந்தரமாக தங்க ஆரம்பித்துவிட்டிருந்தார்.

அவர் பஞ்சைப் போல இருந்தார். அதுகூட சரியில்லை. புகைபோல இருந்தார். அவருடைய உருவம் புகையால் போர்த்திய காற்று போல இருந்தது. "உடல் மேல் உயிர் வந்து ஒன்றுவது இயல்பே" போல அவர் ஒன்றிப்போய்விட்டார். தமிழின் எல்லா வாக்கியங்களும் எல்லா இலக்கணங்களும் எல்லா பாடல்களும் எனக்குள் நேர்ந்திருக்கும் இந்த மாற்றத்தைப் பற்றி யோசிக்க வைப்பதாகவே இருந்தன. இல்லையென்றால் உடல்மேல் உயிர் வந்து ஒன்றுகிற தமிழ் இலக்கணம் எதற்காக எழுதப்பட வேண்டும்? உதட்டைச் சுற்றி நிறம் மாறுவதும்கூட அவருடைய காரணத்தால்தான். அவருடைய நிறமே என்னுடைய நிறமாக மாற ஆரம்பித்துக் கொண்டிருந்தது.

தமிழ்மகன் | 55

பாட்டி எனக்கு ஆறுதல் சொல்வதற்காகச் சொன்னாளோ, நிஜமாகச் சொன்னாளோ.. ஆனால் அது பலித்துவிட்டது. இதைப் பார்க்கத்தான் அவளுக்குக் கொடுத்து வைக்காமல் போய்விட்டது.

மாமா சொன்னபடி நாற்பதாயிரத்தை அந்த டி.வி. புகழ் சித்த வைத்திய டாக்டருக்குக் கொட்டி அழுத பின்னர், வெண்குஷ்டம் வேகமாகப் பரவ ஆரம்பித்ததுதான் ஒரே பலன். என் வீட்டிலும் அருண் வீட்டிலும் எல்லோரும் சித்த வைத்திய டாக்டரையும் மாமாவையும் குறை சொல்லி ஓய்ந்தார்கள்.

நான் வரிக்குதிரை போல இரண்டு நிறங்களால் ஆன ஜந்துபோல இருந்தேன்.

பரம்பரை பரம்பரையாக சித்த வைத்தியத்தில் ஈடுபட்டு வருபவர் அந்த வைத்தியர். இந்த மாதிரி நிவாரணம் தராத வைத்திய முறையை வைத்துக் கொண்டு அவர்களால் எப்படி தலைமுறை தலைமுறையாக வைத்தியம் செய்ய முடிந்ததோ?

ஒருவேளை வைத்தியம் சரியாக இருந்து அவரோட கை ஓங்கியிருப்பதால்தான் என் நிறம் மாறிக்கொண்டிக்கிறதோ என்னவோ? அப்படியிருந்தால் இது மருத்துவ சவால் என்பது நான் மட்டுமே அறிந்து வைத்திருந்த ரகசியம்.

என்னைப் பார்க்கிறவர்கள் சட்டென்று ஊன்றி கவனிப்பதும் ஒன்றுமில்லை.. “இதெல்லாம் சரியாகப் போய்விடும்” என்று சிலர் சால்ஜாப்பு சொல்வதையும் சிலர் விலகிச் செல்வதையும்கூட என்னால் கவனிக்க முடிந்தது.

அருணுக்கு என் மேல் மெல்லிய அருவருப்பு ஏற்படத் தொடங்கியிருந்தது. அதுவும் ஒரு வகையில் நல்லதுதான். காரியம் ஆக வேண்டும் என்பதற்காக என்னை அடிக்கடி உரசிக்கொண் டிருப்பது குறைந்தது. போலியாகபழகுவது குறைந்தால் சந்தோஷம் தானே? விலகியிருந்தது பரவாயில்லை. கூடவே எரிச்சலும் அதிகமாகிக் கொண்டிருந்தது அருணிடம். நாகரிகம் கருதி அதை எந்த நேரமும் கட்டுப்படுத்திக் கொண்டே இருக்க வேண்டியிருந்தது

அவனுடைய துரதிருஷ்டம். அவர் எனக்குள் குடியேறியபின் (குடியிருந்த கோவில் நினைவுக்கு வருகிறது) இயல்பு வாழ்க்கை வாழ்ந்து கொண்டிருப்பவர்களின் நாகரிக வேடம் நன்றாகவே புரிந்தது.

மனோதத்துவடாக்டர்பீட்டர்செல்வராஜிடம்என்னை அழைத்துச் செல்லும்முன் என்னிடம் கொஞ்சம் கலந்தாலோசித்திருக்கலாம். என்னைத் தவிர்த்துவிட்டு அவர்களாகவே முடிவெடுத்தார்கள்.

நிலைமை மிகவும் மோசமாகிவிட்டதாக எல்லோரும் வந்து

பார்த்துவிட்டுப் போனார்கள். அம்மா, அப்பா, உஷா, மாமனார், மாமியார், ரகு, அருணின் அக்கா, மாமா எல்லோருக்கும் நான் பேசும் விஷயமாகிப் போய்விட்டேன். நான் இல்லாத நேரத்தில் என்னைப் பற்றி அதிகமாகப் பேசுகிறார்கள் என்பது நன்றாகவே தெரிந்தது. நான் வரும்போது அவர்கள் பேசிக் கொண்டிருப்பது சட்டென்று நின்றுவிடும். அல்லது வேறு ஒரு விவகாரத்தை அவசரமாக இழுத்து வைத்துப் பேச ஆரம்பிப்பார்கள். அவரிடம் நடக்குமா? ரகசிய போலீஸ் 115.

என் உடம்பில் எம்.ஜி.ஆர் ஆவி புகுந்திருப்பதை நானேதான் அவர்களுக்கு எடுத்துச் சொன்னேன். நகிரியிலிருந்த பேயோட்டியிடம் போய் வந்து அவன் சொன்ன பிராயச்சித்தப்படி செய்து பார்த்தும் எந்த முன்னேற்றமும் இல்லை என்பதால் டாக்டரைப் பார்த்தால் சரியாகிவிடும் என்று உடனடியாக முடிவுக்கு வந்துவிட்டார்கள். நான் படித்தவளாகவும் வேலைக்குப் போகிறவளாகவும் இருந்ததால் இந்த அளவுக்கு மரியாதை. இல்லையென்றால் என்றைக்கோ ஏர்வாடிக்கு மூட்டைக் கட்டியிருப்பார்கள். இதை நான் உணர்ந்திருந்தேன்.

விஞ்ஞானங்களுக்குச் சவாலாகப் பல புதிர்கள் இருந்தன. அவற்றைத்தான் நான் பெரிதும் போற்றினேன்.

டாக்டரிடம் கொண்டு செல்லப்பட்ட இந்தச் சந்தர்ப்பத்துக்கு முன்னால் முதலில் எனக்கு வெண்குஷ்ட அறிகுறி ஏற்பட்டதும் எங்கள் வீட்டில் ஏற்பட்ட அதிர்ச்சியைச் சொல்ல வேண்டும். திருமணமே கேள்விக்குறியாக மாறியிருந்தது. அம்மா இடிந்து போனாள். பரவுவதற்கு முன்னால் வேகமாக திருமண ஏற்பாடு செய்துவிட்டால் வெண்குஷ்டம் கல்யாணத்துக்குப் பிறகு ஏற்பட்டதாகிவிடும் என்பது அம்மாவின் எளிமையான யோசனை. அம்மாவுக்கு அதைத்தாண்டி யோசிக்க முடியவில்லை. கல்யாணத்துக்குப் பின்னால் வந்தாலும் கணவன் வீட்டில் என்னை ஒதுக்கிவிட்டால் என்ன செய்வது என்பதைப் பற்றி என்று அப்பா கேள்வி எழுப்பினார். இந்த விஷயத்தை கணவன் வீட்டுக்குத் தெரியாமல் மறைப்பதால் ஏற்படும் சாதக பாதகங்களை அலசினார்கள். பாட்டி என்னை ஆறுதல் படுத்துவதற்காக 'கொஞ்சம் கொஞ்சமா நீ எம்.ஜி.ஆர். கலருக்கு மாறிடுவே. அதனால உனக்கு ஒரு குறையும் வராதுடீ செல்லம்' என்றாள். மாப்பிள்ளை வீட்டாருக்கு இந்த விஷயத்தை மறைத்துவிடுவது நல்லது என்று முடிவெடுத்தார்கள். மயிலாப்பூர் கணேச ஆசாரியிடம் தங்க பஸ்பம் செய்வதற்கு வித்திட்டது பாட்டியின் இந்த ஆதரவு வார்த்தையாக இருக்கலாம் என்று டாக்டர் பிரமிளா நான் தேறிவந்து கொண்டிருந்தபோது சொன்னார்கள்.

இந்த விஷயத்தில் என்னுடைய அபிப்ராயம் என்ன என்பதை எங்கள் வீட்டிலும் எதிர்பார்க்கவில்லை. குழந்தைக்கு என்ன தெரியும் என்று புறக்கணித்தார்கள்.

அவர்கள் செய்த ஒரே நல்ல விஷயத்தை அது நல்ல விஷயம் என்று கும்பகோணம் போனபோதுதான் உணர்ந்தேன். கல்யாணத்தின் போது வெண்குஷ்டத்தை மறைத்துவிட்டால் கல்யாணத்துக்குப் பிறகு தெரியவரும்போது என் திருமண வாழ்க்கை பாதிக்கப்படுமா என்பதைத்தெரிந்து கொள்ள ஜோசியரை அணுக முடிவெடுத்தார்கள். ஆரம்பத்தில் எனக்கு அபத்தமாக இருந்தது.

கும்பகோணத்தில் நாடிசோதிடம் பார்க்கலாம் என்றார்கள். கார் எடுத்துக் கொண்டு சேத்தியா தோப்பு, அணைக்கரை வழியாக இரவே கும்பகோணம் போய் சேர்ந்தோம்.

தங்கியிருந்த ஹோட்டல் அறை கோபுரம் பார்த்து அமைந்திருந்தது. அப்பா ஜன்னலைத் திறந்து "எம்.ஜி.ஆர். குழந்தையா இருந்தப்ப அவங்க அம்மாவோட கண்டியில இருந்து இங்கதான் வந்து சேர்ந்தாரு.. யாரு நினைச்சிருப்பாங்க?.. உம்... தமிழ் சினிமாவையும் ஆண்டுட்டு தமிழ் நாட்டையும் ஆண்டுட்டுப் போயிட்டாரு.." என தன்னிச்சையாக சொன்னார்.

அதன் பிறகு எனக்குத் தூக்கமே வரவில்லை. தூக்கம் வரவில்லை என்பதுகூட சரியில்லை. கண்ணையே மூட முடியவில்லை. போர்வையை இமையாக்கி முகம் வரை இழுத்துப் போர்த்திக் கொண்டேன். இமைக்காமல் கண்ணைத் திறந்தபடி கிடந்தேன்.

எம்.ஜி.ஆர்.

எம்.ஜி.ஆர்.

எம்.ஜி.ஆர்.

உதடுகள் அந்தப் பெயரை உச்சரித்தபடியே இருந்தன. உதட்டசைவை நிறுத்துவது கடினமாகவும் என்னை மீறிய செயல் போலவும் இருந்தது. விரல்களால் உதட்டைத் தொட்டுப்பார்த்தேன். உதட்டசைவு நின்றபிறகும் ஒலி கேட்டுக் கொண்டே இருந்தது. சப்தம் வருவது மனதில் இருந்து. எனக்குள் புகுந்து வேறு யாரோ சொல்லுகிறார்களா?

காலையில் சோதிடரைப் பார்க்கப் போனோம். நான் இரவெல்லாம் சரியாக தூக்கமில்லாததால் சோர்வாக இருந்தேன். பழங்காலத்து வீடு அது. விபூதி வாசனை மோலோங்கியிருந்த வீடு. வீட்டுக்கு முன்னால் திண்ணை. சுண்ணாம்பு காரை ஆங்காங்கே பெயர்ந்து போயிருந்தது. அதுதான் எம்.ஜி.ஆர். தன் அம்மாவோடும் அண்ணனோடும் வசித்த வீடு என்று எனக்கு உறுதியாகத் தெரிந்தது.

இந்த விஷயத்தை நான் யாரிடமும் பகிர்ந்து கொள்ளவில்லை. அருணுடன் இரண்டாவது முறையாக இங்கு வந்தபோதும்கூட எம்.ஜி.ஆரின் இந்த வீட்டைப் பார்க்கும் ஆசையில்தான் வந்தேன் என்பதுகூட இந்த நிமிடம் வரை அருணுக்குத் தெரியாது. அருணுக்குத் தெரிந்திருக்குமோ என்பதும் இந்த நிமிடம் வரை தெரியாது. அவருடைய ராமாவரம் வீட்டுக்கு நான் போய்விட்டு வந்தது ஒருவேளை அருண் யூகித்திருக்கலாம். தி.நகர் ஆற்காடு தெருவில் இருக்கும் அவருடைய வீட்டுக்குப் போய் வந்ததையோ, சத்யா ஸ்டுடியோ இருந்த இடத்தில் இப்போது எம்.ஜி.ஆர் ஜானகி கல்லூரி இருக்கும் இடத்துக்குப் போய் வந்ததையோ அருண் யூகித்திருக்க முடியாது. ராமாவரம் வீட்டுக்குப் போய் வந்தபோது மிகவும் நேரமாகிவிட்டது. மற்ற இரண்டு இடங்களுக்கும் போய் விட்டு வந்தது அலுவலக நேரத்துக்குள்ளேயேதான். பர்மிஷன் போட்டுவிட்டுப் போய் பார்த்துவிட்டு வந்தேன்.

யானை கவுனியில் ஓர் ஏழ்மையான வீட்டில் அவர் இருந்தைக் கேள்விப்பட்டுப் போய் பார்த்துவிட்டு வந்தேன். சால்ட் கோட்ரஸ் பாலத்தில் செல்லும் கைவண்டிகளைப் பின்னால் இருந்து தள்ளிக் கொண்டுபோய் மேட்டுப் பகுதியில் விட்டால் சிலர் ஓர் அணா இரண்டணா கொடுத்துவிட்டுப் போவார்களாம். எம்.ஜி.ஆருக்கும் சக்கரபாணிக்கும் நாடக கம்பெனிகளில் வாய்ப்பு இல்லாதநேரங்களில் வருமானமே அதுதான். அந்த சால்ட் கோட்ரஸ் வாராவதியைப் பார்த்தபோது இதில் சரக்குகளை ஏற்றிக் கொண்டுபோன கைவண்டிக்காரர்களையும் அவர்களுக்கு உதவியாக வண்டி தள்ளிய இவர்களையும் நினைத்து கொண்டேன்.

கும்கோணத்தில் நான் கண்டுபிடித்த எம்.ஜி.ஆர். வீடு சந்தேகத்துக்கு இடமில்லாமல் அவருடையதுதான்.

சோதிடர் இருந்த அறை மிகவும் சிறியது. நிறைய சாமி படங்கள் மாட்டியிருந்தன. உதவியாளர் நாங்கள் உள்ளே சென்றதும் அறையைச் சாத்திவிட்டார்.

சோதிடர் என்னுடைய ஜாதகத்தைப் பார்த்தார். அவருடைய தாடியை இடையிடையே நீவிவிட்டார். விபூதி பூசி, நடுவே பெரிய குங்குமப் பொட்டு இட்டிருந்தார். நானும் அப்பாவும் அம்மாவும் அவர் சொல்லப் போவதை ஒரு எழுத்துவிடாமல் கிரகிக்கும் பரவசத்தோடு உட்கார்ந்திருந்தோம்.

“பெண்ணுக்குப் பின்னோக்கு புத்தி..” என்று ஆரம்பித்தார்.

அப்பா என்னைத் திரும்பிப் பார்த்துவிட்டு மறுபடி திரும்பிக் கொண்டார்.

“பெண் புத்தி பின் புத்தினு சொல்லுவாங்களே அது இல்ல

இது...” ஒரு தெய்வீக சிரிப்புக்குப் பிறகு தாடியை நீவிக் கொண்டார். “நடந்து முடிந்துவிட்ட விஷயங்களில் அதிக கவனம் இருக்கும். ஒரு சிலர் எவ்வளவு தூரம் நடக்க வேண்டியிருக்கிறது என்பதைவிட எவ்வளவுதூரம் நடந்து வந்தோம்னு திரும்பிப் பார்ப்பாங்க. அந்த வகை. கடந்த காலத்தில் சுழலும் மனசு. அதுக்காக கலங்க வேண்டியதில்லை. சிலருக்குப் பழசு எதுவும் ஞாபகம் இருக்காது.. எப்பகல்யாணம் ஆச்சுன்னு கேட்டா பொண்டாட்டிய கேட்டுட்டுச் சொல்லுவான். ஆனா, வரப் போற எலெக்‌ஷன் பத்தி பேசுவான். வரப்போற சினிமா பத்தி பேசுவான். உங்க பொண்ணுக்கு எதிர்காலத்தில ஆசையில்லை. இருக்கிற காலத்தையும் பெரிசா எடுத்துக்க மாட்டா.. சித்தி கல்யாணத்தில லட்டுக்காக தம்பியோட சண்டை போட்டது ஞாபகம் இருக்கும்.. சரியாம்மா?”.. அவசரமாக மூன்று பேரும் தலையாட்டினோம். “ஒவ்வொரு நிகழ்காலமும் கடந்து வந்துவிட்டப் பிறகுதான் மனசுல பதியும். இப்ப குழந்தையோட எதிர்காலம் தெரிஞ்சுக்க வந்திருக்கீங்க... உனக்கு இதில் விருப்பம் இருக்காதே... சரியா நான் சொல்றது?” நான் ஒன்றும் சொல்லாமல் அப்பாவையும் அம்மாவையும் பார்த்தேன். அவர்களும் என்னைப் பார்த்துவிட்டு புன்முறுவல் செய்தனர். சோதிடரும் புன்முறுவல் பூத்தார்.

“பொண்ணுக்கு எதிர்காலத்தில் சிக்கல் ஏதும் வராமல் இருக்க பரிகாரம் சிலது செய்ய வேண்டியிருக்கு” ஆழ்ந்த யோசனையோடு சொன்னார். அப்பா, தன்னிடம் சம்மதம் கேட்பதாக நினைத்து தலையசைத்தார். ஆனால் அதை சோதிடர் கவனிக்காமலேயே பரிகாரத்துக்கான அடுத்தகட்ட வேலைகளில் இறங்கியதை யாரும் பெரிதுபடுத்திக் கொள்ளவில்லை.

சோதிடர் ஒரு எலுமிச்சைப் பழத்தை இரண்டாக நறுக்கி சாறு கசியும் அறுபட்ட பகுதிகளில் குங்குமத்தை அப்பி நிறுத்தினார். அடிபட்ட இடத்தில் இரத்தம் வழிவதை நிறுத்துவதற்கு பவுடரையோ, சாம்பலையோ பாட்டி அப்படித்தான் அப்புவார்.

மூவரையும் கண்களை மூடிக் கொள்ளச் சொன்னார். நான் திறக்கச் சொல்லும் வரை திறக்காதீர்கள் என்றார். மணியடிக்கும் சப்தம் கேட்டதும் திறந்தால் போதும் என்றார். கண்களை மூடியதும் சோழியை உருட்டிப் போடும் சத்தம் கேட்டது. அதன் பிறகு பேன் சுழலும் சத்தம் மட்டும் கேட்டுக் கொண்டிருந்தது. நிமிடம் யுகம் போல போய் கொண்டிருந்தது. நான் கும்பகோணம் வந்ததே மறந்து போய், நான் சென்னையில் படித்தது மறந்து போய், பிறந்ததே மறந்து போய்... எந்தவித முனைப்புமே இல்லாமல் கண்களைத் திறந்துவிட்டேன்... எதிரே நான் கண்களை மூடுவதற்கு முன்பு இருந்த இடமே தென்படவில்லை. மணி அடித்துக்

கண்களைத் திறந்ததாகவே எனக்குத் தோன்றியது. அருணும் நானும் கடற்கரையில் பஞ்சுமிட்டாய் சாப்பிடும்போது இதை அருணிடம் சொன்னேன். பஞ்சுமிட்டாயைப் பார்த்தும் எனக்கு அதைச் சொல்ல வேண்டும் போல இருந்தது.

சோதிடரின் தாடி வேகமாக வளர்ந்து அரை முழுதும் வியாபித்தது. மீனின் கண்களைப் போல மூடிக் கொள்வதற்கு இமையில்லாதவள் போல இருந்தேன். அதைப் பார்த்துக் கொண்டிருப்பதற்கு கடமைப்பட்டவள் போல உட்கார்ந்திருந்தேன். அறையை முழுதும் தாடி முடி சூழ்ந்திருந்தது. அந்த தாடி வேகமாக வளர்ந்து கொண்டும் இருந்தது. அதனால் அறையின் அடர்த்தி அதிகமாக இருந்தது. இன்னும் சில நிமிடத்தில் எல்லோரும் மூச்சு விடுவதற்கும் சிரமப்படும் அளவுக்கு அடர்த்தி அதிகமாகிவிடும். பிறகு தப்பிக்கவும் முடியாது போல இருந்தது. ஏற்கெனவே அறையில் இருந்த ஓட்டடையோடு கலந்து அது பிரம்மாண்டமான சிலந்தியின் ஆயிரம் ஆண்டு வலை போல இருந்தது. முடியால் ஆன புகை. அந்த அறையில் திடுமென ஒரு வெண் புகை ஊடாடுவதைப் பார்த்தேன். அது எம்.ஜி.ஆரின் தோற்றம் கொண்டிருந்தது. அவர் இருந்த வீடு இதுதான் என்பதற்கு வேறு ஆதாரமே தேவையில்லை. எனக்கு உறுதியாகிவிட்டது.

பயமோ, அருவருப்போ ஏற்படவில்லை. ஏன் அப்படி ஏற்படாமல் அறையெல்லாம் தாடி முடியோடு இருக்கும் இடத்தைப் பார்த்துக் கொண்டிருக்கிறோம் என்பது விளங்கவில்லை. இப்படியான அசாதாரண சூழ்நிலையைப் பார்த்து அலறி இருக்க வேண்டும். தோன்றவில்லை. அப்பா, அம்மாவிடம் தெரிவித்திருக்கலாம். அதையும் செய்யவில்லை. கண்கள் சிவக்க இமைக்காமல் பார்த்துக் கொண்டிருக்கிறேன் என்பதை உணர முடிந்தது. உடம்பெல்லாம் அனலாகச் சுட்டது. என்னுடைய வாழ்க்கையில் நான் கண்கூடாக இயற்கைக்குக்கு மீறிய விஷயத்தைப் பார்த்தேன். திடீரென்று தேங்காய் சட்னி வாசனை வீசியது. அங்கே உடைத்து வைத்திருந்த தேங்காயிலிருந்து அந்த வீச்சம் வருவதாக நினைப்பதை யாரோ உள்ளிருந்து தடுத்தனர்.

தேங்காயை நினைத்தால் உடனே அம்மாவின் ஞாபகம் வருகிறது இப்போதெல்லாம். எல்லாம் அருண் ஏற்படுத்திய உருவகச் சிக்கல்கள். அவன் மனதில் எவ்வளவு வக்கிரம்? முதுமலைக்காட்டில் இரவு தங்க நேர்ந்தால் இரவில் விலங்குகள் எதையாவது பார்க்க விரும்புவார்கள். அருண் பார்த்துவிட்டு வந்தது ஒரு அசிங்கத்தை. பிரெஞ்சுக்காரியாம் பிரிட்டீஷ்காரனாம். கண்றாவி. அதை அவனோடு வைத்துக் கொள்ளக்கூடாதா? அம்மாவை அன்பாகப் பார்க்க முடிகிறதா? சரி இந்தக் கதைக்குப் பிறகு வருகிறேன்.

மணியோசை கேட்டது. எல்லோரும் கண் விழித்தார்கள். நான் முன்பிருந்தே விழித்துக் கொண்டுதான் இருந்தேன். அறை நாங்கள் எல்லோரும் கண்களை மூடுவதற்கு முன்பு இருந்ததுபோல மாறிவிட்டது.

இதை நான் யாரிடமும் சொல்லவில்லை. யாரிடமும் இதைச் சொல்ல வேண்டாம் என்று யாரோ உள்ளிருந்து தடுத்தது போல இருந்தது. இப்படிச் சொன்னால் சிரிப்பார்களோ என்று நினைத்துச் சொல்லாமல் விட்டுவிட்டேனா என்பதும் இப்போது உறுதியாகத் தெரியவில்லை.

ஒரு பெண் சில ரகசியங்களைத் தன் தாயிடம்கூட பகிர்ந்து கொள்வதில்லை. கணவனுக்கான பிரத்யேக ரகசியங்களாக அவை மாறிவிடுகின்றன. கடற்கரையில் அருணுடன் அந்த குளிர் இரவில் இருந்தபோது உள்ளிருந்து யாரோ அந்த ரகசியத்தை வெளியே தள்ளினர். அருணிடம் இருந்த நெருக்கத்தில் தனிமை தந்த ஈர்ப்பினால் சொன்னேனா என்பதும் உறுதியாகத் தெரியவில்லை. கடற்கரையில் பஞ்சுமிட்டாய் வியாபாரியைப் பார்த்தபோது அதைச் சொல்ல வேண்டும்போல இருந்தது. பஞ்சுமிட்டாய் இழை திரண்டு வருவது கும்பகோணம் சோதிடரின் தாடியின் வளர்ச்சியை நினைவுபடுத்தியிருக்கக் கூடும்.

7

திருமணமாகிய இரண்டு ஆண்டுகளிலேயே எனக்குப் படுக்கை ஈர்ப்புகள் முற்றிலுமாக மறைந்துவிட்டன.

இரவில் அருண் சில நேரங்களில் முயன்று பார்த்து விட்டு எதுவும் நடக்காது என உறங்கப் போய்விடுவான். கால்களால் என் கால்களை உரசிக் கொண்டோ, கைகளால் என் முதுகைத் தடவிக் கொண்டு புரண்டு புரண்டு படுத்துக்கொண்டிருப்பான். ஒருநாள் நல்ல தூக்கம் கண் இமையை இறுக்கிப் பிடித்துக் கொண்டிருந்தவேளையில் அருண் அப்படித்தான் முதுகில் கோலம் போட்டபடி இருந்தான். எனக்கோ ஆத்திரம் தாளவில்லை. மனுஷியைத் தூங்கவிடாமல் இது என்ன சேட்டை என்று ஆவேசமாகத் திரும்பினேன்.

திரும்பிய வேகத்தில் திகைத்துப்போய்விட்டேன். என் பக்கத்தில் அருண் இல்லை. கட்டிலின் வலது கோடியில் போர்வையில் சுருண்டபடி ஆழ்ந்து தூங்கிக் கொண்டிருந்தான். இது யாருடைய சேட்டையென்று எனக்குப் புரிந்துவிட்டது.

நான் இப்படி வேகமாகத் திரும்பியதால் அவர் சட்டென தன்னை மறைத்துக் கொண்டார். படுக்கை அறையின் மூலையில் கொடியில் இருந்த என் புடவைக்குப் பின்னால் அவர் மறைந்திருப்பது தெரிந்தது. மெல்ல எழுந்து கிட்டே நெருங்குகிற வரை தெரிந்த உருவம் புடவையைத் தொட்டதும் மறைந்து விட்டது. நான் விளக்கைப் போட்டேன்.

அருண் திடுக்கிட்டு விழித்து "என்ன பிரியா?" என்றான்.

நான் விளக்கைப் போட்டிருக்கக் கூடாது. அவர் வெளிச்சத்தை எதிர்பார்க்கவில்லை. அதன் பிறகு அன்று எனக்கு மீண்டும் தோற்றம் தரவில்லை.

இரவு நெருங்க ஆரம்பித்ததும் ஒரே படுக்கையில் நானும் அருணும் படுத்துத் தூங்க வேண்டுமே என்பதே படு அவஸ்தையாக இருந்தது. அருண் இரவில் காலைச் சுரண்டுவதும் இடுப்பைப் பிடிப்பதுமாக இம்சை செய்து கொண்டிருந்தான். தாலி கட்டியதும் ஒருத்தி முழுதுமாக கணவனின் பூர்த்தி செய்யும் எந்திரமாக மாற வேண்டியதாக இருப்பதை எண்ணிக் கொண்டிருந்தேன். மாலைப் பொழுதின் மயக்கமெல்லாம் போய் மாலை நெருங்கும்போதே எரிச்சலும் கணவனின் நெருக்கத்தைத் தவிர்ப்பது சம்பந்தமாக யோசிக்க ஆரம்பித்துவிடுவேன்.

அன்று இரவு அருண் விளக்கணைத்துப் படுத்த சில நிமிடங்களில் என்னை நெருங்கி வந்துபடுப்பதுதெரிந்தது. நான் கட்டிலின் இடது ஓரத்தில் படுத்திருந்தேன். அவன் வலதுஓரத்தில் படுத்து மெல்லமெல்ல நெருங்கிக் கொண்டிருப்பதை உணர முடிந்தது. இன்னும் சில நிமிடங்களில் என் மீது அவன் கைகள் படப் போகின்றன என்பதை உடம்பின் மீது வந்து உரசப் போவதுபோல எதிர்பார்த்தேன்.

அருணிடமிருந்து சுயநலத்தின் வாசனை வீசத்தொடங்கியிருக்கிறது சமீபகாலமாக. இச்சைக்காக மட்டும் என்னை நெருங்குவதாகத் தோன்றியது. மனிதர்களின் உடலிலிருந்தும் பிரமோன்ஸ் வியர்வை மூலமாக வெளியேறும் என்பார்கள். இச்சையை வெளிப்படுத்தும் சுரப்பி. விலங்குகள் அந்தச் சுரப்பியை வெளிப்படுத்தித்தான் ஆண் விலங்கை வரவேற்குமாம். எங்கோ கிடக்கும் ஆண் புலியும், ஆண் நாகமும் இத்தகைய சுரப்பிகளை நுகர்ந்துதான் பெண் ஜோடியை இனம் காணுமாம். அருணுக்கு நேரம் காலமே இல்லை. ஆண் மனிதர்களுக்கே இல்லை. ஆண் மனிதர்கள் என்று சொல்வது தவறான பிரயோகம் போலத் தோன்றும். தவறே இல்லை. ஆண் சிங்கம், ஆண் நாகம், ஆண் யானை, ஆண் நாய் போல ஆண் மனிதனைப் பெருமைப்படுத்த முடியாது. ஏனென்றால் அவையெல்லாம் பெண்ணை அடையவேண்டுமானால் பெண்ணின் விருப்பத்தைத் தெரிந்து கொள்கின்றன. அதன் பிறகுதான் நெருங்கி வருகின்றன. ஆண் மயில் தன் தோகை விரித்து ஆடிக் காட்டி கவர்கிறது. ஆண் சிங்கம் போட்டிக்கு வரும் இன்னொரு ஆண் சிங்கத்தை வென்று பெண் சிங்கத்தின் மனதில் இடம் பிடிக்கிறது. வரதட்சணையும் வாங்கிக் கொண்டு அழகும் இல்லாமல், வீரமும் இல்லாமல் பெண்ணின் விருப்பத்தையும் தெரிந்து கொள்ளாமல் இருக்கும் ஆண் மனிதனை எப்படி ஆண்

விலங்குகளின் தராசில் உட்கார வைக்க முடியும்? பெண்ணிடம் அந்த உறுப்பு இல்லையென்றால் எந்த ஆணாவது அவளை விரும்புவானா என்ற கேள்வி மனதை அரித்துக் கொண்டிருந்தது. அப்புறம் அன்பு, காதல் என்றெல்லாம் பிதற்றிக் கொண்டிருப்பது வேடிக்கையல்லவா?

அவன் வாங்கி வந்து கொடுக்கும் பால்கோவாவையும் மல்லிகைப் பூவையும் நான் எப்படி காதல் என்று நம்ப முடியும்? எல்லாவற்றிலும் சுயநலம் மண்டிக் கிடப்பதை அறிந்தேன். திருமணமான புதிதில் அதை நான் வெளிப்படுத்தவில்லை. அதற்கான தைரியம் வருவதற்கு சற்று காலதாமதமானது. இரண்டாவது திருமணநாளில் இருந்து எரிச்சலை வெளிப்படுத்துகிற தைரியம் ஏற்பட்டது.

அவனுடைய அன்பின் அளவை அதற்கு முந்தைய இரவின் படுக்கைப் பிணைப்பைப் பொறுத்து அளக்க வேண்டியிருந்தது. ஓர் இணக்கமான இரவுக்கு அடுத்த காலைப் பொழுதில் அவன் வலிந்து வலிந்து எனக்கு ஒத்தாசையாக இருந்தான். பாத்ரூம் கதவில் தாழ்ப்பாள் சரியாக இல்லை என்று சொல்லி முடிப்பதற்குள் அதைச் சரி செய்வதற்குத் தயாராகிவிட்டான். அவனால் அதைச் சரி செய்ய முடிந்ததா என்பது வேறுவிஷயம். அதற்குத் தயாராகிற மனசு இருந்ததே அதைச் சொல்கிறேன்.

இணக்கம் இல்லாத இரவாக அமைந்துவிட்டால் மறுநாளில் நான் கேஸ் ஸ்டவ் வெடித்துத் தீப்பிடித்து எரிந்தாலும் கல்லுளி மங்கன் போலத்தான் இருப்பான் என்பது என் கணிப்பு. தொடர்ச்சியான இணக்கமில்லாத இரவுகளால் அவன் என்னிடமிருந்து விலகிச் செல்ல ஆரம்பித்துவிட்டான்.

மனதளவில் விலகிப் போக ஆரம்பித்திருந்தாலும் உடலளவில் தொடர் முயற்சிகள் இருக்கத்தான் செய்தன. இரவில் ஒருதரம் கலவிக்கான ஆயத்தங்களில் ஈடுபடுவான். அருண் ஏதோ படித்துக் கொண்டிருந்தபோதே முன்னெச்சரிக்கையாக நான் தூங்குவதற்குத் தயாராகிவிட்டேன். தூங்குகிறாளே என்று விட்டுவைக்கிற பழக்கம்தான் ஆண்களுக்குக் கிடையாதே.. அவர்களுக்கு அசந்து தூங்கிக் கொண்டிருப்பவளை எழுப்பித் தங்கள் காரியத்தைச் சாதித்துக் கொள்ள வேண்டும். இரவு உசுப்பி விடுவதற்காகவே ஏதாவது சுவாரஸ்யமான வாக்குறுதிகளை அள்ளிவிடுவார்கள். மூடு வரவழைக்கிறேன் பேர்வழி என்று எப்போதும்போல் இரண்டு இடத்திலும் மாற்றி மாற்றி கையை வைத்துக் கொண்டிருந்தான்.

“எப்பவும் இதே நினைப்புதானா?” என்று சீறினேன். அருண் சற்றும் எதிர்பார்க்கவில்லை. அருண் விலகிச் சென்று படுத்துக் கொண்டான். எனக்கே ஒரு மாதிரி ஆகிவிட்டது. அருண் என்னைப்

பற்றி விர கோபத்தோடு யோசித்துக் கொண்டிருப்பான் என்று தெரிந்தாலும் அவனுடைய சீண்டல்கள் நின்று போனதாலும் கடந்த இரண்டு நாள்களாக சரியாகத் தூங்காமல் இருந்ததாலும் உடனடியாக ஆழ்ந்து தூங்க ஆரம்பித்துவிட்டேன்.

இரண்டு நாள் அருண் இதே கோபத்தில் இருப்பதைத் தெரிந்து கொள்ள முடிந்தது. அருகில் வரவில்லை. இரவு ஆனதும் ஒருவித ஏக்கமும் கோபமும் கொண்ட முகக் குறிப்போடு விலகியே இருந்தான். மூன்றாவது நாள் ஒரு புத்தகத்தைப் படிக்கக் கொடுத்தான். காதல் தேனீ என்று புத்தகத்துக்குப் பெயர். ஒரு மாத இதழ். மாத நாவல். துரதிருஷ்டவசமாக அந்தக் கதையை நான் ஏற்கெனவே படித்திருந்தேன்.

அருண் அந்தக் கதையை என்னிடம் கொடுத்ததற்கான காரணம் புரிந்துவிட்டது. அந்தக் கதையில் ஒருத்தி தன்னைப் படாதபாடு பட்டு சந்திக்க வரும் கணவனை "இதுக்குத்தான் வந்தியா?' என்பதுபோல கேட்பாள். கணவன் ரோசப்பட்டுக்கொண்டு போய்விடுவான். ஆணும் பெண்ணும் தனித்தனி விலங்குகள் போல சித்திரிப்பார் அந்த எழுத்தாளர். ஆண்கள் என்பவர்கள் ஆண் விலங்குகளில்கூட சேர்த்தியில்லை. ஆணாதிக்கப்போக்கின் உச்சகட்டம் அந்த நாவல். பெண்களை மனித இனமே இல்லை என்று எழுதியிருந்தது எந்தப் பெண் இயக்கத்தினர் கண்ணிலும் படவில்லை போலும். ஏதாவது இல்லாததும் பொல்லாததும் எழுதி பெயர் சம்பாதிக்க வேண்டும் என்ற நோக்கம்தான் அதில் தெரிந்தது. சிங்கங்கள் எப்படி வாழ்கின்றன, தேனீக்கள் எப்படி வாழ்கின்றன என்பதையெல்லாம் மனித இனத்துக்கு ஒப்பிட்டுப் பார்ப்பது என்ன நியாயம்.?

அருண் கொடுத்த காரணத்துக்காக இரண்டொரு புரட்டு புரட்டிவிட்டு வைத்துவிட்டேன். அதை பற்றிக் கருத்துக் கேட்கும் போது வைத்துக் கொள்ளலாம் என்று விட்டுவிட்டேன். மறுநாளே ஆச்சர்யம் காத்திருந்தது. ஸ்பென்ஸர் வாசலில் பழைய புத்தகங்களைப் போட்டு விற்கும் இடத்தில் மானுடப் பண்ணை என்றொரு புத்தகம். நேற்று அருண் கொடுத்த புத்தகத்தை எழுதிய அதே ஆள் எழுதிய புத்தகம். வாங்கிக் கொண்டேன். ஹாண்ட் பேகிலேயே பத்திரமாக வைத்துக் கொண்டேன். பஸ்ஸில் போகும்போதும் ஆபிஸ் லஞ்ச் பிரேக்கிலுமாக ஒரே நாளில் படித்து முடித்துவிட்டேன். இன்னும் கொஞ்சம் விலாவரியாகப் பேசுவதற்கு வழி கிடைத்தது. எப்படியும் அருண் தான் கொடுத்த புத்தகத்தைப் பற்றி கருத்து கேட்பான் என்று காத்திருந்தேன். இரண்டு நாள் கழித்து "எப்படி இருந்தது அந்தக் கதை?" என்றான். தேவர்கள் பருகும் அமுதத்தைப் பருகக் கொடுத்தவன்போல கருத்துக் கேட்டான். ஏதோ

அந்தப் புத்தகத்தைப் படித்ததும் எனக்கு ஞானம் ஏற்பட்டு புத்தி தெளிந்திருப்பேன் என்று எதிர்பார்த்தானே அதுதான் இன்னும் ஆத்திரமாக இருந்தது.

"குப்பைப் புத்தகம். இதெல்லாம் எங்கே கிடைக்கிறது உங்களுக்கு?"

அருண் ஆடிப் போய்விட்டான். இப்படி மூர்க்கமான அபிப்ராயத்தை எதிர்பார்க்காமல் நிலைகுலைந்தான்.

"இந்த ஆளு எழுதினதிலேயே மிக மோசமான புத்தகம் இதுதான்" அருணுக்கு ஆச்சர்யம் தாளவில்லை. "இவருடைய புத்தகம் வேற ஏதாவது படிச்சிருக்கியா? இவரை முன்னாலயே தெரியுமா?" பதறினான்.

"ஒரு பையன் சர்டிபிகேட் கிடைக்காம ரொம்ப கஷ்டப்படுவான். பேர் மறந்து போச்சி. அந்தக் கதை படிச்சிருக்கேன். பத்திரிகையில எப்பவாவது ஷார்ட் ஸ்டோரி எழுதுவாரு. அத படிச்சிருக்கேன். ஆனா அவருக்கு எம்.ஜி.ஆரைப் பிடிக்காது போலிருக்கு" சாயங்காலம்தான் படித்து முடித்த ஒரு புத்தகத்தை வெகுநாள்களுக்கு முன்பே படித்து முடித்துவிட்டது மாதிரி அடித்துவிட்டது அருணுக்குப் பதற்றத்தை மேலும் அதிகமாக்கியது.

"எப்படித் தெரியும்?"

"எது?"

"அவருக்கு எம்.ஜி.ஆரைப் பிடிக்காதுனு?.."

"படிச்ச ஒண்ணு ரெண்டு புக்கலயே எம்.ஜி.ஆரைக் கிண்டல் பண்ற மாதிரிதான் எழுதியிருந்தாரு.."

"அதைவுடு. கதை எப்பிடி?"

"அந்த ஆளுக்குப் பொம்பளைங்க மனசையே புரிந்து கொள்ளத் தெரியவில்லை. பொம்பளைனா ஏதோ அலட்சியம் ஆண்களின் அறிவு தீட்சண்யத்துக்கு அருகிலேயே பொம்பளைங்களால வரமுடியாதுபோல எழுதறார் அம்மான்னா சோறாக்குவாங்க. குழம்பு வைப்பாங்க அப்பாவோட மனசை புரிஞ்சுக்காம சண்டை போடுவாங்க. பொண்டாட்டினா கணவனோட அலைவரிசைக்கு ஒத்துவராம வேற ஒரு போக்குல போய்கிட்டு இருப்பா. காதலின்னா சமாளிக்கவே முடியாத லூஸு ஜென்மம். என்ன நினைச்சுக்கிட்டிருக்காரு எந்த ஆளு. அந்தப் புத்தகத்தைப் படிக்கச் சொல்லி கருத்து வேற கேக்றீங்க."

அறைக்கு வெளியே மாமாவும் மாமியும் இருந்தால் அவர்களுக்கு நான் பேசுவது கேட்டிருக்கக் கூடும்.

பிறகு சோர்ந்து படுத்துவிட்டேன். இன்னும் இரண்டு நாளைக்கு

அருண் என்கிட்ட நெருங்க யோசிப்பான்.

விளக்கொளி அணைத்த சிறிது நேரத்தில் நிதானமாக "என்னம்மா உடம்புக்கு முடியலையா?" இப்படி கரிசனமாகத்தான் கேட்டான். அதில் சிரிப்பு மூட்டும் அளவுக்கு நாடகத்தன்மை இருந்தது. அதை அவனே உணர்ந்திருக்க வேண்டும். நான் பதிலே சொல்லாமல் கண் மூடி இருந்தேன்.

"தலை வலிக்குதா? மாத்திரை ஏதாவது வேண்டுமா?"

சிரிப்பை நான் கட்டுப்படுத்திக் கொண்டேன்.

அருண் இரண்டொருமுறை என் சம்மதம் கிடைக்கு மென்றெண்ணி ஏதோ பேச்சுக் கொடுத்துப் பார்த்தான். கொஞ்சம் இடம் கொடுத்தால் அது எங்கு போய் முடியுமென்று தெரியும். சட்டைசெய்யாமல் மனசையும் கண்ணையும் இறுக்கமாக மூடிக் கொண்டு படுத்திருந்தேன். அருண் வெகு நேரம் வரை காத்திருந்தது தெரிந்தது. நெருக்கத்தில் அவனுடைய சுயநலத்தின் வாசனை அடித்துக் கொண்டே இருந்தது. ஆனால் அவன் அப்படி காத்திருப்பது தெரிந்தே நான் தூங்கிவிட்டேன்.

8

ஆண்களின் சாகசம் குறித்து எனக்குப் பெரிய எதிர்பார்ப்பு இருந்ததில்லை. எம்.ஜி.ஆர். சினிமாவில் ஏழைகளைக் காப்பாற்றும்போதும் கற்பழிப்புக்கு ஆளாக இருந்த பெண்ணைக் காப்பாற்ற எதிர்பாராத தருணத்தில் பறந்து வரும்போதும் ஒரு சில மேதாவி மக்கள் கிண்டல் செய்தார்கள்.

அவர் மட்டுமே தன்னுடைய திரைப்படங்களில் ஒரே மாதிரி காட்சிகளை வைத்தார். ஒரே மாதிரி சமூக அநீதிக்காகப் போராடினார். ஒரே மாதிரி ஜெயித்தார். சினிமாவில் முந்தைய படத்தின் சாயல் ஓரளவுக்கு இருந்தாலே மக்கள் அத்தகைய படங்களைப் புறக்கணித்துவிடுவர். சுமார் நூறு படங்கள் எம்.ஜி.ஆருக்கு ஒரே மாதிரியாகத்தான் இருந்தன. அவர் அநீதி செய்பவர்களை எப்படித் தட்டிக் கேட்பார் என்று எல்லோருக்கும் தெரியும். ஆனால் அந்தக் காட்சியைக் கைதட்டி ஆர்ப்பரிப்பார்கள்.

அவர் அக்கிரமக்காரர்களைத் தட்டிக் கேட்பதை மக்கள் தாங்களே அவராக மாறிவிட்டதுபோல நினைத்து சந்தோஷப்பட்டார்கள். ஆண்கள் பலர் அவராக இருக்க ஆசைப்பட்டபோது பெண்களில் பலர் அத்தகைய ஆணை விரும்பவும் செய்தார்கள். இதைத்தான் சில அறிவு ஜீவிகள் எதிர்த்திருக்கிறார்கள். ஆனால் எல்லோருக்குமே அதே போல சாகசம் செய்வதில் ஆர்வம் இருந்தது. ஒருநாள் நான் அருணின் சாகச எல்லையை தெரிந்து கொள்ளும் சம்பவம் ஒன்று நிகழ்ந்தது. அண்ணா சாலை காயிதே மில்லத் கல்லூரி

சந்திப்பு முனையில் மொப்பட்டிஸ் வந்து கொண்டிருந்தபோது மோட்டர் பைக் ஆசாமிகள் இரண்டு பேர் என் கழுத்து செயினைப் பிடுங்கிக் கொண்டது மட்டுமின்றி என்னைக் கீழே தள்ளி விட்டனர்.

எனக்கு அந்தக் காயத்தைவிட இப்போது அருண் எப்படி நடந்து கொள்ளப் போகிறான் என்பதில் ஆர்வமாக இருந்தது. ஒரு ஆண் தன் வீரத்தை நிரூபிக்கும் தருணம்.

“ஒரு தவறு செய்தால் அதைத் தெரிந்து செய்தால் அவன் தேவன் என்றாலும் விடமாட்டேன்...” அருண் அசுரன்களையாவது அழிக்கிறானா பார்க்கலாம்.

கைப் பையில் இருந்து செல்போனை எடுத்து அருணை அழைத்தேன். நான் காயங்களுடன் கிடக்கிறேன். பதற்றமாக இருக்கிறது என்று பதற்றத்துடன் சொன்னேன். பேசும்போதே அழுகை முட்டிக் கொண்டு வந்தது. இதோ வருகிறேன் என்றான். அவன் வந்து சேர்வதற்குள் நான் பைக்கை உருட்டியபடி அழுது கொண்டு வருவதைப் பார்த்த அக்கம் பக்கத்து ஆசாமிகள் டீக்கடையில் உட்கார வைத்தனர். முகம் கழுவிக் கொள்ளச் சொல்லி தண்ணீர் கொடுத்தார் ஒருவர். “இப்ப ரெண்டு பேர் பைக்கில வேகமா போனானுங்க. அப்பவே நினைச்சேன்” ஒருவர் என் வேலையைச் சுலபமாக்கினார். டீக்கடையில் உட்காரச் சொல்லி கணவனுக்குத் தகவல் தரச் சொன்னார்கள். விழுந்து எழுந்ததுமே சொல்லிவிட்டேன் என்றேன். அருண் வருவதற்குள் என்னைச் சுற்றிக் கூட்டம் சேர்ந்துவிட்டது.

அவராக இருந்தால் இன்னேரம் தாவிச் சென்று அந்த பைக் திருடர்களைப் பிடித்துத் துவைத்து எடுத்து செயினை மீட்டுத் தந்திருப்பார். இது வெறும்கூட்டம். ஆண்மையை நிரூபிக்க இதைவிட வேறு சந்தர்ப்பம் ஆண்களுக்கு வேண்டுமா? ஆனால் இங்கோ எல்லோரும் கூடி நின்று கிழக்கதை பேசிக் கொண்டிருக்கிறார்கள். நான் அந்த பைக் திருடர்களைப் பார்த்தேன் என்பதையே வீரம் போல பேசிக் கொண்டிருக்கிறார்கள். யாராவது எப்படியாவது போகட்டும். நான் அருணுக்காகக் காத்திருந்தேன்.

அருண் அவனுடைய பைக்கில் சம்பவம் நடந்த இடம் இதுதானா, நான் எங்கே இருக்கிறேன் என்று பார்த்துக் கொண்டே தூரத்தில் வந்தான். ஒரு வேகம் இல்லை. சுறுசுறுப்பு இல்லை. அசமந்தம். அவரெங்கே... அருண் எங்கே? உயரமாகவும் மீசை வைத்துக் கொண்டும் பெல்ட்டும் ஷூவும் போட்டிருந்தால் மட்டும் போதுமா?

அஞ்சி அஞ்சி வாழ்ந்தது போதும் ராஜா..

அஞ்சாமை திராவிடர் உரிமையடா! பூனையல்ல, புலிதான் என்று போகப் போகக் காட்டுகிறேன்... அருணைப் பார்த்ததும் அடுத்து நான் செய்ய வேண்டியது நினைவுவந்தது. அழுதபடி ஓடிவந்து அணைத்துக் கொண்டேன். அப்படி நான் செய்தது ஒருவேளை ஏன் நாடகத்தின் பங்காக இல்லாமல் இருக்கலாம். அது என்னையும் மீறி நடந்தது. அவ்வளவு பேர் எதிரில் என்னை அப்படி அணைத்துக் கொண்டதற்காகச் சங்கடப்பட்டான். மீண்டும் நான் அவனை கவனிக்கும் மனநிலைக்கு வந்துவிட்டேன். என் தோளைப் பிடித்துக் குலுக்கி என்ன நடந்தது எதற்காக அழுகிறாய் என்று கரிசனமாகக் கேட்டான். அந்த நேரத்தில் ஒரு ஹீரோ தன்மை ஏற்பட்டுவிட்டது. நான் நானாகவே ஹீரோயின்போல நடந்து கொள்ள ஆரம்பித்தேன். எதைப் பழகிக் கொண்டோமோ அதையே வாழ்கிறோம் என்கிற தரிசனம் கிடைத்தது. ஒருவேளை அருண் எதையாவது தொலைத்துவிட்டு அழுது கொண்டிருந்தால் நான் அவனைத் தேற்றுவதற்கு போய் ஒன்றும் கவலைப்படாதே நான் பார்த்துக் கொள்கிறேன் என சொல்ல முடியுமா? தேற்றுதல் சொல்வது ஆண்களின் பங்களிப்பாகவும் தேம்பி அழுவது பெண்களின் பங்காகவும் விதிக்கப்பட்டிருக்கிறது.

சுற்றியிருந்த கூட்டத்தில் இருந்த ஒருவரே பிரச்சினையை விளக்கத் தலைப்பட்டார். நான் விவரித்ததை அவரே நேரில் பார்த்ததுபோல

விவரித்தார். முழுவதையும் கேட்டுவிட்டு, "அடி எதுவும் படலையே?" என்றதுதான் அருணுடைய சாமர்த்தியம். அந்த இடத்தில் இருந்தவர்கள் அருணை அப்படியே தெய்வம் போல பார்த்தார்கள். உண்மையில் அருண் தெய்வமாக இருந்தே அப்படி சொல்லியிருக்கலாம். ஆனால் எனக்கு அருணின் சாமர்த்தியமாகப் பார்க்கவே பிடித்திருந்தது.

"வேற வாங்கிக்கலாம்.. கவலைப்படாதே... அடிபடலை இல்லை? அது போதும்."

கூட்டத்திலிருந்தவரில் ஒருவர் "இப்படியொரு புருஷன் கிடைக்க கொடுத்து வைச்சிருக்கணும்மா" என்று அருணின் பெருந்தன்மையை வியந்தார். எல்லாம் தயாரான வசனங்கள். "எத்தனை சவரம்மா?"

"நாலு."

"போனா போவுது வுடு.. இப்பல்லாம் கா பவுனுக்காக கழுத்தையே இல்ல அறுத்துப்புட்றானுங்க?" இந்த வசனமும் ஏற்கெனவே இதுபோன்ற சந்தர்ப்பங்களில் பேசப்பட்டதுதான்.

அங்கிருந்த எல்லோருடைய சாகசமும் அருணின் சாகசமும் அவ்வளவுதான்.

அவன் விரட்டிச் சென்று அடிக்க வேண்டாம். போலீஸ் ஸ்டேஷனுக்குப் போய் புகார் கொடுக்கலாம். அக்கம் பக்கத்தில் இருந்தவர்களிடம் அவன் எப்படி இருந்தான் என்று விசாரிக்கலாம். இந்தப் பக்கமும் அந்தப் பக்கமும் சந்தேகப்படும்படியான யாராவது தெரிகிறார்களா என்று கவனிக்கலாம். யாராவது அவனைப் பார்த்தால் பிடித்து வையுங்கள் என்று சொல்லலாம். ஒன்றுமே இல்லை. அவனுடைய பெருந்தன்மையை வெளிப்படுத்துவதைத்தான் முதல் நோக்கமாக நினைத்தான்.

"யாரோ ரெண்டு பேர் பைக்கில வேகமாக போனதைப் பார்த்தேன். கொஞ்ச நேரம் கழிச்சு இவங்க பைக்கைத் தள்ளிக்கிட்டு அழுதுகிட்டே வந்தாங்க. அப்புறம் விசாரிச்சப் பிறகுதான் விஷயமே தெரியும்" மீண்டும் விளக்கினார் அந்த நடுவயதுக்காரரர்.

"அதோ அந்தத் திருப்பத்தில அடிச்சிருக்கானுங்க. இவங்க விழுந்து எழுந்து என்ன நடந்ததுனு சுதாரிக்கறதுக்குள்ள.. எஸ்கேப். அப்புறம் அழுதுகிட்டு வந்து சொல்லி என்ன பிரயோஜனம்?"

இந்தத் தருணத்திலாவது அவர்கள் எப்படி இருந்தார்கள் என்று விசாரித்திருக்கலாம். அருண் செய்யவில்லை. அவனுக்கு அந்த இடத்தில் ஒரு மனைவிக்காக எதையும் தியாகம் செய்யும் மனதை வெளிப்படுத்த வேண்டிய அவசியம் மட்டும்தான் இருந்தது. அதைச் செவ்வனே செய்தான். என் சோதனை வெற்றிகரமாக முடிந்தது. அதில் அருணுக்குத் தோல்வி.

இத்துடன் என் வேலை முடிந்தது.

எல்லாருக்கும் ரொம்ப நன்றிங்க என்று விடைபெற்று நான் முன்னால் மொப்பட்டை ஓட்டிச் செல்ல, அருண் மொப்பட்டின் வேகத்துக்கு நிதானத்துக்கு பைக்கை ஓட்டிக் கொண்டு வந்தான். நாங்கள் எதுவுமே பேசிக் கொள்ளவில்லை. என் தலைமுடி காற்றில் பறந்து ஆடியது.

அருணின் மனம் பெருந்தன்மைப் பணிகள் முடிந்து இன்னேரம் நான்கு பவுன் என்றால் என்ன விலை என்று கணக்கில் இறங்கியிருக்கும். வீட்டில் போய் பெருந்தன்மைக்கும் இழப்புக்கும் இடையில் ஒரு விவாதம் இருக்கும்.

ஜாக்கிரதையாக இருக்கணும் என்ற அறிவுரைகள் ஆரம்பிக்கும். அப்பாவிடம் கணக்கு சொல்லி இழந்த நகையை வாங்கிவிடுவார்கள் போலவும் எண்ணினேன். அருண் அப்படிச்செய்ய மாட்டான்.. இருந்தாலும் அருண் மீது கோபம் வளர்க்க அப்படி யோசிப்பது நன்றாக இருந்தது.

அவராக இருந்தால் நகையைப் பறித்தவர்களைக் கண்டுபிடித்து

72 | ஆண்பால் பெண்பால்

அடித்துத் துவைத்து நகையையும் கைபற்றியிருப்பார். அப்படி நடக்கவில்லை. அவரை யாரும் நெருங்க முடியாது. இப்படியெல்லாம் நான் நினைக்கிறேனா, யாராவது என்னிடம் சொல்லிக் கொண்டிருக்கிறார்களா என்பது அத்தனை உறுதியாகத் தெரியவில்லை.

9

இரவில் தூக்கம் வராமல் இருப்பது வாடிக்கையாகி விட்டது.

ஆபிஸ் அட்டண்டர் பாலாஜி சொன்னது மனதில் ஓடிக்கொண்டிருந்தது. எம்.ஜி.ஆருக்கு கடன் சுமை ஏற்பட்டிருக்குமா? "எனக்குக் கொடுத்துத்தான் பழக்கம் வாங்கிப் பழக்கமில்லை" என்று 'நாளை நமதே' படத்தில் சொல்லுவார். அதில் இரண்டு அர்த்தம். ஒன்று அந்தக் காட்சியில் அடிக்க வந்தவனை நோக்கி அதைச் சொல்லுவதால் எனக்கு அடித்துத்தான் பழக்கம், அடி வாங்கிப் பழக்கமில்லை என்பது அர்த்தம். ரசிகர்களின் விசில் பறக்கும். இன்னொரு அர்த்தம் அவர் வள்ளல் என்பது.

பாலாஜி ஏகப்பட்ட சுவாரஸ்யமான காட்சி அழுத்தங்களோடு எம்.ஜி.ஆர். கடன் வாங்கிக் கட்சி நடத்தியதைச் சொல்லிக்கொண்டு போனான். நினைக்க, நினைக்க தூக்கம் நகர்ந்து போய்க் கொண்டிருந்தது. சுதர்சன் ஹோட்டல், அம்பாசடர் பல்லவா ஹோட்டலாக மாறிப் போனதே எனக்கு அவன் சொல்லித்தான் தெரியும்.

அவரைப் பற்றிய வேறு அபிப்ராயங்களின் இடைவெளியில் இதைப் பொருத்திப் பார்ப்பதும் கலைத்துப் போட்டு எம்.ஜி.ஆர். சம்பவங்களை மீண்டும் அடுக்குவதுமாக இருந்தேன். கண் மூடி அமைதியாகப் படுத்திருந்தேன். அருண் அமைதியாகத் தூங்கிக் கொண்டிருந்தான். மெல்லிய அழுகைச் சத்தம் ஜன்ன லோரத்தில் கேட்டுக்கொண்டே இருந்தது. அவர்தான்.

ஜன்னலைத் திறந்துவிட்டால் உள்ளே வருவதற்கு இந்த அழுகை. எனக்கு இது பழகிவிட்டது. மனதைக் கட்டுப்படுத்திக் கொண்டு சிந்தனையை வேறுபக்கம் செலுத்தும் தொடர் முயற்சியில் இறங்கினேன். மல்லாந்து படுத்தநிலையில் தலையணைக்குமேல் கையையும் மடித்து வைத்துப் படுத்திருந்தேன்.

கே.ஆர்.விஜயாவின் கணவர் வேலாயுதம் நாயர் என்று சொன்னது சரிதான். சுதர்சன்ஹோட்டல் என்ற பெயரும் சரிதான். எம்.ஜி.ஆருக்குப் பண நெருக்கடியும் அரசியல் நெருக்கடியும் இருந்ததும் சரிதான். இதையெல்லாம் விசாரித்துவிட்டேன். சரியாகத் தான் இருந்தது. ஆனால் வேலாயுதம் நாயரிடம் எம்.ஜி.ஆர். பணம் வாங்கியிருப்பாரோ?

அதை யாரிடம் போய் விசாரித்து உறுதிப்படுத்துவது?

வரவர அழுகைச் சத்தம் அதிகமாகிக் கொண்டே இருந்தது. கையைக் காதுக்கு அருகில் மடித்து சத்தம் கேட்பதைக் கட்டுப் படுத்தினேன். அப்போதுதான் அது நடந்தது.

அருண் திடுக்கிட்டு எழுந்து கேட்டான்.. "நீயா அழுதே?" அப்போதும் அமைதியாக இருந்தேன்.

அவன் எழுந்து என் முகத்தையும் கண்களையும் பார்த்து அதை உறுதிப்படுத்திக் கொள்ள நினைத்தான். ஜன்னல் வெளிச்சத்தில் என் கண்களைப் பார்த்தான். அதில் கண்ணீர்த் தடயங்கள் இல்லாததால் அழுதது யார் என்பதுபோல பார்த்தான். அவனுக்கு ஏற்பட்ட சந்தேகத்தை என்னால் வேகமாக யூகிக்க முடிந்தது.

"உங்களுக்கும் கேட்க ஆரம்பிச்சுடுச்சா?" என்றேன். அருணின் முகம் வெளிறியதை அந்தக் குறையிருட்டிலும் கவனித்தேன்.

அவன் இப்படியும் அப்படியும் மலைக்க மலைக்கப் பார்த்தான். பின் வேகமாக எழுந்து ஜன்னல் பக்கம் போனான். மெல்லிய முனகலோடு ஓர் உருவம் ஓடி மறைந்ததாகச் சொன்னான்.

"அது அவர்தான்."

அவன் சந்தேகமாக ஜன்னலைப் பார்த்தான். பிறகு அவனுக்கும் கூட தூக்கம் போய்விட்டது. நான் இவ்வளவு நாளாகச் சொன்ன போதெல்லாம் அலட்சியம் செய்தவர்களுக்கு நன்றாகப் புரியட்டும் என்று இருந்தேன்.

மீண்டும் ஏதோ சப்தம் கேட்டு ஜன்னலருகில் போய் பார்த்து விட்டு வந்தான். நான் அப்படி, இப்படி திரும்பிப் படுக்காமல் மல்லாந்த நிலையிலேயே படுத்திருந்தேன். திருப்தியாக இருந்தது. சாத்தியிருந்த கண்ணாடி ஜன்னல் வழியாகவே கண்டுபிடித்துவிட முடியுமா எனப் பார்த்தான். ஜன்னலைத் திறக்க பயம்.

ஒரு கட்டத்தில் ஏதோ தைரியத்தில் ஜன்னலைத் திறந்தான். அப்போதும் வெளியே அவன் கண்களுக்கு எதுவும் தெரியவில்லை. மீண்டும் மூடிவிட்டான். ஆனால் அவன் திறந்து மூடிய நேரத்தில் அவர் உள்ளே வந்துவிட்டார். அதைச் சொல்லி அவனை அச்சுறுத்த விரும்பவில்லை. அமைதியாக இருந்துவிட்டேன்.

மிகுந்த யோசனையாக உனக்கு இப்படித்தான் கேட்குமா தினமும் என விசாரித்தான்.

“அழுவது மட்டுமல்ல; சில நேரங்களில் காதுக்குள் பேசவும் செய்வார்” ஒரு முற்றிய கட்டத்தில் காற்றில் கைகளை வீசிப் பதிலுக்குப் பேசவும் செய்தேன். சிறு குரலில் ஆரம்பித்து பெருங்குரலில் கத்தும் தன்மை ஏற்பட்டிருந்தது. யாவரும் என்னை நெருங்கவே பயந்தனர். இதுவரைப் பழகிவந்த பலரும் எனக்கு விரோதிகள் போல தோன்றினார்கள். அதிலும் அப்பாவையும் அருணையும் பார்க்கும்போது கடும்குரலில் கெட்ட வார்த்தைகளில் சாடினேன். அப்பாவை ஒரு தரம் அருவாமணையால் தாக்கப் போனதாகக்கூட பிறகு சொன்னார்கள்.

அருணின் தலைமுடியை கோதிக் கொண்டிருப்பது எனக்கு கல்யாணமான புதிதில் பிடித்திருந்தது. கடைசியில் அது எம்.ஜி.ஆருக்கு வில்லனாக நடிப்பவர்களின் ஹேர் ஸ்டைல் போல இருந்தது.

என்னை யாரும் அணுகவே பயந்திருந்த நேரத்தில் என்னைச் சுலபமாக பராமரிக்கும் உத்திகளில் ஈடுபட்டனர். எனக்கு ஜட்டியோ, பாடியோ, ஜாக்கெட்டோ போடுவது அவர்களுக்குச் சிரமம். அதனால் எனக்கு நைட்டி மட்டுமே நிரந்த உடையாக இருந்தது. அதை மாட்டுவதற்கு இரண்டு பேரோ, நான்கு பேரோ மொத்தமாக வருவார்கள். கையையும் காலையும் பிடித்துக் கொண்டு பழைய மூத்திர வீச்ச நைட்டியை கழற்றிவிட்டு புதிய நைட்டியை மாட்டிவிட்டுப் போவார்கள். அதுவரை நான் கையையும் காலையும் உதறிக் கொண்டு இருப்பேன். அவர்களைக் கண்டபடிக்குத் திட்டிக் கொண்டிருப்பேன். அவர்கள் என்னைப் பொறுத்துக் கொண்டார்கள்.

அவர்கள் அறையைத் திறந்து கொண்டு உள்ளே வரும்போதே என் வசை ஆரம்பித்துவிடும். வந்துட்டாளுங்க அலங்காரம் பண்றதுக்கு... சீவி சிங்காரிச்சு.. ஊர்வலம் போகப் போறாளுங்க... டோன்ட் டிஸ்டர்ப் மீ... இடியட்.. ஃபூல்ஸ்... பூல்ஸ்... ஹா...ஹா.. தேவடியா முண்டைகளா... என்டீ என்னை இப்படி பண்றீங்க... நாய்ங்களா... அவர்கள் பாட்டுக்கு உடையை மாற்றிவிட்டுப் போவார்கள். பொதுவாக அம்மா, உஷா. சில நேரங்களில் அத்தையும்

அப்பாவும்கூட வருவார்கள். ஆள் போதாத நேரத்தில் வேறு யாரையோ துணைக்கு அழைத்து வருவதும் உண்டு.

தலைமுடியும் ஜடாமுடி போல மாறி பேனும் சிக்குமாகக் கிடந்தது. உஷாதான் ஒரு நாள் கத்திரிகோல் கொண்டு வந்து கிராப் வெட்டுகிறேன் பேர்வழி என்று கொந்திவிட்டுவிட்டுப் போனாள்.

சாப்பாடு? நான் இஷ்டப்பட்டால் சாப்பிடுவேன்... ஆறிக் கிடக்கிறதா, ஈ மொய்த்துக் கிடக்கிறதா என்பதைக்கூட நான் கவனிப்பதில்லை. வயிறு கேட்க வேண்டும். கேட்டதும் அதற்கு அதை கொடுத்துவிடுவேன். மற்ற படி அப்படியே உட்கார்ந்து பெணாத்திக் கொண்டிருப்பேன். எழுந்து உலாவுவேன். கண்ணை மூடிக் கொண்டு தூங்காமல் படுத்துக் கிடப்பேன்.

ஆரம்பத்தில் எம்.ஜி.ஆர். என் காதில் பேசவும் செய்வார் என்று சொன்ன போது பேய் பிடித்துக் கொள்வது தொற்றுவியாதியா என்பதாக என்னைப் பார்த்தான். என்னிடம் பேசவும் பயந்து அமைதியாகப்படுத்திருந்தான். பிறகு எப்போது தூங்கினான் என்று தெரியவில்லை.

மறுநாள் இரவில் தனக்கு அழுகைச் சத்தம் கேட்டது பற்றி அவனுடைய அப்பாவிடம் தெரிவித்தான்.

“பூனைங்க தொல்லை. ராத்திரியெல்லாம் கத்திக்கிட்டு இருந்துச்சி. நான் எழுந்து போய் துரத்திவிட்டுட்டேன். இந்த ஜன்னல் பக்கம்தான் ஓடுச்சி... பூனைங்க கத்தறது அப்படியே கொழந்த அழுற மாதிரிதான் இருக்கும்” என்றார்.

இப்ப புரிஞ்சதா? என்பதாக அருண் என்னை நோக்கிப் பார்த்தான். எம்.ஜி.ஆரின் வருகையை நிரூபிக்க வேண்டிய கட்டாயம் ஏதும் எனக்கில்லை. நான் தவறை உணர்ந்து மன்னிப்பு கேட்க வேண்டிய அவசியமும் இல்லை.

அடுத்த சில மாதங்களில் என் முகத்தில் வெண் தழும்புகள் வேகமாகப் பரவ ஆரம்பித்தது. அதை ரோஸ் பவுடர் போட்டு மறைக்க முயற்சி செய்து பார்த்தேன். ஆனாலும் என்னை பலரும் முகத்தில என்ன என்று விசாரிக்கத் தொடங்கிவிட்டார்கள். அந்தத் தழும்பு பெரிதாக மாறிக் கொண்டிருந்தது. எனக்கு அது வெண்புள்ளி... எம்.ஜி.ஆரின் நிறம். அவர்களுக்கு அது வெண்குஷ்டம். மாமியாரும் மாமனாரும் அதைப் பெரிதாக எடுத்துக் கொள்ளாதவர்களாக இருந்தாலும் பார்க்கிறவர்கள் எல்லாம் அதைக் கற்பு நெறி தவறிவிட்டது மாதிரி அதிர்ந்துபோய் கேட்டார்கள். பெரிய குற்றத்தை மறைத்துவிட்டது மாதிரி அவர்களுக்குத் தோன்றிவிட்டது. என்னுடைய அப்பா, அம்மாவிடம் பஞ்சாயத்துக்கு வந்தார்கள்.

பிரியாவுக்கு இப்படி இருப்பது எங்களுக்கு முன்பே தெரியாது என்று என என் அப்பாஒரே போடாய் போட்டுவிட்டார். எனக்கு இடிவிழுந்தது மாதிரி இருந்தது. இதைச் சொல்வதில் அவர்களுக்கு என்ன தயக்கம். இதை மறைப்பதில் என்ன புண்ணியம் என்றெல்லாம் எண்ணம் ஓடியது. மாமனார், மாமியாரைவிட என் பெற்றோர்களின் மீதுதான் எனக்குக் கோபமாக இருந்தது. "ஆமாம் அதனால் என்ன' என்று கேட்பதில் என்ன தவறு இருந்துவிட முடியும்? உஷாவும்கூட இந்தச் சின்ன வயதில் என்ன அற்புதமாக நடிக்கிறாள். எனக்கு வெண் புள்ளி இருந்தது அவளுக்குத் தெரியவே தெரியாத மாதிரி? அருண் என்னை கொஞ்ச நாளைக்கு எங்கள் வீட்டில் இருக்குமாறு சொன்னான். அது என் பிரச்சினைகளை இரண்டு மடங்காக்கியது.

அருண் பல நேரங்களில் பாராட்டுக்கு உரியவனாக இருப்பதாகவே பிரமிளா சொன்னார். அருண் நல்லவன் என்று கதையின் முடிவில் பிரமிளா மூலமாகத் தெரிந்தாலும் கதையின் நடுவில் அவனை நல்லவனாகச் சித்திரித்துக் கொண்டு போவது எனக்கு ஏற்புடையதாக இல்லை. கடைசியில் புரிந்தது கடைசியில் புரிந்ததாகவே இருக்கட்டும் என்று சொல்லி, நான் சொல்லிக் கொண்டே போனேன். பேய் பிடிப்பதற்கு முன், பேய் பிடித்த பின், நோய் குணமான பின் என்று இதில் மூன்று கட்டங்கள் இருக்கின்றன. நான் கடைசி கட்டத்தில் இருந்து கதையைச் சொல்வதால் முதல் இரண்டு கட்டத்தில் என் புரிந்து கொள்ளும் திறனில்நிறையகுறைபாடுகள் இருப்பதை அறிகிறேன். அப்படியானால் கதையை முதலில் இருந்து திருத்திக் கொண்டு வரலாமா என்று டாக்டரிடம் கேட்டேன்.

"ஒரு கதை ஒரு போதும் அப்படியிருக்கக் கூடாது" டாக்டர் மறுத்துவிட்டார். மேலும் அப்படிப் பார்த்தால் ஒருத்தருமே ஒரு கதையும் எழுத முடியாது என்று தெரிவித்தார். அவர் சொன்னது எனக்கு அவ்வளவாகப் புரியவில்லை. ஆகவே அந்தந்த தருணத்தில் எப்படி புரிந்து கொண்டேனோ அப்படியே சொல்லிக் கொண்டு போவதாக வாக்குறுதி தந்தேன். நான் சொல்வதாக எழுதினாலும் பிரமிளா ஒரு டாக்டராகக் கொஞ்சம் நாசூக்காகவும் புரியும்படியும் ஓரளவுக்கு இதை மாற்றிவிட்டார்.

முதலில் இருந்து இந்தக் கதையைப் படிக்கக் கேட்டபின்பு மேற்படி இரண்டு பாராவை நான்தான் எழுதச் சொன்னேன். சில நேரங்களில் என்னுடைய வலியுறுத்தலை உணர்ந்து அவர் நான் சொன்னதை அப்படியே எழுதினார் என்பதற்கு இப்போது நீங்கள் படித்துக் கொண்டிருக்கும் இந்த வரியே ஒரு முக்கிய சாட்சி.

எங்கள் வீட்டில் என் பிரச்சினையைப் புரிந்து கொள்ளவே இல்லை. 'வந்து சாப்பிடுடீ' என்றும் 'சீக்கிரம் குளிச்சுட்டு வாடீ' என்றும் என்னை விரட்டிக் கொண்டிருந்தார்கள். அவர்கள் குரலில் அலுப்பு அதிகமாக இருந்தது. நான்தான் ஏதோ பிடிவாதமாக இப்படி இருப்பதுபோல எரிச்சல்பட்டார்கள்.

10

இரவு முழுதும் தூக்கமில்லை. தூங்குவதற்காக இமைகள் மூடியிருந்தன. ஆனால் இமைக்குள் கண்கள் இப்படியும் அப்படியுமாக உருண்டு கொண்டிருந்தன.

ஒவ்வொரு நொடியும் நின்று நின்று நகர்ந்து கொண்டிருந்தது. கண்கள் மூடியிருந்தனவே தவிர நான் தூங்கவில்லை என்று எனக்கு நன்றாகத் தெரிந்தது. இமைகளை உடனே திறந்து பார்க்கவேண்டுமென ஆவல் உந்தியது.

திறந்துவிட்டால் தூக்கம் சுத்தமாகப் போய்விடும் என்ற காரணத்துக்காக தொடர்ந்து கண் மூடியிருந்தேன். சிந்தனை பலமாக இருந்தது. எனக்கு மார்பிலும் வெண் குஷ்ட பாதிப்பு ஏற்பட்டிருந்தது. விரல்களில் தெரிய ஆரம்பித்திருந்தது. தோல் பற்றியே சிந்தித்துக் கொண்டிருப்பதும் தோல் வழியாக சிந்திப்பதுமாக மாறியிருந்ததாக சொன்னது இதனால்தான். எல்லோருக்கும் பளிச்சென்று தெரியும் இடத்திலேயே வெண்புள்ளி பரவுவதுதான் ஏனென்று தெரியவில்லை. முகம், விரல்கள் போன்றவை சக மனிதர்களை எதிர் கொள்ளும்போது முன்னால் நிற்பவை இவைதான். ஏன் முதுகிலோ, புட்டத்திலோ வந்தால் என்னவாம்? இயற்கையே வெண்புள்ளி வந்துவிட்டதை அறிவிப்பதில் ஆர்வமாக இருக்கிறது. அப்புறமென்ன? இனி இது மறைக்கக் கூடிய விஷயமாக இல்லை. வெளிப் படையாக தெரிவதை மக்களும் ஏன் இவ்வளவு ஆர்வமாக விசாரிக்கிறார்கள் என்பது புரியவில்லை.

“என்ன பிரியா.. இது இன்னா இப்பிடியிருக்குதே..

அப்புறம் உடம்பெல்லாம் பரவிடப் போவுது..", "இதெல்லாம் உடனே டாக்டர பாத்து சரி பண்ணிடணும்..", "இது பக்கத்துல இருக்கவங்களுக்குத் தொத்திக்குமா?", "ஒண்ணும் கவலப்படாதே.. மஞ்சள் பூசினியனா சரியாயிடும்."

என்னைப் பார்க்கிறவர்கள் உலகத்திலேயே மிகவும் கவனிக்கப்பட வேண்டிய நபராக என்னை கருத ஆரம்பித்தார்கள். அவர்கள் வீட்டில் ஆயிரம் பிரச்சினை இருந்தாலும் அதை அத்தனையையும் மறக்க வைத்துவிடும் வலிமை என் வெண் குஷ்டத்துக்கு இருந்தது. மார்பகத்தில் வெண்குஷ்டம் வந்திருப்பது யாருக்கும் தெரியாது. அது எனக்கு மட்டுமானது. நான் மட்டுமே பார்த்துக் கொள்ளக்கூடியது. அருணும் இருட்டில் இப்படியும் அப்படியும் தடவிப் பார்த்துவிட்டு போவதோடு சரி. விளக்கு வெளிச்சத்தில் எப்போதுமே அருணிடமிருந்து மறைத்துவிட முடியும். இது எனக்கானது என்ற பேரின்பம் பரவி பரவசப்படுத்திய நேரத்தில் இமைகள் திறந்து கொண்டன. இவ்வளவு நேரமும் நான் யோசித்தது அத்தனையும் கனவில்தானா, இல்லை விழித்துக் கொண்டேவா... அல்லது இதுவும்கூட கனவா?

எழுந்து உட்கார்ந்தேன். ஜாக்கெட் கொக்கிகளை அவிழ்த்தேன். சுதந்திரம் என்பதன் அர்த்தம் இதுதான். மார்பின் மையத்தில் வெண்புள்ளி தோன்றியிருந்தது. காம்பின் அருகிலும்கூட ஆயத்தம் தெரிந்தது. இருட்டில் ஜன்னல் வழியே வந்த வெளிச்சத்தின் மூலம் குஷ்டத்தைப் பார்க்க முடியவில்லை. செல்போன் நம்பரை அழுத்தினால் ஏற்படும் வெளிச்சத்தில் மார்பை ஆராய்ந்தேன்.

எங்களுக்குக் குழந்தையில்லாமல் போனதைப் பலரும் விசாரிக்க ஆரம்பித்தபோது அருண் ஒரு ஜோக் சொன்னான்.

ஜோக் என்று சொல்லுவதுகூட சரியில்லை. இயல்பாக நடந்த ஒரு விசாரிப்பு.

எதிர்வீட்டு பாபு அம்மா "குழந்தையில்லையே.. ஏன் தள்ளிப் போட்றீங்களா?" என்று கேட்டார். நான் "அதெல்லாம் ஒண்ணு மில்ல" என்று சொல்லிவிட்டு வந்தேன்.

பாபு அம்மா போனதும் அருண் என்னை ஆர்வமாக விசாரித்தான். அவர்கள் என்ன கேட்டார்கள் என்று கேட்டான். குழந்தையில்லாததைப்பற்றி விசாரித்தார்கள் என்றேன். "அவங்க கேட்டதை அப்படியே சொல்லு" என்றான். நிஜமாகவே எனக்கு ஞாபகம் வரவில்லை. அவர்கள் அத்தனை முக்கியமான எதையும் கேட்கவில்லை.

"ஏன் தள்ளி போட்றீங்களான்னுதானே கேட்டாங்க?" தலை யாட்டினேன்.

“சரியாத்தான் போட்றோம்னு சொல்ல வேண்டியதுதானே?”

அதைச் சொல்லி முடிப்பதற்குள்ளாகவே அவனுக்குச் சிரிப்பு வந்துவிட்டது. அதில் சிரிப்பதற்கு என்ன இருக்கிறது என்று யோசனையுடனேயே அவன் இவ்வளவு சிரிக்கும்போது நாம் பதிலுக்குச் சிரிக்கவில்லையென்றால் நகைச்சுவை உணர்வுயில்லை என்று ஆகிவிடுமோ என்று சிரித்தேன். அவன் குறும்பாக என் இடுப்பைக் கிள்ளினான். இது நடந்து ஒரு வருடம் ஆன பின்பும் அதில் உள்ள நகைச்சுவையை நான் அவ்வளவாக ரசிக்க முடியவில்லை. ஆணும் பெண்ணும் கூடுவதை போடுவது என்றும் அழைப்பார்கள் என்று அதுவரை நான் அறிந்ததில்லை. ஏற்கெனவே அறிந்திருந்தால் ஒருவேளை ரசித்திருப்பேன். இப்போதும்கூட அதை என்னால் ரசிக்கவே முடியாததோடு, இப்போதெல்லாம் இதில் ஈர்ப்பு இல்லாமல் போய் ஒருவித வெறுப்பும்கூட உண்டாகிறது.

எனக்கு ஈர்ப்பு இல்லாமல் போனதால் அருண் விலகிப் போவதாக வெளிப்பார்வைக்குத் தெரியலாம். என் மீது அருணுக்கு ஈர்ப்பில்லாமல் போய்விட்ட பின்புதான் இந்த விலகல் ஆரம்பமானது. என் மீது அவனுக்கு ஈர்ப்பு இல்லாமல் போனதற்கு இரண்டு காரணங்கள் முக்கியமாக இருந்தன.

ஆவி என் உடம்பில் புகுந்திருப்பதாக அவனுக்கும் சந்தேகம் வலுத்துவிட்டது ஒரு காரணம். அல்லது உளவியல் கோளாறு என்று பீட்டர் செல்வராஜிடம் போக வேண்டியிருந்ததால் என்னை ஒரு பைத்தியம்போலத்தான் பார்த்தான். வைத்தியத்துக்கு மாத்திரை சாப்பிடும் பெண்ணிடம் யாருக்கு ஈர்ப்பு இருக்கும்? முகத்திட்டுகள் வேறு என்னைப் பேய் போலவே காட்டும். பேய், பைத்தியம் இரண்டும் ஒன்றுதான் அவனுக்கு. இரண்டாவது காரணம் வெண் குஷ்டம். ஒரு பெண் பேரழகுடனும் இயல்பாகவும் இருந்தாலே டைவர்ஸ்வரை போக காரணங்கள் உருவாகி விடுகின்றன.

என்னைப் பற்றித் தெரியும். நான் சுமாரான அழகுதான். அத்தோடு இதெல்லாம் வேறு. அருண் என்னிடம் இருந்து விலக ஆரம்பித்தான். அவனைச் செயல்பட வேண்டுமானால் அவனுக்கு கட்டுக்கடங்காத காமம் அலைமோத வேண்டியிருந்தது. அது மிகவும் அரிதுதான்.

மறுபக்கத்தில் எனக்கு என் மீது இருந்த தன்னிரக்கம் ஒரு தடையாக இருந்தது. ஆனால் என்னிடம் அருண் அன்பாக இருக்க வேண்டும் என்ற எதிர்பார்ப்பு அதிகமாகியிருந்தது. அது நாளுக்கு நாள் அதிகமாகிக் கொண்டிருந்தது. நான் புறக்கணித்தாலும் அவன் நேசிக்க வேண்டும் என்ற வீராப்பான ஆசை அது. ஆனால் அது

நடக்கவே இல்லை. கோடை நெருங்கும் போது குளிர் விலகிப் போய்விடுவதைப்போல தினம் கொஞ்சமாக விலகியேவிட்டான்.

அவனே தீர்த்துவைக்க வேண்டிய பிரச்சினைக்கு பீட்டர் செல்வராஜ் எதற்கு?

பீட்டர் குறுந்தாடி வைத்திருந்தார். அல்லது அவருக்கு முளைப்பதே அவ்வளவுதானா என்று தெரியவில்லை. பீட்டர் செல்வராஜிடம் முதன் முதலாக அழைத்துச் சென்றபோது அவர் மூலமாக பிரச்சினை தீரப் போகிறது என்று நானும் எதிர்பார்த்தேன். அவருக்கு எம்.ஜி.ஆரைப் பற்றி கொஞ்சம்கூட தெரிந்திருக்கவில்லை. தெரிந்திருந்த அளவிலும் ஒருவித அலட்சியம் இருந்தது. அதுதான் தாங்கிக் கொள்ள முடியவில்லை. என்னைத் தூக்கத்தில் ஆழ்த்திப் பேச வைப்பதாக சொன்னார். கண்களை மூடச் சொல்லி கடிகார வினாடி முள் நகரும் சப்தம் போல எதையோ ரீங்கரித்தார்.

"எம்.ஜி. ஆர். படம்னா ரொம்பப் பிடிக்குமா?... எவ்வளவு நாளா அவர் உங்களுக்குத் தெரிய ஆரம்பிச்சிருக்காரு?"

இந்தக் கேள்விகளில் எனக்கு ஒட்டுதலே இல்லை. அவர் என்னை விசாரிக்கும் முறை பிடிக்காததால் நான் என்னுடைய நிலைமையை விளக்கும் பொருட்டு, "நான்தான் எம்.ஜி.ஆர். என்பதை நீங்கல் மதைக்க நினைத்தால், பல பின் விளைவுகளைச் சந்திக்க வேண்டியிருக்கும், இது அண்ணாவின் மீது ஆணை" என்று ஒரே போடாகப் போட்டேன். பலமுறை டாக்டரை சந்தித்தபோதும் கடைசியாக சந்தித்தபோதுதான் நான் இப்படிச் சொன்னேன். டாக்டரின் மீது ஏற்பட்ட உச்சகட்ட அவநம்பிக்கையில் அப்படிச் சொன்னேன். நான்தான் அப்படிப் பேசுகிறேனா என்று எனக்கே புரியவில்லை. உண்மையில் நான் என்பதே எனக்கு இல்லாமல் இருந்தது. எழுதும்போதும் பேசும் போதும் நான் என்று நாம் பலமுறை சொல்ல வேண்டியிருக்கிறது. மொழியின் வசதி கருதிய ஒரு வார்த்தைதான் நான். நான் அப்படிச் சொல்லி முடித்தவுடன் என்னுள் இருந்து அவர் பேசியது மாதிரி இருந்தது. வியர்த்துப் போய்விட்டது. மயக்கமடைந்து சாய்ந்துவிட்டேன். பீட்டர் செல்வராஜும் பயந்துவிட்டதாக அருண்தான் அப்புறம் ஒருநாள் சொன்னான்.

நான் செல்போன் வெளிச்சத்தில் என் மார்பகப் பகுதியை ஆராய்ந்து கொண்டிருந்த வேளையில் அருண் எழுந்துவிட்டான். எனக்கு முன்னால் நகர்ந்து வந்து அதிர்ச்சியுடன் பார்த்தான். அவன் கண்களில் காமம் பிறப்பதற்குப் பதில் கலவரம் பிறந்தது.

"நீங்கள் சொன்னது சரிதான்" துண்டாக இப்படிச் சொன்னேன்.

திடீரென்று அவன் எழுந்துவந்து பார்ப்பதைப் பார்த்து நான்

தமிழ்மகன் | 83

அதிர்ச்சியடைய வேண்டும் என்றும் அவன் எதிர்பார்த்திருக்க வேண்டும். நான் சாதாரணமாக ஒரு விஷயத்தைப் பேச ஆரம்பித்தது அவனுடைய அதிர்ச்சியைக் கூடுதலாக்கியது.

என்ன சொன்னான் என்று அவன் குழம்பிப் போனான். "எம்.ஜி.ஆருக்கும் முடியே இல்லாமல் இப்படித்தான் இருக்கும்" என்றதும் "நான் எப்போது அப்படிச் சொன்னேன்" என்று அவசரமாக அவன் யோசித்தான். அப்படி யோசிப்பது இருட்டிலேயே தெரிந்தது.

அவர் மேக் அப் போட்டுக் கொள்ளும்படியான புகைப்படம் ஒன்று பத்திரிகையில் வெளியானதை நானும் பார்த்திருந்தேன். இடுப்பில் வேட்டிகட்டி அமர்ந்திருப்பார். முகத்தில் அரிதாரம் பூசிக் கொண்டிருப்பார்கள். ஏதோ அரசர் காலக் கதைக்கான மேக்கப். தலையில் பாகவதர் கிராப் மாதிரி நீண்ட முடி. ஆனால் மார்பில் ஒரு முடியும் இல்லை. அருண் சொன்னது உண்மைதான். அதில் மாற்றுக் கருத்து இல்லை. ஆனால் அதை நான் இப்படி நடு ராத்திரியில் எழுந்து உட்கார்ந்து கொண்டு ஆமோதிப்பதுதான் அதிர்ச்சியை ஏற்படுத்தியது. அருணுக்கு அதிர்ச்சி ஏற்படுத்த வேண்டும் என்பதை உணர்ந்தேதான் நான் இப்படி செய்கிறேனா என்பதை அத்தனை உறுதியாக என்னால் சொல்ல முடியவில்லை. ஆனால் அவன் அப்படி அதிர்ச்சி அடைவதைப் பார்க்கும்போது அதைத்தான் நான் எதிர்பார்த்ததாக எண்ணிக் கொள்கிறேன்.

அருண் மிரட்சியோடு என்னையும் என் மார்பகத்தையும் மாறி மாறி பார்த்துக் கொண்டிருந்தான். என்னிடம் காம உணர்வை உருவாக்கும் பாகமாக மார்பகம் இருந்தது. அதை வைத்தும் அதிர்ச்சி வைத்தியம் கொடுத்தாகிவிட்டது. இனி இதைக் கசக்கும் நோக்கத்தோடு கனவிலும் நினைக்க மாட்டான்.

கசக்கும் என்ற வார்த்தை வேண்டுமா என்று பிரமிளா கேட்டார். ஆண்களுக்கு அந்தப் பயன்பாட்டுக்குத்தானே அது இருப்பதாக நினைக்கிறார்கள் என்று திருப்பிக் கேட்டேன். பிரமிளா டாக்டரின் கணவரை நான் பார்த்ததில்லை. நான் கேட்ட கேள்வி பிரமிளாவுக்கு அவருடைய கணவரை நினைவுபடுத்தியிருக்கும். பிறகு சரி இருக்கட்டும் என்று சொல்லிவிட்டார். அருண் என்னைக் குறித்து என்ன முடிவுக்கு வருவதென்று பயந்து என்னைப் பார்த்துக் கொண்டிருந்தான். நான் எம்.ஜி.ஆரின் அச்சமில்லாத விழிகளோடு பார்த்தேன். அவனே தன் பார்வையை விலக்கிக் கொண்டான்.

சொல்லப் போனால் காமத்துக்கு அன்றுதான் முற்றுப்புள்ளி வைக்கப்பட்டது. அதன் பிறகு அதற்கான கதவு திறக்கப்படவேயில்லை. அவனும் தட்டவுமில்லை.

11

ஒரு பெண்ணின் மனது ஒரு பெண்ணுக்குத்தான் புரியும் என்பதுகூட சரியில்லை. ஒரு பெண்ணின் மனது அந்தப் பெண்ணுக்கு மட்டும்தான் புரியும். அப்படியிருக்கையில் ஓர் ஆணுக்குப் புரிவது சாத்தியமே இல்லை. பெண்ணின் பிரச்சினை என்றால் அது பெண் உறுப்பில் ஏற்படும் பிரச்சினை என்றே ஆண்கள் பார்க்கிறார்கள். குறிப்பாக கணவர்கள் பார்க்கிறார்கள். உடலுறவில் பெண்ணுக்கு விருப்பம் போய்விடலாம். ஆனால் உடம்புக்கு அது தெரியாதே? அதுபாட்டுக்கு விரும்பிக் கொண்டுதான் இருக்கிறது. இதை ஆண் புரிந்து கொள்வானா? எனக்கு உடலுறவில் விருப்பமில்லை.. ஆனால் என் உடம்புக்கு விருப்பம் இருக்கிறது. இங்குதான் பெண்ணின் மனதை அறிந்து கொள்ள வேண்டிய நிர்பந்தம் ஏற்படுகிறது.

நான் திரும்பிப் படுத்துக் கொண்டால் அருணும் திரும்பிப் படுத்துக் கொள்கிறான். அவனுடைய தியாக மனப்பான்மையை நான் சிலாகிக்க வேண்டும் என்றும் எதிர்பார்க்கிறான். என்ன வேஷம்?

பிரமிளா டாக்டர் சொன்னால் ஏற்றுக் கொள்ள மறுக்கிறார். அருண் என் மீது பிரியமாகத்தான் இருந்ததாகச் சொல்கிறார். ஒரு பெண்ணின் மனதை இன்னொரு பெண்ணால்கூட புரிந்துகொள்ள முடிவதில்லை என்றது இதனால்தான்.

இப்போதெல்லாம் படுத்தவுடன் தூக்கம் வருவதில்லை. ஆனால் படுத்தவுடன் கண்களை

இறுக்கமாக மூடிக் கொள்கிறேன். போனது வந்தது எல்லாமாக மனத்திரையில் ஓடிக் கொண்டிருந்தது. எல்லா நினைவுகளையும் கால நாரில் கட்டிக் கொண்டே இருக்கிறேன்.

உடம்பிலும் ஏதோ மாற்றங்கள். பெண்ணின் பிரச்சினைகள் ஹா.. ஹா.. மாதத்தில் நான்கைந்து நாப்கின் பயன்படுத்துவார்கள். எனக்கு பதினைந்து நாப்கின் ஆகிறது. நான்காம் நாள் ரத்தப் போக்கு நின்றுவிட்டதுமாதிரி இருக்கும். நாப்கின் வேண்டாம் என்று அலுவலகத்துக்குக் கிளம்பிப் போனால் மீண்டும் படும். பாவாடையெல்லாம் ரத்தமாக இருக்கும். மீண்டும் இரண்டு மூன்று நாட்களுக்கு போகும். சில மாதத்தில் பத்து நாட்கள் வரை விட்டுவிட்டுப் பட்டுக் கொண்டே இருக்கும். இதையெல்லாம் நான் அருணிடம் சொல்வதில்லை. இதெல்லாம் பெண்கள் பிரச்சினை. பெண் உறுப்பில் ஏற்படும் பிரச்சினை.

மார்பகத்தில் புற்று வந்தால் பெண்கள் பிரச்சினை. புற்று எல்லாருக்கும்தான் வருகிறது. அது மார்பகத்தில் வந்துவிட்டால் பெண்கள் பிரச்சினை யாகிவிடும். ஆண்கள் பிரச்சினையென்றால்... அங்கு வருவது மட்டும்தானா?

வெளியில் போய் வரும் ஆண்களுக்கு ஆயிரம் பிரச்சினை இருக்கும் என்கிறார்கள். அந்த விகிதத்தில் பார்த்தால் வெளியில் போய்வரும் பெண்களுக்கு இரண்டாயிரம் பிரச்சினைகள். ஒரு ஆயிரம் ஆண்களுக்கானது போலவே இன்னொரு ஆயிரம் பெண்களுக்கு ஆண்களால் ஏற்படுபவை.

அன்பில் காமம் கலந்திருக்கலாம். அன்பில்லாத காமம் மிருகங்களிடம்கூட இல்லை. மிருகங்களின் அன்பு, பசியைப் போல இயல்பானது. பசிப்பதில் நடிப்பு இருக்குமா? அவை இயல்பாக அன்பு செலுத்துகின்றன. மனிதர்களில் ஆண்களிடம் செயற்கையான அன்புதான் தெரிகிறது. அதிலும் கணவர்களிடம் காமமும் செயற்கையும் கலந்த அன்பு.

பெண்களின் பிரச்சினையின்போது ஆண்கள் ஒதுங்கிக் கொள்கிறார்களாம். அதுதான் அவர்கள் பெண்களுக்குச் செய்யும் சேவை. பெண்டாட்டி குழந்தை பெற்றுக் கொள்வதுகூட பெண்கள் பிரச்சினை. அவளை அவளுடைய அம்மாவீட்டில் கொண்டு போய் விட்டுவிட்டு ஓட்டலில் சாப்பிட்டுக் கொண்டு கஷ்டப்படுவதாக ஒரு நாடகம் ஆடுகிறார்களே இந்திய ஆண்கள்... அடடா ஆஸ்கர் பரிசு கொடுக்கலாம். அந்தக் கணவன்களுக்காகப் பரிதாபப்படும் பெண்களை நினைத்தால்தான் பரிதாபமாக இருக்கிறது.

பழக்கத்தின் காரணமாக அப்படி பரிதாபப்படுகிறார்களோ என்னவோ... பழக்கத்தின் காரணமாக அப்படியெல்லாம் நடப்ப தாகவே நினைக்கிறேன்.

அப்பாவின் தெலுங்கு பேசும் நண்பர் தன் பொண்டாட்டியை அப்படி ஆந்திராவுக்கு மகப்பேறுக்கு அனுப்பிவிட்டு தினமும் அப்பாவையும் அவர் வீட்டுக்கு அழைத்துக் குடித்து கும்மாளம் போட்டது தெரியாதா? இதுதான் ஓட்டலில் சாப்பிடுகிற லட்சணமா?

ஊரில் இருந்து அரிசி வந்திருந்தது. அதை இரும்பு ட்ரம்மில் கொட்டி வைத்திருந்தோம். அதைப் பார்த்துவிட்டு அந்தத் தெலுங்குக்காரர் கேட்டது நன்றாக நினைவிருக்கிறது.

"எதுக்கு அரிசியை இதலே ஊத்தி வெச்சிருக்கீங்க?"

பெண்களின் பேறு காலத்தின்போது ஆண்களுக்கு இரட்டிப்பு வெற்றி. தொல்லை பிடித்த மனைவியை ஊருக்கு அனுப்பி வைத்து விடலாம். இஷ்டம் போல ஆட்டம் போடலாம். என் பொண்டாட்டி ஊருக்குப் போயிட்டா என்று துள்ளி குதிக்கலாம். இது முதல் வெற்றி.

மனைவியின் அன்புக்கு ஏங்கி அவள் இல்லாத வேதனையில் உருக்குலைந்து போனதாக வட்டியும் முதலுமாக அவளை கறந்து விடலாம். இது இரண்டாவது வெற்றி.

பெண்ணும் ஆணும் சமம் என்று பிதற்றும் அருணாவை என்ன சொல்லுவது? அவள் எப்போது அவளுடைய வீட்டுக்காரனை ஊருக்கு அனுப்பிவிட்டு கும்மாளம் போடப் போகிறாள்?

எம்.ஜி.ஆருக்குக் குழந்தை கிடையாது. அவர் எப்போதும் தம் மனைவியை ஊருக்கு அனுப்பிவிட்டு கொட்டமடிக்க வேண்டிய அவசியமில்லை.

பெண்களுக்கு அவரைப் பிடித்துப் போனதற்கு அவருக்குக் குழந்தையில்லாதது ஒரு காரணமாக இருக்குமோ? நாடாண்ட ராஜாவுக்கு வாரிசு ஒன்று இல்லையே என்ற வருத்தம் பெண்களுக்கு இருந்திருக்குமா?

எம்.ஜி.ஆருக்கு அந்த வருத்தம் இருந்திருக்கும்தான். என் மூலமாக அவர் தாய்மை உணர்வை அடைவதற்காகத்தான் வந்திருக்கிறாரா என்று தெரியவில்லை. இப்படி நினைக்கும்போதே எனக்கு சிலிர்த்தது. அவருடைய ஆசையை நிறைவேற்ற மனம் துடித்தது.

எனக்கொரு மகன் பிறப்பான்..

அவன் என்னைப் போலவே இருப்பான்...

அருணைத் தேடினேன். அவன் குறட்டை விட்டபடி தூங்கிக் கொண்டிருந்தான். எனக்கும் விருப்பமிருந்து என் உடம்புக்கும் விருப்பமிருந்து ஏங்கும் நேரத்தில் அவன் இப்படியிருக்கிறான்.

நேற்றுவரை நனைந்த நாப்கீன்களை கழற்றித் தூக்கி எறிந்துவிட்டு இப்போதுதான் சுத்தமானேன். ஒரு வாரமாக ஒரே கச்சை. எனக்கே கச்சையென்றால் அருணுக்கு? வசதியாகப் போயிருக்கும்.

பெண்கள் பிரச்சினையின்போது தொல்லை கொடுக்காமல் தூங்குகிறாராம். நேரம் கெட்ட நேரத்தில் இம்சிப்பதைவிட இது கொடுமையாக இருந்தது. எனக்குக் கொஞ்சமும் தேவையே இல்லாத நேரத்தில் காலைச் சுரண்டுவான்.

மனம் அறிந்து சுரண்டினால் மார்க்கம் உண்டு. முதல்நாள் உணர்வில் இருகது வெகு தொலைவுக்கு விலகி வந்துவிட்டது புரிகிறது.

எம்.ஜி.ஆர். இதற்காகத்தான் வந்திருக்கிறார் என்பது தெரிந்த போது நான் எப்படி தவித்துப் போய்விட்டேன்? நான் விளக்கைப் போடாமலேயே எழுந்து குறுக்கும் நெடுக்குமாக நடக்க ஆரம்பித்தேன். கால்கள் சோர்ந்து படுத்தேன். ஆனால் இமைகள் சோரவில்லை. மீண்டும் எழுந்து நடக்க ஆரம்பித்தேன். விடியும் நேரம் நெருங்கிவிட்டது இரவின் ஒவ்வொரு அசைவின் மூலமும் தெரிய ஆரம்பித்தது. இரவின் சப்தங்கள் மங்கிக் கொண்டே வந்தன. புகையால் ஆன அவருடைய உருவம் சுவரருகே நிராசையுடன் நின்று கொண்டிருந்தது.

12

எங்கள் வீட்டில் படிக்கக்கிடைத்தவை முக்கியமாக மூன்று புத்தகங்கள். எம்.ஜி.ஆர். எழுதிய சுயசரிதையான நான் ஏன் பிறந்தேன், நீங்களும் கூடுவிட்டு கூடுபாயலாம், கண்ணதாசனின் அர்த்தமுள்ள இந்துமதம் - பாகம் நான்கு.

மூன்றும் சம்பந்தமில்லாமல் இருப்பதாகத் தோன்றும். ஆனால் இந்த மூன்றையும் இணைக்கும் காரணியாக என்னை நான் உணர்ந்தேன். கண்ணதாசன் ஆன்மா பற்றி எழுதியிருந்தார். இறந்த பின்னர் ஆன்மா பழைய சட்டையை களைந்துவிட்டு புதிய சட்டையை அணிகிறது என்றார். கூடுவிட்டு கூடு பாய்வதை இது நெருங்கியது. அடுத்தது எம்.ஜி.ஆர். அவர் இறந்துவிட்டார். இறந்தது 1987-ல். நாள் டிசம்பர் 24. நான் பிறந்த அதே நாள். வருடம்தான் பத்து வருஷம் கூடிவிட்டது. அவர் இறந்த அன்று எனக்குச் சரியாக பத்து வயது. அவர் ஏன் கூடுவிட்டுக் கூடு பாய்ந்திருக்கக் கூடாது? தன் உடல் எனும் சட்டையைக் கழற்றிவிட்டு நானாகப் பிறந்திருக்கக் கூடாது?

வெளியில் சொன்னால் அடிக்க வருவார்கள். அல்லது சிரிப்பார்கள். இது நினைத்துப் பார்ப்பதற்குச் சுகமாக இருந்தது. ஏதாவது ஒரு கட்டத்தில் என்னைச் சுற்றியுள்ளவர்களால் புரிந்துகொள்ள முடியும் என்ற நம்பிக்கையும் எனக்குள் இருந்தது.

நான் மற்றவரைப்போல இந்தப் புத்தகங்களை டி.வி. பார்த்துக்கொண்டே அங்கொரு பக்கம் இங்கொரு

பக்கமாகப் புரட்டவில்லை. வரிக்கு வரி படித்தேன். வாக்கியங்களுக்கு நடுவே அவர்கள் நுணுக்கமாக வேறு ஒன்றைச் சொல்லிச் சென்றார்கள். யாரையும் காயப்படுத்தாத பெருந்தன்மையான ஒரு வாக்கிய அமைப்பை நான் ஏன் பிறந்தேனில் கவனித்தேன். இப்போது அவர் எனக்குள் இருக்கும்போதும் அந்தப் பெருந்தன்மையைக் கவனிக்கிறேன். மிகவும் நாகரிகமானவராகவும் எதற்கும் பதற்றப்படாதவராகவும் எப்போதும் மாறாத புன் முறுவலுடனும் அவர் இருந்தார்.

எதற்கும் பதற்றப்படாமல் எதிர்கொள்ள வேண்டும் என்பதன் முதல் பரிசோதனையாக வெண்புள்ளியை எடுத்துக் கொண்டேன். யாரும் என்னை வித்தியாசமாகப் பார்த்தாலும் நான் அலட்டிக் கொள்ளாமல் இருந்தேன். நான் அப்படி அலட்சியமாக இருந்தது இயல்பான மனிதர்கள் செய்யக் கூடியதில்லை. என் மன நோயின் முதல்கூறு அங்கு ஆரம்பித்திருக்க வேண்டும் என்று பிரமிளா சந்தேகப்பட்டார். அவருடைய சந்தேகம் எனக்கு இப்போதும் நியாயமானதாகப்படவில்லை. நான் துணிச்சலாக எல்லோரையும் எதிர் கொண்டேன். என்னை வித்தியாசமாகப் பார்ப்பவர்களை நான் பதிலுக்கு வித்தியாசமாகப் பார்த்தேன். வெண்குஷ்டம் குறித்து கருத்து சொல்லும் இலவச அக்கறையாளர்களையும் நான் ஏளனமாகப் பார்த்தேன்.

மற்றவர்களுக்கு வெண்குஷ்டம் ரொம்ப கஷ்டம்போல இருக்கலாம். எனக்கு அது அவர் தந்த வரம். அதை இவர்கள் புரிந்து கொள்ளவில்லையே என்பதுதான் வருத்தமாக இருந்தது. அவரைப் போல நிறம் அமைவதற்குக் கொடுத்து வைத்திருக்க வேண்டும் என்ற பெருமிதத்தையும் வளர்த்துக் கொண்டேன். நான் இளம் வயதில் படித்த மூன்று புத்தகங்களும் என்னை குடுவையில் நிரப்பிய நீர்போல அத்தனை பொருத்தமாக ஏற்றுக் கொண்டன.

இறந்தவர்கள் நிலை பற்றி தீவிரமாகத் தேட ஆரம்பித்தேன். நான் வேலை பார்த்த பகுதி ஆவணப் பிரிவாக இருந்ததால் நிறைய விஷயங்களை சுலபமாக அறியமுடிந்தது. முதலில் மறைமலை அடிகள் எழுதிய புத்தகம் ஒன்று கிடைத்தது.

இறந்து போன அவருடைய மகள் எப்படி அவருக்குக் காட்சி தந்தாள் என்பதைப் பற்றி அவர் எழுதியிருந்ததைப் படித்தபோது உடல் சிலிர்த்தது எனக்கு. இந்திய மரபில் மறுபிறவியும் பித்ருக்கள் எப்படி தம் வாரிசுகளின் நேர்த்திக் கடன்களுக்காகத் தவமிருக்கிறார்கள் என்பதும் ரத்தத்தில் ஊறியிருக்கிறது. இது குறித்து நான் படித்த ஒவ்வொரு நூலும் கல்வெட்டு போல மனதில் எழுதப்பட்டு நிலைபெற்றுவிட்டன. அஷ்டமா சித்திகள்

மலைக்க வைத்தன. என்ன பொல்லாத பீட்டர் செல்வராஜ்? அதனால்தான் கடைசி சந்திப்பின்போது நான் யார் என்பதை அவருக்குத் தெரியப்படுத்தினேன்.

"நான்தான் எம்.ஜி.ஆர். என்பதை நீங்கள் மறைக்க நினைத்தால், பல பின் விளைவுகளைச் சந்திக்க வேண்டியிருக்கும், இது அண்ணாவின் மீது ஆணை."

எம்.ஜி.ஆரிடம் வாலாட்டியவர்கள் எல்லாம் என்ன கதியானார்கள் என்று எல்லோருக்கும் தெரியும்தானே? அவர் வாழ்க்கை வேறு சினிமா வேறு என்றுபிரித்துப் பார்த்ததாகத் தெரியவில்லை. மிசா தீவிரமாகி தி.மு.க. பிரமுகர்கள் மீது வழக்குகள் போடப்பட்டபோது எம்.ஜி.ஆர். அறிவித்து விளம்பரப்படுத்திய படம் நீதிக்குத் தலைவணங்கு. தி.மு.க.விலிருந்து பிரிகிறாரா?... நேற்று இன்று நாளை... நாளை நமதே.. படத்தலைப்புகளிலேயே பதில் வைத்துவிடுவார். அதேபோல அன்றைய சூழலுக்கு அவருடைய பாட்டுகளிலும் வசனங்களிலுமே பதில் கிடைக்கும். எல்லாவற்றுக்கும் அவர் சினிமாவில் பதில் சொல்லிவிட்டதாகத்தான் தெரிகிறது.

"உன் மனசை திடமா வெச்சுக்கத் தெரியாவிட்டாலும் என்னோட மனசை ஆராய வந்திருக்கியே... உன் தைரியத்த நான் பாராட்றேன்" பீட்டர் செல்வராஜிடம் எம்.ஜி.ஆர். இப்படித்தான் பேசினார். செல்வராஜுக்கு நடுக்கம் தாளவில்லை. அவர் கண்களிலேயே பயம் தெரிந்தது.

"நீங்கள் உங்களை எம்.ஜி.ஆர்னு நம்பறீங்களா?"

"நம்பிக்கையில்லை.. அதுதான் நிஜம்.. காலத்தின் கட்டாயம் அதுதான்!" "இந்த வீணான கற்பனையிலிருந்து நீங்க வெளியில வரணும். அதுதான் உங்களுக்கு நல்லது... எம்ஜி.ஆர். இறந்து போய் இருபது வருஷம் ஆச்சி.."

"ம்ம்... ஒரு மனிதன் எத்தனை வருஷம் உயிரோட இருந்தாங்கிறது முக்கியமில்லை. அவன் இறந்த பின்னாடியும் எத்தனை வருஷம் மக்கள் மனசுல நிக்கிறாங்கிறதுதான் முக்கியம்."

சில மாதங்கள் மாத்திரை கொடுத்தார். எல்லாம் தூக்கம் சொக்க வைக்கும் மாத்திரைகள். ஒருவழியாகப் பரிசோதித்து முடித்துவிட்டு இது ஒரு உடலுறவு நிறைவின்மை சம்பந்தப்பட்ட நோய் என்று அபூர்வமாகக் கண்டுபிடித்தார்.

என்னை எதிரில் உட்கார வைத்தபடியே இதைச் சொன்னார். "கண்ட கண்ட புத்தகமெல்லாம் படிக்காதீங்க. கண்டபடி மனசைப் போட்டுக் குழப்பிக்காதீங்க. ஜாலியா இருங்க. வெண்புள்ளியால ஒரு குறையும் கிடையாது. கண்ணு சரியா தெரியலைனா கண்ணாடி

போட்டுக்கல... உம். அப்படித்தான். பார்வை குறைபாடு மாதிரி இது நிறமிக் குறைபாடு..." அமைதியாகப் பேசினார். ஆனால் அவருக்கு என் பிரச்சினையின் தோற்றமும் வளர்ச்சியும் பற்றித் தெரியவேயில்லை.

"யாராவது காதுக்குள் பேசுவதுபோல இருக்கிறதா?' பீட்டர் செல்வராஜ் கேட்டபோது என்காதில் இல்லையென்று சொல்லு என்று ஒரு குரல் கேட்டது.

என் உதடுகள் ஆமாம் என்று உச்சரிக்க விரும்பி இல்லை என்று சொல்லிவிட்டன.

நான் என்னுடைய கட்டுப்பாட்டிலும் இன்னொருவரின் கட்டுப் பாட்டிலும் ஒரே நேரத்தில் இருப்பது பெரும் சோர்வை ஏற்படுத்தியது. முழுக்க அவருடைய கட்டுப் பாட்டுக்கு மாறிவிடுவது சுலபமாக இருந்தது.

என்னுடைய சிந்தனைகளை முற்றிலுமாக நிறுத்திவிட வேண்டும். அவருடைய கட்டுப்பாட்டிலேயே செயல்பட வேண்டும்.

முதலாவதாக அவர் எம்.ஜி.ஆரின் ஆவி என்பதை தயவு தாட்சண்யமில்லாமல் புறம்தள்ளினார். விஞ்ஞானபூர்வமாக அணுகுகிறாராம். என்ன விஞ்ஞானபூர்வம்? இன்னாருக்கு இன்ன தேதியில் கல்யாணமாகும் என்று கணிக்கிறானே அவன் விஞ்ஞானியில்லையா? இன்று இத்தனை மணிக்கு சூர்யோதயம் என்று கணிக்கிறானே அவன் விஞ்ஞானியில்லையா? அரவு கடித்து இறந்துபோன சிவத் தொண்டரின் குழந்தையை உயிர்ப்பித்தாரே நாவுக்கரசர் அவர் விஞ்ஞானியில்லையா? இறந்தவர்களின் ஆவியோடு பேசுகிறார்களே அவர்கள் விஞ்ஞானிகள் இல்லையா? இங்கிலீஷ்காரன் எழுதிய இத்தனூன்டு புத்தகத்தைப் படித்துவிட்டு, "இதுதான் விஞ்ஞானம். இங்கே ஐயாயிரம் ஆண்டுகளாக மக்கள் வாழ்ந்து வாழ்க்கை அஞ்ஞானம்" என்றால் என்ன அர்த்தம்? அப்புறம் இங்கிலீஷில் தி கோஸ்ட் என்று எழுதி சிலுவை வைத்திருந்தால் பேய் அணுகாது என்று ஆராய்ச்சி கட்டுரையை முடித்தால் அதை அவசர அவசரமாகப் படிக்கிறார்கள். எல்லாவற்றையும் பார்த்துவிட்டேன். எங்கள் ஆவணக் காப்பகத்தில் எனக்கு இதுதான் வேலையே..

நம் மூதாதையர்கள் இறந்து போனால் அவர்களின் ஆவி நம் வீட்டிலேயேதான் உலவிக் கொண்டிருக்கின்றன. மறைமலை அடிகள் என்ன முட்டாளா..? இதை மூட நம்பிக்கை என்று ஒதுக்கித் தள்ளுவதுதான் அறியாமை என்கிறார். அவ்வளவு ஆராய்ச்சிக்குப் பிறகு அந்த நூலை எழுதியிருக்கிறார்.

சித்தர்கள் பனி மலைகளில் உணவு, உடையில்லாமல்

வெற்றுடம்போடு ஆண்டாண்டு காலமாக இருக்கிறார்களே அதை அறிந்து கொள்ளும் விஞ்ஞான அறிவு இருக்கிறதா இவர்களிடம்? எல்லாம் தெரிந்து கொண்டே நான் சும்மா இருந்தேன். கம்பளி கோட்டும் பூட்ஸும் ஹீட்டரும் இருந்தாலும் குளிரில் தத்தளிக்கிறார்களே... சித்தர்கள் எப்படி வெற்றுடமபில் வயிற்றுக்கும் ஆகாரம் இல்லாமல் அந்தக் குளிரில் நடமாடிக் கொண்டிருக்கிறார்கள்? அருணுக்கு இந்த மாதிரி ஆராய்ச்சி மனப் பான்மையே இல்லை.

அருணுக்கோ செக்ஸ் வாழ்க்கை நன்றாக அமையாததால்தான் இப்படி பிரச்சினையானதற்குக் காரணம் என்பதில் மனம் பாய்ந்து விட்டது. அது முதல் என்னிடம் பாலியல் தொடர்பாகப் பேசுவது வாடிக்கையானது. நான் எம்.ஜி.ஆராக மாறிப் போனதை ஏற்றுக் கொள்ளாத வக்கிரம்தான் அது.

ஒருநாள் உடுப்பி ஹோட்டலில் சாப்பிட்டுவிட்டு வந்த போது பில் கொடுக்கும் இடத்தில் தயாராக ஒரு விஷயத்தைச் சொல்லுவதற்குத் துடித்தான். “கம்பியில பில்ல குத்தறாரே உனக்கு என்ன தோணுது?” என்றான்.

எனக்குப் புரிந்துவிட்டது. இதில் ஏதோ செக்ஸ் காட்சியைச் சொல்லி என்னைத் தூண்டுவதற்கு முயற்சி செய்கிறானாம்.

“ஒன்றும் தோன்றவில்லை” என்றேன். “ஒரு பெண், ஆணை புணருவது போல இல்லை?” என்று சிரித்தான். அவனுக்குச் சிரிப்புத் தாளவில்லை. உள்ளே எரிச்சலை அடக்கிக் கொண்டு நானும் சிரித்துவைத்தேன். இது பெண்களுக்கேயான சாபக் கேடு. அவளுக்கு மூடு வரவழைப்பதாக நினைத்துக் கொண்டு ஆண்கள் செய்கிற கொடுமையின் உச்சகட்டம்.

இதை தேங்காய் உரிக்கும் பாணி என்பார்களாம். ஆண்களின் மீது பெண்கள் ஏறினாள் இப்படி ஒரு வெறித்தனமான பெயர். இது பிரான்ஸில் மிகவும் பிரபலமாம். போய் நேரில் பார்த்துவிட்டு வந்தது மாதிரி சொன்னான். இன்று இரவு இந்த பாணியை எதிர்பார்ப்பதாகச் சொன்னான்.

ரஜினீஸ் பெண்கள்தான் மேலே இருந்து செயல்பட வேண்டும் என்று கூறியிருக்கிறாராம். அவர் எழுதின முன்னூறு புத்தகத்தில் எதைப் படித்திருக்கிறான் பாருங்கள்.

பெண்களுக்கு செக்ஸ் உணர்வு எல்லோரும் சொல்லுவதுபோல உடம்பின் பாகங்களிலோ, மூடு கிளப்புவதிலோ இல்லை. அது மனதில் இருக்கிறது. மனது எங்கே இருக்கிறது என்று மொக்கையாக கேள்வி கேட்கக் கூடாது. அது நிச்சயமாக மூளையில் கிடையாது. அரூபமாக இருக்கிறது. அது எந்த இடத்தில் இருக்கிறது என்று

வேண்டுமானால் சொல்ல முடியும். அது இதயத்துக்கு நெருக்கமானது.

கல்யாணமான மறுநாளே துர்கா ஏன் ஹாஸ்டலுக்குத் திரும்பிவிட்டாள் என்று புரிந்து கொள்ள முடிந்தது.

இது யாருக்குமே தெரிவதில்லை. அருண் இதற்கு தேங்காய் உரிப்பது என்பதைச் சொன்ன பிறகு எனக்கு ஒரு ரகசியம் புரிந்தது. அம்மாவிடம் அப்பா எப்போதாவது வலிந்து தேங்காய் பற்றிப் பேசுவார். "என்ன இன்னைக்குத் தேங்காய் சட்னியா?" என்பதாக. அம்மாவுக்குப் பெரிய கூச்சமாக இருக்கும். "போங்க. குழந்தை எதிர்ல.. எதை பேசணும்னு விவஸ்தை கிடையாது" என்பார்.

தேங்காய் சட்னியைப் பற்றி ஏன் குழந்தைகள் எதிரில் பேசக்கூடாது என்று வியப்பு ஏற்பட்டு, அதை பெரிதாக எடுத்துக் கொள்ளாமல் விட்டுவிட்டேன்.

அருண் விளக்கிய கொஞ்ச நாள்கள் கழித்து அம்மாவிடம் எதற்காகவோ பேசிக் கொண்டிருந்தபோது தேங்காய் பற்றி பேச்சு வந்தது. உடனே அம்மாவை புதிதாக இன்னொரு முறை ஏற இறங்க பார்த்தேன். அம்மா சதைபோட்டு சதையெல்லாம் தளர்ந்து கத்திரிக்காயை அரிவாள்மணையில் நறுக்கிக் கொண்டிருந்தாள். எனக்கு ஆச்சர்யமாக இருந்தது. அம்மாவா.. அப்படி என்று.

அப்பாவுக்கு தேங்காய் ஒரு கோட் வேர்டு. அதைச் சொல்லி அம்மாவை மூடு கிளப்பியிருக்கிறார். இது எல்லாமே திடீரென ஒருவினாடிக்குள் பத்தாண்டுகளைச் சொருகியது மாதிரி மண்டையில் இறங்கியது. தோன்றுகிற போதெல்லாம் அம்மாவை உசுப்பேத்தியிருக்கிறாரே..

நான்குழந்தையாக இருந்தபோது எந்தெந்த சந்தர்ப்பங்களில் அவர் அப்படி அம்மாவிடம் பேச்செடுத்திருக்கிறார் என்பதையும் அப்போதெல்லாம் அம்மா எப்படி சங்கடப்பட்டார் என்பதையும் மூளை ஒரு வினாடியில் கண் முன் நிறுத்தியது.

வீட்டில் நிறைய விருந்தினர்கள் வந்திருக்கும்போது இப்படியான ஜாடை வார்த்தைகளைச் சொல்லி அம்மாவைச் சீண்டுவது நினைவு வந்தது.

சித்தி, அத்தையெல்லாம் வந்திருந்தனர். அப்பா மெல்ல சமையலறைப்பக்கம்வந்தார்.நானும்அங்கேதான்வெங்காயம்நறுக்கிக் கொண்டிருந்தேன். அம்மா தேங்காய் துருவிக் கொண்டிருந்தார்.

"என்ன தேங்காய் துருவலா?"

சித்தியும் அத்தையும் சாதாரணமாகத்தான் இருந்தனர். அவர்களுக்குத் திருமணம் நடந்திருந்தும் அப்பாவின் சங்கேத

மொழி புரிந்திருக்கவில்லை.

சித்தி, "ஆமா.. மாமா" என்றார். அத்தையோ, "அவனுக்கு சின்ன வயசில இருந்தே தேங்கா சட்னினா உசிரு" என்றார். அவர்களின் அப்பாவித்தன த்தை அப்பா ரசித்தார் என்பதை பத்து வயசு கடந்து இப்போது புரிந்து கொள்கிறேன்.

அம்மா ரொம்பத்தான் நெளிந்தார். அத்தையும் சித்தியும் மேற்கொண்டு தேங்காய் பற்றியே பேச.. அம்மா மேலும் மேலும் நெளிவது அப்பாவுக்குஜாலியாக இருந்திருக்க வேண்டும். அது எல்லாமே இப்போது புரிகிறது.

சித்திக்கும் அத்தைக்கும் கடைசிவரைபுரியவில்லை. அவர்கள் வீட்டில் என்ன மாதிரியான கோட் வேர்டுகளோ... அம்மாவின் முகம் வெளிறிவிட்டது. முகத்தைச் சுருக்கி உடனே அங்கிருந்து போங்கள் என்பதாக சைகை செய்தாள். அம்மாவின் அந்த சைகையை நான் பார்த்தேன். ஆண்களுக்குச் சமையல்கூடத்தில் என்ன வேலை என்று கண்டிக்கிறாரோ என நினைத்துக் கொண்டேன். இப்போது அதன் விபரீதம் முழுவீச்சில் புரிந்தது. எத்தனை சந்தர்ப்பங்களில் என்னென்ன கோட் வேர்டுகளைப் பயன்படுத்தனார்களோ, அருண் உடுப்பி ஹோட்டல் பில் குத்தும் ஊசியைச் சொன்னது போல. இன்னும் என்னென்னவோ வார்த்தைகளை செக்ஸைக் குறிப்பதற்காக அருண் பயன்படுத்தியிருக்கிறான். அதையெல்லாம் சொல்லுவதற்குக்கூட கூசுகிறது.

உடனே என் ஆத்திரம் அருண் மீது திரும்பியது. என் அம்மாவை இப்படியெல்லாம் நினைக்க வைத்த காரணத்துக்காக சபித்தேன்.

தாயின் மனமே என் கோவில்... அவளே என்றும் என் தெய்வம்... அதன் பிறகு என்னுடைய அப்பாவை இயல்பாகவே பார்க்க முடியவில்லை. பீட்டர் செல்வராஜிடம் மருத்துவம் பார்த்துக் கொண்ட பிறகு சகஜமாக இருப்பது போல தோன்றினாலும் எல்லாவிதத்திலும் ஆண்கள் மீதும் குறிப்பாக அருண் மீதும் வெறுப்பு அதிகமாகிக் கொண்டே இருந்தது.

இரவுகளில் அதிகமாக எரிச்சல்பட ஆரம்பித்தேன். அவன் என்னிடம் நெருங்குவதுகூட இல்லை. கல்யாணமான புதிதில் அவனுக்கு இதில் இருந்த ஈடுபாட்டைப் பார்த்தேன். என்னுடைய போக்கு அவனை ஏமாற்றிவிட்டிருக்கும்தான். பிறகு அவனை எப்படி தண்டிக்க முடியும்.

ஒரு வளையல் வாங்கித்தந்தாலோ, வழியில் செயினைபறி கொடுத்துவிட்டு அழுதபடி வந்தாலோ, ஒரு வீடு வாங்கித் தந்தாலோ, என் வெண்குஷ்டத்தைப் பெரிய மனது பண்ணி ஏற்றுக் கொண்டாலோ அதற்குப் பிராயச்சித்தமாக அவனுக்கு செக்ஸில்

நான் முழு முனைப்பு காட்ட வேண்டும். சமையல் மிகவும் பிடித்துப் போய்விட்டாலும் அல்லது சமையல் சரியில்லாமல் போய்விட்டாலோகூட அதைக் கொண்டாடவோ ஈடுகட்டவோ செக்ஸ் வேண்டும்.

என்னுடைய எல்லா எரிச்சலுக்கும் காரணம் இங்குதான் தொடங்கியது. எனக்கு கோர்வையாக என் கதையைச் சொல்லத் தெரியவில்லை. சொல்லிக் கொண்டு வரும்போதே இந்தக் காரணம் எனக்குத் தெரிய ஆரம்பிக்கிறது. எல்லா சுக, துக்கத்துக்கும் பதிலியாக காமம் படைக்கப்பட வேண்டும். இது ஆண்களின் உலகம். இது போல பெண்களை அவர்கள் ஏதாவது சொல்ல முடியும். ஆனாலும் அது இதைப் போல ஈனத்தனமானதாக இருக்காது.

'பெண்கள் உலகில் இல்லையென்றால் ஆண்களுக்கு ஆறுதலே இருந்திருக்காது; பெண்களே இல்லையென்றால் ஆறுதலே தேவை யிருக்காது'

இப்படியொரு பாட்டைக் கேட்டேன். எவ்வளவு ஆணவமான பாட்டு. பெண்களே இல்லையென்றால் ஆண்கள் மட்டும் எப்படி இருந்திருப்பார்களாம்? எல்லா பத்திரிகைகளிலும் பெண்களுக்கு ஆண்கள் அடிமையாகியிருப்பதுபோலத்தான் ஜோக்குகள் போடு கிறார்கள். பொன்மொழிகள் போடுகிறார்கள்.

20 ஆயிரம் கடிகாரம் ஒரே நேரத்தைக் காட்டினாலும் காட்டும் இரண்டு பெண்கள் ஒரே கருத்தில் ஒத்துப் போக மாட்டார்கள். இது ஒரு பொன்மொழி ஆபிஸில் இதைப் படித்துவிட்டு நான்கு ஆண்கள் பல் இளித்துக் கொண்டிருக்கிறார்கள். இவர்கள் எல்லாம் தாயுடனும் சகோதரிகளுடனும் வாழ்கிறவர்கள் தானே?

பெண்டாட்டி மட்டும் எப்படி வேடிக்கையானவள் ஆனாள்? இவர்களின் காம இச்சைக்கு எப்போதெல்லாம் ஒருத்தி இடம் தர மறுக்கிறாளோ அப்போதுதான் இத்தகைய பொன் மொழிகள் ஆண்களால் எழுதப்பட்டன என்கிறேன்.

அது அருணாக இருந்தால் என்ன, ஆஸ்கார் ஒயில்டாக இருந்தால் என்ன?

13

பொன் மொழிகள் நினைவுக்குவந்ததற்குக் காரணம் இருக்கிறது. ஒருநாள் ஹாலில் அருணும் நானும் டி.வி. பார்த்துக் கொண்டிருந்தோம். ஹாலில் டி.வி. பார்ப்பதைவிட வேறு என்ன செய்ய முடியும்?

அப்போது அந்த வார இதழை என் மாமனார் படித்துக்கொண்டிருந்தார். மாமாவை அடையாளம் சொல்வது ரொம்ப சுலபம். வெள்ளை வேட்டி, வெள்ளைச் சட்டை, வெள்ளை பனியன் எல்லாம் வெள்ளை. கறுப்பு பிரேம் போட்ட கண்ணாடி. தலை வழுக்கை இல்லை என்றாலும் முடி அடர்த்தி குறைந்து தலையோடு படிந்திருக்கும். அருணைப் பற்றி மனத்தில் ஒரு உருவம் கொண்டுவந்துவிட்டவர்கள் அத்தோடு இன்னொரு முப்பது வயதைக் கூட்டிக்கொள்ள வேண்டியதுதான்.

அவர் படித்துக் கொண்டிருந்ததில் ஏதோ ஒரு ஜோக். ஒரு பக்கத்தை ஊன்றி படித்துக்கொண்டிருந்தவர் திடீரென்று சிரிக்க ஆரம்பித்தார். அவர்

சிரித்ததன் மூலம் அவர் படித்தது ஒரு ஜோக் என்று நான் நினைத்தேன். எல்லோரும் அவரை அவலாகப் பார்த்தோம். எங்கள் ஆவலை மேலும் அதிகரிக்கும் பொருட்டு மேலும் சிரிக்க ஆரம்பித்தார். சிரித்துச் சிரிந்து பெரும் அவதிக்குள்ளானார் அவர். சிரிப்புக்கு நடுவே காற்றை உள்ளே இழுத்து மறுபடியும் சிரிக்க வேண்டியிருந்தது. அந்தச் சிரிப்பு கோர்ட் வாசலில் எங்களைக் கொண்டு போய் நிறுத்திவிடும் என்று

அப்போது யாரும் நினைக்கவில்லை. அப்போது நானும் அருணும் மட்டும்தான் ஹாலில் இருந்தோம்.

"அருண்.. அருண்.. அம்மாவைக் கூப்பிடு" சிரிப்புக்கு நடுவே ஒருவாறு சொன்னார்.

அருணுடைய அம்மாவும் இப்படியான மகிழ்ச்சியான விஷயத்தைக் கேட்கும் ஆவலோடுதான் வந்தார். உள்ளுக்குள் இது ஒரு வெட்டித்தனமான ஜோக்காக இருக்கும் என்று இருந்தாலும் நானும் ஆர்வமாக அதைத் தெரிந்துகொள்ள விரும்புவதுபோல தவிப்பைக் காட்டிக்கொண்டிருந்தேன். ஓரளவுக்கு எதிர்பார்த்தது தான். அது ஒரு பொன் மொழி.

தன் மனதுக்குப் பிடித்த கணவன் வாய்க்காத பெண்ணுக்கு, வாய்க்கிற கணவனை கடவுள்தான் காப்பாற்ற வேண்டும்.

இதுதான் அந்தப் பொன்மொழி.

பெண் என்ன அவனைக் கடித்துச் சாப்பிட்டுவிடுவாளா?

எனக்கிருந்த சங்கடமெல்லாம் இதைத் தெரிவிக்க அவர் எதற்காக தன் மனைவியை அழைக்க வேண்டும், அதுவும் மகன் மூலமாக? என் மாமியார் முகம் வாடிப் போனது என் கண்களுக்கு மட்டும்தான் தெரிந்தது. ஏனென்றால் அந்த வருத்தத்தை அவர் வெளிக்காட்டிக் கொள்ளவேயில்லை. மேலுக்குப் பார்த்தால் அவரும் அதை நகைச்சுவையாக எடுத்துக் கொண்டு சிரித்தது மாதிரிதான் இருந்தது. அதாவது என் மாமியாரின் மனதுக்குப் பிடிக்காத மணமகனாக என் மாமனார் அமைந்துவிட்டதால் அவரைக் கடவுள்தான் இத்தனை நாளாகக் காப்பாற்றி வருகிறார் என்று அதற்குப் பொருள்.

இன்னொரு வகையில் அது என்னையும் சுடுவதாக இருந்தது. ஏனென்றால் அதற்கு அருணும் சிரித்துக் கொண்டிருந்தான். அம்மாவின் கொடுமையால் சித்திரவதையை அனுபவித்த அப்பாவை நினைத்துச் சிரித்தானா, அல்லது தன் மனைவியின் மனதுக்குப் பிடிக்காத கணவனாக அமைந்து இப்போது படாதபாடுபட்டுக் கொண்டிருப்பதாக நினைத்துச் சிரித்தானா என்று தெரியவில்லை.

"இதில சிரிக்க என்ன இருக்கு மாமா?" என் கேள்வி உறக்க ஒலித்திருக்க வேண்டும். எல்லோரும் ஒரே நேரத்தில் சிரிப்பை அடக்கிவிட்டனர். எல்லோருமே அமைதியாக இருந்தனர். மாமனார் இதற்கு பொறுப்பாக பதில் சொல்ல விரும்பினார்.

"இல்லம்மா மனசுக்குப் பிடிக்காத கணவன் வாய்ச்சா... ஒரு பொண்ணு தன் வீட்டுக்காரனை அந்தப் பாடுபடுத்துவா..

அவ்வளவுதான். இது ஜஸ்ட் ஜோக். விருப்பமிருந்தா சிரிக்கலாம். இல்லாட்டி டி.வி. பார்க்கலாம்."

இந்த பதில் என்னை மேலும் கோபப்படுத்தியது. ஆனால் மிகவும் பொறுமையாக என வாதத்தை எடுத்து வைத்தேன்.

"இந்த நாட்டல மனசுக்குப் பிடிக்காத கணவனைக் கட்டிக்கிட்டு காலமெல்லாம் செத்துச் சுண்ணாம்பா போற எத்தனையோ பெண்கள் இருக்கிறது உங்களுக்குத் தெரியாதா?"

"இது ஒரு ஜோக். இதுக்குப் போய் ஆர்க்யூ பண்ணிக்கிட்டு.. விடு பிரியா" என்றான் அருண்.

"நோ அருண்... இங்க இருக்கிறது ரெண்டு பெண்கள்.. ரெண்டு ஆண்கள்... இதில எந்த பெண்ணோட கொடுமைல எந்த ஆண் இருக்கீங்க?"

"பிரியாவை உள்ளகூட்டிக்கிட்டுப் போடா.. மாத்திரைக் குடுத்துப் படுக்க வை" மாமியாருக்கு இதற்கு மேல் இதில் தீர்வு எதுவும் தெரியவில்லை.

"நான் உங்களுக்குக்காகத்தான் வாதாடறேன்."

"எனக்கு யாரும் வாதாட வேண்டாம்மா... போ. உள்ள போய் படு."

"தாயில்லாமல் நானில்லை தானே எவரும் பிறந்ததில்லை" அவருக்கு சத்யபாமா மீது அப்படியொரு பக்தி.

தி.மு.க.வும் அ.தி.மு.க.வும் ஒன்று சேர ஒரிசா முதல்வர் பிஜு பட்நாயக் பாடுபட்டார். கருணாநிதியிடமும் எம்.ஜி.ஆரிடமும் மாறி மாறி தூது போனார். எல்லோரும் இரு கட்சிகளும் இணைந்துவிடும் என்றார்கள். கடைசியில் எம்.ஜி.ஆர். உடன்பட மறுத்துவிட்டார்.

டி.ஜி.பி. மோகன்தாஸ் எழுதின புத்தகத்தில ஏன் நீங்க இணையறதுக்கு சம்மதிக்கலன்னு கேட்கிறார். எம்.ஜி.ஆர். சர்வசாதாரணமாக அம்மாவுக்குப் பிடிக்கல என்று சொல்கிறார்.

அதைக் கேட்கிறவர்களுக்கு சத்யபாமா அப்போது உயிரோடு இல்லை என்பது தெரிந்தால்தான் அதில் இருக்கும் அதிர்ச்சியை உணர முடியும். சத்யபாமா இறந்த பின்னும் அவருடைய எல்லா முடிவுகளிலும் உடனிருந்தார் என்பதற்கு இதைவிட என்ன அத்தாட்சி வேண்டும்? இங்கே அம்மாவை கேலி செய்து சிரிக்கும் அருணை நினைத்ததும் அருவருப்பும் ஆத்திரமும் பொங்கி வந்தது.

நான் உள்ளே போய் படுக்கலாம் என்று நினைத்தபோது அவர்கள் "மாத்திரை கொடுத்துப் படுக்க வை' என்று சொன்னது திடீரென்று

நினைவுக்கு வந்துவிட்டது. எம்.ஜி.ஆர். எனக்குள் நீதிகேட்டு விரைப்புடன் முன்னோக்கி வந்தார்.

"நீங்க புனிதமான கல்வித்துறையில பணிபுரிஞ்சவங்க. உங்களுக்கு இது தவறுன்னு புரியாம இருக்கறதுதான் ஆச்சர்யமா இருக்கு" எனக்கே என் குரல் வேறு மாதிரி கேட்டது. நான் பேசுகிறேனா எனக்குள் இருந்து வேறு யாரோ பேசுகிறார்களா என்பதை உறுதிப்படுத்திக் கொள்ள இன்னும் கொஞ்சம் பேசிப் பார்க்கலாம் என இருந்தது. இவ்வளவு நேரம் பேசியதும் இனி பேசப் போவதும் உண்மையில் நடந்து கொண்டிருக்கிறதா, இல்லை என் நினைவுகளா? அந்தத் தருணம் மிகவும் குழப்ப மூட்டுவதாக இருந்தது. அதாவது நான் கற்பனையாக நினைத்துக் கொண்டிருக்கிறேனா, நிஜமா?

இந்த இடத்தில் வாசகர்களுக்குப் புரிந்து கொள்வதில் சிக்கல் இருக்கலாம். கற்பனையா, நிஜமா என்பதை உறுதிப்படுத்திக் கொள்ள நினைப்பதும்கூட கற்பனையா, நிஜமா என்று உறுதிப்படுத்த முடியாமல் இருந்தது. அதன் பிறகு இன்னும் குழப்பத்தில் ஆழ்ந்தேன். ஒரு சச்சரவு நடக்கிறது... அது கற்பனையா நிஜமா என்று தெரியவில்லை... அதை உறுதிப்படுத்திக்கொள்ள நினைப் பதும் கூட கற்பனையா நிஜமா என்று தெரியவில்லை. அதை உறுதிப் படுத்திக் கொள்ள நினைத்ததையும் கற்பனையா, நிஜமா என்று நினைத்ததும்கூட இப்போது கற்பனையா, நிஜமா என தெரியாமல் இருந்தது.. இப்படி நினைத்ததும்கூட கற்பனையா நிஜமா என்று தெரியவில்லை. இந்த சந்தேகத்தை உறுதிப்படுத்திக் கொள்வதிலும் சந்தேகம் வலுத்தது. அதை உறுதிப்படுத்திக் கொள்வதிலும்... அதையும். அதற்கடுத்து அதையும். நான் எதை உறுதிப்படுத்திக் கொள்வதில் சந்தேகம் வந்தது என்பதை மீண்டும் நினைத்துப் பார்த்தேன். வெற்றிடத்தில் கையைத் தொடர்ந்து துழாவிக் கொண் டிருப்பதுபோல இருந்தது.

"சரி, வா" அருண் கையைப் பிடித்து உள்ளே இழுத்தான். பீட்டர் செல்வராஜ் சொன்ன படி எனக்குப் பைத்தியம். கொஞ்ச நாளாக சரியாகிவிட்டது என்று எண்ணி மாத்திரை போடுவ தில்லை. அதனால் இப்போது எனக்கு பைத்தியம் முற்றிவிட்டது. மனசு தாங்கவில்லை. அருணுடைய கையை வேகமாக உதறினேன். அருண் எதிர்பார்க்கவேயில்லை. கீழே விழப்போனான். அவன் கீழே விழுந்துவிடுமளவுக்கு அலட்சியமாக என்னை இழுத்துச் சென்று கொண்டிருக்கிறான் என்பதை நானும் எதிர்பார்க்கவில்லை. ஆனால் அருணை நான் கீழே பிடித்துத் தள்ளப் பார்த்ததாகத்தான் எல்லோரும் அடுத்த மாதம் வரை பேசிக் கொண்டிருந்தார்கள். இதை அவர்கள் ஒருமாதம் வரை பேசிக் கொண்டிருந்தது பின்பு அவர்களுக்கு நல்ல பலனை அளித்தது. கோர்ட்டிலும் அவர்களுக்குச்

சாதகமாக இருந்தது. அவர்களுக்கு சாதகமா, எனக்குச் சாதகமா என்பது வேறுவிஷயம்.

அருணின் ஆண்மை விழித்துக் கொண்டது. பொண்டாட்டி தன்னி மேலே விழுந்துவிட்டான், அதுவும் அம்மா, அப்பா எதிரில் என்றால் தாங்கிக் கொள்ள முடியுமா? இதை நான் ஒரு ஆணின் மனநிலையில் இருந்து பார்க்கிறேன். ஆனால் என்னை எப்போதாவது பெண்ணின் மனநிலையில் இருந்து அருண் பார்த்திருப்பானா? அவ்வளவு ஏன்? என்னிடம் பழகுகிற பெண்கள்... என் மாமியார்?... என் அம்மா? பெண்களே ஒரு பெண்ணை பெண்ணின் மனநிலையில் இருந்து பார்க்க முடிவதில்லை. எல்லா பெண்களுக்கும் தனித்தனியாக ஒரு ஆணாதிக்கப் பார்வைதான் இருக்கிறது, பெண்களின் விஷயத்தில்.

“எனக்கு எந்த மாத்திரையும் வேண்டாம்.. நான் டி.வி. பார்க்கப் போறேன்.”’

அருண் இந்த முறை மூர்க்கமாக இழுத்தான். ஏதோ விபரீதம் நடக்கப் போவதாக மாமனாரும் மாமியாரும் ஒதுங்கி நின்றனர். அருண் என்னை ஒரு குளிக்க மறுக்கும் நாய்க்குட்டியைப் போல தரதரவென்று இழுத்துக் கொண்டு போனான். நான் கூசிப்போனேன். மாத்திரை பாட்டிலை எழுத்து அவசரமாக ஒன்றுக்கு இரண்டாக மாத்திரையை என் வாயில் திணித்துத் தண்ணீரை ஊற்றினான். நான் பிடிவாதமாக மாத்திரைகளைத் துப்புவதற்கு முயற்சி செய்தேன். அவன் மூக்கையும் சேர்த்து அழுத்திக் கொண்டதால் எனக்கு காற்றை உள்ளிழுப்பதற்கு வாய் மார்க்கம் மட்டும்தான் இருந்தது. நான் தண்ணீர், காற்று, மாத்திரை எல்லாவற்றையும் சேர்த்து விழுங்க வேண்டியதாக இருந்தது. அவன் செய்த கலாட்டாவில் என் மூக்குக் கண்ணாடி எங்கோ கழன்று விழுந்தது.

நான் அளவுக்கு அதிகமான கோபத்தோடு கட்டிலில் சாய்ந்தேன். அழுது கொண்டே இருந்தேன். அருண் கட்டிலின் இன்னொரு மூலையில் வெறித்தபடி உட்கார்ந்திருந்தான்.

“சாதாரண ஜோக்குக்கு என்ன அமர்க்களம் பண்ற நீ?”

“அது ஜோக் இல்ல அருண்.” அருண் பேசாமல் இருந்தான். நானும் வெகு நேரம் வரை பேசாமல் கண்ணை மூடிக் கொண்டிருந்ததால் நான் தூங்கிவிட்டேன் என்று நினைத்து கதவைச் சாத்திவிட்டுப்போனான். அவர்கள் உடனே அப்பாவுக்குப் போன் செய்து பதற்றம் ஏற்படுத்துவார்கள் என்று தெரியும். எனக்குள் எம்.ஜி.ஆர். விழிப்புடன் இருந்தார். எதற்கும் கலங்க வேண்டாம் என்று எனக்குச் சொல்லிக் கொண்டிருந்தார். அவருடைய உருவம்

அரசியல்வாதிபோல இல்லாமல் சினிமா நடிகர் போல இருந்தது. அதுதான் மிகவும் பாந்தமான உணர்வைத் தந்தது.

அவர் நடிகராக இருந்ததிலும் இரண்டு முக்கியமான கட்டங்கள் உண்டு. ஏறத்தாழ 60-களின் இறுதிகள் வரை அவர் நடிகைகளை அவ்வளவாகக் கட்டிப் பிடிக்காமலேயே நடித்தார். சரியாக ஏழுபதுகளில் அவர் நடிகைகளை அளவுக்கு அதிகமாக அழுத்திப் பிடித்தார். அதிகமாக அவர்கள் மீது உரசி நடித்தார். படத்தில் இளமை இருக்க வேண்டும் என்பதை அவருடைய முதுமை உணர்த்தியிருக்க வேண்டும்."பளிச்சென்று தெரியாதோ இளமாங்காய் முன்னே' என்று இரட்டை அர்த்தத்துடன் சில பாடல்கள் வெளியானதும் அந்த இரண்டாம் கட்டத்தில்தான்.

என்னிடம் அவர் முதல் கட்ட பாணியில்தான் தோற்றமளித்தார். அவர் ஒரு குழந்தைக்கு ஏங்குகிறார் என்றால் யாராவது நம்பு வார்களா? ஒரு பெண்ணாக இருந்து குழந்தையை ஈன்றெடுக்க நினைக்கிறார்.

நான் ஆணையிட்டால் அது நடந்துவிட்டால் இங்கு ஏழைகள் வேதனை படமாட்டார் என்றார். அதன்படி ஆணையிட்டார் ஏழைகளுக்கான திட்டங்கள் வகுத்தார்.

நானொரு கை பார்க்கிறேன்.. நேரம் வரும் கேட்கிறேன் என்றார். நேரம் வந்தது. ஆட்சியைப் பிடித்து உட்கார்ந்து அநீதிகளைத் தட்டிக் கேட்டார். ஆறிலும் சாவு.. நூறிலும் சாவு தாயகம் காப்பது கடமையடா என்றார். தமிழ் ஈழத்தை ஆதரித்தார். ஆண்டவனே உன் பாதங்களை நான் கண்ணீரில் நீராட்டினேன்.. இன்று ஒருயிரை நீ வாழ வைக்க இங்கு உன்னிடம் கையேந்தினேன் என்று படத்தில் அவர் உயிர் பிழைக்க ஒரு கதாபாத்திரம் பாடிய பாட்டைதமிழ் நாடே பாடும் படி ஆனது. உயிர் பிழைத்து வந்தார்.

எல்லாமே அவர் வாழ்க்கையில் நடந்தது. கற்பனைக் காட்சிகள் எல்லாம் நிஜக் காட்சிகளாக மாறின. அவர் நம்பினார். அவருடன் சேர்ந்து மக்களும் நம்பினார்கள்.

எனக்கொரு மகன் பிறப்பான் அவன் என்னைப் போலவே இருப்பான் என்றது மட்டும் நடக்கவில்லை. அது மட்டும்தான் அவருடைய தீராத நிராசை. மூன்று முறை திருமணம் செய்தும் நிறைவேறாத ஆசையாகிவிட்டது. இப்போது அவர் வந்திருப்பது ஒரு குழந்தையை ஈன்றெடுக்கத்தான். யார் நம்புவார்கள். என்னை யார் நம்புவார்கள்?

அவர் ஏன் பெண்ணாக வரவேண்டும் என்பார்கள். ஒரு பிறவியில் ஆணாகப் பிறந்தவர் அடுத்த பிறவியில் பெண்ணாகத்தான் பிறப்பார் என்கிறது ஆவியுலகச் செய்தி. அவருக்குப் பெண்ணாகப்

பிறப்பதில் விருப்பமில்லை. அவருடைய விருப்பம் இல்லாமல் அவர் பெண்ணாகப் பிறந்துவிட முடியாது. அப்படி அவர் விருப்பம் கொள்ளாதவரை ஆவியாகத்தான் இருந்தாக வேண்டும். ஆவிகளுக்கு ஆண், பெண் பேதம் இல்லை. அதனால் அவர் என் மூலமாகக் குழந்தையைப் பெற்றெடுக்க வந்திருக்கிறார.

இன்றைய உறக்கம் பறிபோவதற்கு இந்தச் சிந்தனைகள் போதுமானதாக இருந்தது.

14

கல்யாணம் முடிந்த கையோடு நாங்கள் அருணின் கருணாநிதி மாமா வீட்டுக்குத்தான் போயிருந்தோம். அவருக்குக் குழந்தையில்லையென்பதால் அநியாய செல்லம் கொடுத்து ஒரு குழந்தையை வளர்த்தார். எங்களின் முதல் இரவு அன்றே எல்லோரையும் பாடாய்படுத்திவிட்டது அந்தக் குழந்தை. பானைக்குள் யானையைப் போகச் சொல்லும் பிடிவாதக் குழந்தை. அந்தக் குழந்தையை எடுத்து வளர்ப்பதற்கு முன்பாக அவர் ஒரு நாயையும் வளர்க்கத் தொடங்கியிருந்தார். அதுவும் பயங்கரச் செல்லம். கட்டில் மீது, டி.வி. மீதெல்லாம் படுத்துக் கொண்டிருந்தது. பாதாம் பாலை கிண்ணத்தில் வைத்துக் கொண்டு கெஞ்சினால் லேசாக கண்ணை மட்டும் திறக்கும். தலையைக்கூட தூக்குவதில்லை. விருப்பமிருந்தால் குடிக்கும். இல்லையென்றால் எவ்வளவு கெஞ்சினாலும் மறுபடி கண்களை மூடிக் கொள்ளும்.

அந்த நாய்க்கும் அவர்கள் வளர்த்த குழந்தைக்கும் யார் அதிக செல்லம் பிரயோகிப்பது என்பதில் போட்டி யிருந்தது. சீட்டுக் கம்பெனி, தவணைமுறையில் சோபா செட், ஈஸி சேர் விற்பது என்று அதிக சிரமமில்லாத வேலையாகத் தேர்வு செய்து பார்த்துக் கொண்டிருந்தார்.

நான் போன அன்று அந்த நாயை எனக்கு அறிமுகப் படுத்திவைக்கப் படாதபாடுபட்டார்.

“பிரியா அக்காவுக்கு ஷேக் ஹாண்ட் குடு.. ஷேக்

ஹாண்ட் குடு” என்று சொல்லிப் பார்த்தார். அது கடைசி வரை தன் முன்னங்காலை என் கையில் வைத்து ஆட்டவேயில்லை. பல முறை சொன்னதும் ஏதோ புரிந்துகொண்டது போல வாலை மட்டும் வேகமாக ஆட்டியது. எதையோ ஒன்றை ஆட்டினால் சரி என்று அவரும் விடுவதாக இல்லை. அந்த நாய் வேண்டுமென்றே விருந்தினர் முன்னர் தம்மை கேவலப்படுத்துவதாக வருந்தினார்.

“மத்த நாள்ல சும்மாவே வந்து ஷேக் ஹாண்ட் குடுக்கும். பேப்பர் படிக்கும்போது.. சைக்கிள் தொடைக்கும் போதுல்லாம் வந்து ஷேக் ஹாண்ட் குடுக்குறியே... இப்படி யார்னா தெரிஞ்சவங்க வரும்போது தான் இப்படி சேட்டை பண்ணுவியா?”

“நாளைக்கு அல்வா வாங்கிட்டு வந்து உனக்குத் தராம நாங்க மூணு பேரு மட்டும்தான் சாப்பிடப் போறோம்” அவர் சொல்வதை அது தலையைச் சாய்த்துப் பார்த்தது. மொழியை அத்தனை அர்த்தத்தோடு அது புரிந்து கொள்ளுமா என ஆச்சர்யமாக இருந்தது.

குழந்தை இல்லாதவர்கள் பலர் நாய் வளர்ப்பதில் ஆர்வம் காட்டுகிறார்கள். எம்.ஜி.ஆர். சிங்கம் வளர்த்தார். ஒரு கரடிகூட வளர்த்தார்.

எம்.ஜி.ஆர். சிங்கம் வளர்த்தார். கருணாநிதி நாய் வளர்க்கிறார்... என்று மனதில் ஒரு வாக்கியம் ஓடியது. குழந்தையில்லாமல் போனதால் நானும் எதையாவது வளர்க்க வேண்டியிருக்கும் என்று அப்போது யோசிக்கவில்லை. நான் ஒரு மணி பிளாண்ட் வளர்த்தேன். அது அழுவதில்லை, அடம்பிடிப்பதில்லை. செல்லமாக வளர்க்கப்படும் விலங்குகள் திடீரென்று புறக்கணிக்கப்படும்போது படும்பாட்டை நான் எம்.ஜி.ஆர். வளர்த்த சிங்கத்தின் மூலம் கண்டேன். அது பெரிய மேட்டில் இருந்த மிருகக் காட்சி சாலையில் இருந்தது. அதற்குப் பெயர் ராஜா என்று நினைக்கிறேன். அப்பா அதைக் காட்டி “ராஜா ராஜா” என்று கூப்பிட்டார். அது ஆயாசத்துடன் ஏறிட்டது. எல்லோருக்கும் சந்தோஷம்... ராஜா என்ற பெயர் சொல்லி அழைத்ததும் ஒரு சிங்கம் திரும்பிப் பார்த்துவிட்டதில். எனக்கு ஐந்து அல்லது ஆறுவயது இருக்கலாம். இந்தச் சிங்கத்தை இப்படி தனியாக விட்டுவிட்டாரே என்று வருத்தம் ஏற்பட்டது. எம்.ஜி.ஆர். இந்தச் சிங்கத்தை வந்து பார்த்துட்டுப் போவாராப்பா என்று அக்கறையாகக் கேட்டது நினைவு வந்தது.

கல்யாணமாகி வந்த புதிதில் எங்கள் வீட்டுக்குப் பக்கத்தில் இருந்த பாபு அம்மா வீட்டில் நாயொன்று வளர்த்தார்கள். வளர்த்தார்கள் என்றால் எப்போதும் அவர்கள் வீட்டு வாசலில் படுத்துக் கிடக்கும். அவர்கள் போடும் சாப்பாட்டைச் சாப்பிடும்.

அதுவும் வளர்ப்பதுதானே? நாய்க்கு என்ன தெரியும்? தம்மை அவர்கள் வளர்ப்பதாகவே நினைத்து வளர்ந்து வந்தது. அங்கிருந்த இரண்டு தெருக்கள் வரை அதனுடைய எல்லைப் பகுதி. அப்படி ஒரு நடை குப்பைத் தொட்டிகளை மோப்பம் பிடித்துவிட்டு எல்லை தீர்மானிக்கவேண்டிய இடத்தில் சிறுநீர் கழித்துவிட்டு மறுபடி வந்து வீட்டு வாசலில் படுத்துக்கொள்ளும்.

அதை ஒருநாள் கார்ப்பரேஷன் லாரிக்காரர்கள் கொண்டு போய்விட்டார்கள். "உங்க மணிய லாரிக்காரன் தூக்கிட்டுப் போயிட்டான்" என்று பசங்கள் வந்து சொன்னபோது பாபு அம்மா "ஒரு இடத்தில தங்கினாத்தானே?" என்று விட்டுவிட்டார்கள்.

பிடித்துக் கொண்டுபோன நாய்களை கார்ப்பரேஷன்காரர்கள் கொல்லுவதில்லை. அவற்றுக்குக் கருத்தடை ஆபரேஷன் செய்து எங்காவது தெருக்களில் விட்டுவிட்டுப் போய்விடுகிறார்கள். அப்படிச் செய்வது நாய்களைக் கொல்லுவதைவிட கொடுமையானது. நாய் அந்தத் தெரு நாய்களால் புறக்கணிக்கப்பட்டு, கடித்துக் குதறப்பட்டு தெருத் தெருவாக ஓடும். வாலை மடித்து அடிவயிற்றில் பதுக்கிக் கொண்டு குப்பைத் தொட்டி எங்கு இருக்கிறது என்பதுகூட தெரியாமல் பசியால் துடிக்கும். குப்பைத் தொட்டியைப் பார்த்தால் அதில் ஏற்கெனவே அதற்குச் சொந்தமான நாய் இருக்கும். சாலை போக்குவரத்து அச்சுறுத்தும். பழக்கமில்லாத ஆள்கள்.. தெரு.. இன்னொருத்தர் எல்லையில் அகதிபோல உலவும்.

மணி இப்படி அநாதையாகிப் போய் சம்பந்தமில்லாத இன்னொரு ஏரியாவில் அலைந்து கொண்டிருந்தபோது அருணைப் பார்த்துவிட்டது. தமக்குத் தெரிந்த ஆள் என்றதும் அதற்கு ஆனந்தம் அழுகை எல்லாம் சேர்ந்து கொண்டது. வாலை ஆட்டியது, தலையைத் தூக்கிக் கேவியது... அருணுக்குப் பக்கத்து டீக்கடையில் ஒரு பிஸ்கட் வாங்கிப் போட்டுவிட்டுப் போவதைத்தவிர வேறுவழி தெரியவில்லை.

பக்கத்தில் வங்கி ஒன்றில் டி.டி. எடுக்க வேண்டிய வேலை இருந்தது. அதை முடித்துவிட்டு மீண்டும் வெளியில் வந்து பார்த்தபோது மணி தன் பைக்குக்கு அருகிலேயே உட்கார்ந்திருப்பதைப் பார்த்தான். மனசு கேட்கவில்லை. வீடு வரைக்கும் பைக்கை மெதுவாக ஓட்டிக் கொண்டு வந்தான். மணியும் வீட்டுக்கு வந்துவிட்டது. அது அடைந்த ஆனந்தத்துக்கு எல்லையே இல்லை.

வீட்டுக்குக் கொண்டுவந்து சேர்த்த அருணுக்குத் தன் எல்லையையே தாரை வார்த்துக் கொடுத்துவிடும் அளவுக்கு நன்றியை வெளிப்படுத்தியது.

சரி இருக்கட்டும். சிங்க ராஜைவை.. அதாவது ராஜா சிங்கத்தைக்

காட்டி அப்பா ஒரு சம்பவத்தைச் சொன்னார்.

"சிங்கம்லாம் மனித ரத்தத்தை ருசி பார்த்துட்டா அதோட மனுஷங்களைச் சாப்பிட ஆரம்பிச்சிடும். ஒரு தடவை எம்.ஜி.ஆர். பேப்பர் படிச்சுக்கிட்டு உக்கார்ந்திருந்தார் அப்பா இந்தச் சிங்கம் அவரோடகால் மாட்டுல உக்காந்து அவரே நக்கிக்கிட்டு இருந்தது. சிங்கம் நாக்கு நல்லா சொர சொரப்பா இருக்கும். நக்கி, நக்கியே எம்ஜாரோட கால் சதையில கீறல் விழுந்து அவருடைய ரத்தத்தை ருசி பார்த்துடுச்சி. எம்.ஜி.ஆர். தீவிரமா முரசொலி படிச்சுக்கிட்டு இருந்ததாலே ரத்தம் வர்றதைக்கூட கவனிக்கல. அப்புறம் யாரோ பார்த்துட்டு அலறியிருக்காங்க. மனுஷ ரத்தத்தை ருசி பார்த்துட்ட சிங்கம் இனிமே வீட்ல இருக்கக்கூடாதுனு இங்க கொண்டாந்து விட்டுட்டாங்க." அப்பா இந்தக் கதையை சொன்னபோது மிருகக் காட்சி சாலையில் எங்களைப் போல சுற்றிப் பார்க்க வந்த பலரும் ஆர்வமாகக் கேட்டனர்.

நேரில் பார்த்ததுபோல இதை அப்பா விளக்கமான முகக் குறிப்புகளோடு சொன்னார். சிங்கம் கால்மாட்டில் பூனைபோல உட்கார்ந்திருக்க, அவர் முரசொலி படித்த காட்சி பிரம்மாண்டமான சித்திரம்.

உலகில் யாரேனும் அப்படிச் செய்திருப்பார்களா? சிங்கத்தைக் கால் மாட்டில் உட்கார வைத்துக் கொண்டு பேப்பர் படிப்பார்களா? சிங்கத்தின் நாக்கு சொர சொரப்பாக இருக்க வேண்டிய அவசியம் என்ன? சொர சொரபில்லாத நாக்கு உடைய சிங்கமாக இருந்திருந்தால் அவருடன் தடைசி வரை ஜாலியாக இருந்திருக்கலாமே? இப்படியெல்லாம் நினைத்தேன். அப்பாவின் சிங்கக் கதை எல்லோரையும் பாதித்துவிட்டது. பிறகு அங்கிருந்த பஞ்சவர்ணக் கிளி, மனிதக் குரங்கு, கழுதைப் புலி எல்லாவற்றுக்கும் அப்பாவிடம் ஏதோ கதை இருக்கும்போல பலரும் பின்னாலேயே வந்தனர்.

எம்.ஜி.ஆரை நேசித்தல் என்பது அபூர்வமான கலை. அவரைப் பற்றி நிறைய கதைகள் உண்டு. அவருடைய சமாதியில் அவருடைய கடிகாரம் இன்னமும் ஓடிக் கொண்டிருப்பதாகக் காது கொடுத்துக் கேட்பார்கள். அருணுக்குச் சுட்டுப் போட்டாலும் அத்தகைய மனது இல்லை.

ராஜாவை அதன் பிறகு நான் பாடம் செய்த நிலையில்தான் பார்த்தேன். தி.நகர். ஆர்க்காடு தெருவில் இருந்த எம்.ஜி.ஆர். அலுவலகத்தில் இருக்கிறது அந்த சிங்கம். எவ்வளவு பெரிய சிங்கம்? அதனுடன் நின்று போட்டோ எடுத்துக் கொண்டேன். அந்தப் போட்டோவை இதுவரை அருணிடம் காட்டவே இல்லை. ஆயிரத்தில் ஒருவன், எங்க வீட்டுப் பிள்ளை படங்களில் எம்.ஜி.ஆர்.

தமிழ்மகன் | 107

தோன்றிய காட்சிகளின் புகைப்படங்களை மந்தவெளியில் ஒரு புகைப்படச் சேகரிப்பாளர் வைத்திருப்பதாகச் சொன்னார்கள். இல்லை.. ஹிந்து பேப்பரில் அவரைப் பற்றி ஒரு கட்டுரை வெளியாகியிருந்தது. பழைய சினிமாக்களின் புகைப் படங்கள் அவரிடம் இருப்பதாக. எம்.ஜி.ஆர். நடித்த படங்களின் வண்ணப் படங்கள் கிடைக்குமா என்று கேட்டேன். சுதந்திரமாகக் கேட்க முடிகிறதா? பாத்ரூம் போய் கதவைச் சாத்திக் கொண்டு ரகசியமாகக் கேட்க வேண்டியிருக்கிறது. தேடிக் கண்டுபிடித்து வாங்கி வந்தேன். எந்தப் படத்தில் என்னுடைய வெண்புள்ளியின் நிறத்தை ஒப்பிட்டுப் பார்த்தேன். பாட்டி சொன்னது சரிதான் போல இருந்தது. பாட்டி தேற்றினாளா, உண்மையைச் சொன்னாளா என்று தெரிந்து கொள்வதற்கு அவள் இப்போது உயிரோடு இல்லை.

என்னுடைய நிறத்தை அவருடைய நிறத்தோடு ஒப்பிடுவது அவரை அசிங்கப்படுத்துவது போலத்தான். அவர் தங்கம்போல ஜொலித்தார். அவர் பொன்மனச் செம்மல்.. தங்கபஸ்பம் சாப்பிட்டால் அப்படி ஆகுமோ? அதான் பதங்கப் பானையைக் கொதிக்கவிடாமல், கணேச ஆசாரியைச் சந்திக்க விடாமல் செய்துவிட்டார்களே?

15

அம்மா, அப்பாவோடு கும்பகோணம் போயிருந்தபோது சோதிடர் தீர்மானமாகச் சொன்னார். திருமணத்தை இந்த ஆண்டே பண்ணிவிட வேண்டும் என்று. முதல் வரனே எல்லா பொருத்தத்துடனும்தான் வருவான் என்றார். அருணுக்கும் எனக்கும் அப்படி எல்லா பொருத்தமும் இருக்கிறதா என இந்த நிமிடம் வரை எந்த உறுதியும் இல்லை. "பொண்ணு படிக்கணும்னு சொல்றா" என அப்பா இழுத்தபோது, "அப்படியானா எட்டு வருஷம் கழிச்சுத்தான் விவாகம் பொருந்தி வரும்" என தீர்மானமாகச் சொன்னார். எனக்கே பயமாகிவிட்டது. எட்டு வருஷமா முப்பது வயசாகிடுமே என அம்மா மலைத்தார்.

"அதுக்குத்தான் சொல்றேன். நீங்க சென்னைக்குப் போனதும் அடுத்த பவுர்ணமிக்குள்ள உங்க வீட்டுக்கு ஒரு ஒரு வரன் தேடி வரும். அதையே முடிச்சுடுங்க. உயிரெழுத்தின் முதலெழுத்தில் தொடங்கும் பெயர் மெய்யெழுத்தின் முடிவெழுத்தில் முடியும்பெயர்" அவர் சொன்னது அம்மாவுக்கும் அப்பாவுக்கும் புரிந்ததோ இல்லையோ... அ..ன் தெரிந்து போய்விட்டது. நடுவில் உள்ள எழுத்துக்களைத் தெரிந்து கொள்ளத்தான் படாத பட்டுக் கொண்டிருந்தேன்.

அர்ஜுன், அரவிந்தன், அகிலன், அசோகன், அமுதன், அசுரன், அயோக்கியன், அசடன் என கிண்டல் கிண்டலாக எழுதிப் பார்த்தேன். எழுதிய பெயர்களை அவ்வப்போது கிழித்துப் போட்டுவிடுவேன். அருண் பார்க்க வந்தபோது இரண்டு சுழி 'ன்'க்குப் பதிலாக

தமிழ்மகன் | 109

மூன்று சுழி 'ன்' வருகிறதே என்று தவிப்பாக இருந்தது. எனக்கான மாப்பிள்ளை இவர் இல்லை என்று சொல்வது சரியாக இருக்குமா? அதற்குள் நகை வாங்குவதும் புடவை எடுப்பதுமாக ஏக களேபரம் யார் என்னுடைய விருப்பத்தைக் கேட்கிறார்கள். அப்பாவுக்கோ எல்லா 'ன்'னும் ஒன்றுதான்.

கல்யாணம் ஆன புதிதில் அருணுடன் கும்பகோணம் வந்தது மகத்தான சாதனை அதே சோதிடரைச் சந்தித்து இதற்கு விளக்கம் கேட்டுவிட வேண்டும் என்று தவிப்பாக இருந்தது. கல்யாணமே ஆன பிறகு பொருத்தம் பார்ப்பது சரிதானா? எல்லாம் பொருத்தமாக இருக்கிறது என்று சொல்லிவிட்டால் ஒரு திருப்தி. இல்லையா... ஏதாவது பிராயச்சித்தம் இருக்காதா?

எம்.ஜி.ஆர். கும்பகோணத்தில் யானையடி பள்ளிக்கூடத்தில்தான் மூன்றாம் வகுப்பு வரை படித்ததாக சொன்னதால் அதையும் ஒரு தரம் பார்த்துவிட வேண்டும் என்று துடித்தேன். பக்கத்தில் இருந்த திரௌபதி அம்மன் கோவிலில்தான் பிரசாதம் வாங்கிச் சாப்பிட்டு வயிற்றை நிரப்பிக் கொண்டதாக எம்.ஜி.ஆரே சொல்லியிருக்கிறார். இதெல்லாம் எனக்கு.. அல்லது எனக்குள் இருந்த எம்.ஜி.ஆரின் விருப்பங்களாக இருந்தன. நானும் அருணும் இரவு கும்பகோணத்தை அடைந்தபோது இரவின் மையப்பகுதி ஆகிவிட்டது.

பெற்றோருடன் வந்ததைவிட இந்த முறை எனக்குக் கும்பகோணம் பலவிதத்தில் மகத்தான அம்சங்கள் அடங்கியதாக இருந்தது. கும்பகோணம் வந்தது என் சொந்த ஊருக்கு வந்துவிட்டது போல பரவசமாக இருந்தது. ஆனால் அதை வெளிக்காட்டாமல் இருக்க வேண்டியிருந்தது. அருணிடம் ஏதோ மனச்சாந்திக்காக ஏதாவது ஒரு கோவிலுக்குப் போய் விட்டுவரலாம் என்றுதான் சொல்லி அழைத்துவந்தேன். கும்பேஸ்வரர் ஒரு சாக்கு.

சோதிடரைப் பார்ப்பது இரண்டாவது சாக்கு. நிஜம் எது என்று என் அடி மனதில் இருந்து மெல்ல பொங்கிக் கொண்டிருந்தது. ஹோட்டலில் இருந்து பார்த்தபோது கும்பேஸ்வரர் கோவில் குளம் நிலவொளியில் மின்னியது.

"கண்டியில் கோபாலன் நாயர் இறந்த பிறகு இங்குதான் வந்து செட்டில் ஆனாங்க" என்ற வாசகம் என்னையும் மீறித்தான் வெளியே வந்துவிட்டது. அருண் அவசரமாக என்னைத் திடுக்கிட்டுப் பார்ப்பது தெரிந்தது.

"யாரைப் பத்தி சொல்றே?"

அருணுக்குப் புரிந்துவிட்டதை என்னால் உணர்ந்து கொள்ள முடிந்தது. அவர் இந்தக் குளத்தில் குளிக்காமலா இருந்திருப்பார்? மகாமகத்தில் ஜெயலலிதாவும் குளித்தகுளம்.

"காலையில் குளத்துக்குச் சென்று குளிக்கலாமா?" என்றேன்.

"நான் குளிக்கப்போவதில்லை."

அருணின் பேச்சில் எனக்கு எதிரான கருத்தைச் சொல்ல வேண்டும் என்ற பிடிவாதம்.

"வெண்புள்ளி தீருவதற்கு இந்தக் குளத்தில் குளித்தால் நல்லது என்றார்கள். அதனால்தான் கேட்கிறேன்" என்றபோது அவனால் பதிலுக்கு துள்ள முடியவில்லை.

மறுநாள் கும்பேஸ்வரர் குளத்தில் மூழ்கிக் குளித்துவிட்டு, கோவிலில் சாமி கும்பிட்டோம். அவன் என்னை விட்டுப் பிடிப்பதுபோல அடுத்த என் அழைப்புக்குக் கட்டுப்பட்டான். நான் திரௌபதி அம்மன் கோவிலுக்குப் போகலாம் என்றேன்.

"அங்கேயும் வேண்டுதலா?" என்ற வறட்டுத்தனமான கேள்வியைக் கேட்டான். அவனே எடுத்துக் கொடுக்கும்போது எனக்கு என்ன வந்தது ஆமாம் என்று சொல்லிவிட்டேன். கோவிலில் மறக்காமல் பிரசாதம் வாங்கிச் சாப்பிட்டேன்.

முக்கியமாக திரௌபதி அம்மன் கோவிலிலேயே, யானையடி பள்ளிக்கூடம் எங்கே இருக்கிறது என்று விசாரித்துவிட்டேன். என்னிடம் இருந்த ஜாக்கிரதை உணர்வில் பாதிகூட அவனிடத்தில் இல்லை. இங்கே ஒரு பள்ளிக்கூடம் இருக்கிறது அங்கே போகலாம் என்றால் ஏன் எதற்கு என்று ஆயிரம் கேள்விகள் கேட்பான். மரத்தடியில் உட்காரலாம் என்று வழி விசாரித்துவைத்திருந்தபடி அந்தப் பள்ளிக்கூடத்தை அடைந்தேன். எல்லாவற்றையும் ஒரு ரவுண்டு பார்த்துவிட்டேன். யானையடி பள்ளிக்கூடத்தையும் திரௌபதி அம்மன் கோவிலையும் நான் எதற்காகப் பார்த்தேன் என்று அருணுக்குத் தெரிந்திருக்க வாய்ப்பில்லை. தெரியவே வேண்டாம்.

ஹோட்டலில் சாப்பிட்டு முடித்தபின்பு நாங்கள் முன்பு பார்த்த சோதிடரைப் பார்க்க வேண்டும் என்றுகேட்டபோது அருண், "என்ன இந்தக் காலத்தில போய் இப்படி..." என்று அலுத்துக்கொண்டான். அவனுக்கு சாப்பிட்டதால் ஏற்பட்ட தூக்க அலுப்பு வேறு சேர்ந்து கொண்டது. அங்கே போனால் தனக்கும் ஏதாவது தடயம் கிடைக்கலாம் என்ற ஆசை காரணமாகவோ என்னவோ சம்மதித்தான். போய் பார்த்தோம். மூன்று ஆண்டுகளுக்கு முன்பு பார்த்த அதே அழுக்கு. சுண்ணாம்பு அடித்தால் ராசி போய்விடும் என்று நினைக்கிறார்களோ?

அருண் வெளியிலேயே உட்கார்ந்திருந்தான். நான் முன்பு வந்திருந்ததைச் சொன்னேன். "ஜாதகம் கொண்டுவந்திருக்கியாம்மா?"

என்றார். நான் கொண்டுவராததைச்சொல்லி, எனக்கு வரும் வரன் மூன்று சுழி உள்ளவனாக வாய்த்திருப்பதைச் சொன்னேன்.

சோதிடர் சிரித்தார்.

அருணன் என்பதுதான் அருண் என்று நாகரிகத்தின் பேரில் இப்படிச் சுருங்கிவிட்டதாகச் சொன்னார். திருப்தியாக இருந்தது. எம்.ஜி.ஆர். படித்த யானையடி பள்ளிக்கூடம் பற்றி சோதிடரிடமும் பேச்சுக் கொடுத்தேன். அவருக்கு எம்.ஜி.ஆர் படித்த பள்ளிக்கூடம் பற்றித் தெரிந்திருந்தது.

எம்.ஜி.ஆர். படித்தது இப்போது இருக்கிற யானையடி பள்ளிக் கூடம் இல்லை. இப்போதிருக்கிற பள்ளிக்கூடத்துக்குப் பக்கத்துத் தெருவில்தான் முதலில் பள்ளிக்கூடம் இருந்தது. அங்குதான் எம்.ஜி.ஆர் படித்தார் என்றார்.

பேரதிர்ச்சியாக இருந்தது. இடிந்து போய்விட்டேன். அவர் படிக்காத பள்ளிக்கூடத்தில் போய் இளைப்பாறிவிட்டோமே என்று. எம்.ஜி.ஆர். மன து என்ன பாடுபட்டிருக்கும் என்று பதைத்தது மனசு.

மறுபடியும் ஏதாவது காரணம் சொல்லி அந்தப் பள்ளிக்கூடத்துக்குப் போகலாம் என்று வேகமாக திட்டமிட்டேன். வலதுகாதில் இருந்த கம்மலை அவசரமாகக் கழற்றி பையில் வைத்துக் கொண்டேன்.

வெளியே வந்த போது அருணே கேட்டான், கம்மல் எங்கே என்று. அந்தப் பள்ளிக் கூடத்திலே கீழே விழுந்திருக்கலாம் போய் கண்டெடுத்து வரலாம் என்றேன்.

"அதெப்படி அங்குதான் விழுந்திருக்கும்னு சொல்றே? காலைல இருந்து எங்கெங்கேயோ சுத்தினோம்... கொஞ்ச நேரத்துக்கு முன்னாடி ஜோஸ்யர் வீட்டுக்கு வர்றதுக்கு முன்னாடிகூட இருந்ததே? இப்பத்தான் எங்கயோ விழுந்திருக்கும்" அருண் பிடிவாதமாக மறுத்துவிட்டான்.

நான் இங்கேயெல்லாம் தேடிப் பார்த்துவிட்டேன் என்றேன்.

விழுந்திருந்தால் அங்குதான் விழுந்திருக்க வேண்டும் என்று சாதித்தேன். தங்க கம்மலாவது இவ்வளவு நேரம் அந்த இடத்தில் இருப்பதாவது போனது போனதுதான் என்று உறுதியாகச் சொல்லி விட்டான். கம்மல் கிடைத்துவிடும் போய் பார்க்கலாம் என்று எவ்வளவோ மன்றாடினேன். அழுதும் பார்த்தேன். இருண்டுவிட்டது இனிமே கண்டுபிடிக்க முடியாது என்று அவனுக்குச் சாதகமான காரணங்களை அடுக்கிக் கொண்டே போனான். அன்றே சென்னைக்குத் திரும்பிவிட்டோம். அது என்னை பலமாகத் தாக்கிவிட்டது.

கும்பகோணத்திலேயே அவர் தான் தமிழர் என்பதைத் தீர்மானித்திருக்க வேண்டும். மதம் மாறுவது முடிவது மாதிரி இனம் மாறுவதும் அவருக்கு முடிந்திருக்கும்.

அவர் மலையாள தயாரிப்பாளர்களுக்குப் படம் பண்ணிக் கொடுப்பதை முற்றிலுமாகத் தவிர்த்தார். மலையாளப் படத்தில் நடிப்பதைப் பற்றி நினைத்துக்கூட பார்க்கவில்லை. ஏன் மலையாள தேசத்து நடிகைகளைக்கூட தனக்கு ஜோடியாக ஒப்பந்தம் செய்வதைத் தவிர்த்தார். பிற்கால படங்களில் சரோஜா தேவி, ஜெயலலிதா, லதா, மஞ்சுளா போன்ற யாருமே கேரளத்து வரவுகள் இல்லை. பிற்கால படங்களில் நடிகைகளை அவர் அதிக கவர்ச்சிக்கு ஈடுபடுத்தினார் என்றான் ரகு.

விஜய்யின் ஆரம்பக்காலப் படங்களில் சங்கவியின் பங்களிப்பு இருந்ததைப் போல எம்.ஜி.ஆரின் இறுதிப்படங்களில் லதா இருந்தார் என்றும் ரகு கமெண்ட் அடித்தான். பாடல் காட்சிகளில் நாயகியரை நோக்கி பேடையைத் துரத்தும் சேவல் போல எம்.ஜி.ஆர். சைடு வாங்கி ஓடியது வேடிக்கையாக இருந்தது என்று கிண்டலடித்தான். அதற்கெல்லாம் பதில் தயாரிக்க என் இரவுப் பொழுதுகளில் என்ன பாடுபட்டேன் என்பது தெரியாமல் அருணும் அதற்கெல்லாம் சிரித்துக் கொண்டிருந்தான்.

கும்பகோணத்தில் யானையடி பள்ளிக்கூடத்தைப் பார்க்காமல் திரும்பி வந்துவிட்டதன் பிறகு நான் பலவாறாக பாதிக்கப்பட்டேன். முகத்தில் கண்ணுக்குச் சுற்றியுள்ள பகுதி தவிர மீதி இடத்திலெல்லாம் நிறம் இழந்துபோய் வெளிறிப்போனேன். என்னதான் தைரியமாக இருந்தாலும் கண்ணாடியில் என்னைப் பார்ப்பதற்கே பயமாக இருந்தது. என்னுடைய முகத்தை வேறு மாதிரி யாரோ வரைந்தது மாதிரி இருந்தது. தன்னுடைய நகம் வேறு ஒரு மாதிரி மாறிப் போனாலே தாங்கிக்கொள்வது கடினம்தான். முகம் மாறிப் போனால்? கண்ணாடியில் என்னைப் பார்க்கும்போது வேறு ஒரு முகம் தெரிந்தால்..? இது எம்.ஜி.ஆரின் நிறமாக இருக்கலாம்.. அதற்காக இப்படித் திட்டுத் திட்டாகவா? என் முகத்தில் அவருடைய முகத்தைப் பார்க்கப் பழகிக்கொள்ள முயற்சி செய்தேன். அது இமாலய கனவாக இருந்தது.

16

நினைவு தெரிந்த நாளிலிருந்து நான் அப்பா செல்லமாகத்தான் இருந்தேன். சரியாகச் சொல்வதென்றால் அப்பா எம்.ஜி.ஆரின் தீவிர ரசிகராக இருந்த நாள் வரை நான் அவருடைய செல்லமாக இருந்தேன். அவர் ஏன் எம்.ஜி.ஆரைத் தூக்கியெறிந்தார் என்பதற்கு ஒரு நியாயமான காரணத்தை இன்று வரை சொல்ல முடியாத நிலையில் எனக்கும் அவருடைய செல்லமாக இருக்க முடியாமல் போனதற்கான காரணத்தைச் சொல்ல வேண்டிய காரணம் இல்லையே?

அருண் சொல்வது மாதிரி அவர் தமிழரில்லை; மலையாளி என்று உப்பு சப்பற்ற காரணத்தைக் கூறிவிடுவாரேயானால் அப்பாவை நிராகரிப்பது சம்பந்தமாக யோசிக்க வண்டியிருக்குமே என்பதற்காக அதைப் பற்றி அறிந்து கொள்ள ஆர்வம் காட்டாமல் இருந்தேன். நான் வேலை பார்த்த இடத்தில் எனக்கு வேலை போக காரணமாக இருந்ததும்கூட இவரைப் பற்றி தவறாக சரித்திரத்தில் இடம் பெற்றுவிடக் கூடாது என்ற வரலாற்றை மாற்றி எழுதிய காரணத்தால்தான். அதைப் பிறகு சொல்கிறேன்.

கொங்கு நாட்டில் இருந்து பாலக்காட்டுக்குக் குடிபெயர்ந்த வேளாளர் பரம்பரையில் வந்தவர்தான் எம்.ஜி.ஆர். என்பதை அறிந்து கொள்வதற்கு மக்கள் காட்டும் சோம்பேறித்தனத்தின் உச்சகட்டம்தான் இது. தமிழகத்தில் இருந்து குடிபெயர்ந்து போன மன்றாடியார் பரம்பரையில் வந்தவர்தான் அவர் என்பதைத் தெரியப்படுத்தட்டுமா?

18-ஆம் நூற்றாண்டில் வள்ளுவ நாட்டை ஆண்ட வல்லபன் ராமவர்ம வலிய ராஜா, அங்காடிப்புரம் என்ற இடத்தில் மாளிகை அமைத்து அரசு புரிந்துவந்தார். சேரமான் பெருமாளின் அழைப்பின்பேரில் மானீச்சன், விக்கிரமன் முதலியோர் சேர நாட்டுக்குக் கள்ளிக்கோட்டை சென்றபோது இவர்கள் உடன் சென்றனர். அவர்கள் எல்லோரும் வேளாளர் பரம்பரையைச் சேர்ந்தவர்கள். இவர்கள் கொங்கு வேளாளரில் பெரிய குலத்தைச் சேர்ந்தவர்கள். அதனால் வலிய ராசா என்ற பட்டத்தைப் பெற்றனர்.

ஹைதர், திப்பு கலவரத்தின்பின் கிழக்கிந்தியக் கம்பெனியின் இடைவிடாத கொடுமையின் காரணமாக வள்ளுவ நாட்டு இராம வர்ம வலிய ராஜாவின் குடும்பம் ஆட்சிப் பொறுப்பைச் சரியாக நடத்த இயலாமல் சிதறியது. அவருடைய மனைவி இலக்குமி அம்மாள் தன் குமாரர்களான கிருஷ்ண மேனன், இராமன் மேனன் ஆகியோருடன் அங்காடிப் புரத்திலிருந்து புறப்பட்டுப் பாலக்காடு பறளியை அடுத்த நரிக்கோடு என்னும் இடத்துக்கு சென்று விட்டார். நல்லே பள்ளி அங்கராத்து மன்னாடியார் மாளிகையின் ஒரு பிரிவுதான் நரிக்கோடு. நரிக்கோடு என்னும் அங்கராத்து என்று கூறும் மரபும் உண்டு. அதாவது அங்கராத்து இல்லத்தினரும் நரிக்கோட்டில் காணி உடைய அங்காடிப்புரம் வள்ளுவ நாட்டு அரசர் மரபினரும் ஒரே தாய்வழியைச் சேர்ந்தவர்கள். கொங்கு நாட்டு வழக்கப்படிப் பங்காளிகள். மாங்கட மன்னரின் நிலபுலங்கள் பல நரிக்கோட்டுப் பகுதியில் இருந்தன. கொச்சி அரசுக்கு செலுத்த வேண்டிய பாக்கியை செலுத்தி கிருஷ்ண மேனன் அங்கராத்து மன்னாடியார் மாளிகைக்கு உரியவரானார்.

அதனாலேயே மெக்ன்சி எழுதிய குறிப்பில் அங்கராத்து மாளிகைக்கு உரியவர் நரிக்கோடு கிருஷ்ண மேனன் என்று உள்ளது.

ஆக, கொச்சி அரசுக்குச் செலுத்த வேண்டிய பாக்கியைச் செலுத்தி அங்காரத்து மன்னாடியார் மாளிகைக்கு உரியவரானார் கிருஷ்ண மேனன்.

கிருஷ்ண மேனனுக்கு ஐந்து மகன்கள், ஐந்து மகள்கள். ராவுண்ணி வலிய மன்னாடியார், கோவிந்தன் உண்ணி மன்னாடியார், கிட்டுண்ணி மன்னாடியார், சங்குண்ணி வலிய மன்னாடியார், நாராயணன் உண்ணி மன்னாடியார் இவர்கள் மகன்கள்.

மகள்கள் லக்குமி நேத்தியார், பாரு நேத்தியார், நாணி நேத்தியார், இக்கு நேத்தியார், அம்மணி நேத்தியார்.

மன்றாடியார்தான் மன்னாடியாராக திரிந்துபோனது. நாச்சியார் என்ற தமிழ்ப் பதம்தான் நேத்தியார் என்று திரிந்தது. வைத்தான் என்பதை வைச்சான் என்று திரிவதைப் போல.

விஷயத்துக்கு வருவோம். இதில் கிருஷ்ண மேனனின் நான்காவது மகன் சங்குண்ணி வலிய மன்னாடியார். இவர் 1832-ல் பிறந்து 1915-ல் மறைந்தார். கொச்சி சமஸ்தானத்தில் நீதிபதி பதவிக்குச் சமமான சிரஸ்தார் என்ற பதவி வகித்தவர்.

அம்மா என்னை கடந்து போனாள். "ஏண்டி இப்படி ஒரே இடத்தில உக்காந்துக்கிட்டு என்னத்தடீ யோசிச்சுக்கிட்டு இருப்பே... போம்மா போய் குளிச்சுட்டு சாப்புடு" என்னை ஒருவாறு இழுத்து நிறுத்தினார்கள். கலைந்து கிடந்த தலைமுடியை விரலாலேயே அவசரமாக சீவி கொண்டை போட்டுவிட்டார்கள்.

குளியலறையில் கொண்டுபோய் உட்கார வைத்து தலையை சீயக்காய் போட்டு கசக்கிவிட்டார்கள். "மாப்பிள்ளையே பெருசா எடுத்துகல. நீயேண்டி இதுக்குப் போய் மனசக் குழப்பிக்கிட்டு இருக்கே? தோலு வெள்ளையா இருந்தா என்னா? இது குஷ்டம் கெடையாது. ஒரு நோயும் கிடையாதுன்னு டாக்டர்தான் படிச்சு படிச்சு சொல்றாரே... அப்புறம் அதையே நினைச்சுக்கிட்டு இருந்தா?" தலையைக் கசக்கி முடித்ததும் குளிச்சிட்டு வா என்று சாத்திக் கொண்டு வெளியே போனார்கள்.

ம்ம்... எங்க விட்டேன். அந்த சங்குண்ணி வலிய மன்னாடியாரின் மூத்த பையன்தான் எம்.ஜி.ஆரின் அப்பா கோபால மேனன். கோபால மேனனின் இரண்டாந்தாரத்துக்குப் பிறந்த கடைசி பையன்தான் எம்.ஜி.ராமசந்திரன்.

புரியுது... இவ்வளவு நேரம் மன்றாடியார், மன்னாடியார்னு சொல்லிட்டு இப்ப மேனன் எங்கிருந்து மொளைச்சாருனுதானே கேக்கறீங்க?

சொல்றேன்... மேனன்ங்கறது எல்லாரும் நினைக்கிற மாதிரி சாதி பேர் இல்ல. அது ஒரு பட்டப் பெயர். மெக்கன்ஸி குறிப்பு அதை தீர்மானமா சொல்லுது.

மேனன் என்பது பட்டம். மேலானவன், மேனவன் என்பதன் மரூஉ. "மேல் கூட்டல் அவன்" என்பதன் சேர்க்கை. மேனவனாகி மேனன் ஆகிவிட்டது. எம்.ஜி.ஆரின் அப்பா கோபால மேனன் அந்தக் காலத்து தாசில்தார்.

சில சிவில் வழக்குகளையும் அவரே விசாரிக்கும் உரிமை அந்தப் பதவிக்கு அப்போது இருந்தது. அந்த வகையில் அவர்களின் குடும்பத்தின் வழக்கு ஒன்றுக்கு அவர் தீர்ப்பு வழங்க வேண்டியிருந்தது. நீதி வழுவாத குணம் அவருக்கு அதனால் சொந்த குடும்பத்தினர் என்றும் பாராமல் கறாராகத் தீர்ப்பு வழங்கினார். அதனால் அந்தக் குடும்பத்தினரின் விரோதத்தைச் சம்பாதிக்க வேண்டியதாகிவிட்டது. ஊரைவிட்டு வேறு எங்காவது

போய்விட்டால் போதும் என்ற அளவுக்கு மனக்கசப்பு. அதுக்கப்புறம் அந்தக் குடும்பம் இலங்கைக்குப் போய் கண்டியில் குடியேறியது. அங்கே கோபாலமேனன் இறக்கிறார். எம்.ஜி.ஆரோடு பிறந்த இரண்டு தமக்கைகள் இறக்கிறார்கள். தாய் சத்யபாமா, சக்ரபாணியையும் எம்.ஜி.ஆரையும் கூட்டிக் கொண்டு அவரகள உறவினர் இருந்த கும்பகோ...

"எவ்வளவு நேரம்டீ குளிப்பே?... குளிக்கிற சத்தத்தையும் காணோம். முக்கால் மணி நேரமா என்ன பண்றா?" கதவு டம்டம் என்று அறைபட்டது. என்னை மேற்கொண்டு சிந்திக்க விடாமல் செய்தது. என்னை நானாக இருக்கவிடாமல் செய்வதற்குத்தான் எத்தனை தடைகள்?

...ம் கும்பகோணத்தில கஷ்ட ஜீவனம். ராஜ பரம்பரையில் வந்தவங்களுக்கு சாப்பாட்டுக்கே திண்டாட்டம். அப்பத்தான் யானையடி பள்ளிக்கூடத்தில படித்தது. திரௌபதி அம்மன் கோவில்ல பிரசாதம் வாங்கிச் சாப்பிட்டது.

சிலம்பம் கத்துக்கிட்டது எல்லாம். அந்தம்மா சத்திய பாமா இல்லைனா அவ்வளவுதான். டம்.. டம்.. டம்.. எப்படியோ காப்பாத்தி கரையேத்தினாங்க. வயிறார சாப்பிட்டு நல்லா இருந்தா போதும்னு நினைச்சாங்க. தமிழ்நாட்ல சத்துணவு போட்டு நாட்டுக்கே பசியாற்றினார். "ஏய் திறடீ கதவ" டம்.. டம்.. அமைதி. கதவுக்குஅந்தப் பக்கம் ஏதோ பேசிக்கொள்கிறார்கள். டம் டம்... வேகமாக அடித்தார்கள். உடைக்கும் முயற்சியோ என்று தெரிய வில்லை. பேச்சுக் குரல் இரைச்சலாகிறது. கதவுக்கு அந்தப்பக்கம் என்னவோ செய்து கொண்டு போகட்டும் என்பது போல நிம்மதியாக இருந்தது.

ஒரு தமிழர்... மலையாளியாகிப் போய்விட்டார்.. கேரளம் என்பது என்ன சேர மன்னன் ஆண்ட பூமிதானே? மலையாளியாகவே இருக்கட்டுமே... சேர, சோழ, பாண்டிய மன்னர்களின் கூட்டுதானே மூவேந்தர் ஆட்சி? சேரன் செங்குட்டுவன் தம்பிதானே இளங்கோவடிகள். அதற்கு முன்னாடி கன்னடத்திலும் தமிழன் தான்... அதுக்கு முன்னாடி சிந்து சமவெளியிலும் தமிழன்தான்... ஆப்ரிக்காவில் இருந்து கிளம்பிய ஆதி குரங்குகள் மேற்கு ஆசியாவுக்கு இடம் பெயர்ந்து இந்தியாவுக்கு வந்தது. எல்லாமே ஓரசை, ஈரசை சொல்களை உதிர்ந்தன. ஒரு எழுத்தைச்சொல்வதற்கே சிரமப்பட்டன. காற்றை வெளியேற்றிச் சொல்ல வேண்டியதை காற்றை உள்ளே இழுத்துச் சொல்லி.. சொல்ல முடியாமல் சிரமப் பட்டன. ஆதி மொழி தமிழ் மொழி.. கல் தோன்றி மண் தோன்றா காலத்தே முன் தோன்றிய மூத்த மொழி... அதிலிருந்து கிளைத்தது தான் மராட்டி, குஜராத்தி, கன்னடம், தெலுங்கு, சமஸ்கிருதம்,

ஹிந்தி, கிரேக்கம், லத்தின் எல்லாமே... மலையாளமும்தான். அப்புறம் அவர் அந்த மொழியில் பிறந்ததற்காக ஒதுக்கி வைக்கலாமா?

இன்னும் சில பேர் நாயர்னு அவரை ஒதுக்கப் பாக்கறாங்க. நாயர்னா என்ன அது தலைமைப் பண்பைப் குறிக்கிறது. நாயகர் என்பதுதான் நாயர்னு மாறிப் போச்சு. மன்னாடியார் என்பதுதான் மன்னாடி நாயர்னு மாறிட்டதாகவும் சொல்றாங்க. ஒரு தமிழரை தமிழர்னு நிருபிக்கிறதுக்கு என்ன பாடு பட வேண்டியிருக்கிறது?

ஒரு சிங்கம் தான் ஒரு சிங்கம்தான்னு நிரூபிக்க வேண்டியிருந்தா எவ்வளவு கொடுமையா இருக்கும்? இந்திரா காந்தி நான்தான் நேருவோட பொண்ணுன்னு நிரூபிக்க வேண்டியிருந்தா எப்படி யிருந்திருக்கும்? புஷ் தன்னை பேரிங் ஷாஃப்டில் வரும் புஷ் இல்லை அமெரிக்க ஜனாதிபதி என்று நிரூபிக்க வேண்டியிருந்தால் எப்படியிருந்திருக்கும்..?

எம்.ஜி.ஆர். தன்னைத் தமிழர் என்று நிரூபிக்க முயற்சி எதுவும் எடுக்கவில்லை. அது அவருக்குத் தெரிந்திருந்தது. ஆனால் ஆராய்ச்சியாளர்கள் அப்படி முடிவாகத் தெரிவிப்பதைத் தங்கள் கடமையாக நினைத்தார்கள்.

வெளியே சத்தம் அதிகமாகிவிட்டது. அவ்வளவு சத்தத்திலும் என்னால் அமைதியாக இருக்க முடிந்தது. இப்படி தொடர்ந்து கூச்சல் போட்டால்? பின்பு அதுவே பழக்கமாகிவிடாதா?

புதிய புதிய ஆட்கள் குரல்கள். தச்சரைக் கூட்டி வந்து கதவை உடைக்கப் பார்க்கிறார்கள் என்று அனுமானிக்க முடிந்தது.

“கதவைத் திறேன்டி.... ஏண்டி இப்படி மானத்தை வாங்கறே?” ஜெயகாந்தன் எவ்ளோ பெரிய எழுத்தாளரு... தெரியவேணாம்.

எம்.ஜி.ஆர். தமிழரானு ஆராயறத்துக்கு அவங்களுடைய தலைமுறை தெரியணும்னு எழுதினாரு... அவருக்கு தலைமுறையைச் சொல்லுவதற்கு வக்கிருக்காது என்ற தைரியம். செ.ராசு என்னமா ஆராய்ச்சி பண்ணி எழுதினாரு.. செந்தமிழ் வேளிர் எம்.ஜி.ஆர்ன்னு? தமிழ் நாட்டுப் பசங்கள தட்டேந்த வெச்சுட்டாருனு எழுதினாரு ஜெயகாந்தன்... உலகத்தில ஒரு பய அந்தத் திட்டத்தை இனி நிறுத்திட முடியுமா?

“அடியேய் தெற டீ...”

கொஞ்ச நேரத்தில் அருணுடைய குரல் கேட்டது. “எம்.ஜி.ஆர் போட்டோ வாங்கியாந்திருக்கேன் பிரியா வந்து பாரு...”

என்ன போட்டோ? ஆர்வமாக இருந்தது.

நான் மதித்தேன். கதவைத் திறந்தேன். அம்மா அவசரமாக

உள்ளே புகுந்து நான் என்ன கோலத்தில் இருக்கிறேனோ என்று பார்த்தார். நான் பிறந்த மேனியாகக் கிடக்கப் போகிறேன் என்ற பயம் அவருக்கு.

ஓடி வந்து ஒரு போர்வையால் என்னைப் போர்த்தியபடி குலுங்கிக் குலுங்கி அழ ஆரம்பித்தார். நான் அருண் கையில் இருந்த போட்டோவை ஆவலோடு பார்த்தேன்.

17

மனித இனம் ஆப்ரிக்காவில் தோன்றி ஆசியா, வட ஐரோப்பா வரை விரவியது. ஒரு குழு தென்னாப்பிரிக்காவில் இருந்து மேலே பெயர்ந்து பிறகு அங்கிருந்து ஒரு யூ டர்ன் அடித்தது. துருக்கி, ஆப்கான், பாகிஸ்தான், பஞ்சாப் வழியாக இந்தியாவில் குடியேறியது. சிந்து சமெவெளிகளில் நாகரிகம் வளர்த்தார்கள். அழகான தெருக்கள், குளிக்கும் இடங்கள், கழிவு நீர் செல்ல கால்வாய்கள், உழும் கருவிகள், வேட்டைக்கருவிகள், குழந்தைகள் விளையாட பொம்மைகள் எல்லாம் அங்கே இருந்தன. அவர்கள் லிங்க வழிபாட்டை தொடர்ந்தார்கள். ஆப்ரிக்காவிலிருந்து வந்து சேர்ந்து இருபதாயிரம் ஆண்டுகளில் அவர்கள் நிலத்தை வளப்படுத்தியதோடு மனத்தையும் வளப்படுத்த ஆரம்பித்திருந்தனர்.

அவர்களின் வளர்ச்சி ஆச்சர்யமூட்டும் விதமாக இருந்தது. நிலையாக ஓரிடத்தில் இருந்து வாழும் முறையைக் கண்டார்கள். இரை கிடைக்கும் இடத்தை இல்லம் என்று வாழாமல் அவர்கள் இருக்கும் இடத்தில் இரையை உருவாக்கத் தெரிந்திருந்தார்கள். ஆப்ரிக்காவில் இருந்து பிரிந்துபோன பிற மனிதக் குழுக்களுக்கு இந்தக் கலை கைவரவில்லை.

அவர்கள் மத்திய ஆசியாவில் நாடோடிகளாக அலைந்து திரிந்து இந்தியா திரும்பியவர்கள். அதனால் அவர்கள் விலங்குகளின் தோலையே ஆடையாக உடுத்தி வந்தார்கள். அவர்கள் இந்தியாவுக்கு வந்தபோது சிந்து சமவெளி மக்களின் வாழ்க்கை முறையும் உணவும்

உடையும் அவர்களை ஆச்சர்யப்படுத்தியது. நாடோடிகளாக வந்தவர்களிடம் நல்ல குதிரைகள் இருந்தன. அவை வேகமாக பயணிக்கக் கூடியவை. நாடோடிகளாக இருந்தவர்களிடம் திசைகள், கோள்கள், நட்சத்திரங்கள் பற்றிய ஞானம் இருந்தது. இருதரப்பினரும் பரஸ்பரம் ஆச்சர்யப்பட்டனர். கலந்து மகிழ்ந்தனர். பிரிந்த இனம் சேர்ந்து குலாவியது.

புதியவர்கள் வெள்ளை நிறத்துடனும் பழையவர்கள் கரிய நிறத்துடனும் இருந்தனர். புதியவர்களின் நம்பிக்கைகள் வேறாகவும் பழையவர்களின் நம்பிக்கைகள் வேறாகவும் இருந்தன. நிறம், நம்பிக்கை, கலை, கடவுள் எல்லாம் வேறுபட்டிருந்தது. கருத்து மோதல்கள் பிறகு மோதல்களாக சுருங்கியது. மதுராவில் கண்ணன் தலைமையில் கறுப்பர்கள் கொஞ்ச காலம் தாக்குப் பிடித்தனர். கடந்தது. அங்கும் தாக்குப் பிடிக்க முடியவில்லை. கர்நாடகம், ஆந்திரம், தமிழ்நாடு, கேரளா என்று குடியேறினர். திராவிட நாடு என்றனர். சங்கம் வைத்தனர், தமிழ் வளர்த்தனர். முதற்சங்கம் வைத்த இடம் தென் மதுரை. அதை கடல் கொண்டது. இரண்டாவது சங்கம் கபாடபுரத்தில் அதுவும் கடல் கொண்டது. கடல் கொண்ட தென்னாடுகளைக் கடந்து வந்து மதுரையில் குடியேறினர். கடைச் சங்கம் அங்கே கண்டனர்.

எங்கள் வீட்டில் மூன்று புத்தகங்கள் இருந்ததையும் அவை ஒன்றுக்கொன்று தொடர்பு இல்லாமலும் இருந்ததைச் சொல்லி யிருந்தேன். எனக்கு அவற்றுக்குள் ஒரு தொடர்பு கிடைத்தது. அதுதான் முதல் பொறி. எம்.ஜி.ஆரின் வாழ்க்கை வரலாறு.. கூடுவிட்டு கூடு பாய்வது, அர்த்தமுள்ள இந்துமதம்... வாழ்க்கை.. ஆவி... ஆத்மா... இதுதான் அந்த மூன்று நூலில் கிடைத்த தொடர்பு.

அதன் பிறகு உலகில் நான் படித்த எல்லா நூலையும் இந்த மூன்று நூல்களுடனும் தொடர்புபடுத்திப் பார்ப்பது வழக்கமாகிவிட்டது. அது உலகம் தோன்றிய வரலாறோ, மொழி தோன்றிய வரலாறோ, விஞ்ஞானக் கண்டுபிடிப்போ, அன்றாடச் செய்தியோ எல்லாமே இந்த மூன்றினுள் அடங்கிப் போவதாக இருந்தது. அதற்கு நான் பெரிய முயற்சி எடுக்கக்கூட இல்லை. ஸ்பெக்ட்ரம் ஊழலில் ஒருலட்சம் கோடிகள் முறைகேடா.. எம்.ஜி.ஆர். மீது சுமத்தப்பட்ட சர்க்கரை பேர ஊழலோ, கப்பல் பேர ஊழலோ பற்றி யோசிக்க முடிந்தது..

இப்படி நான் யோசிக்கும்போது தலைமுடியை தொடர்ச்சியாக முறுக்கிக் கொண்டிருப்பேன். சில சமயம் சப்தமில்லாமல் பேசிக் கொண்டிருப்பேன்.

பெரும்பாலும் இவையெல்லாம் நடந்தபடியே செய்வேன்.

அமைதியாக ஒரே இடத்தில் தொடர்ந்து என்னால் இருக்க முடியவில்லை. இந்தத் தருணத்தில் நடந்தபடி யோசித்துக் கொண்டிருந்தேன்.

அருண் பார்வையில் சலிப்பு தெரிந்தது. நான் அமைதியாக அமர்ந்து யோசித்துக் கொண்டிருந்தால் அவனுக்கு பயமாகிவிடும். இப்படி அடிக்கடி அவனை பயமுறுத்துவதால் சலிப்பும் ஏற்படும். காலையில் எழுந்ததிலிருந்து இப்படித்தான் ஓரிடத்தில் அமர்ந்து வெறித்துக் கொண்டிருக்கிறேன். எல்லோரும் ஓரினம்தான். எல்லோரும் இரண்டு லட்சம் ஆண்டுகளுக்கு முன்பு ஒரு தாயின் வயிற்றில் இருந்து கிளைத்தவர்கள்தான். எல்லா மொழியும் ஒரு ஒலி மூலத்தில் இருந்து வெவ்வேறாக அதிர்ந்தவை. அந்த ஆதி ஒலி தமிழுக்கு நெருக்கமாக இருப்பதுதான் ஆச்சர்யம். உலகப் பழம்மொழிகள் அனைத்திலும் தமிழின் கூருகள் கலந்து கிடக்கின்றன. தட்ப வெப்பத்தால் சிதறுண்டு போயிருக்கிறார்கள். அவர்களுடைய பேச்சும் பாவனைகளும் ஜாக்கிரதை உணர்வுகளும் வேறுபட்டிருக்கின்றன. இதில் மலையாளம் என்பது கடந்த ஆயிரம் ஆண்டுகளில் தமிழில் இருந்து தோன்றிய புதிய மொழி. அவர் மலையாளியாகத்தான் இருந்தால் என்ன? பழைய தமிழர்தானே?

இதற்கெல்லாம் முன்னாடி ஒரு சம்பவம் நடந்தது. யோசித்துப் பார்த்தால் ஒரே சம்பவங்களாகத்தான் இருக்கிறது என் வாழ்க்கை.

முன்னாடி நடந்த சம்பவத்தைப் பின்னாடியும் பின்னாடி நடந்த சம்பவத்தை முன்னாடியும் சொன்னாலும் பிரமிளா டாக்டர் அதை சரியா சொல்லிடுவார்கள் என்ற நம்பிக்கை இருக்கிறது.

கடைசியாக என்னை பிரமிளா டாக்டர் இருந்த ஆஸ்பத்திரியில் தான் சேர்த்தார்கள். அவர்களிடம் என் முழுக்கதையும் சொன்னேன். முதலில் எனக்கு வைத்தியம் பார்ப்பதற்குப் பயன்படும் என்ற நோக்கத்தில்தான் என் கதையைக் கேட்டார்கள். டேப் ரிக்கார்டரில் பதிவு செய்தார்கள். முன்னும் பின்னுமாக மாற்றி மாற்றிச் சொன்னாலும் எப்படியோ என் கதையைப் புரிந்துகொண்டார்கள். மீண்டும் அவருடைய டைரியில் திருத்தி எழுதினார்கள். இருந்தாலும் அவர்களுக்கு அதில் கதைக்கான ஏதோ ஒன்று குறைவதாகச் சொல்லிக் கொண்டிருந்தார்கள். சமுதாயத்தின் அல்லது பெண்களின் நலன் கருதி இதை ஒரு புத்தகமாக வெளியிடலாம் என்ற ஆசை அவருக்கு ஏற்பட்டிருக்க வேண்டும். ஒரு பெண் எழுதினால் எந்த விதத்திலாவது அது சிறப்பாகத்தான் அமைந்துவிடும்.

ஆண்களின் பார்வையில் எல்லாமே ஆணவமாகத்தான் இருக்கிறது, அவர்கள் ஆண்கள் பற்றி எழுதினாலும்கூட. ஆண்களின் மன நோய்க்கூறு அது. அவரைப் பற்றி அருண் ஒரு முறை

முறையிட்ட அனர்த்தமான வாதம் ஒன்று நினைவுக்கு வந்தது.

அவர் எதற்கு காதல் காட்சிகளில் நடிக்கும்போது நடிகைகளைப் போட்டு அப்படி உலுக்குகிறார் என்று அருண் ஒரு நாள் கேட்ட போது அவன் கையில் எம்.ஜி.ஆரும் லதாவும் நடித்த ஏதோ திரைப்படத்தின் புகைப்படம் ஒன்று இருந்தது. அதில் அவர் லதாவின் மார்பகத்தின் மீது ஏறத்தாழ கவிழ்ந்திருந்தார். அவருக்கு வயதான பிறகு, தான் ஒரு இளைஞன் என்பதை நிரூபிக்கும் எண்ணத்திலேயே பெண்களை ஆரத்தழுவுவதும் உலுக்குவதுமாக இருந்தார் என்றான்.

இதெல்லாம் அருணுக்குத் தானாக உதிப்பவை அல்ல. ரகு சொல்லிக் கொடுத்தவை. அவன் மட்டும் என் வாழ்க்கையில் குறுக்கிடாமல் இருந்திருந்தால் எல்லாமே நன்றாக நடந்திருக்கும். பீட்டர் செல்வராஜிடம் என்னைக் கூட்டிப் போகச் சொன்னதுகூட அவன்தான் என்பது பிறகுதான் எனக்குத் தெரிந்தது.

‘உலகம் சுற்றும் வாலிபன்’ படத்துக்காக அவர் வெளிநாடு படப்பிடிப்புக்குப் போனபோது தன்னுடன் மூன்று இளம் பெண்களை அழைத்துச் செல்வதையும் அவர்களின் பாதுகாப்புப் பற்றி மிகுந்த கவலை கொண்டதையும் அவர் எழுதியிருக்கிறார். அவருக்குத் தான் அவர்களைவிட வயதில் பெரும் வித்தியாசத்தில் மூத்தவன் என்ற நினைப்பு நன்றாகவே இருந்தது. ஏதாவது கேலியாக பேசிவிடுவது சுலபம். எத்தனை சிரமத்துடன் அந்தப் படத்தை எடுத்தார் என்று அவர் எழுதியதைப் படித்துவிட்டுப் பேசட்டும், ஒத்துக் கொள்கிறேன். அவர் தன்னை வாலிபனாகக் காட்டிக் கொள்வதற்காகவே ஒரே படத்தில் நிறைய இளம் பெண்களுடன் ஜோடியாக நடித்தார் என்றார்கள். என்ன தப்பு? ஒருவர் தன்னை திரையுலகில் முடிசூடா சக்ரவர்த்தியாக நிலைநிறுத்திக் கொள்வதற்காக செயல்பட்ட உத்திதானே?

தந்தை இறந்து போன நிலையில் தாயாரின் அரவணைப்பில் இலங்கையில் இருந்து இந்தியா வந்து சேர்ந்து கும்பகோணத்தில் சாப்பாட்டுக்கே கஷ்டப்பட்டு நடிப்புலகில் பிரகாசிக்க நாடக உலகில் நுழைந்து அசோக்குமாரில் சைக்கிள் ஓட்டத் தெரியாமல் சைக்கிள் ஓட்டும் பாத்திரத்தில் நடித்து ரிஸ்க் எடுத்துப் படம் தயாரித்து நிலைநிறுத்தி நாடோடி மன்னன், மன்னாதி மன்னனாகி நாட்டையே ஆண்டாரே... அது என்ன ஃபார்முலா எங்காவது குண்டு சட்டியில் குதிரை ஓட்டிக்கொண்டு குறைசொல்லிக் கொண்டிருந்தால் ஆச்சா?

தான் பணியாற்றும் தன் கார் கம்பெனியில் தலைமை என்ஜீனியராக மாறுவதே குதிரைக் கொம்பாக இருக்கிறது

அருணுக்கு. தினமும் புலம்பல். எரிச்சல். அவனுடன் போட்டியில் இருந்தது நான்கு என்ஜினியர்கள். அதையே சமாளிக்க முடியாமல் பதவி உயர்வு கிடைக்கவில்லை என்று புலம்பிக் கொண்டிருக்கிறான். இரவெல்லாம் டி.வி. பார்த்துக் கொண்டிருந்துவிட்டு விடிந்தபிறகு தூங்கினால் முன்னேற்றம் எப்படி வரும்?

திரைப்படங்களில் நடிப்பது, பொதுக்கூட்டங்களில் பேசுவது, நடிகர் சங்கப் பணிகளை கவனிப்பது, அந்தக் காலத்திலேயே வீட்டில் நீச்சல்குளம் கட்டி, டிஷ் ஆன்டெனா வைத்து வெளிநாட்டுப் படங்களைப் பார்த்துஎன்று எல்லாவிதத்திலும் அவர் முன்னேறியிருந்தார். வீணாக அலட்சிய அவதூறு கிளப்பிவிடும் அருணுக்கு என்ன அருகதை. என்னை என்னவாகப் புரிந்து வைத்திருந்தான்? இரவில் வந்தால் பொண்டாட்டியிடம் கொஞ்சலாக ஏதாவது பேசலாம் அல்லவா? அப்பாடா பொண்டாட்டி தூங்கிவிட்டாலா அதுபோதும் அவனுக்கு. அல்லது ஏதாவது எரிச்சலாகப் பேசி இன்றைக்கு நெருக்கமில்லை என்று எச்சரிக்கை செய்துவிடுவான். அவனுக்கு என் மீது விருப்பம் குறைந்துவிட்டது. அன்பாக இருந்துவிட்டால் அது உடல் உறவு வரைக்கும் போய்விடும் என்பதாலேயே சாதாரணமாகவே எரிச்சலாக இருக்கப் பழகிக்கொண்டான். எப்படியாவது முயன்று என்னை விரும்ப வேண்டும் என்று அருண் நினைத்ததே இல்லை. ஒருவித விருப்பமுமில்லாமல் எப்படி என்னை அடைய முடியும்? பதிலுக்கு எனக்கும் வெறுப்பு வளர ஆரம்பித்துவிட்டது.

அருணுடைய சோம்பேறித்தனத்துக்கும் அவருடைய உழைப்புக்கும் ஒப்பீடு நடத்துவது எனக்குள் வாடிக்கையாகிவிட்டது.

அவர் ஒரு முறை தேர்தல் பிரசாரத்துக்காக எங்கள் தெருவில் வந்தார். ஜீப்பில் டிரைவர் இருக்கைக்கு மேலே ஒரு கையால் கம்பி பிடிமான த்தைப் பிடித்துக் கொண்டு மறுகையால் இரட்டை இலை சின்னத்தை தம் விரல்களால் காட்டியபடி அவர் போனார். தெருமக்கள் அவருக்கு குளிர்பானம் கொடுக்க விரும்பினார்கள். பெண்கள் அத்தனை பேரும் அவர் செல்லும் ஜீப்பை வழி மறித்து அவருக்கு ஆளாளுக்கு ஒரு காளிமார்க் கோலாவை நீட்டினார்கள். அவர் அவர்கள் அன்பில் திக்குமுக்காடிப் போனார். பெண்கள் எல்லோருக்கும் தான் கொடுக்கும் கோலாவைத்தான்அவர் குடிக்க வேண்டும் என்ற பேராசை. அதை அவர் புரிந்துகொண்டு புன்னகைத்தார். அவ்வளவு அருகில் அவருடைய புன்னகையைப் பார்த்ததும் பெண்களுக்கு ஏற்பட்ட பரவசம் சொல்ல மாட்டாதது. அவர் இந்தப் பக்கமாகத்தான் வருகிறார் என்று நண்பகல் பனிரெண்டு மணிக்கே தெரிந்துவிட்டது. அப்போது முதலே வெயிலில் நின்று கொண்டிருந்தனர். அவர் வந்ததோ மாலை நான்கு மணிக்குத்தான்.

வெயிலில் கறுத்துப்போயிருந்த அந்தக் கசகசப்பான அந்தப் பெண்களைப் பார்த்து அவர் அருவருப்பு எதுவும் அடையவில்லை. நானும் என் அப்பாவும் வீட்டின் மொட்டை மாடியில் ஏறி நின்று இந்தக் காட்சியைப் பார்த்தோம். எங்களைப் போலவே அவரைப் பார்ப்பதற்காக எல்லா மொட்டை மாடிகளும் மனித தலைகளாக மாறி இருந்தன.

அவர் மஞ்சள் சேலை உடுத்திய ஒரு குண்டு பெண்மணியிடமிருந்து காளிமார்க்கை வாங்கிக் கொண்டார். அதை ஒரு மிணறு குடித்துவிட்டு மீண்டும் அந்தப் பெண்ணிடமே கொடுத்துவிட்டார். மீண்டும் ஒரு கையசைப்பு. ஜீப் உறுமியது. கூட்டத்தை விலக்கிக் கொண்டு புறப்பட்டது. மக்கள் பெரும் கூச்சலிட்டு ஆரவாரமாக அவரை வழியனுப்பி வைத்தனர். அவர் போய் விட்டார். ஆனால் அதன் பிறகு நடந்த ரகளை சாதாரணமானது அல்ல. அந்தக் குண்டு மஞ்சள் புடவை பெண்மணி, தன்னிடம் திருப்பித் தரப்பட்ட காளிமார்க்கை அவசரமாக குடிக்க முற்பட்டாள். மற்ற பெண்கள் எல்லோருமே அதைப் பிடுங்கிக் குடிக்க ஆவேசமாகப் பாய்ந்தனர். இது நான் சற்றும் எதிர்பாராதது.

“பாரு அந்த வேடிக்கைய” என்றார் அப்பா. நான் தீவிரமாகப் பார்த்துக் கொண்டுதான் இருந்தேன்.

தன்னிடமிருந்த காளி மார்க்கைத் தட்டிப் பறிக்க முயன்ற பெண்களிடமிருந்து மஞ்சள் புடவைக்காரி தப்பி ஓட ஆரம்பித்தாள். மற்ற பெண்கள் தவறவிட்ட இரையைக் கைபற்ற விரும்பும் ஓநாய் போல துரத்த ஆரம்பித்தனர். இது உடனே அங்கிருந்த எல்லா பெண்களுக்கும் தொற்றிக் கொண்ட ஆவேச உணர்வாக மாறிவிட்டது.

அந்த நேரத்தில் அந்தப் பகுதி கட்சி பிரதிநிதி வந்து சேர்ந்தார். மஞ்சள் புடவைக்காரியை காப்பாற்றும் விதமாக “அதை என்னிடம் கொடு” பாட்டிலை வாங்கிக் கொண்டார். அதே வேகத்தில் அடிபம்புக்கு அருகே இருந்த இடிந்த சுவர் மீது ஏறி நின்றுகொண்டார்.

சுற்றி வளைத்த பெண்களுக்கு ஒரு ஆணிடமிருந்து இடிந்த சுவர் மீது ஏறி அதைத் தட்டிப் பறிக்கும் தைரியம் வரவில்லை.

“எல்லாத்திலும் ஒரு நியாயம் இருக்கணும். நான் இந்தப் பகுதி வட்டச் செயலாளரு. நான் தான் அவரை இந்தப் பக்கம் பிரசாரத்துக்கு வரவழைக்கறதுக்கு காலையில இருந்து போராடிக்கினு இருந்தவன். நான் கண்டி கூப்பல்லன்னா அவரு வந்திருப்பாரா?”

“அந்த ஞாயம்லாம் பேசாத. இது நான் வாங்கினு வந்த கலரு. டபாய்க்கலாம்னு பாக்காத”

“ஐய்ய... இரும்மா சொல்றத கேளு... உனுக்கும் தர்றேன்னுதானே சொல்றேன்” கோலாவை தன் கையில் இருந்து பிடுங்கிவிடுவார்களோ என்று தான் ஏறி நின்றிருந்த சுவர் ஏற்படுத்தித் தந்திருந்த உயரத்துக்கும் உயரமாக கையில் உயர்த்திப் பிடித்துக் கொண்டான். கைக்கு எட்டியது வாய்க்கு எட்டாமல் போய்விடுமோ என்று எல்லா பெண்களுமே தவிக்க அவனுக்கும்கூட அந்த பயம் இருந்தது. தன்னைவிட பதவியில் உயர்ந்தவனோ, பலசாலியோ அதைப் பிடுங்கிக் கொள்வதற்குமுன் அதைத்தான் பருகிவிட வேண்டும் என்று நினைத்தான்.

“எல்லாரும்தான் காலீல இருந்து கோலா வாங்கி வெச்சிக்குனு காத்துக்குனு இருக்கோம். எல்லாருக்கும்தான் பங்கு வரணும்” ஒரு பெண் அடித்தொண்டையில் பெரும்கோபத்தோடு கத்தினாள். எல்லா பெண்களும் அதை ஆமோதித்து குரலெழுப்பத் தொடங்கினர்.

முக்கால் பாட்டில் கலர் எப்படி அங்கிருந்த எல்லாருக்கும் கிடைக்கும்? அமுதசுரபியாகவோ, யேசு திராட்சை ரசம் வழங்கிய பாத்திரமாகவோ அது மாறப்போவதில்லை. இந்த நாடகத்தின் விடை என்ன என்பதில் ஆர்வமாகிவிட்டது. அப்போது எனக்கு ஐந்து அல்லது ஆறு வயதுதான் இருக்கும். அவர் கட்சி ஆரம்பித்துச் சந்தித்த இரண்டாவது பொதுத்தேர்தலாக இருக்கலாம். சுவர் மீது இருந்தவனுக்கு திடீர் என்று ஒரு யோசனை. அடிபம்புக்குப் பக்கத்தில் இருந்த ஒரு அலுமினிய குடத்தைக் கண்டான். அதை நன்கு கழுவச் சொன்னான். எல்லா பெண்களும் தங்கள் கையில் உள்ள கோலாவை அதில் சாய்க்கச் சொன்னான். பல பெண்களுக்கு ஒன்றும் புரியவில்லை. சிலர் ஏதோ விஷயமிருக்கிறது என்று அவனுக்கு உடனடியாக உடன்பட்டனர்.

“நல்ல ஐடியாதான்” அப்பா எதற்காகப் பாராட்டுகிறார் என்று கூர்ந்துகவனிக்க ஆரம்பித்தேன்.

எல்லாரும் ஊற்றி முடித்ததும் தன் கையில் இருந்த அவர் குடித்தது மிச்சம்தந்த கோலாவையும் அதிலே சாய்த்தான். அவருடைய உதடு பட்டிருக்க வாய்ப்புள்ள அந்த கோலா பாட்டிலின் விளிம்புப் பகுதியை அந்தக் கலரில் நன்றாக கலக்கினான். அது எல்லோருக்கும் திருப்திதரும் செயலாக இருந்தது. ஆரஞ்சு, லெமன், காப்பிகலர் எல்லாம் கலந்து அது வினோத நிறமாக மாறியிருந்தது. அவசரமாக பக்கத்துவீட்டில் இருந்த நான்கைந்து டம்ளர்கள் வந்தன. தான் முதலில் ஒரு மிணறு குடித்துவிட்டு எல்லா பெண்களுக்கும் வரிசையில் வழங்க ஆரம்பித்தான்.

அது பிரமிப்பான அனுபவமாக இருந்தது. அனைவருக்கும் அவர்

குடித்த பானத்தின் மிச்சம் கிடைத்ததுபோல் ஆனது. இப்படியொரு ஆச்சர்யம் நடைபெற்றதைக் கேள்விப்பட்டு இன்னும் நிறைய பேர் வந்தனர். அவர்களுக்கெல்லாம் அதே கலரில் சிறிது தண்ணீர் கலந்துதான் பரிமாற வேண்டியிருந்தது. கடைசியாக வந்த கிழங்கு விற்கும் பாட்டியொருத்தி.. "அடச்சீ... இதப் போய இப்பிடிக் குடிக்கிறாளுங்களே... அப்பிடி இன்னாதாண்டி கண்டீங்கோ இதுல" என உரக்க வினா எழுப்பிய வினாடி எல்லோரும் சிரித்துவிட்டுக் கலைந்துவிட்டனர். இருந்தாலும் அது ஒரு பெரிய வாய்ப்பு. மற்ற தெரு மக்களுக்குக் கிடைக்காத வாய்ப்புதான். கொசப்பேட்டை மார்க்கெட்டில் வைத்தும் சினிமா தியேட்டரின் முன் இருக்கைகளிலும் அடுத்த ஒரு மாதத்துக்கு யாராவது ஒருவருடைய வாய் இதைப் பற்றிப் பேசிக் கொண்டிருந்தது என்பதை ரொம்பநாள் வரைக்கும் சொல்லிக் கொண்டிருந்தார்கள்.

மகாலட்சுமி தியேட்டரில் "உலகம் சுற்றும் வாலிபன்" படம் பார்க்கப் போயிருந்த போது, இரண்டு நடுவயது பெண்கள் பேசிக் கொண்டிருந்தது நன்றாக நினைவிருந்தது.

"வூட்டுக்கு எம் மருமவனும் பொண்ணும் வந்துக்கிறாங்கோ... அவுருக்கு நாலு தங்காச்சிங்கோ.. எல்லாத்துக்கும் இவுருதான் கண்ணாலம் பண்ணி வெச்சாரு. அப்பிடியே எம்ஜார் கணக்கா பாசம். எந்த நேரமும் தங்காச்சிங்கோ மொச்சிக்கினு கெடக்கும். மவளும் மருமவனும் ஜாலியா இருக்கருத்துக்குக்கூட வூட்டுல வசதி கெடையாது. அதான் ரெண்டும் வந்ததும் சந்தோஷமா இருக்கட்டும்னுதான் வூட்ல உட்டுட்டு வந்துக்குறேன். அதுங்களும் சந்தோஷமா இருந்துட்டுப் போலாம்னுதான் வருதுங்க. நாம புரிஞ்சிக்கத்தால? நண்டு வறுத்துவெச்சி, முறுங்கா சாம்பார் வெச்சிக்கிறேன்.. போதாது?"

"அங்க ரெண்டு ஷோ நடக்கும்... நீயும் ரெண்டு ஷோ படம் பாத்துட்டுப்போ.."

குபுக் என்று சிரித்ததில் வெற்றிலைச்சாறு எதிராளியின் கையில் தெறித்தது. புடைவை முந்தானையால் அதை வாசனை திரவியம்போல தேய்த்து எடுத்தாள்.

"இன்னாமே பண்றது? நாலு தங்காச்சிங்கோ... இன்னா பண்ணுவாரு? யான கவுனில மீன்பாடி வண்டி வெச்சி லோடு அடிக்கிறாரு. நெத்தில கைகுட்டைய கட்டிக்கினு சைக்கிள் ஓட்டும்போது ரிக்ஷாகாரன் கணக்கா இருப்பாரு" சிரிப்பு தாளவில்லை. குதப்பிக் கொண்டிருந்த வெற்றிலைச் சாறை சிறிதாக வெளியே பீச்சிவிட்டு, "இந்தப் படத்தில எம்ஜார் பேருதான் அவரு பேரு.." என்று முடித்தாள்.

எம்.ஜி.ஆரே தமக்கு மருமகனாக வாய்த்துவிட்ட பெருமை அவளுடைய முகத்தில் இருந்தது.

அடுத்தவள் விடுவதாக இல்லை. எம்.ஜி.ஆரை மருமகனாகப் பெற்றவனின் தோழி போல நடந்து கொண்டாள்.

“இதுல ரெண்ட் எம்ஜார் கீறாங்களடீ.”

“பேரச் சொல்லாக்காட்டி உடமாட்டாளே... அதாண்டி, பெரி எம்ஜார் பேருதான்...”

“ஓ... முருகனா?”

“அடிப்பாவி. இப்படி போட்டு உடைக்கிறீயே... அதுக்கா இவ்ளோ நேரம் ஜாடையா சொன்னேன்..?”

“நான்தான் உம் பொண்ணு கல்யாணத்துக்கு வந்தனே... அப்படி ஒண்ணும் செவுப்பு இல்லையே?”

“இன்னாது செவுப்பு இல்லையா? நீ இன்னாடி பாத்தே? வெய்யில்ல கெடந்து சாவர்தால கொஞ்சம் கறுத்துப்பூட்டாரு.. குடியிருந்த கோயில் கலராவது இருப்பாரே..”

அவருடைய உருவமும் ஆளுமையும் குணமும் மக்கள் மனதில் அவருக்கு இருந்த செல்வாக்கும் ஏழைகள் அவரை எதிர் கொண்ட விதமும் கல்வெட்டாகப் பதிந்துவிட்டது.

சில காட்சிகள் என் மனத்திரையில் சினிமா படம் போல ஓடிக்கொண்டிருந்தது. சில நேரத்தில் சில சப்தங்கள் மட்டும். அது ஆடியோ ஃபைல் போல ஓடிக் கொண்டிருந்தது. சில நேரத்தில் இரண்டும் ஓடியது. அதே நேரத்தில் என் எதிரில் நடக்கும் சம்பவங்களும் அவற்றில் புகுந்து கலவரப்படுத்தின. அதாவது பழைய சம்பவங்கள், கருத்துகள் மூளையில் ரீங்கரித்துக் கொண்டிருந்த வேளையில் எதிரில் அந்தத் தருணத்தில் நடந்து கொண்டிருக்கும் வேறு சம்பவங்களால் அபிப்ராயம் வளர்த்துக் கொண்டது. எந்தச் செய்தியைக் கேட்டாலும் சம்பவத்தைப் பார்த்தாலும் அதை அவருடையதாக்க தொடர்ந்து மூளை செயல்பட்டுச் சோர்ந்தது.

அண்ணா, பெரியார் பெயரைச் சொல்லிக் கொண்டே எம்.ஜி.ஆர். தாய் மூகாம்பிகை பக்தராகவும் இருப்பதை யாராவது குறையாகச் சொன்னால் உடனே நான் இதுகுறித்து அவர் என்ன சொல்லியிருக்கிறார் என்று மனம் தேடச் சொன்னது. நானாக எதையாவது சொல்லிவிடக் கூடாது என்பதில் இருக்கிற பதற்றம்.

...நான் ஒரு நாத்திகனா? இல்லவே இல்லை. என்னைப் பலர் தவறாக இப்படிப் புரிந்து கொண்டு தவறாகவும் எழுதி வருகிறார்கள். உண்மையாக நான் ஒரு நாத்திகன் அல்ல. எனக்குக் கடவுள்

நம்பிக்கை உண்டு. ஒருவனே தேவன் என்ற கொள்கையை உடையவன் நான். நம் சக்தியை எல்லாம் மீறிய ஒரு பெரிய சக்தி இருக்கிறது. அதைத்தான் நாம் கடவுள் என்று சொல்கிறோம்.

மர்மயோகி படம் கோவை சென்ட்ரல் ஸ்டூடியோவில் தயாராகிக் கொண்டிருந்தபோது நான் பழனி மலைக்குப் போய் முருகனை தரிசித்து வந்திருக்கிறேன். என்னுடன் நம்பியாரும் வந்தார். அவரது மூத்த மகனை நான்தான் தோளிலே தூக்கி வைத்துக் கொண்டு மலைக்குச் சென்றேன். நானே அந்தக் குழந்தைக்குப் பெயர் சூட்டினேன். ஏழுமலையானை தரிசிக்க கால்நடையாகவே திருப்பதி சென்று வணங்கி இருக்கிறேன்....

தீர்ப்பு நாடகத்தின் பொன்விழாவில் 1968-ல்அவர் இப்படிப் பேசியிருக்கிறார். இந்தத் தகவல் தெரிந்ததும் நான் உடனே எம்.ஜி.ஆர். நாத்திகர் என்ற எண்ணத்தில் இருந்து என்னை மாற்றிக் கொள்ள வேண்டியிருந்தது. அதற்கு அவரே சொன்ன பதிலை பொருத்தமான இடத்தில் பொருத்திக் கொள்ள வேண்டியிருந்தது. அவருடைய பஅதி என்னுடைய அமானுஷ்ய விருப்பங்களுக்கு இலகுவாக வழிவிடுவதாக இருந்தது.

கடவுள் நம்பிக்கை இருந்த அவருக்கு ஆவி நம்பிக்கையும் இருந்திருக்கும். இல்லாவிட்டால் கருணாநிதியுடன் மீண்டும் இணைந்து விடலாமா என்பதற்கு இறந்துபோய்விட்ட அவருடைய அம்மாவின் ஆசிக்காகக் காத்திருக்க மாட்டார். எனக்குள் அவர் ஆவியாக அவர் இடம் பெற்றிருப்பதற்கான நம்பிக்கையாகவும் அவர் இருந்தார்.

அருண் என்னைக் கவனிக்காதது போல கவனித்துக் கொண்டிருந்தான்.

18

இது மூடர்களின் உலகம் என்பதில் எனக்குள்ளளவும் சந்தேகம் இல்லை. பொருத்தமே இல்லாதவர்கள் முக்கியமான பதவிகளை ஆக்ரமித்துக் கொள்வதால் தான் இந்த உலகம் மூடர்களின் கூடாரமாகிவிட்டது.

நான் வேலை செய்யும் இடம் ஒரு தனியார் ஆவணக் காப்பக நிறுவனம். அமெரிக்க நிறுவனம் ஒன்றின் நிதியால் செயல்படுகிறது. எத்தனையோ கோடி கொட்டிக் கொடுக்கப்பட்டிருக்கிறது. அதற்கு தலைமை நிர்வாகியாக சம்பத் மாதிரியான ஆள்தானா கிடைத்தார்கள்?

நான் சில பக்கங்களைக் கிழித்தது உண்மைதான். அந்தப் பக்கங்களில் வெளியான செய்திகளை ஒப்பிட்டு நான் எத்தகைய செய்திகளை அப்புறப்படுத்துகிறேன் என்ற நியாயம்கூடவா தெரியாது? என்னை அந்தச் செய்திகளை அப்புறப்படுத்தச் சொல்லி வெளியில் இருந்து யாரும் சொல்லவில்லை. உள்ளுக்குள் இருந்துதான் கட்டளைகள் கிளம்பின.

விசாரணையில் சம்பத் கேட்கிறார்.

இதையெல்லாம் ஏன் கிழித்தாய்? யார் கிழிக்கச் சொன்னது? எதற்காக ராஜீவ், இந்திரா காந்தி செய்திகளைக் கிழிக்கிறாய்? அப்படிக் கிழித்த செய்திகளை யாரிடம் கொண்டுபோய் எவ்வளவு ரூபாய்க்கு விற்றாய்?

...இப்படியெல்லாம் கேட்டுக் கொண்டு போனார்.

இது ஒரு விசாரணையா?

நான் அமைதியாக இருந்தேன். அவை கிழிக்கப்பட வேண்டியவை என்பதை மட்டும் திரும்பத் திரும்பச் சொன்னேன். யார் காதில் வாங்கிக் கொள்கிறார்கள். ஒரு பழைய செய்தித்தாளில் இருந்து சில பக்கங்களை மட்டும் கிழித்து விடுவதன் மூலம் ஒரு கடந்த காலம் தூய்மையடைவதைப் புரிந்து கொள்ளவில்லை யாரும்.

அருணா ஓடிவந்து என்ன ஆச்சு உனக்கு என்கிறாள். நான் நன்றாக இருப்பது மட்டுமின்றி, மிகவும் நன்றாக மாறிக் கொண்டிருக்கிறேன் என்றேன். என் அனுமதி இல்லாமலேயே என் செல்போனை எடுத்து அருண் நம்பரை எடுத்துக் கொண்டுபோனாள். சசிரேகா போய் இப்போது அருணா. அருணிடம் இந்தமாதிரி பெண்களே தொடர்ந்து வந்து விழுகிறார்களே?

அவளுக்குத் தெரிந்ததெல்லாம் செக்ஸ் மட்டும்தான். விதவிதமாக எதிர்பார்க்கிறாள். அருணைப் பிடித்திருக்கிறாள். அருணுடைய லட்சணம் எனக்குத்தானே தெரியும்? என்ன வித்தியாசத்தைப் பார்க்கப் போகிறாள் பார்த்துவிடுகிறேன்....

ஊஞ்சலில் வந்து இடிச்சா எல்லாம் சரியா போயிடும். இரண்டு பேருக்குமே சரியா போயிடும். அப்புறம் அலையமாட்டீங்க. நாக்கத் தொங்கப் போட்டுக்கிட்டு இடிச்சுக்கங்க. அப்புறம் இரண்டு பேரு சமாசாரமும் ரிப்பேர் ஆயிடும். சிரிப்பு வந்தது.

நான் சிந்திக்கிறேனா, பேசுகிறேனா என்று உணர சிந்திக்கும்போது அந்தச் சொற்றொடரை உதடு முணுமுணுப்பது போலவும் இருந்தது. ஏனென்றால் நான் உட்கார்ந்திருந்த இடத்தைக் கடந்து போகிறவர்கள் என்னை நாசூக்காகப் பார்வையிடுவதை நான் அறியாமலில்லை.

பத்திரிகைக்காரன் எதை வேண்டுமானாலும் போடுவான். அவனுக்கு தினமும் எதையாவது கொட்டி நிரப்ப வேண்டும், முந்திச் சொல்ல வேண்டும், பரபரப்பை ஏற்படுத்த வேண்டும். அது ஒரு பிழைப்பா? அதற்காக சமூகத்தைக் கெடுக்கிற விஷயங்களை பத்திரிகையில் வந்துவிட்ட பின்பும் கூட அழிக்க வசதி இருக்கும்போது அழித்துவிடுவது நல்லதுதானே?

நாளைக்கு ஏதாவது பழைய செய்தி வேண்டுமானால் இந்த மாதிரி இடத்தில்தான் வந்து செய்திகளைத் தேடுவார்கள். தவறான செய்திகளை, தேவையில்லாத செய்திகளை அப்புறப்படுத்திவிடுவது வருங்காலத்துக்குச் செய்யும் சேவையல்லவா?

சம்பத்துக்குப் புரியவில்லை. அவருக்குப் புரியவைக்க வேண்டும் என்ற ஆசைகூட எனக்கு வரவில்லை. அருணா கிடந்துதவிப்பதுதான் ஆத்திரத்தை அதிகப்படுத்தியது.

என்ன தெரியும் அவளுக்கு? சரித்திரம் தெரியுமா? எதற்காகக் கிழித்தேன் தெரியுமா? உடனே அருணிடம் தகவல் சொல்வதற்கு ஓடுகிறாளே? அருணுக்கு என்ன தெரியும்?

நான் சில பக்கங்களை சில செய்திகளை அப்புறப்படுத்துவதற்காகக் கிழித்திருக்கிறேன். அது என்ன செய்தி, அது ஏன் சமூகத்துக்குத் தேவையில்லை... இதை யோசிக்கவில்லை யாரும்.

சம்பத் கேட்கிறார்.

எதற்காக இந்திரா காந்தி செய்திகளைக் கிழித்தாய்... ராஜீவ் காந்தி செய்திகளையும் ஏன் கிழித்தாய் இப்படியெல்லாம். விடுதலைப் புலி ஆதரவாளரா என்று நடுவிலே ஒரு வார்த்தை விட்டுப் பார்த்தார். வாயில் வண்டை வண்டையாக வந்துவிட இருந்தது. கட்டுப் படுத்திக்கொண்டேன்.

இந்திரா காந்தி விடுதலைப் புலிகளுக்கு ஆதரவாகச் செயல்பட்டவர். ராஜீவ் காந்தி எதிராகச் செயல்பட்டவர். எம்.ஜி.ஆர். ஒரே நாளில் புலிகளுக்கு இரண்டு கோடி கொடுத்த வள்ளல்.

இலங்கையில் இந்திய அமைதிப்படை வேட்டையில் இறங்கிய நேரத்தில் சென்னை வானொலியில் அமைதிப் படையினருக்கான நிகழ்ச்சிகளை நடத்தினார்கள். அதில் விடுதலைப் புலிகளுக்கு எதிர்ப்பாக பாடல்கள் வெளியிட்டார்கள்.

'குறும்புக்கார வெள்ளாடே குள்ளநரியை நம்பாதே கூடி வாழத் தெரிஞ்சுக்கோ, குணத்தைப் புரிஞ்சு நடந்துக்கோ..'

கிட்டத்தட்ட தினமும் இந்தப் பாடலை ஒலிபரப்பினார்கள். குறும்புக்கார வெள்ளாடுகள் என்பது யாழ்ப்பாணத்தில் இருக்கும் தமிழ் இளைஞர்கள்... குள்ளநரிகள் என்பது விடுதலைப் புலிகள்..

அடப்பாவிகளா? இதைச் சொல்வதற்கு எம்.ஜி.ஆர். பாடல்தான் கிடைத்ததா? இப்படி ஒரு பாடலை ஒலிபரப்ப வேண்டும் என்று முடிவு செய் மூளை யாருக்குச் சொந்தமானது என்று தெரியவில்லை. தினமும் இந்தப் பாடலை ஒலிபரப்புவானா.. எம்.ஜி.ஆர். ஆவி அவர்களைச் சும்மா விடுமா? எதுவும் புரியாமல் இப்படி கேட்கிறாயே மடையா?

அதுவுமில்லாமல் நான் கிழித்த பக்கங்களில் இந்திரா, ராஜீவ் செய்திகள் இருந்திருக்கலாம். அதற்காக நான் அவற்றைக் கிழிக்கவில்லை. அதில் இருந்தவை அவரைப் பற்றிய செய்திகள். அவருடைய மதிப்பைக் குறைக்கக் கூடிய செய்திகள்.

நீயெல்லாம் நிர்வாகி. அருணா எதையோ புரிந்து கொண்டு என்னவோ செய்வதற்காக தவிப்பவள்...

அருண் வந்தான்.

சம்பத் இருந்த அறையில் அருண் அமர்ந்திருந்த போது என்னை அந்த அறைக்குள் மகாதேவன் வந்து அழைத்துப் போனான்.

கிழித்த அந்தப் பத்திரிகை பக்கங்கள் திரும்பவும் வேண்டும் என்று சம்பத் சொல்லிக் கொண்டு போனார். எந்த பத்திரிகையில் கொடுப்பான் என்று தெரியவில்லை.

அருண் தலையை, தலையை ஆட்டிவிட்டு அவையெல்லாம் எங்கே கிடைக்கும் என்று கேட்டானே பார்க்கலாம்.

சம்பத் அந்தந்த பத்திரிகை அலுவலக்தில் போய் கேட்க வேண்டும் என்று விளக்கியபோது எனக்குச் சிரிப்பு வந்தது.

ஒரு விஷயத்தில் நான் தெளிவாக இருந்தேன். விசாரணையின் போது சொன்னதுதான். இப்போது அருணை வைத்துக் கொண்டு சம்பளம் தரமாட்டோம், தொழிலாளர் நல நிதியைத் தரமாட்டோம், கிராஜுயூட்டியைத் தரமாட்டோம் என்று மிரட்டிக் கொண்டிருந்தபோதும் சொன்னேன்.

"அவையெல்லாம் அழிக்கப்பட வேண்டிய பக்கங்கள். வதுங்காலம் என்னை இதற்காக கையெடுத்து வணங்கும்."

அவர்கள் காதில் என்ன விழுந்ததோ நான் இதைச் சொல்லிய போது அருண் திரும்பிப் பார்த்தான்.

நான் அவரைப் போலவே பேசுவது இயல்பாகிக் கொண்டிருந்தது. அதன் பிறகு நான் அவருடைய குரலிலேயே பெரிய பிரசங்கங்கள் செய்ததாக சொன்னார்கள். அவரைப் படித்த அத்தனைச் செய்திகளையும் ஒப்பிக்காத குறையாக நான் எல்லாவற்றையும் சொல்லிக் கொண்டே போனேன்.

நான் ஏன் பிறந்தேன் எனக்குத் தலைகீழ் பாடமாக இருந்தது. அந்த நூலில் இருந்து எந்தப் பகுதியையும் அவருடைய அனுமதியில்லாமல் யாரும் பிரசுரிக்கக் கூடாது என்று எம்.ஜி.ஆர். சொல்லியிருந்தார். ஆனால் நானே அவராகிப் போனதால் அதை மறுபடி சொல்லிக் கொண்டிருப்பதில் பிரச்சினை இருக்கவில்லை. எந்தப் பக்கத்தில் இருந்தும் திடீரென்று ஆரம்பித்து மளமளவென சொல்லிக் கொண்டே போவேன். பிரமிளா அந்த நூலை எங்கள் வீட்டில் இருந்து எடுத்து வரச் சொல்லி நான் சொல்லிக் கொண்டிருப்பதை ஒப்பிட்டுப் பார்த்தார். அவர் கேட்கிற கேள்விக்கு நான் பல சமயங்களில் எம்.ஜி.ஆரின் மேற்கோள்களைத்தான் சொன்னேன்.

"நான் என்னுடைய இளம் பிராயத்தில் எனது அண்ணனுதன் மூன்துநாள் பத்தினி கிதந்திருக்கிறேன். செத்துவிதும் நிலையில் இருந்தோம். அருகில் உள்ள வீத்திலிருந்த தாய் இரக்கத்தோடு ஒரு முறத்தில் அரிசி கொதுத்தார். அதைக் கொண்டு கஞ்சி வைத்து

சாப்பித்து உயிர் வாழ வழி கிதைத்தது. அந்தத் தாய் எங்கே இருக்கிறார்கள் என்பது இப்போது தெரியவில்லை.'

நான் 'ட' என்ற எழுத்தையெல்லாம் 'த' என்று மாற்றிப் பேசிக் கொண்டிருந்ததாகச் சொல்கிறார்கள்.

ஒய்ஜா போர்டில் எம்.ஜி.ஆரின் ஆவியை வரவழைத்து பேசி விட்டால் எல்லா பிரச்சினையும் சரியாகிவிடும் என்று அருணிடம் சொன்னேன்.

ஏற்கெனவே ரகுவும் அருணும் சேர்ந்து என்னை ஒய்ஜா போர்டு விஷயமாகக் கிண்டல் செய்ததால் என் விருப்பத்தை அருண் நிறைவேற்ற மாபடான் என்று உறுதியாகத் தெரிந்தது.

ஆவி, பேய் எல்லாம் இல்லை என்று சொன்ன பெரியாரோட ஆவியிடமே நான் பேசியிருக்கிறேன். ஆவி இல்லை என்று சொன்னதற்காக அவரை மேல் உலகத்தில் கைகொட்டி சிரிக்கிறார்களாம். இந்த உலகத்தில் கடவுள் இல்லாமல் இருப்பதற்குக்கூட வாய்ப்பு இருக்கிறது. ஆவி எப்படி இல்லாமல் போகும்? ரகுவிடம் சொல்லும்போது பெரியாரின் ஆவியிடம் பேசினேன் என்று சொல்லியிருந்தால் அது வரட்டு விவாதத்தில் முடிந்திருக்கும். எதற்கும் பெட்ரான்ட் ரஸ்ஸல் பெயரைச் சொன்னேன்.

ரகு பெரியார் அபிமானி. இன்னும் ஐநூறு வருஷம் கழித்து இந்தியச் சிந்தனையாளர்கள் புத்தரைக்கூட மறந்துவிடுவார்கள். ஆனால் பெரியாரைக் கொண்டாடுவார்கள். அவருடைய சிந்தனைகளை அடுத்த 1000 ஆண்டுகளுக்கு இளமையாக இருக்கும் என்று பேசிக் கொண்டிருப்பான் ரகு. அதனால்தான் கடைசி வரை பெரியார் ஆவியிடம் பேசியதைச் சொல்லவே இல்லை.

19

விரும்பினாலும் விரும்பாவிட்டாலும் ஆண்டுதோறும் கல்யாண நாள் வந்துகொண்டிருந்தது நானும் அருணும் பிரிந்துவிட வேண்டும் என்பதற்காக கோர்ட்டில் வழக்கு நடந்து கொண்டிருந்தது. அது விரமடைந்திருந்த என் நான்காவது கல்யாண நாளில் எதற்காகவோ தங்கபஸ்பம் சாப்பிட வேண்டும் என விருப்பம் வந்தது.

அவர் தங்க பஸ்பம் சாப்பிட்டதால்தான் மினுமினுப்பாக தங்கம்போல மின்னியதாக எங்கோ அடிமனதில் ஒரு பேச்சு ஒலித்தது. என்னால் முன்பைப் போல அத்தனைத் துல்லியமாக எல்லாவற்றையும் நினனவுபடுத்த முடியவில்லை. மனப்புயல் சீற்றம் கொண்டு வீசிக் கொண்டிருந்த காலகட்டம் இது. அப்போது நடந்தவற்றை நினைவுபடுத்திப் பார்ப்பது அத்தனைச் சுலபமாக இல்லை.

அவருக்கு கிட்னி பாதிப்பு ஏற்பட்டதும்கூட தங்க பஸ்பம் சாப்பிட்டதால்தான் என்று பேசிக் கொண்டார்கள். தங்க பஸ்பமெல்லாம் சரியான பதத்தில் செய்யவில்லையென்றால் உலோகமாகவே உடலுக்குள் சென்று கிட்னியை பாதித்துவிடுமாம்.

தங்க பஸ்பம் என்றால் தங்கத்தை பவுடர் போல ஆக்கிச் சாப்பிடுவது. எப்படி பவுடர் ஆக்குவது என்று தெரியவில்லை. அதைலேகியம்போலஉருண்டையாக்கி மாதம் ஒன்றாகச் சாப்பிட்டு வந்தால் ரத்தத்தில் கலந்து உடம்பே தங்கம்போல மாறிவிடுமாம். மூலிகை சேர்ப்பு, சில உப்புகள், சில ரசங்கள் எல்லாம் கலக்க

வேண்டும். அத்தனையும் எத்தனை சதவீதம் கலந்து என்ன விதத்தில் சூடாக்கி, எப்படி அரைத்து எப்படி பவுடராக்க வேண்டும் என்று கணக்கு இருக்கிறது.

நான் ஒரு தங்க பஸ்ப புத்தகம் படித்திருக்கிறேன்.

எல்லா ஆச்சர்யங்களும் இந்தியாவில் புதைந்து கிடக்கின்றன. அது அவருக்குத் தெரிந்திருந்தது.

வெடியுப்பு திராவகத்தில் லிங்க இரசத்தை அரைப்பதினால் லிங்க இரசம் மடிந்து தன் தன்மை இழந்து ஜெய இரசமாக மாறிவிடும். ஜெய இரசம் முயற்சிக்கும்போது திராவகம் நல்ல காரமுடனும் இரைப்பு நன்றாகவும் எரிப்பு பக்குமவாகவும் இல்லாவிடில் ஜெய இரசம் கிடைக்க வாய்ப்பில்லை.

ஆகுமே லிங்க ஜெயரசந்தான்பதங் கத்தையும் அன்பதாகப் பிரித்து எடுத்திடு
தாகுமே ஒரு நாற்பாலந் தூக்கிடு தக்கவே யின்னஞ் சேதியைக் கேளடா
பாகுசேர் அயக் கிண்ணத்தில் வைத்திடு பார்த்திடில் நாகக் கிண்ணியை மூடியே
வாகு சுற்றிலும் சீலையைச் செய்திடு வன்மையாகவே தானடுப் பேற்றிடு.

இந்தப் பாட்டு நினைவிருக்கிறது. தங்க பஸ்பம் ரசவாதம் செய்வது குறித்த ஏதோ புத்தகத்தில் படித்தது. ஆனால் அதை நான் செய்ய வாய்ப்பு கிடைக்கவில்லை. சில நாட்டு மருந்து கடைகளில் விசாரித்துப் பார்த்தேன். பலபொருள்கள் அவர்களுக்கே தெரியவில்லை. அது சுலபத்தில் செய்ய முடிகிற விஷயமில்லை என்று எப்போது தெரிந்ததோ அப்போதே அதை செய்து முடிப்பதில் வரமாகிவிட்டேன். இங்கே அங்கே பைத்தியக்காரி மாதிரி சுற்றியலைந்து... எல்லோரும் என்னை அப்படித்தானே சொல்கிறார்கள்? கடைசியில் மயிலாப்பூரில் குளத்துக்கு அருகே ஒரு கடையில் விசாரித்தபோது, “அம்மா நீ கேட்கிற பொருளெல்லாம் பாதி இங்க கிடைக்கும் மீதிய நீ இத வெச்சு நீ வீட்டுல தயாரிக்கணும்” என்று கூறிவிட்டார் கணேச ஆசாரி.

அவர் நான் எதற்காக இதையெல்லாம் கேட்கிறேன் என்று கண்டுபிடித்து விடுவாரோ என்று அச்சமாக இருந்தது. கல்வம், வெடியுப்பு, திராவகம் போன்ற அடிப்படையான சில பொருள்களைச் சொன்னார்.

சில ரசங்களை உருவாக்க குப்பை மேனி கீரையின் சாறைப் பூசிய சீலை மண்ணால் செய்த பானைகள் இரண்டு செய்து கொள்ள வேண்டும். மேலடுக்கும் கீழடுக்கும் இருப்பதாக பதங்கப்பானையாக அது இருக்க வேண்டும்.

கீழ் பானைக்கும் மேல் பானைக்கும் தொடர்பு இருப்பதுபோல செய்ய வேண்டும் என்று அவர் கடையில் இருந்த இரண்டு டீ

வாங்க வைத்திருந்த சொம்புகளை வைத்து செய்து காண்பித்தார். என்னுடைய முழு கவனத்தையும் செலுத்தியும்கூட அவர் சொல்வதை என்னால் புரிந்து கொள்ள முடியவில்லை. இப்போது பதங்கப் பானை செய்பவன் யாருமில்லை என்று நடுவே அலுத்துக் கொண்டார்.

கீழ்பானையில் ரசங்களைப் போட்டு இரண்டு சாமம் பொன்னெறுப்பில் காய்ச்சினால் மேல் பானையில் பதங்கம் தயாராகி விடுமாம். ஆனால் மேல் பானையை உடனே திறக்கக் கூடாது. குளிர வைத்துத் திறக்க வேண்டும்... இவ்வாறெல்லாம் அவர் சொன்னார். அவர் சொன்னதையெல்லாம் செய்ய பணவசதியும் குடும்பத்தில் அதிகாரமும் சுதந்திரமும் உள்ள ஆணாகவும் பிறந்திருக்க வேண்டும் என்று தோன்றியது. குடும்ப ஒத்துழைப்பு இல்லாமல் தங்கபஸ்பம் செய்வது சாத்தியமில்லை. எம்.ஜி.ஆர். போன்ற ஒருவரால்தான் தங்கபஸ்பம் செய்ய முடியும்.

இப்போது நான்தான் எம்.ஜி.ஆர். ஆகிவிட்டேனே? அடுத்து இன்னொருமுறை போய் அவரைப் பார்த்திருந்தால் என்னால் தங்கபஸ்பத்தைச் செய்திருக்க முடியும். அவருடைய தயவிலேயே அதைச் செய்துவிட முடியும் என்று தோன்றியது. அவருக்கு பஸ்பம் செய்வதற்கான ஆர்வமும் அறிவும் இருந்தது. பண முதலீடு செய்வதில்தான் சிரமம் இருந்தது. நான் பணத்தைத் தயார் செய்வதாக அவரிடம் சொன்னேன். தேவைப்படும் தங்கத்தையும் தருவதாகச் சொன்னேன். ஆனால் அதற்குள் என்னை வீட்டில் அடைத்து வைத்துவிட்டார்கள். அதன் பிறகு கக்கூஸ் போவதற்குக் கூட என்னைத் திறந்துவிடுவதற்கு அச்சப்பட்டார்கள்.

கோர்ட் வாசலில் கூட்டம் குறைவான இடத்தில் என்னை நிற்க வைத்திருந்தார்கள். அருணின் நிறம் தங்க நிறத்தில் இருந்து நூறு கிலோ மீட்டர் வித்தியாசத்தில் இருந்தது.

அருணுக்கு ஒரு நண்பன் உண்டு. ஏற்கெனவே சொல்லியிருக்கிறேன் என்று நினைக்கிறேன். புத்தி இந்தத் தருணத்தில் மிகவும் தடுமாறியிருந்தது.

அருணின் நண்பன் அறிவுஜீவிக் கூட்டத்தவன். அதாவது 'அவரை'க் கிண்டல் செய்து பேசுவது புத்திசாலித்தனத்துக்கு அடையாளம்போல பேசிக் கொண்டிருப்பார்களே அந்த வகையினன். எனக்கு அவரைப் பிடிக்கும் என்பதே அவர்களின் கிண்டல் மேலோங்கிப் போனதற்குக் காரணமாகிவிட்டது.

அவருக்கு நடிக்கும்போது கையை என்ன செய்வது என்பதே தெரியாதாம். அதனால்தான் எப்போதும் கையில் ஒரு வாத்தியத்தையோ, ஒரு குச்சியையோ, ஓர் ஏர் கலப்பையையோ, ஒரு

ப்ரீப் கேஸையோ வைத்துக் கொண்டுதான் பாடி நடிப்பாராம். எங்க வீட்டுப் பிள்ளையில் சாட்டை வைத்திருந்ததும் படகோட்டியில் மேளத்தை வைத்திருந்ததும் அன்பே வா வில் கையில் பிரீப்கேஸ் குச்சி ஸ்டிக் வைத்திருந்ததும் அந்தக் குறைபாட்டின் வெளிப்பாடுதான் என்று தீவிரமாக விவாதித்துக் கொண்டிருப்பார்கள். ரகுவிடம் அருண் எல்லாவற்றையும் சொல்லியிருப்பான் என்று தெரிந்தது. இல்லையென்றால் என் எதிரில் அவரைக் குறை சொல்லி பேசிச் சிரித்துக் கொண்டிருக்க வேண்டியதில்லை. அவர்களுடைய நோக்கம் எனக்குப் புரியாமலில்லை. அவர்கள் எம்.ஜி.ஆரே கிண்டல் செய்வதாகச் சொல்லிக் கொண்டு என்னைத்தான் கிண்டல் செய்து கொண்டிருந்தார்கள்.

ஆரம்பத்தில் பாடி நடிக்கும்போது கையை என்ன செய்வதென்று அவருக்குத் தெரியாமல் இருந்ததாம். நடிக்கும்போது கையை என்ன செய்வது என்று தெரியாமல் குழம்பி, சிவாஜி கணேசனிடம் ஆலோசனை கேட்டாராம். அவர்தான் இந்தமாதிரி ஐடியா கொடுத்தாராம். "கையை என்ன செய்யணும்னு தெரியலைனா கையில எதையாவது தூக்கி வெச்சுக்கங்கண்ணே" என்றாராம் சிவாஜி. கேட்பார் யாருமில்லையென்றால் என்னவேண்டுமானாலும் பேசலாம்தானே? நான் எதுவுமே கேட்டுக் கொள்ளவில்லை. எவ்வளவு வேண்டுமானாலும் பேசட்டும் என்று இருந்துவிட்டேன்.

"அவர் பாடும்போது குறைந்தபட்சம் ஒரு ஆட்டுக்குட்டியாவது படப்பிடிப்புக்கு அழைத்து வரப்பட்டிருக்க வேண்டும் இல்லை யென்றால் போச்சு. கதாநாயகிகள் பாடு அதோ கதிதான். மஞ்சுளாவையும் லதாவையும் இறுக்கிப் பிடித்துக் கொண்டு ஆட ஆரம்பித்துவிடுவார்" ரகு உற்சாகமாய் சொன்னான்.

சில நேரங்களில் ரகுவின் புத்திசாலித்தனங்கள் சர்வதேச அளவில் இருக்கும். அர்ஜென்டினாவில் ஆயிரத்துத் தொள்ளாயிரத்து நாற்பதுகளில் ஜனாதிபதியாக இருந்த பெரான் பற்றித் திரும்பும். அந்த ஜனாதிபதி தன் ஐம்பதாவது வயதில் பதினான்கு வயது நடிகையைக் கல்யாணம் செய்து கொண்டானாம். அவளையும் அரசியலுக்கு அழைத்து வந்தானாம். தான் அதிகாரிகளோடு முக்கியமான கொள்கை முடிவுகள் எடுக்கும்போது அவளையும் கூடவே உட்கார வைத்துக் கொள்வானாம்.

ஐம்பது வயதுக்கு மேல் அவரும் ஜெயலலிதாவோடு நடிக்க வந்து, அவரையும் தன் அரசியல் வட்டத்துக்கு அழைத்து வந்ததைத்தான் ஜாடையாகச் சுட்டிக் காட்டிக் கொண்டிருந்தார்கள். அர்ஜென்டினாவின் ஜனாதிபதிக்கும் தமிழ்நாட்டின் முதலமைச்சருக்கும் இப்படியான ஒரு ஒற்றுமை இருப்பதை தமிழ்நாட்டில் இருந்து வெளிவந்து கொண்டிருக்கும் ஒரு மாலை

நாளேடு தொடர் கட்டுரையாக வெளியிட்டதாம். அதில்தான் இதைப் படித்தானாம்.

இந்த மாதிரி வெட்டிப் பேச்சுப் பேசுவதற்காக வரும் ரகுவுக்கு நான் வந்ததும் டீ போட்டு தருவேன். அதில் நான் ஒவ்வொரு முறையும் எச்சில் துப்பிக் கொடுப்பேன் என்று அவனுக்குத் தெரியாது.

வீண் அரட்டை பேச்சு பேசுபவன் எல்லாம் அறிவாளி அடையாளம் காட்டிக் கொள்வதற்கு அவர்தானா கிடைத்தார். எம்.ஜி.ஆரின் திட்டங்களைக் கிண்டல் அடிப்பதுதான் அவர்களின் முக்கியக் குறிக்கோளாக இருந்தது. பனை நுங்கை பதப்படுத்தி வெளிநாட்டுக்கு ஏற்றுமதி செய்யலாம் என்றதையும் ஏரிகளுக்கு மூடி போட்டு நீர் ஆவியாவதைத் தடுக்கலாம் என்று கூறியதையும் பல்பொடி வழங்கும் திட்டம் அறிவித்ததையும் சகட்டுமேனிக்குப் போகிற போக்கில் கிண்டல் அடித்தால் யார்தான் தாங்கிக் கொள்ள முடியும்? வீட்டுக்கு வந்ததும் அவர்களுக்கு அவரைக் கிண்டல் செய்து பேச எப்படியாவது ஒரு தலைப்பு கிடைத்துவிடும். டி.வி. யில் ஓடும் படமோ, ஏதாவது அன்றைய செய்தித்தாள் விவகாரமோ போதும் அவரை வம்புக்கு இழுப்பதற்கு...

அவர்களின் கிண்டலிலும் ஒரு நன்மை இருந்தது. நான் வேலை பார்த்த இடத்தில் இருந்து எம்.ஜி.ஆருக்கு இழுக்கு சேர்க்கும் ஆவணங்களை அழிப்பதற்கு அவர்களின் கிண்டல் விஷயங்கள்தான் ஆதாரங்களாக இருந்தன. அவர்கள் கிண்டல் அடித்த முக்கியமான செய்திகளைக் கண்டெடுத்து அவற்றை நீக்க முடிந்தது. கேட்டினும் உண்டோர் உறுதி என்று சும்மாவா சொன்னார்கள்?

வாழ்ந்தவர் கோடி மறைந்தவர் கோடி மக்களின் மனதில் நிற்பவர் யார்? சேர்ந்து வாழவே முடியாதபடிக்கு எல்லாமும் பண்ணிவிட்டு கோர்ட் வாசலில் அருண் சோகமே உருவாக நின்று கொண்டிருந்தான். அவனுக்குச் சரியான தண்டனை அவனைப் பிரிந்துவிடுவதுதான் என்பதில் நான் உறுதியாக இருந்தேன்.

அஞ்சாமை திராவிடர் உடமையடா.

20

என்னுடைய கேள்வி எல்லாம் இதுதான். அவருக்கு நடிக்கத் தெரியாது என்றார்கள். அவர் நடித்துக் கொண்டிருக்கிற வரை அவர்தான் வசூல்ராஜா. அவருக்கு ஆளத்தெரியாது என்றார்கள். அவர் ஆளுகின்ற வரைக்கும் யாரும் அவரை அசைக்க முடியவில்லை. அவர்தான் ஆண்டார். அவர் மலையாளி என்றார்கள் தமிழ்நாட்டில் அவருக்கு கோவிலே கட்டி கும்பிடுகிறார்கள். தோல்வியை ஒப்புக்கொண்டு ஓடவேண்டியதுதானே?

நான் ஒரு பெண். என்னிடம் அவருடைய ஆவி தஞ்சம் அடைந்திருப்பதற்கு எனக்குத் தோன்றியிருக்கும் இந்தக் கேள்விதான் காரணமாக இருக்க வேண்டும். ஒரு நாய்க்காவது இது உறைக்கவில்லையா? இதையெல்லாம் நினைத்தால் எனக்குச் சரியாக பசிகூட எடுப்பதில்லை. ஒரே இடத்தைப் பார்த்து உறைந்து போய் உட்கார்ந்து விடுகிறேன். மயக்கத்தால் நடுக்கமாகவும் இருக்கிறது. இருந்தாலும் நெஞ்சில் உரம் இருந்தது. அவர் வலியுறுத்தியது அதைத்தானே?

உண்டு உண்டு என்று நம்பி காலையெடு... இங்கு உன்னைவிட்டால் பூமியேது கவலைவிடு..

அச்சம் என்பது மடமையடா..

நான் ஆணையிட்டால் அது நடந்துவிட்டால் இங்கு ஏழைகள் வேதனை படமாட்டார்...

அமானுஷ்யமான எண்ணங்களும் நிகழ்வுகளும் மனதுக்குள் அலை மோதியபடியே இருந்தன. எம்.ஜி.ஆர்.

பேய் என்னைப் பிடித்துக் கொண்டதாக எங்கள் தெருவில் சிலர் இப்போதும் சொல்லிக் கொண்டுதான் இருக்கிறார்கள். நான் இப்போது ஓரளவுக்கு சகஜமாக நடமாடும் நிலைமைக்கு வந்திருக்கிறேன். அஸ்பத்திரியில் இருந்து வெளியானதும் நானே எனக்கு பகையாகத்தான் இருந்தேன். தயங்கித் தயங்கிததான வெளியே வந்தேன். அப்படி வரும் நேரங்களிலும் வினோத பார்வைகள் என் மீது படர்ந்தபடி இருக்கும். இருந்துவிட்டுப் போகட்டும். நான் எந்த அளவுக்குப் பாதிக்கப்பட்டிருந்தேன் என்பதைத் தெரிந்து கொள்ள அந்த பார்வைகள்தான் அளவுகோள். எந்த தெருவரை என்னை வினோதமாக பார்க்கிறார்களோ அந்த அளவுக்கு என் எம்.ஜி.ஆர். பேய் புகழ் பரவியிருந்தது என்று அர்த்தம்.

ம்.. அமானுஷ்ய நிகழ்வுகளுக்குப் பஞ்சம் இருக்கவில்லை. அதுதான் என்னை அந்தப் பாடு படுத்தியிருக்கிறது.

பின்னாடி நிழல் போல செல்வது, புகை போல நிற்பது, கலங்கி அழுது கொண்டிருப்பது என்பதாக எம்.ஜி.ஆர். பல காட்சி ரூப தரிசனங்கள் தந்தார். அலுவலகத்தில் இருந்த நேரத்தில் நாளிதழ்களின் பல பக்கங்களை நான் கிழித்ததாக விசாரணை நடத்தினார்கள்.

அந்தப் பக்கங்கள் கிழிக்கப்பட்டது எப்படி என்று யாருக்கும் தெரியாது.

அலுவலக வேலை நேரத்தில் அதை யாரும் கிழிக்க முடியாது. அவ்வளவு பேர் பரபரப்பாகப் பணியாற்றிக் கொண்டிருக்கிற நேரத்தில் அந்த பழைய ஆவணங்களைத் தேடி எடுத்து யாரும் கிழித்துவிடவும் முடியாது.

அன்று என்னை சுதந்திர இந்தியாவின் மகத்தான ஊழல்கள் என்ற ஆய்வுக்காகத் தகவல்கள் திரட்டித் தரச் சொல்லியிருந்தார்கள். முதல் கட்டமாக இன்டெர் நெட்டில் இந்தியாவின் ஊழல்கள் பற்றி திரட்டிக் கொண்டிருந்தேன். முத்ரா ஊழல், போபர்ஸ் ஊழல், காமன்வெல்த் ஊழல், ஸ்பெக்ட்ரம் ஊழல், அரிசி பேர ஊழல், சர்க்கரை பேர ஊழல், பல்கேரியா கப்பல் பேர ஊழல், வீராணம் ஊழல், மாருதி கார் ஊழல் என்று பரவலாக பல்வேறு ஊழல்கள் வந்து கொண்டிருந்தது. அந்தந்த ஊழல்கள் நடந்த காலகட்டத்தை, தேதியைக் குறித்து வைத்துக்கொண்டு ஆவணங்களில் அந்தத் தேதியில் உள்ள பேப்பர் கட்டுகளை எடுத்து வைத்துக் கொண்டிருந்தேன்.

அப்போதுதான் அது நடந்தது.

ஒரு பேப்பர் கிழிபடும் சப்தம். திகைத்துப் போய் பார்த்தேன். பேப்பரின் பக்கம் தானாகவே கிழிந்து கொண்டிருந்தது.

விருட்டென்று நான் ஏறிட்டுப் பார்த்தேன். அவர் தன் தனித்துவமான புன்னகையோடு புத்தக அலமாரியின் மீது சாய்ந்தபடி கைகட்டி நின்று கொண்டிருந்தார்.

என்னுடைய அதிர்ச்சி அவருடைய அந்தப் புன்னகையின் அளவை மேலும் சில மில்லி மீட்டர் அளவுக்கு அதிகப்படுத்தியது. பயம் தெரியாத எதையும் ஒரு அலட்சிய பாவத்தோடு பார்க்கும் அவருடைய தோற்றம் கண்டு நானும் மகிழ்ச்சியோடு புன்னகைத்தேன்.

பேப்பர்கள் தானாகக் கிழிபடுவதும் கசக்கிக் குப்பைக் கூடைக்குள் போடப்படுவதுமாக இருந்தது. எல்லாம் தானாகவே. அவர் பார்த்துக் கொண்டு நின்றிருந்தார் அவ்வளவுதான். எல்லோரும் அவரவர் வேலையில் மூழ்கிக் கிடந்தனர். அவர்களுக்கு அந்தப் பத்திரிகையின் பக்கங்கள் தானாகவே புரள்வதோ, சில பக்கங்கள் தானாகவே கிழிபடுவதோ தெரியவில்லை என்பது எனக்குத் தெரிந்தது. அதனால் எனக்கு மகிழ்ச்சி இரட்டிப்பானது. நமக்கு மட்டுமே தெரியும் ரகசியம் தரும் மகிழ்ச்சிதான்.

அடுத்த நாள்களில் அவருடைய பணி முடிந்துவிட்டது.

அந்தக் கிழிந்த பக்கங்கள் என்னுடைய படுக்கையின் கீழே கண்டெடுக்கப்பட்டதுதான் அதைவிட ஆச்சர்யம். நான்கு, நான்காக மடிக்கப்பட்ட நிலையில் எல்லா பக்கங்களும் கண்டெடுக்கப்பட்டன. இதையும் அவரே எடுத்துவந்து வைத்திருக்கிறார்.

இப்போது மனநிலை சரியான நிலையிலும்கூட இதை அவர் கொண்டு வைத்திருப்பதாகத்தான் நினைக்கத் தோன்றுகிறது. டாக்டர் சொன்னார். இப்படிச்சொன்னால் இன்னும் உனக்கு மனநிலை சரியாகவில்லை என்று அர்த்தமாகிவிடும் என்று.

நினைத்தால் நினைத்துவிட்டுப் போகட்டும் என்று சொல்லி விட்டேன். கோர்ட் வாசல்.. விவாகரத்து வழக்கு... அருண்.. அம்மா.. அப்பா... உஷா...

எனக்கு எங்கிருந்துதான் ஆவேசம் வருகிறதோ.. மயக்கத்திலும் உறுதியாக நிற்கிறேன். கண்கள் நிலைகுத்தி நிற்கின்றன. எதையும் எதிர் கொள்ளும் ஆவேசம் பரவிக் கொண்டிருக்கிறது. உறுதி கொண்டு நிற்பது நான்தானா என்னுள் இருக்கும் அவரா என்பதில் எனக்கு சந்தேகமே இல்லை. அவரேதான்.

உண்பதற்கும் சிறுநீர் கழிப்பதற்கும்கூட மனம் ஈடுபாடு கொள்ளவில்லை. எப்போதும் ஓயாமல் எம்.ஜி.ஆர். மன நிலையில் இருப்பது பிடித்திருந்தது. எதையாவது சாப்பிட்டால், முடிந்தால் அதை வெளியேற்றுவதற்கு மீண்டும் நேரம் ஒதுக்க வேண்டியிருந்தது.

சாப்பிடுவதற்கு நேரம் செலவிட்டால் வீணாக அதை வெளியேற்றவும் வீணாக நேரம் செலவிட வேண்டியிருந்தது. பல் தேய்ப்பது, தலைவாறுவது எல்லாமே வீண் வேலையாக இருந்தது. எதற்காக அதையெல்லாம் செய்ய வேண்டும் என்பதற்கு ஒரு காரணமும் கிடைக்கவில்லை. உடலை அடக்கி சுரணையற்று காற்றே போல இருக்க வேண்டும். எதுவும் என்னை பாதிக்காத உடல் நிலையும் மன நிலையுமாக வாழ்வது கோரிக்கையாக இருந்தது.

வழக்கு நிலவரம் தெரியவில்லை. காரில் என்னை ஏற்றிக் கொண்டு கிளம்பினர். அம்மாவின் கண்ணில் கண்ணீர் வழிந்து கொண்டிருந்ததை நான் கவனித்தேன். அது காரணமில்லாத அழுகை. எனக்கும்சிலநேரங்களில் இப்படித்தான் திடீரென்று அழுகை வந்து விடுகிறது. அம்மா என் துப்பட்டாவை சரியாகப் போர்த்திவிட்டாள். என்னை அண்ணாநகரில் மனச்சிதைவு நிலையத்தின் முன்னால் நிறுத்தினர்.

நான் காரைவிட்டு இறங்க மறுத்தேன். உடம்பில் நடுக்கமும் இறுக்கமும் ஒரே நேரத்தில் ஏற்பட்டதுபோல இருந்தது.

"உன் நன்மைக்குத்தாம்மா சொல்றோம் இறங்கி வாம்மா.." அம்மா கண்ணீரின் நடுவே மெதுவாக சொன்னாள். அப்பா என்னை அழுத்தித் தள்ளி காரில் இருந்து கீழே இறக்க முற்பட்டார்.

இரண்டில் ஒன்று பார்த்துவிடுவது என்று தீர்மானமாக நன்றாக சாய்ந்து உட்கார்ந்து காலை கதவுக்கு அருகே ஊன்றிக் கொண்டேன்.

ரெண்டில் ஒன்று பார்ப்பதற்கு தோளை நிமிர்த்து.. அதில் நீதி வரவில்லையென்றால் வாளை நிமிர்த்து...

அப்பா காரைவிட்டு இறங்கி நான் அமர்ந்திருந்த பக்கமாக வந்து கையைப்பிடித்து வெளியே இழுத்தார். கார் டிரைவரும் அப்பாவுக்கு உதவுவதற்காக வந்தார். அம்மா அழுது கொண்டு பக்கத்திலிருந்து மரத்தின் பக்கமாக போய் நின்றிருந்தார். "அப்பா நா இங்க வரமாட்டேன்" என்பதைத் தெளிவாகச் சொன்னேன். இவர்களைச் சமாளிப்பது கடினமாக இருந்தால் இறங்கி எதிர்திசையில் ஓடவேண்டும். அங்கே யாருமில்லாமல் காலியாக இருந்தது. அப்பா இழுப்பதை நிறுத்திவிட்டு என்ன செய்வதென்று தாடையைச் சொறிந்து கொண்டார்.

"இவ ஒருத்தி அழாம இரேன்டீ."

அம்மா அடக்கிக்கொள்ள முயற்சி செய்தார்.

மனச்சிதைவு மையத்திலிருந்து இரண்டு பேர் சீருடையுடன் வந்தனர். அப்பா அவர்களை கடவுளே கீழிறங்கி வந்ததுபோல பார்த்தார். அவர்கள் இருவரும் சற்றே முரட்டுத்தனத்துடன்

என் கையைப் பிடித்து இழுத்தனர். நான் காலை முட்டுக் கொடுத்து என்னைக் கீழே இறங்கவைக்க முடியாதபடி தடை ஏற்படுத்தியிருப்பதை ஒருவன் கவனித்துவிட்டான். என் காலை இழுத்து வெளியே விட்டான். ஒரு பொம்பளையை இப்படி தைரியமாகத் தொட்டதற்காக விட்டேன் ஒரு அறை.

அவன் "அதெல்லாம் ஒண்ணுல்ல சார்..." என்று அப்பாவைப் பார்த்துச் சொன்னான். காரைவிட்டு இறக்கியபின் அவர்கள் இருவரிடமும் என் பலம் போதவில்லை. அவரும்கூட சோர்ந்து போய்விட்டார். கேட்டைத் தாண்டி உள்ளே இழுத்துச் செல்லும்போது, "அம்மா" என்று என்னையும் மீறி அழுதேன்.

"அவளை விட்டுடுங்க. வீட்டுக்கே கூட்டிக்கிட்டுப் போயிட்றோம்" என அம்மா பின்னாலேயே ஓடி வந்தார். அம்மாவை அப்பா தடுத்து நிறுத்தி காரில் ஏற்றி உட்கார வைப்பதைக் கடைசியாக நான் பார்த்தேன். அதன் பிறகு முழுதாக ஓர் ஆண்டு இங்கேதான் கழிந்தது. பலமுறை தப்பி ஓட முயன்றேன். பிடித்துக் கொண்டு வந்துவிடுவார்கள். மாத்திரைகளைப் போட்டுக் கொள்ள மாட்டேன் என்று அடம்பிடிப்பேன். என்னுடைய பிடிவாதங்களையெல்லாம் எல்லோரும் பொறுத்துக் கொண்டார்கள். பெண் உணர்வு பூர்வமாகவும் ஆண் அறிவு பூர்வமாகவும் சிந்திப்பதாக ஒரு கடைந்தெடுத்த பொய்யை உலகில் உலவவிட்டிருக்கிறார்கள். நான்பல விஷயங்களை அறிவுபூர்மாகத்தான் சிந்தித்தேன். படித்தது கேட்டது ஆய்ந்தது எல்லாம் இருந்தது. ஒரு பெண் அறிவு பூர்வமாகச் சிந்தித்தால் இப்படித்தான் ஆகும் என்று மனச் சிதைவைக் காரணம் காட்டுவது சரியில்லை. அப்படியானால் மனச் சிதைவுக்கு காரணமான ஆண்கள் எல்லாம் உணர்வு பூர்வமாகச் சிந்தித்தனால்தான் அப்படியானார்களா?

பிரமிளா மேடம் தெய்வம். என்னை கருணையோடு அணுகி என் பிரச்சினைகளை காது கொடுத்துக் கேட்டார்கள். என்னுடைய நிலையில் அங்கு வருபவர்களைப் பெரும்பாலும் அவர்கள் வீட்டில் இருப்பவர்கள் வெறுத்துவிட்டிருப்பார்கள். ஆஸ்பத்திரியில் இருப்பவர்களுக்கு மட்டும் என்ன அக்கறை எக்கேடும் கெட்டுப் போ என்பதாகத்தானே இருக்கும். அப்படி குணமாகி என்ன சாதனை செய்யப் போகிறாய் என்றும் நினைக்கலாம்.

மனநிலை சரியில்லை என்றாலும் அந்த சரியில்லாத மனது ஒரு மனித உடலுக்குள்தான் செயல்படுகிறது என்ற எண்ணம் வேண்டும். இப்போது குணமாகியிருக்கும் இந்த நிலையில் எனக்கேகூட அந்த எண்ணம் வந்துவிட்டதாகத் தெரியவில்லை. ஆஸ்பத்தரி ஊழியர்கள் வாழ்க... டாக்டர் பிரமிளா வாழ்க.

டாக்டர் அக்கறையாக என் பிரச்சினைகளை எழுதி வைத்துக் கொண்டார்கள். நான் சொல்வது போலவே அதை ஒழுங்குப்படுத்தி எழுதியதுதான் அவருடைய சாதனை. கொஞ்சம் முன்னே பின்னே மாறியிருந்தாலும் கவனமாகப் படித்தால் புரியும் என்று நினைக்கிறேன்.

ஆண்பாகம்

(அருண் சொல்வதாக ரகு எழுதியது)

திருமணத்துக்கு முன்பு ஒரு நாள் மாலை...

நுங்கம்பாக்கத்தில் ஹோட்டலோடு கூடிய பார். நான் என்னுடன் வேலை பார்க்கும் ஏழு பேருக்கு கல்யாண ட்ரீட் கொடுப்பதற்காக வந்திருந்தேன். குழு குழுவாக வந்து சந்தோஷப்படுவதற்குத் தோதாக டேபிள் போடப்பட்ட பார். மதுபானங்களைப் பரிமாறுவதற்காக விதவிதமான கோப்பைகள் அடுக்கப்பட்ட கண்ணாடி அலமாரியே குடிக்காதவனையும் குடிக்கத் தூண்டும்படி இருந்தது. குழந்தை போல எடுத்து மடியில் வைத்துக் கொள்ளலாம் போன்ற அழகிய மதுபாட்டில்கள். அதனுள் இருக்கும் தங்க ஜொலிப்பில் வசீகரம் அதிகமாக இருந்தது. அவை அடுக்கி வைக்கப்பட்டிருந்த டேபிளுக்கு மறுபுறத்தில் டேபிளும் டையுமாக பார் மானேஜர். அவருக்கு எதிரே டேபிளுக்கு எதிரில் ஏணி வைத்து ஏற வேண்டிய உயரமான இருக்கைகள் காளான் போன்று இருந்தன. விளக்கின் ஒளியில் மட்டும் ஏழ்மை இருந்தது.

எல்லா டேபிள்வாசிகளும் பார்ப்பதற்கு வசதியான இடத்தில் டி.வி. ஒன்று நிறுத்தி வைக்கப்பட்டிருந்தது. பார் இன்னும் களைகட்டாத அந்த நேரத்தில் பழைய தமிழ்த் திரைப்படம் ஒன்று அதில் ஓடிக் கொண்டிருந்தது. அளவுக்குமீறிய உணர்ச்சிகளை வெளிப்படுத்தி நடித்துக் கொண்டிருந்தார்கள். அந்தக் காலத்தில் நடிகைகள் எல்லாம் ஒரு சைன் அலை போல பேசுவது வேடிக்கையாக இருந்தது. குரலை உயர்த்திக்கொண்டே வந்து உச்சநிலைக்குப் போய்

மீண்டும் குரலைத் தாழ்த்தி மீண்டும் உயர்த்திப் பேசுவது ஒரு கலையாக இருந்தது. கொச்சையான நடையில் சில இடங்களிலும் உருக்கமாகவோ, உணர்ச்சிகரமாகவோ நடிக்க வேண்டிய இடத்தில் உரை நடைத் தமிழிலும் பேசினர்.

கதாநாயகர்கள் அநியாயத்துக்கு லட்சிய வேட்கை கொண்டவர்களாக இருந்தனர். தவறு செய்தது தந்தையே ஆனாலும் தனயனே ஆனாலும் சட்டத்தின் முன்னால் நிறுத்தி தண்டனை வாங்கிக் கொடுத்தனர். சிறிய தவறுகளுக்கெல்லாம் குற்ற உணர்வு கொண்டு உருகி உருகி ஒரு பாட்டுப் பாடினர்.

சாயங்கால வேளையில் ஆரம்பித்தது பார்ட்டி. எல்லோரும் இன்று எவ்வளவு குடிக்க முடிகிறது என்று இரண்டில் ஒன்று பார்க்கப் போவதாக தீர்மானித்திருந்தனர். படம் அப்போதுதான் ஆரம்பித்திருந்ததால் இன்னும் மூன்று மணி நேரத்துக்கு அதை கிண்டல் செய்தபடியே படம் பார்க்க முடியும் என மனதில் நேரம் குறித்துக் கொண்டனர்.

படத்தின் கதையோ, அதில் நடிக்கும் நடிகர்களோ கணக்கில் இல்லை. காட்சிக்குக் காட்சி அதைக் கிண்டல் செய்து கொண்டிருந்தனர். அது கருப்பு வெள்ளை படம். சரக்கு உள்ளே போகப் போக உற்சாகமான கமென்ட் அதிகரித்துக் கொண்டே இருந்தது. சிரிக்கும்படியான நகைச்சுவையாக எல்லோருக்கும் பொங்கி வந்து கொண்டிருந்தது. அல்லது எது சொன்னாலும் சிரிக்கும் நிலைமைக்கு எல்லோரும் தயாராகிவிட்டனர்.

மாலை மயங்கியதும் கூட்டம் அதிகரித்தது. நாங்கள் முதலிலேயே வந்தவர்கள் என்பதால் டி.வி. இருந்த இடத்துக்குநெருக்கமாக உட்கார்ந்து சிரித்துப் பேசிக் கொண்டிருந்தோம். அடுத்து வந்தவர்கள் டி.வியைப் பார்ப்பதா எங்கள் கேலிகளை கேட்பதா எனத் தோராயமாக இருந்தனர். நான் மறுபடியும் வீட்டுக்குப் போக வேண்டியவன். அதனால் இரண்டாவது ரவுண்டிலேயே ஜகா வாங்கிக் கொண்டேன். மற்ற அனைவரும் அறைவாசிகள். இன்று எல்லை மீறி குடிப்பதைத் தங்கள் குறிக்கோளாகக் கொண்டிருந்தனர்.

எங்களைப் போலவே அதன் பிறகு வந்து அமர்ந்தவர்களும் எங்களின் கிண்டலை ரசித்துக் கொண்டிருக்கிறார்கள் என்று நினைத்துக் கொண்டிருந்தோம். எங்கள் உற்சாகத்தால் கணிப்பு தவறாகிவிட்டது. பலரும் அந் நாளைய புகழ்பெற்ற நடிகர்களைக் கிண்டல் செய்வதற்காக எங்கள் மீது கோபமாக இருந்தனர்.

அந்த நேரத்தில் வந்தது இன்னொரு குழு. வேலையில் பதவி உயர்வு கொடுத்திருப்பதற்காக அதில் ஒருவன் விருந்து வழங்குவதாக அவர்கள் பேச்சிலிருந்து தெரியவந்தது. அவர்களும் அவர்கள் போக்கில் ஏதோ பேசி அரட்டையில் இறங்கினர்.

இந்த நேரத்தில் யாருடைய அரட்டை ஒசத்தியானது என்பதாக அவர்களுக்கு மன உரசல் ஏற்பட்டிருக்க வேண்டும். பேரரிடம் ரிமோட் கண்ட்ரோலைக் கொண்டு வரச்சொல்லி சானலை மாற்றி வைத்தான். இப்போது டி.வி.யில் கிரிக்கெட் ஓட ஆரம்பித்தது. யார் ரன் அடித்தாலும் விசில் அடித்து உற்சாகமாகக் கைதட்டி ரசிக்க ஆரம்பித்தனர்.

கொஞ்சநேரம் பொறுமையாக இருந்த என்னுடைய நண்பர்களில் ஒருவன் எழுந்துபோய் ரிமோட் கண்ட்ரோலைக் கேட்டான். மீண்டும் அந்தப் பழைய தமிழ்ப்படத்துக்கு மாற்றிவிட்டு உட்கார்ந்தான். கிரிக்கெட்டில் யாரோ ஒருவன் சிக்ஸர் அடித்த நேரம் அது. கரகோஷம். எங்கள் கேலிக்குப் போட்டி போல அவர்கள் உற்சாகம் இருந்தது. அவர்களில் ஒருவன் விசில் அடித்தான். அந்த நேரத்தில் என் நண்பன் தமிழ்ப்படத்துக்கு மாற்றிவிட்டான். தமிழ்ப் படத்தில் நாயகன் தன் தாயே தன்னைப் புரிந்து கொள்ளாமைக்காக கதறி அழுதுகொண்டிருந்திருந்தான். எதிரணியினருக்குத் தாங்குமா? எழுந்து வந்து சானல் மாற்றிய என் நண்பனை விட்டான் ஒரு அறை. பதிலுக்கு எங்கள் அணியினர் நாற்காலிகளை இழுத்துப் போட்டுவிட்டு எகிற, பார் பணியாளர்கள் சமாதான முயற்சியிலும் வெளியேற்றும் முயற்சியிலும் ஒரே நேரத்தில் ஈடுபட்டனர். எங்கள் அணியினருக்குத்தான் நிறைய அடி.

“அருண் நீ போய்டு... போய்டு” மாப்பிள்ளைக்கு ஏதாவது ஆகிவிடப் போகிறதென்று நண்பர்கள் பதறினர். அன்று நாங்கள் உயிர் பிழைத்து வந்தது பெரிய வரம்தான். இரத்தம் சிந்தும் அளவுக்கு கைகலப்பு. நாற்காலி கலப்பும் நடந்தது.

அன்று நாங்கள் பார்த்தது யார் நடித்த படம் என்று இப்போதும் நினைவுக்கு வரவில்லை. அறைகுறையாக அந்தப் படத்தின் கதை நினைவிருக்கிறது. அதைச் சொன்னால் வேறு ஏதோ படத்தின் பெயரைச் சொல்கிறார்கள். பல படத்தில் அதே போல காட்சிகள் இடம் பெற்றிருப்பதைத் தெரிந்து கொண்டதுதான் மிச்சம்.

1

"**யா**ரோ இப்போது இந்த பக்கம் போனது மாதிரி இருந்தது" - முதலிரவு அறையில் பிரியா என்னிடம் சொன்னபோது பிரமை என சாதாரணமாக இருந்துவிட்டேன். ஏனெனில் நாங்கள் தாழிட்ட அறையில் இருந்தோம். திடீரென்று யாரோ எப்படி உள்ளே வந்துவிட முடியும்? குழல் விளக்கும் அணைந்து இருந்தது. பீங்கானில் வடிவமைக்கப்பட்ட தாஜ்மகால் சிற்பத்துக்குள் மெல்லிய ஒளி கசியும் விளக்கு ஒன்று இருந்தது. அந்த விளக்கொளியில் எல்லாமே நிழலுருவமாகத்தான் இருந்தன. ஆனால் பிரியாவின் மனதில் ஒரு நிழலுருவம் ஒளிந்திருந்தது பல ஆண்டுகளாக. அதை நான் உணர்வதற்கு சில ஆண்டுகள் தேவைப்பட்டன. எல்லோரும் பயந்தது பேய்க்காக. அவளுக்குப் பேய் பிடித்திருப்பதாக எல்லோரும் பின்னாளில் நம்பியபோதும் நான் அதை நம்பாமல் இருந்ததற்கும்கூட அவள் எனக்கு ஒரு மதிப்பெண்ணும் போடாமல் போய்விட்டாள்.

எனக்கு முதல் இரவு ஏற்பாடாகியிருந்தது பிரியாவின் வீட்டில்தான். புதிய மனிதர்களைச் சந்திப்பதற்கும் புதிய உறவுகளை எதிர் கொள்வதற்கும் வித்தியாசம் இருக்கத்தான் செய்கிறது. ஓர் உறவு புதியதாக எப்படி ஏற்படக்கூடும்? திருமண பந்தத்தால் மட்டுமே சாத்தியம். பிரியாவை மணந்த அன்று, என் முதலிரவு நாள் மாலையில் நான் என் புதிய மாமனாருடன் அதிக நேரம் பேச வேண்டியிருந்தது. ஏனென்றால் என்னுடன் என் பெரியப்பாவும் கருணாநிதி மாமாவும் அக்காவும்

சுகந்தி மாமியும் மட்டுமே வந்திருந்தனர். காரில் கருணாநிதி மாமா தத்தெடுத்து வளர்க்கும் எட்டு வயது மதிக்கத்தக்க குழந்தை ஒன்றும் வந்திருந்தது. எதற்கெடுத்தாலும் அடம்பிடிக்க வேண்டும் என்பது மட்டும்தான் அந்தக் குழந்தைக்குத் தெரிந்திருந்தது. கோழிக்கறி பகோடா கேட்டு அடம்பிடிப்பதாகச் சொன்னார்கள். மாமாவுக்கு குழந்தை இல்லாமல் போனதால் அது புலிப்பால் கேட்டாலும் வேட்டைக்குக் கிளம்ப அவர் தயாராக இருந்தார். மாமியின் தங்கையின் குழந்தை அது. மாமாவின் வீட்டில்தான் வளர்ந்தது. புதிய வீட்டில் அந்த நால்வருடனும் மட்டுமே திரும்பத் திரும்ப பேசிக் கொண்டிருப்பது நான்கு சுவருக்குள் அடைபட்டுவிட்டது மாதிரி இருந்தது.

என் திருமணம் முடிந்து இரண்டு ஆண்டுகள் கழித்து ஒரு நாள் அவர்கள் வீட்டின் பரண் மீது பிரேம் போட்ட ஒரு டஜன் எம்.ஜி.ஆர். படங்களைப் பார்த்தபோது, பிரியாவின் உடம்பில் எம்.ஜி.ஆர். புகுந்து ஆட்டிப் படைக்கப் போகிறது என்பதை அறியாதவனாக இருந்தேன். எல்லா படங்களும் பிரியாவின் அப்பாவுக்கு மணமானபோது அவர்கள் நண்பர்கள் தந்த வாழ்த்துமடல்கள். எம்.ஜி.ஆரின் படத்தைப் போட்டு அதில் மணமகன், மணமகள் பெயரையும் திருமண நாளையும் போட்டு வாழ்த்தியிருந்தார்கள். தவிர சில படங்களைச் சுவரிலும் மாட்டி வைத்திருந்தார்கள். மழையில் ஊறி சிதைந்து போயிருந்த அந்தப் படங்களைப் பார்த்தபோது கேள்வி எழுந்தது. தமிழகத்தின் புகழ்பெற்ற நடிகராகவும் தமிழகத்தின் முதலமைச்சராகவும் இருந்த ஒருவருடைய படத்தை ஏன் இப்படி பரண் மீது போட்டுவைத்திருக்கிறார்கள். பிரியாவின் அப்பா எம்.ஜி.ஆர் ரசிகராக இருந்து பின்னர் வேறு கட்சிக்கு மாறியிருப்பார் என யூகித்தேன். நான் யூகித்தது தவறென்று புரிய இன்னும் இரண்டு ஆண்டுகள் ஆகின.

முதலிரவுக்கு முந்தைய மாலைப் பொழுதில், கருணாநிதி மாமாவுடன் மட்டுமேபேசிக்கொண்டிருப்பது எனக்குப்போரடித்துப் போயிருக்கும் என்றுநினைத்துஎன் மாமனார் என்னிடம்பேச்சுத் துணைக்குவந்தார். பேச்சு காரில் அடம்பிடித்து அழுதபடி வந்த குழந்தை பற்றித் திரும்பியது. குழந்தை எதற்காக அடம்பிடித்தது என்பதைத் தெரிந்து கொள்ள விரும்பி பேச்சைத் தொடங்கினார் மாமனார். அதில் எனக்கு அவ்வளவு சுவாரஸ்யமில்லை. இருந்தாலும் குழந்தை கேட்ட கோழிக் கறி பகோடா அண்ணா நகரில் பதினான்கு கடை மார்க்கெட்டில் கிடைக்கும் என்பதைச் சொன்னார். குழந்தை அடுத்த முறை அடம் பிடிக்கும்போது வாங்கித் தருவதற்கு வசதியாக இருக்கும் என்றாலும் அது ஒவ்வொரு முறையும் புதிய பிடிவாதங்களை முன்வைத்தது.

வேட்டி கட்டி, கை பனியன் போட்டிருந்தார். பெண்களுக்கு போல அவருக்கும் மார்பகத் தோற்றம் இருந்தது. எம்.ஜி.ஆருக்கு போலவே ரோமமற்ற மார்பு. தொப்பையும் இருந்தது. முன்வழுக்கை. மொத்தத்தில் உட்கார்ந்த இடத்திலேயே வேலை பார்க்கிற அரசாங்க உத்யோகஸ்தர் போன்ற உருவம். வேலைக்குச் செல்லும்போது மார்பு வரை உயர்த்திய பேண்டும் அதில் பட்டையாக பெல்ட்டும் கட்டிக் கொண்டு, சட்டையை இன் செய்து கொள்வார் போலும். இருந்தாலும் அவரும் சில ஆண்டுகளுக்கு முன்னால் ஒரு மருமகனாகக் கொண்டாடப்பட்டவர்தானே? அதை எண்ணியே அவருடன் பெருந்தன்மையாகப் பேசினேன். அவருடைய மார்பைப் பார்த்ததும் நான் என்ன நினைத்தேன் என்பதை கல்யாணமான சில நாள் கழித்து பிரியாவிடம் சொன்னேன். இதை மனதில் வைத்துக் கொண்டு பிரயா என்னை நள்ளிரவில் அச்சுறுத்தியிருக்க வேண்டிய அவசியம் இல்லை.

அவருடைய பேச்சில் என்னுடைய பெருந்தன்மையை ஏற்றுக் கொள்ளவில்லை என்று தெரிந்தது. ஏனென்றால் அவரை அவர் இன்னமும் என்னைப் போன்றதொரு இளைஞனாகவே நினைத்துக் கொண்டிருந்தார். அதனாலென்ன பரவாயில்லை என பார்த்தால், அவர் அதி நவீனமானவராகக் காட்டிக் கொள்ளவும் பிரயாசைப்பட்டுக் கொண்டிருந்தார். நாம் ஒரு மாமனாராக மாறும்போது இப்படி நடந்து கொள்ளவே கூடாது என்று அந்த நிமிடமே உறுதி பூண்டேன்.

உதாரணத்துக்கு நான் என் மூக்குக் கண்ணாடியை சீ த்ருவில் வாங்கினே ன் என்று சொன்னபோது, அவர் ஒரு ஏளனச் சிரிப்போடு மூக்கு கண்ணாடி வாங்குவதற்கு சிறந்த இடம் துராக்கியாதான் என்றார். அவர் சொன்ன தொனியில் எனக்குப் போதிய அனுபவம் இல்லை என்பதைவிட போதிய நவீனத்துவம் இல்லை என்பதே மேலோங்கியிருந்தது. கால் டாக்ஸியில் போவதைவிட ஆட்டோவில் செல்வதுதான் சிறந்ததென்றும் போத் ஸில் துணி எடுப்பதைவிட சரவணா ஸ்டோர்ஸில் துணி எடுப்பதுதான் சிறந்ததென்றும் செருப்பு வாங்குவதென்றால் பாட்டாவைவிட டியூரபிளில் வாங்குவதுதான் சிறந்ததென்றும் சொன்னார். எல்லா விஷயத்திலும் நான் மிகவும் தெளிவாக இருப்பேன் என்பதை எனக்கு அன்றே உணர்த்த விரும்பினார். செல்போன் வகைகளில் எது சிறந்ததென்றும் எதில் டாக் டைம் வேல்யூ அதிகம் என்றும் சொல்லிக் கொண்டிருந்தபோது என்னையும் அறியாமல் எனக்குக் கொட்டாவி வந்துவிட்டது.

“கொஞ்ச நேரம் படுக்கறீங்களா?” பதற்றத்தோடு கேட்டார். நானும் சோபாவிலேயே சற்று சாய்ந்து கொண்டால் போதும் என்று

சொன்னேன். பெரிய சோபா. சாய்ந்து கொள்ள ஒரு தலையணை கொண்டு வந்து கொடுக்குமாறு மனைவியிடம் பணித்தார். என் மாமியார் என்னைப் பார்த்துப் புன்னகைத்தவாறே கொண்டு வந்தார். அவர் இன்னும் என்னிடம் பேச ஆரம்பிக்கவில்லை. எங்களுக்குக் குழந்தை பிறக்காமல் பல டாக்டர்களைப் பார்க்க வேண்டியிருந்தபோதும் பல கோவில்களுக்குப் படையெடுக்க வேண்டியிருந்தபோதும் என் மாமியார் என்னிடம் முகம்கொடுத்துப் பேசுவதில் மிகுந்த நாணம் கொண்டவராக இருந்தார். இந்த இருவரில் ப்ரியா யாருடைய ஜாடையில் இருக்கிறாள் என்பதை ஒப்பிட்டேன். அவள் அப்பா ஜாடையில் இருக்கக் கூடாதென்று நினைத்... இல்லை அவள் அப்பா ஜாடையில்தான் இருந்தாள்.

அவளும் அப்பா மாதிரியே 'எல்லாம் தெரிந்த ஏகாம்பரம்' போல பேசுவாளோ? ஒரு நொடி அச்சம் பரவியது. கொடைக்கானலில் தேனிலவு கொண்டாட மூன்று நாள்கள் தங்கியிருந்த நேரத்தில் அவளுடைய பேச்சில் அவளுடைய அப்பாவின் தொனி தெரிகிறதா என்று என்னையும் அறியாமல் கவனித்தபோது அப்படியெதுவும் தெரியவில்லை. பெண்கள் அவர்களாகவே எதையும் ஆரம்பிப்பதில்லை. அதிலும் கல்யாணமான சிறிதுகாலம் அவர்கள் தங்களை வெளிப்படுத்துவதே இல்லை. அவர்கள் குறித்து ஆண்கள் ஒரு அபிப்ராயத்தையும் அந்த நேரத்தில் ஏற்படுத்திக் கொள்ளவே முடியாது. அப்படியே ஏற்படுத்திக் கொண்டாலும் அது தவறாகவோ, முற்றிலும் எதிர் மாறாகவோ இருக்கும். ஒரு அப்பாவிக் குழந்தையே தனக்கு மனைவியாக வாய்த்துவிட்டமாதிரி கணவன் நம்ப ஆரம்பித்துவிடுகிறான். இது ஒரு பொதுக் கணக்குத்தான். சில தம்பதிகளுக்கு வித்தியாசப்படலாம். பொதுவாக கணவன்கள் தம் புது மனைவியைக் குழந்தைபோல நினைக்கிறார்கள். கூடவே தம் மனைவி எப்படிப்பட்டவள் என்ற ஆராய்ச்சியிலும் இறங்குகிறார்கள்.

ஆண்களின் ஆராய்ச்சி அவர்களுக்கு வெகு சீக்கிரத்திலேயே புரிந்துவிடும். நாம் அவர்களை கவனிக்கிறோம் என்பதை அவர்கள் கவனிக்க ஆரம்பித்துவிடுகிறார்கள். நாம் ஏதோ ஒரு அம்சத்தில் கவனமாக இருக்கும்போது அவர்கள் நம்மின் முழு அம்சத்தையும் எடைபோட்டு முடித்துவிடுகிறார்கள். வெற்றி பெறுவதும் அவர்கள்தான். புது மனைவியை நாம் கவனிக்கும் பணியை விரைவிலேயே ஒருவகையில் சோர்வினால் நிறுத்திவிடுகிறோம். அதன் பிறகும் பெண்கள் தங்கள் கணவன்மார்களைக் கவனித்துக் கொண்டிருக்கிறார்கள். சொல்லப் போனால் இன்னும் தீவிரமாக. சரியாகச் சொன்னால் கணவன் கவனித்துச் சோர்ந்து போகிற வரை பொறுத்திருந்து அவர்கள் ஆரம்பிப்பார்கள். பிரியாவுக்கு

அந்த குணம் தீவிரமாக இருந்ததாலேயே அவளுக்கு எம்.ஜி.ஆர். ஆவி பிடித்ததாகச் சொல்லப்பட்ட பிரச்சினை எழுந்தது என்று நான் உறுதியாக நம்பினேன். எம்.ஜி.ஆர். அளவுக்கு நல்லவர் சித்திரம் என்னிடம் இல்லை. யாரிடமும் இருக்கவும் முடியாது என்பதை அவளுக்கு உணர்த்துவதற்கு முன்பே நிலைமை கைமீறிப் போய்விட்டது.

முதலிரவு நாளன்று அவளுடைய அப்பாவின் குணம் அவளுக்கு இருக்குமா என்பதில் தொடர்ந்து இரண்டு விஷயங்களை யோசித்து சமாதான மடைந்தேன். உருவம் அவளுடைய அப்பாவை நினைவு படுத்துவதாக இருப்பதால் குறிப்பாக பிரியாவுக்கு அவளுடைய அப்பாவின் மூக்கு அவளும் அப்படி இருப்பதாக நினைக்கமுடியாது. பெரும்பாலான தாத்தாக்கள் காந்தி தாத்தா போலத்தான் இருக்கிறார்கள். எல்லோரும் காந்தி தாத்தா மாதிரியா நடந்து கொள்கிறார்கள்? இரண்டாவது... சரணாகதி தத்துவம். அப்படி இருந்தால்தான் என்ன? மாமனார் எல்லாம் நல்லதுக்காகத்தானே சொல்கிறார்? எல்லாவற்றையும் ஒரே நாளில் அடுக்குவதால் நமக்குச் சோர்வாக இருக்கிறது. இப்போது சொன்ன எல்லாவற்றையும் இரண்டு நாளுக்கு ஒன்று வீதம் சொல்லியிருந்தால் பிரமிப்பாகக்கூட இருந்திருக்கும்.

அப்படி நினைக்கும்போதே, அது ஏற்றுக் கொள்ளும் விதமாக இருந்தது. நான் ஓய்வெடுக்க வேண்டும் என்பதற்காக அவர் எழுந்து போனார். அந்த நிமிடமே எனக்குத் தூக்கம் போய்விட்டது. டி.வி. போடலாமா, இல்லை புத்தகம் படிக்கலாமா?

அதற்குள் பிரியா வந்துவிட்டாள். காலையில்தான் திருமணமாகி யிருந்தாலும் எனக்கு மிகவும் அறிமுகமான நபர் அவள்தான். எதிர் இருக்கையில் அமர்ந்தபோது புன்னகைத்தேன். அவளும் புன்னகைத்தாள். “ஏதாவது சாப்பிட்றீங்களா?”

“இதுக்கு மேல சாப்பிட்டா தூங்கிடுவேன்”... எதார்த்தமாகத்தான் சொன்னேன். முதலிரவில் தூங்கிவிடுவேன் எனக் கிண்டலாகச் சொன்னதாக அர்த்தப்படுத்திக் கொண்டு சிரித்தாள். இப்படியொரு அர்த்தம் வந்துவிட்டதா? சமாளித்து தெரிந்தேதான் அப்படி சொன்னதாக பாவித்து நானும் சிரித்தேன்.

அவள் இன்னமும் பட்டுப் புடவையில்தான் இருந்தாள். தலையில் ஜடையும்கூட கழற்றாமல் இருந்தது.

“இதையெல்லாம் கழட்டிட வேண்டியத்தானே?”

“நைட்டுதான் கழட்டணுமாம்..” மறுபடி சிரித்தாள். அதில் இன்னொரு அர்த்தமும் இருப்பதாக நினைத்து சிரித்தேன். ஜாக்கிரதையாகப் பேச வேண்டியிருக்கிறது.

“நீங்க எத்தனை நாள் லீவ் போட்டிருக்கீங்க?”

“நீ?”

“வர்ற சண்டே வரைக்கும்.”

“நானும்தான்.. கொடைக்கானல்ல இருந்து சாட்டர்டே வந்துடுவோம்.”

“சண்டே ரெஸ்ட்.. மண்டே ஆஃபிஸ்.”

“...” ஏதோ சொல்ல வந்தவள், களுக்கென சிரித்தாள்.

வெளியே போயிருந்த மாமாவும் பெரியப்பாவும் வந்தனர். “நீ உக்காரும்மா” என்ற பெரியப்பாவிடம், “காபி கொண்டுவர்றன் மாமா” என்றபடி உள்ளே ஓடினாள்.

பிரியாவின் சித்தி, சித்தப்பா, அவர்களின் குழந்தைகள், பிரியாவின் தங்கை உஷா, அப்புறம் எனக்கு யார் எனத் தெரியாத இன்னும் மூவர் அந்த வீட்டில் இருந்தனர். இன்னும் சிலர் அக்கம் பக்கத்திலிருந்து வந்து பார்த்துவிட்டுப் போவதும் வருவதுமாக இருந்தனர். நடக்க இருக்கும் சம்பவம் ஒரு பெரிய சுமையாக அழுத்திக் கொண்டிருந்தது. எதைச் சாப்பிடுகிறோம், என்ன பேசுகிறோம் போன்ற எல்லாமும் கடக்கவே இயலாத நீண்ட தருணத்தின் சுழலில் சிக்கிக் கொண்டு தவித்துக் கொண்டிருந்தேன். இருவரையும் தனிமையில் விட்டால் இப்போது ஆரம்பித்துவிடலாம் போன்ற தவிப்பு அவ்வப்போது பரவி அடங்கிக் கொண்டிருந்தது.

அவ்வப்போது எதேச்சையாக எங்களின் கைகள் ஒருவர் மீது ஒருவர் தீண்டிக் கொள்வதாக பாசாங்கு செய்து கொண்டோம். ஓர் அசந்த தருணத்தில் அவளை வருடிப் பார்க்க வேண்டும் என்று பேராவல் கொண்டு இருந்தேன். எப்படி எடுத்துக் கொள்வாளோ என்ற தயக்கம். கட்டிப் பிடித்து கொஞ்ச நேரம் உருள வேண்டும்போல இருந்தது. கல்யாண மறுவாரம்தான் இப்படி நான் தவித்ததை அவளிடம் சொல்ல முடிந்தது. விழுந்துவிழுந்து சிரித்தாள் பிரியா.

ஓர் இம்சையாக ரகசியமாக பின் தொடர்வது போல இருந்தது. பெண்ணுக்கும் ஆணும் ஆணுக்குப் பெண்ணும் தேவை என்பதை எதற்காக இவ்வளவு சடங்குகளோடும் பாசாங்குகளோடும் நிறைவேற்றிக் கொண்டிருக்கிறோம். ரகு இதனால்தான் திருமணமே வேண்டாம் என்று சொல்லிவிட்டானோ? திருமணம் என்பது ஒரு வன்முறை. இந்த அமைப்பை உருவாக்கியதில் ஏதோ சூழ்ச்சி இருக்கிறது என்பான். யாராவது ரூம்போட்டு உட்கார்ந்தா திருமணம் பற்றி சூழ்ச்சி செய்தார்கள். திருமணங்களைத் தடை செய்ய வேண்டும் என்பது அவனுடைய இன்னொரு விபரீத

யோசனை. அல்லது ஆணும் பெண்ணும் எத்தனை திருமணம் வேண்டுமானாலும் செய்து கொள்ளலாம் என்பதையாவது நடைமுறைப்படுத்த வேண்டும். ஒரு கல்யாணம் நடந்துவிட்டால் அவனுடைய - அவளுடைய ஆயுள் அது எப்படி இருந்தாலும் வாழ்ந்து தொலைக்க வேண்டும் என்பது எத்தனை அபத்தம் என்பான்.

2

எல்லா தகுதியும் இருப்பதாகத் தீர்மானிக்கப்பட்டு பாஸ் போர்ட், விசா பரிசீலனைகளும் முடிந்த பின்பு ஜெர்மன் செல்லும் விமானத்தில் ஏறி அமர்ந்தபோது ஏற்பட்ட அப்பாடா உணர்வும் பரவசமும் இப்போதும் ஏற்பட்டது. இந்த அப்பாடா எனக்கும் பிரியாவுக்குமானதல்ல. எங்களைப் பெற்றவர்களுக்கானது. ஆணும் பெண்ணும் இணைவதற்கான சகல உரிமைகளும் வழங்கப்பட்டு பிரியாவையும் என்னையும் தனி அறையில் ஒதுக்க நேரம் குறிக்கப்பட்டிருந்தது. இரவு பதினொன்று இருபது நல்ல நேரம் என்றார்கள். இன்னும் நான்கு மணி நேரங்கள் பாக்கியிருந்தன. நான் பெரியவர்களிடம் இயல்பாக பேச முயற்சி செய்வது தோல்வியில் முடிந்தது. சொல்லப் போனால் அவர்களாலும் என்னிடம் இயல்பாக இருக்க முடியவில்லை. கருணாநிதி மாமா குறுஞ்சிரிப்பாக ஒரு குறும்பு சிரிப்பு சிரித்தார். அதன் பிறகு அவரை என்னால் ஏறெடுத்தும் பார்க்க முடியவில்லை. அதன் பிறகு அவர் மெல்லிய குரலில் “ஜமாய்’ என்றார். அதற்கு என்னுடைய பதில்வினையை அவர் எதிர்பார்த்தார். அதிர்ச்சியும் ஆச்சர்யமுமாக இருந்தது. பேசுவது நம் மாமாதானா என்ற அதிர்ச்சியும் ஜமாய் என்ற வார்த்தையை அவருடைய வாழ்க்கையில் என்னை நோக்கி நாகாஸ்திரம் போல பிரயோகிக்க வேண்டிய ஒரே ஒரு தருணமா இது என்ற ஆழ்ந்த சந்தேகம் தொற்றிக்கொண்டது. கூடவே பிறகொரு காலத்தில்

நானும் என் மைத்துனனை நோக்கி இந்த மாதிரியொரு தருணத்தில் சொல்லப்பட வேண்டிய வார்த்தையா இது எனவும் அடுக்கடுக்காக அழுத்திக் கொண்டு போனது. காலையில் முகூர்த்தம் முடிந்த நேரத்தில் இருந்தே யாரும் என்னை ஒரு வேலையும் செய்ய விடவில்லை. பீரோ, கட்டிலை மண்டபத்திலிருந்து வண்டியில ஏற்றி அனுப்பியபோது, ஒப்புக்குச் சப்பாணி போல கட்டில் காலை குண்டூசியை எடுப்பதுபோல பிடித்துக் கொண்டு ஓடிய போதே பெரியப்பா தடுத்துநிறுத்திவிட்டார். "நீ போய் ரெஸ்ட் எடு" என்று கட்டளை போல கூறினார். எதற்காக ரெஸ்ட் எடுக்க வேண்டும் என்பது புரிந்ததும் வெட்கமாகிவிட்டது.

முதலிரவை ஜமாய் என்பதின் பொருளை உணர்வாக எனக்குள் ஏற்படுத்தவில்லை. அவள் கூச்சம் அதிகம் கொண்டவளாக இருந்தாள். நானோ அதிக தயக்கம் கொண்டவனாக இருந்தேன். இந்த பரஸ்பர விகிதம் இருவருக்குமே பாதகமாக அமைந்தது. கூச்சம் மட்டும்தானா என்று இப்போது நினைத்துப் பார்க்கையில் சந்தேகமாக இருந்தது. அவளுக்கு காலின் கெண்டை சதை பகுதியில் வெண்புள்ளி நோய்க்கான அறிகுறி இருந்தது. அவள் விளக்கை அணைத்துவிடுவதில் ஆர்வமாக இருந்தது அதனால்தான் என்பதைப் பின்னாளில் தெரிந்துகொண்டேன். வெண்புள்ளி இருப்பதை ஒரு நோயாக நான் நினைக்கவில்லை. அதற்காக எந்தக் குற்ற உணர்வும் தேவையில்லை என்பதை கொடைக்கானல் தேனிலவின்போது தெளிவாகவே சொல்லிவிட்ட பின்பும் அவளுக்கு அதில் மனரீதியான சங்கடங்கள் இருந்தன.

ஜமாய்.. பிரியாவையும் இப்படியெல்லாம் கட்டுப்படுத்திக் கொண்டிருப்பார்களோ? அவள் நிலைமை இன்னும் மோசம். நானாவது இங்கும் அங்கும் உலாவிக் கொண்டிருக்கிறேன். தலையில் ஜடையும் பட்டுப் புடவையும் பூவுமாகப் போர்த்தி ஒரே அறையில் உட்கார வைத்திருக்கிறார்கள். பெண் வீட்டில்தான் வசதியாக இருக்கும் என்று முதலிரவை அண்ணா நகருக்கு மாற்றிவிட்டார்கள். இடமும் புதிது. செய்யப் போகிற வேலையும் புதிது என்பதால் ஜெர்மன் போனபோது ஏற்பட்ட கலவரத்தைவிட இப்போது அதிகமாகவே இருந்தது. அங்கு நான் செய்ய வேண்டிய வேலையை நான் மட்டும் செய்ய முடிந்தது. அல்லது அங்கிருப்பவர்களின் கருத்தை உதவியாக பெற வேண்டியிருந்தது. ஆனால் இது.. இதை வேலை என்று சொல்வது தவறு. இது இன்பம் துய்ப்பது. இனப்பெருக்க ஏற்பாடு...

இவ்வளவு லாஜிக்காக இதைப் பார்க்க வேண்டுமா? வேறு ஏதாவது யோசிப்போம்.. மொட்டை மாடிக்குப் படியேறினேன். பெரியப்பாவோ, பெரியம்மாவோ பார்க்கவில்லை. "ஏன்

இப்படி கஷ்டப்பட்டுக்கிட்டு இருக்கே.. பெசாம ஒரு எடத்தில ஒக்காரு" என கடிவாளம் போட்டிருப்பார்கள். உட்கார்ந்து கொண்டிருப்பதுதான் பெரிய வேலையாக இருந்தது. ஏதாவது புத்தகத்தைப் புரட்டினால்கூட சக்தியெல்லாம் பாழாகிவிடும்போல அச்சுறுத்திக் கொண்டிருந்தனர். அப்படியென்ன வேலை வெட்டி முறுக்கிற வேலை?.. வேலை என்ற பதத்தை முதலில் அகற்ற வேண்டும். இன்பம்.. துய்க்க வேண்டும். உடம்பு ஒரு மாதிரியாக சிலிர்த்தது. அடிக்கடி ஒன்றுக்கு வருவது மாதிரி இருந்தது. சிறுநீரோடு பிசுபிசுப்பும் போவதுபோல இருந்தது. சிறுநீரோடு சக்தியும் வெளியேறுகிறதா? வெட்டை சூடா? அணுகவும் மூலிகை டாக்டர் முத்தரசன்... சக்தி வெளியேறுகிறதோ என தெரியவில்லை. அதனால் சோர்வாகவும்கூட இருந்தது. ஒன்றுக்குப் போகாமல் இருந்தால் சரியாகிவிடுமா என தெரியவில்லை. உடம்பு சற்றே உஷ்ணமாக இருந்தது. உடலில் வேர்வை துவாரங்கள் அடைபட்டுவிட்டு, சிறுநீர் மூலமாக மட்டுமே நீர்வெளியேற்றம் நடந்து கொண்டிருந்தது. உடம்பின் செயல்பாடுகள் வழக்கம்போல இல்லை என்று தெரிந்தது.

சிறுநீர் வரும் பாதையில் என் முனைப்பு இன்றியே நீர் சொட்டுவதுபோல இருந்தது. இம்சையாக இருந்தது. இது காலையில் இருந்து வேறு கவனம் கொள்ளவிடாமல் செய்து கொண்டிருந்தது. இப்படியெல்லாம் சக்தி விரயம் நடந்து கொண்டிருந்தால், சரியாக செய்ய முடியுமா என்று தெரியவில்லை. பிரியா எளக்காரமாக நினைத்துவிடுவாளோ என்றும் பயமாக இருந்தது. செய்வதுதானா? ஏதாவது மனம் விட்டுப் பேசலாம். அவளுக்கு என்ன பிடிக்கும்.. எனக்கு என்ன பிடிக்கும். அவளுடைய ஆசைகளை அவள் கொட்டட்டும். நம்முடைய ஆசைகளை நாம் கொட்டுவோம்... இரவெல்லாம் பேசிக்கொண்டே இருப்போம். பதினொரு மணி என்ன பதினொரு மணி. இரண்டு மணிக்கு சரியாகி வந்தால் அப்போது பார்த்துக்கொள்வது. அதுவரைக்கும் தாக்குப் பிடிக்குமா... தானாகவே எல்லா சக்தியும் போய்விடுமா.. வந்ததும் வேலையை ஆரம்பித்தால்தான் ஓரளவுக்காவது மிச்சமிருக்கும் சக்தியை வைத்து காரியம் சாதிக்க முடியும் என்ற நம்பிக்கை இருந்தது. நேரம் ஆக, ஆக சோர்வு அதிகமாகிவிடும்போல இருந்தது. ஒருவேளை அவளும் சோர்வாக இருந்தால்.. நாளைக்குத் தள்ளிப் போட்டால்கூட நல்லதுதான்.

மதன் சொன்ன ஜோக் ஒன்று ஞாபகம் வந்தது. திருமணமான தம்பதியருக்கு நான்கு ஆண்டுகளாகக் குழந்தை பிறக்கவில்லை. பெரியவர் ஒருவர் அந்தப் பெண்ணை ரகசியமாக அழைத்து, "ஏன் தள்ளிப்போட்றீங்களா?" என விசாரித்தார். வெகுளியான அந்தப் பெண் சொன்ன பதில்: "இல்லையே.. சரியாத்தான் போட்றோம்." சிரித்துக் கொண்டேன்.

உடனே சரியாகப் போடுவது என்றால் என்ன என்கிற யோசனையும் பயமும் சந்தேகமும் ஏற்பட்டது.

பத்தாம் வகுப்பு படிக்கும்போது ராஜேந்திரன்.. திருமணம் செய்வது ஆபத்தானது என்று என்று அச்சுறுத்தியிருந்தான். முதன் முதலாகச் செலுத்தும்போது பெண்களுக்குப் பயங்கரமாக சிலிர்க்கும். அதனால் பல சமயங்களில் ஆணுறுப்பில் சுளுக்கு ஏற்படும். அதை சாதாரணமாக எடுத்துக் கொள்ளக்கூடாது. அதனால் பலருக்குக் குழந்தை பிறக்கும் பாக்கியமே போய்விடும். சிலருக்கு விரைவீக்கம் ஏற்பட்டுக் காலமெல்லாம் சுரைக்காய் சுமக்க வேண்டியிருக்கும் என்றான். எங்கள் பள்ளியில் ஜீ என்று ஒரு வாட்ச் மேன் உண்டு. வேட்டி அணிந்திருப்பார். அவருக்கு விரைவீக்கம் இருப்பது லேசான பார்வையிலேயே தெரிந்துவிடும். அவருக்கு அப்படியான சுளுக்கு ஏற்பட்டிருக்கக்கூடும் என்று காட்டினான். குழந்தை இல்லாத தம்பதிகள் இருந்தால் அவர்களைச் சுளுக்கு ஏற்பட்டவர்கள் என்று அடையாளம் காட்டினான். அது உண்மையாக இருக்காது என்று சிறிது காலத்திலேயே புரிந்த பின்னும் ராஜேந்திரனுக்கு அதை யார் கூறியிருப்பார்கள். எந்த அனுபவத்தில் கூறியிருப்பார்கள் என்ற கேள்வி மட்டும் சுரைக்காய் கனத்தில் தொங்கிக் கொண்டிருக்கிறது இப்போதும். எனக்கு எந்தச் சுளுக்கும் ஏற்படாமலேயே குழந்தை இல்லாமல் போய்விட்ட பின்பும்கூட ராஜேந்திரனின் ஞாபகம் அடங்கவேயில்லை.

திருமணம் முடிந்து மனைவியைச் சந்திக்கப் போகிற இந்த முதல் நாளில் இப்படியெல்லாம் வேண்டாத சிந்தனைகள் வந்து கொண்டிருப்பது என் மீதே எனக்கு வருத்தத்தை ஏற்படுத்தியது. மொட்டை மாடியில் நல்ல காற்று வீசிக்கொண்டிருந்தது. வீட்டைச் சுற்றி நிறைய மரங்கள் இருந்தன. சப்போட்டா, எலுமிச்சை, கொய்யா போன்ற குட்டி குட்டி மரங்கள். வீட்டுக்கு இரண்டு பக்கமும் தலா ஒரு தென்னை மரம். அதன் கீற்றுகள் மாடியில் உரசிக் கொண்டிருந்தன. ஒரு தென்னங்கீற்றைக் கிழித்து தோரணத்துக்குப் பின்னுவார்களே அதுபோல பின்னுவதற்கு முயற்சி செய்தேன். அருகிலிருந்த மாடியில் இருந்து ஒரு பெண் என்னைப் பார்த்துக் கொண்டிருப்பதைப் பார்த்தேன். அவள் வெடுக்கென ஜன்னல் ஸ்கிரீனை இழுத்து மூடிக்கொண்டாள். நான்தான் புது மாப்பிள்ளை என்பது அவளுக்குத் தெரிந்திருந்து, ஏதோ ஆர்வத்தில் என்னைப் பார்த்திருக்கக்கூடும். பிரியாவின் தோழியாகவும் இருக்கலாம். ஆகாதவளாக இருக்குமோ? கல்யாணம் ஆன அன்றே அவளை நான் சைட் அடித்ததாகத் தவறாக எண்ணிவிட்டாளோ என்று அலைமோத ஆரம்பிக்க.. கல்யாணம் ஆன அன்று எல்லோருக்குமே இப்படித்தான் இருக்குமா? நமக்கு மட்டுமேயான பிரத்யேக குழப்பங்களா?

நான் மாடியின் மறுபக்கத்துக்கு வந்துவிட்டேன்.

அந்தப் பக்கத்திலும் ஒரு ஜன்னல் இருந்தது. அதில் ஒரு கணவன் மடியில் குழந்தையை உட்கார வைத்திருந்தான். அருகே மனைவி... பேசிக் கொண்டுதான் இருந்தார்கள். நான் வேகமாக வானத்தின் பக்கம் பார்வையைத் திருப்பிக் கொண்டு நட்சத்திரங்கள் ஒன்றிரண்டு கண் சிமிட்ட ஆரம்பித்திருக்கும் காட்சியைப் பார்க்க ஆரம்பித்தேன். வேறு யாரேனும் வேறு ஜன்னல்களில் இருந்து என்னைப் பார்த்தாலும் கண்ணியமானவனாகக் கருத வேண்டும் என்ற ஜாக்கிரதை உணர்வும் எனக்கு இருந்தது.

பிரியாவை முதன் முதலில் அவளுடைய அலுவலகத்தில் சென்று பார்த்தேன். இரண்டு வீட்டுத் தரப்பினரும் பார்த்துப் பேசி முடித்த பின்பு நாங்கள் பார்த்துக் கொண்டோம். இருவருக்குமே பெற்றோர் பார்த்து வைக்கட்டும் என்ற எண்ணமே இருந்தது. ஈ மெயிலில் போட்டோ அனுப்பியிருந்தார்கள். மெல்ல பிரியாவின் மெயில் முகவரியை வாங்கி சாட் செய்தேன். சம்பிரதாயமான சாட்.. அங்கே வேலை எப்படி போகிறது.. இங்கே வேலை எப்படி போகிறது அப்படி... உண்மையில் எனக்குத் திருமணம் பற்றி யோசிக்கவே நேரமில்லை. ஏன்? பெண்களைப் பற்றி யோசிக்கவும் நேரமில்லாமல் இருந்தது. என்ஜினியரிங் முடித்ததுமே கேம்பஸ் இண்டர்வியூவில் தேர்வாகிவிட்டேன். ஆறுமாதம் சென்னையில், அடுத்த ஒருமாதம் ஜெர்மனியில் பயிற்சி. நடுவே மாக்ஸ் முல்லர் பவனில் டாயிட்ச் மொழி பயிற்சி. ஜெர்மனியில் அந்த மொழியை பழகிக் கொள்வதற்குள் உடனே புதிய நிர்மாணம் கருதி சென்னைக்கு. புதியவர்களுக்குப் பயிற்சி கொடுக்க வேண்டிய வேலை...

திருமணத்தின் மூலமாகக் கிடைக்கும் இல்லற சுகத்தில் அதிக ஆர்வம் இருந்ததே தவிர, அனுபவம் சுத்தம். அற்ப செக்ஸ் கதைகளைக் கேட்டுச் சிரித்ததை வைத்துக் கொண்டு ஒரு முடிவுக்கும் வரமுடிந்ததில்லை.

சில நேரத்தில் ஜோக்கைக் கேட்டு எல்லோரும் சிரிப்பதனால் நானும் சிரித்திருக்கிறேன். சிரிக்காவிட்டால் ஒன்றும் தெரியாதவன் என்று நினை த்துக் கொள்வார்கள் என்ற ஐயம். ஒன்றும் தெரியாமல் இருப்பதை வெளிப்படுத்தினால்தான் என்ன என்று தோன்றாமல் போய்விட்டது.

ஆங்கிலப் படங்களில் ஜேம்ஸ் பாண்ட், ரஷ்ய உளவாளிப் பெண்ணை வயப்படுத்தி படுக்கையில் இருக்கும் காட்சிதான் நான் பார்த்த நிர்வாணக் காட்சி.

சில நேரங்களில் மார்பகங்கள் வரை காட்டுவார்கள். கீழ்புறம் போர்வைக்குள் இருக்கும். ஜட்டி போட்டிருப்பாளா, இல்லையா

என்று நினைத்துக் கொள்வதோடு சரி. படுக்கை அறை என்றால் முழுத்துணியையும் அகற்றிவிட வேண்டுமா என்பதை நினைக்கும் போதே கூச்சமாக இருந்தது. என் வீடாக இருந்தாலாவது சரி. பிரியாவை எல்லாவற்றையும் கழற்றச் சொல்ல வேண்டுமா? அவளாகவே கழற்றுவாளா? முதல்நாளே ஆடைகளைக் கழற்றும் அளவுக்கு எனக்குத் துணிவே இல்லை. ஒரு வேளை அவளுக்கு இருக்குமா? இருந்தால் வேலை சுலபம். பாவாடை ஜாக்கெட்டோடு பார்த்தாலே பரவசமாகத்தான் இருக்கிறது.

ஆனால் அவள் என்ன நினைக்கிறாள், அவளுடைய போக்கு எப்படி இருக்கிறது என்று தெரிந்து கொண்டுதான் எந்த நடவடிக்கையிலும் இறங்க வேண்டும் என்று தீர்மானமாக இருந்தேன். எனக்குப் பெண்கள் குறித்து ஓஷோ சொல்லியிருந்த சில கருத்துகளில் உடன்பாடு இருந்தது. பெண்களைப் புரிந்துகொள்ள முயற்சி செய்யாதீர்கள், அவர்களை உணருங்கள் என்று அவர் கூறியிருந்தார். புரிந்துகொள்வது என்றால் என்ன என்பதையும் உணருவது என்றால் என்ன என்பதையும் அவர் ஒருவாறு உணர்த்தியிருந்தார். உணருங்கள் என்பதில் ‘உ’ வை அடித்துவிட்டு ‘பு’ என்று போட்டிருந்தான் ஏற்கெனவே அந்தப் புத்தகத்தை லைப்ரரியில் எடுத்துப் படித்த ஒருவன். எனக்கும் ஓரளவுக்குப் புரிந்தும் இருந்தது. இப்போது அவ்வளவு பெரிய புத்தகத்தில் ஒரே ஒரு விஷயம் மட்டும் நினைவுக்கு வந்தது. பெண்ணைக் கீழேயும் ஆணை மேலேயும் வைத்துப் பார்க்கக் கூடிய உடலுறவு ஆணாதிக்கத்தின் வெளிப்பாடு; பெண் மேலே இருந்து புணரக்கூடியதே சரியான முறை என்று அவர் கூறியது நினைவில் இருந்தது. இதில் என்ன ஆணாதிக்கம் வேண்டியிருக்கிறது. பெண்கள் தாங்களாகவே முன் வந்து இப்படி செய்வார்களா? அது சாத்தியமா என்று தெரியவில்லை.

பெண்ணாதிக்கமாகவே இருந்துவிட்டுப் போகட்டும். என் கல்லூரி நண்பன் ஜான் இந்த பாணியை தேங்காய் உரிப்பது என்று சொன்னான்.

கீழே கடப்பாரையை ஊன்றிவிட்டு மேலே தேங்காயைக் குத்தி உரிப்பது. ரொம்பவும் கொச்சையாக இருந்தது. எந்த நேரத்தில் இதெல்லாம் எப்படி ஞாபகம் வருகிறது... ஐயோ கடவுளே...

கல்யாணமாகி இரண்டு ஆண்டுகளில் ஆரம்பத்தில் சில தடவை உல்லாசத்தின் எல்லைக்குப் போன தருணங்கள் இருந்தன. அப்போதெல்லாம்கூட அவளுக்கு இந்த மாதிரி துணிச்சல் எல்லாம் வரவில்லை. எனக்கே கூடத்தான். ஆவி பிடித்ததாகச் சொல்லப்பட்ட பின்பு, பிரியா கற்பு நெறி பற்றி திருவள்ளுவர் என்ன சொன்னார் தெரியுமா? என்றெல்லாம் கேட்டு, “பொம்பளை சிரிச்சா போச்சு,

புகையிலை விரிச்சா போச்சு" என்பதை பொன்மொழி போல சொன்னாள்.

பொன்மொழிகள் குறித்து ஒரு தடவை அவள் செய்த கலாட்டாவில் வீடே இரண்டுபட்டுப் போய்விட்டது. ஒவ்வொருத்தனும் ஒவ்வொரு மாதிரி சொல்லிவைத்திருக்கிறார்கள். ஒருவன் அடக்கமாக இருக்க வேண்டும் என்றால் இன்னொருத்தன் வீரமாக இருக்க வேண்டும் என்கிறார்கள். எனக்கு பொன் மொழிகளில் ஒரு நிலைக்கு வரவே முடியாது. பிரியா அதை சீரியஸாக எடுத்துக்கொண்டு அந்த ஆட்டம் ஆடிவிட்டாள். ஆனால் அது பிரியாவின் மனநிலை பாதிப்பு உச்சகட்டத்தில் இருந்த நேரம்.

3

பிரியாவைப் பார்த்துவிட்டு வந்தபோது அப்பா கொஞ்சம் யோசனையாக சொன்னார்: "பொண்ணு கொஞ்சம் மீறினாப்லதான் இருக்கு.. இருந்தாலும் நம்ம அருணுக்குச் சரியாத்தான் இருக்கும்" இது டிபிக்கல் அரசு ஊழியர் மொழி.

மீறினாப்ல இருப்பது என்றால்? உடனடியாக அடங்காப்பிடாரியாக இருப்பாளோ என்று நினைத்தேன். ஏனோ அப்படித் தோன்றியது. வாட்ட சாட்டமாக இருப்பாளென்று உருவகித்து வைத்திருந்தேன். நேராகப் பார்த்தபோது, அவள் சற்றே பூசினாற் போல இருந்ததைத்தான் அப்படிச் சொல்லியிருக்கிறார். ஒரு பதத்துக்கு நாம் எப்படி யெல்லாம் உருவம் கொடுக்கிறோம்? தப்பாக நினைத்து விட்டேன் என்பதை உணர்ந்தபோது அவளை எப்படி நினைத்தேன் என்பதை இன்னும் பச்சையாகவே சொல்லிவிடுகிறேன்.

என் மனதில் உருவகித்து வைத்திருந்த என் காதல் தேவதை இவள்தானா என்பதில் பூரண உறுதி அடைய முடியவில்லை. இனி வாழ்நாள் முழுதும் குப்பை கொட்டப் போவது இவளுடன்தானா? மறுபரிசீலனைக்கு வழி இல்லையா? "அப்பா சொன்னார் நீங்க வருவீங்கன்னு" என அறிமுகப்படுத்திக் கொண்டாள். அப்பாவின் அறிவிப்பின் பேரில்தான் உங்களைச் சந்திக்கிறேன் என்ற வெளிப்பாடு. என் மனைவியின் குரல் இப்படி இருப்பதில் பெரிய மாற்றுக் கருத்து எழவில்லை. அவளுடைய முகத்தை இன்னும்

திருத்தமாகப் பார்த்து முடிவு செய்ய நினைத்தேன். அவளுடைய புருவம் அடர்த்தியாக இருப்பதுபோல தோன்றியது. அவள் மெல்லிய கண்ணாடி அணிந்திருந்தாள். இன்னொரு முறை அவளை முறைத்துப் பார்ப்பதற்குக் கூச்சமாக இருந்தது. தயக்கமாகவும் இருந்தது. ஏதேச்சையாக இன்னொரு தரம் பார்த்துவிட வேண்டும்.

ஒரு காபி சாப்பிட்டுக் கொண்டு பேசுவோமா என்று கேட்டபோது சற்றே தயங்கியதுபோல இருந்தது. சரி வேண்டாம் என்று நான் மனம் தேற்றிக் கொள்வதற்குள் அவள் முன்னோக்கி நகர்ந்தாள். அதாவது காபி குடிப்பதற்காக. அவளுடைய பாவனைகள் வினாடி நேரத்தில் மாறிக் கொண்டே இருப்பது அத்தனை வசீகரமாக இருந்தது. ஆனால் அன்று நாங்கள் காபி குடிக்கவில்லை. ஏனென்றால் அவளுடைய அலுவலக கேன்டீனில் கோக் மற்றும் பெப்ஸி மட்டும்தான் குடிப்பதற்காக இருந்தது. தண்ணீர் குடிப்பதுகூட அநாகரிகம்போல அந்த கேன்டீன் செயல்பாடுகள் இருந்தன. குடி தண்ணீரைக் கை கழுவும் இடத்தில், குடிப்பதற்குத் தயங்கும்விதமாக வைத்திருந்தார்கள். பலரும் தயிர் சாதமாக இருந்தாலும் உடன் குடிப்பதற்கு கோக் பாட்டிலை வைத்திருந்தார்கள்.

நிறைய பெண்கள் இருந்தார்கள். வேகமான பார்வைத் தடவலில் அவர்கள் அழகாகவும் இருந்தார்கள். பிரியாவைவிட அழகாக இருந்தார்களா என்று யோசிப்பதற்கு முயற்சி செய்தேன். அத்தனை சுதந்திரமாக அதைச் செய்ய முடியவில்லை. பிரியா என்னைக் கூர்ந்து கவனிக்காததுபோல இருந்தாலும் அவள் என்னையேதான் பார்த்துக் கொண்டிருந்தாள். அவ்வளவு நாசூக்கான பார்வை. நான் எப்போதோ ஒரு தடவை பார்க்கும்போதும் அந்தப் பார்வை தவறானதாக இருப்பதாக எனக்கே தெரிந்தது.

செல் போனில் சொருகியிருந்த ஒயர்கள் அவளது காதுவரைக்கும் நீட்சி பெற்றிருந்தது. ஹெட்ஃபோன். நான் வந்த பிறகு காதில் இருந்து அதை அவசரமாக அப்புறப்படுத்தியிருக்க வேண்டும். இன்னமும் அதிலிருந்து மெல்லிய ஒலியில் பாடல் கேட்டுக் கொண்டிருந்தது. "ஒரு பெண்ணைப் பார்த்து நிலவைப் பார்த்தேன் நிலவில் குளிரில்லை.. அவள் கண்ணைப் பார்த்து.." எஃப்.எம். காரனுக்கு வேறு பாட்டே கிடைக்கவில்லையா? அந்தப் பாட்டை ரசித்தவனெல்லாம் இப்போது கிழடு தட்டிப்போய் வீட்டில் உட்கார்ந்துவிட்டார்கள். அவர்களில் பாதிப்பேருக்குக் காதுகூட சரியாகக் கேட்பதில்லை. இப்போது இந்தப் பாட்டா? இது ஸ்லம் டாக் மில்லியனர் யுகம். ரஹ்மான்.

"இந்தப் பாட்டு பிடிச்சிருக்கா?" ஏதாவது பேச்சை ஆரம்பிக்க வேண்டுமே? அவள் அவசரமாக செல்போன் பாட்டை நிறுத்தி, ஏதோ சொல்லவந்து தயங்கிச் சிரித்துவிட்டு அவசரமாக வேறு

ஏதாவது மாற்றிப் பேசுவதற்கு முனைந்தாள்.

"சிவாஜி கணேசன் பாட்டெல்லாம் கேக்கறீங்களே?"

அவள் திடுக்கிட்டு மறுக்க நினைத்தாள். அவளுக்குப் புதிதாக வேறு ஏதாவது பேச வேண்டும் என்ற தவிப்பு அதிகரித்தது. "அப்படில்லாம் ஒண்ணுல்ல.. ஜெர்மன் போனது எந்த வருஷம்?" என்றாள்.

"அது சும்மா.. பென்ஸ் கார் சர்வீஸ் ட்ரெய்னிங்குக்காக பத்து பேரை அனுப்பி வெச்சாங்க. பேக்ட்ரியெல்லாம் சுத்திப் பாத்துட்டு ஒரு மாசம் அங்க ட்ரெய்னிங் முடிச்சிட்டு வந்தோம்."

"நான் எந்த வருஷம் போனீங்கன்னு கேட்டேன்."

"99-ல."

"எனக்கும் பிரிட்டன் போறதுக்கு ஒரு ஆஃபர் வந்தது. அங்கத்திய பழங்கலைகள் பற்றி டாகுமென்டேஷன் விஷயமா... கலாசார பரிவர்த்தனை. அங்கிருந்து பத்து பேரு இந்தியா வந்திருந்தாங்க.. ஒரு வருஷம். பதிலுக்கு நாங்க ஒரு வருஷம் அங்க போய் இருக்கணும். அப்பாவுக்குத் தனியா அனுப்பி வைக்க பயம்.."

"போகலையா?"

மிக மெல்லிதாக உதட்டைப் பிதுக்கினாள். பெண்கள் முக பாவங்களில் எப்போதும் ஒரு கவர்ச்சி உண்டு. பெரிய தொடையோடு கவர்ச்சி நடிகை அனுராதா உதட்டைக் கடித்துக் கொண்டிருப்பது போன்றதொரு படம் என்னிடம் வெகுகாலமாக இருந்தது. அது ஒரு சினிமா பத்திரிகையில் வெளியான நடுப்பக்கப் புகைப்படம்.

"ஆண்களுக்கு இருக்கிற வசதியும் வாய்ப்பும் பெண்களுக்கு இல்லை."

கிண்டலுக்காகச் சொல்லுகிறேன், சீரியஸாக எடுத்துக்கொள்ள வேண்டாம் என்ற தொனியில் புன்முறுவலோடு சொன்னாள்.

நானும் பெண்ணுரிமைப் போராட்டம் கண்டு அஞ்சுவதுபோல் கைகளை தலைக்கு மேல் குவித்து பெரிய கும்பிடாகப் போட்டேன். இருவரும் சிரித்தோம். வாழ்க்கை முழுதும் இப்படியே சிரித்துக் கொண்டே ஒருவருக்கு ஒருவர் விட்டுக் கொடுத்து வாழ்வோம் என்று நாங்கள் தாற்காலிகமாக நம்பியது எங்கள் இருவர் நடவடிக்கையிலும் தெரிந்தது.

ஒருவித நிறைவுடன் நான் மாடி வழியே தெரிந்த ஆகாயத்தைப் பார்த்தேன். அவளும் என்னைத் தொடர்ந்து ஜன்னல் வழியாக உலகத்தைக் கவனிக்கத் தொடங்கினாள். ஆனால் அவள் ஆகாயத்தைப் பார்க்காமல் கீழே சாலையைப் பார்த்தாள்.

தமிழ்மகன் | 165

“அடுத்த வாரம் நாம எங்காவது வெளியில போய்ட்டு வரலாம். ஏதாவது சினிமா?”

“வீட்ல கேட்கணும்” என்றாள். மறுபடி பெண்களின் சுதந்திரம் பற்றி அவள் பேச ஆரம்பிப்பாள் போல எதிர்பார்த்தேன். அதைப் புரிந்துகொண்டு அவள் மெலிதாகச் சிரித்தாள்.

நான் வீடு திரும்பியதும் பெண்ணை மிகவும் பிடித்துவிட்டது என்று சொன்னேன். ஏதோ என் அபிப்ராயத்துக்காகத்தான் அவர்கள் காத்திருப்பதுமாதிரி..

இதோ முதல் இரவு ஞாபக வெளியில் நின்றுலாவும்படி கொண்டு வந்து நிறுத்தியிருக்கிறார்கள்.

திருமணமாகி ஒரு வருடம் ஆனபோது, அதைச் சிறியதாக கேசரி, பாயசம், சர்க்கரை பொங்கல், வடை.. என்று செய்து கொண்டாடினார்கள். அப்போது அவள் எம்.ஜி.ஆர். பாட்டுக்கும் சிவாஜி பாட்டுக்கும் உங்களுக்கு வித்தியாசம் தெரியவில்லை என்றாள். அது எனக்கு அவ்வளவு முக்கியமாகப்படவில்லை. அதன்பிறகு சரியாக ஒருவருடம் கழித்து அது எனக்கு முக்கியமான விஷயமாக இருந்தது. பின்னர், பிரியாவை பரிசோதிக்க மனநல மருத்துவர் பீட்டர் செல்வராஜிடம் அழைத்துச் சென்றபோது அவர் இத்தகைய விஷயங்கள் எல்லாம் முக்கியமானவை என்று கூறினார்.

அவள் செல்போனில் கேட்டுக் கொண்டிருந்த அந்த எம்.ஜி.ஆர். பாடல் எஃப்.எம்.ரேடியோவில் ஒலிபரப்பான பாடல் அல்ல. பிரியாவின் மனநிலை பாதிப்புக்குள்ளான பிறகு அவளுடைய செல்போனைக் குடைந்தபோது அதுபோல நூற்றுக்கும் மேலான எம்.ஜி.ஆர். பாடல்கள் அதில் எம்.பி.த்ரியாகப் பதிவு செய்யப்பட்டு வைத்திருந்ததை அறிந்தேன். அவள் வீட்டில் பரண் மீது கிடந்த எம்.ஜி.ஆர் படங்களையும் ஒப்பிட்டுப் பார்த்தேன். குழந்தையிலிருந்தே அவளுடைய மனதில் செதுக்கப்பட்ட எம்.ஜி.ஆர் பிம்பம் தவிர்க்க முடியாத அடையாளமாகிவிட்டிருந்தது.

மனநலச் சிக்கல் ஏற்படுவதற்கு அது மணமான மூன்றாவது ஆண்டில் ஏற்பட்டது - முன் சில மாதங்களுக்கு முன் அவள் மிகவும் தாமதமாக வேலையிலிருந்து திரும்பியதற்குக் காரணம் கேட்டபோது ரௌத்திரமாக பதில் சொன்னாள். “என் மேல சந்தேகப்பட்டீங்க. அது உங்களை நீங்களை சந்தேகப்படுறது மாதிரிதான்” பழைய திரைப்பட வசனம் போல சொன்னாள்.

பிரியாவை சந்தேகப்படுவதைப் பற்றி அப்போது நான் யோசித்திருக்கவில்லை. அவள் சொன்ன பிறகு சந்தேகம் வந்ததென்னவோ உண்மை. தொடர்ந்து பலமுறை நேரம் கெட்ட

நேரத்தில் வீடு திரும்புவதை வழக்கமாக்கிக் கொண்ட அவளை, டிடெக்டீவ் ஏஜென்ஸியில் சொல்லி கண்காணிக்கச் சொன்னேன். ஒருமாதம் கழித்து டிடெக்டீவ் ஏஜென்ஸியில் அழைத்து நேர்த்தியாகத் தயாரிக்கப்பட்டஒருதகவல் குறிப்பு தாள் கற்றையை என்னிடம் கொடுத்தனர். தாமதமாக வந்த முதல் இரண்டு நாள்கள் அவள் ராமாவரம் தோட்டத்தில் இருக்கும் எம்.ஜி.ஆர். இல்லத்துக்குச் சென்று அவர் இறந்த பின்பு அங்கு எழுப்பியுள்ள கோவில் போன்ற நினைவகத்தில் கற்பூரம் ஏற்றி வழிபட்டதைச் சொன்னார்கள். தி.நகரில் உள்ள எம்.ஜி.ஆர். நினைவகத்தில் இருக்கும் எம்.ஜி.ஆரின் காரின் முன்னிருக்கையில் அமர முயற்சி செய்ததால் அங்கிருக்கும் பணியாளர்களால் வலுக்கட்டாயமாக வெளியேற்றப்பட்டதைச் சொன்னார்கள்.

ஆனால் அதற்கு முன்னர் பிரியா எம்.ஜி.ஆர் நினைவக மாடியில் இருக்கும் எம்.ஜி.ஆரின் படுக்கை அறையில் நுழைந்து அதில் சில நிமிடங்கள் படுத்துப் புரண்டதை அங்கிருந்த பணியாளர்கள் யாரும் கவனிக்கவில்லை என்பதையும் அதில் குறிப்பிட்டிருந்தார்கள். அவர் வளர்த்த சிங்கம் ஒன்று அங்கே பாடம் செய்யப்பட்டு வைக்கப்பட்டிருந்தது. அதனுடன் போட்டோ எடுத்துக் கொண்டதாகவும் சொன்னார்கள்.

இது எனக்கு கிலி ஏற்படுத்தியது. பீட்டர் செல்வராஜிடம் இதையெல்லாம் தனியாகச் சந்தித்துச் சொல்லிவிட்டு பிறகுதான் பிரியாவை அழைத்துச் சென்றேன்.

பீட்டர் செல்வராஜின் முன்னால் அமர்ந்ததும் பிரியா தெளிவாக ஒன்றைச் சொன்னாள்: "தனக்கு இருக்கும் குறையால் எந்த பாதிப்பும் தெரியவில்லை என்றாலும் நான் இரண்டுவிதமாக இருப்பதாக செயல்படுகிறேன். அது தவறு என தெரிகிறது. மற்றபடி இதில் எனக்கு பிரச்சினை எதுவும் இல்லை."

அப்படி அவள் வெளிப்படையாகத் தன் குறையைச் சொல்லி அறிமுகப்படுத்திக் கொண்டாலும் தனக்கு இந்தச் சிகிச்சையில் விருப்பமில்லை என்பதை மட்டும் வலியுறுத்திக்கொண்டே வந்தாள். அது இயல்புதான் என்றார் பீட்டர் செல்வராஜ். தனக்குக் குறையே இல்லைபோல காட்டிக் கொள்வதிலும் தனக்கு இருக்கும் குறையைப் பெரிதுபடுத்தாமலும் அதை மறைப்பவர்களாகவும் இருப்பார்கள் என்றார். ஆனால் ஓராண்டுகளுக்கும் மேலாக மாத்திரைகள் கொடுத்துக்கொண்டுதான் இருந்தோம். உணர்வுகளை அடக்கி வைப்பதற்கான மாத்திரைகள். நன்றாகத் தூங்குவதற்கான மாத்திரைகள்போல இருந்தன அவை. அவளாகவே அதைப் போட்டுக் கொள்வாள். ஆனால் சரியாகப் போட்டுக்கொள்கிறாளா என்று டாக்டர் கண்காணிக்கச் சொல்லியிருந்தார். அதில் நாங்கள்

தமிழ்மகன் | 167

அசட்டையாக இருந்துவிட்டோம். மிகச் சில நேரங்களில் எங்கள் எதிரில் மாத்திரை போட வேண்டிய தருணங்கள் ஏற்பட்டுவிடும். அத்தகைய நேரங்களில் மட்டும் போட்டுக் கொண்டாள் என்பது பின்னர்தான் தெரிந்தது.

ஓராண்டுகளுக்குப் பிறகு கடைசியாக ஒரு தரம் அந்தப் பொன்மொழி விவகாரத்துக்குப் பிறகு டாக்டரிடம் போனபோது, "நான்தான் எம்.ஜி.ஆர். என்பதை நீங்கல் மதைக்க நினைத்தால், பல பின் விதைவுகளைச் சந்திக்க வேண்டியிருக்கும், இது அண்ணாவின் மீது ஆணை." என கண்கள் சிவக்கச் சொன்னாள். டாக்டரே கொஞ்சம் அஞ்சி பின் வாங்கினார். நான் அதன்பிறகு அவளை நெருங்கவே பயந்தேன்.

4

அந்த வீட்டில் ஏஸி உள்ள ஓர் அறையை எங்கள் முதலிரவுக்காக அலங்கரித்திருந்தார்கள். “உள்ள போய் உட்காருங்க” என்று அவர்கள் வீட்டின் தரப்பில் ப்ரியாவின் தாய் மாமா சொன்னார். பிரியாவின் வெண்புள்ளி மறைவதற்கு மாத்திரை வாங்கித் தந்து பிரச்சினையைப் பெரிதாக்கியவர். பலரையும் கடந்து அந்த அறைக்குள்ளே செல்வது மிகச் சவாலான ஏமாற்று வித்தையாக இருந்தது. அந்த அறையின் சமீபத்தில் வந்து நின்றபோதும்.. இன்னும் சில அடிகளே இருக்கும் தருணத்தில் அதை ஒரே தாவலாகத் தாண்டிவிடலாமா அல்லது இரண்டு மூன்று அடிகளாகக் கடக்கலாமா என்று மனப்பிரளயம் ஒன்று ஏற்பட்டது. நான்கு அடிகளில் கடக்க வேண்டிய தூரத்தை மூன்று அடிகளில் கடந்து நம் அவசரத்தை வெளிப்படுத்திவிடுவோமோ? என்னுடைய நடை என்னுடையதுபோல இல்லாமல் இருப்பதாக தோன்றியது. நான் என் சொந்தப் பிரயத்தனத்தால் அதைக் கடந்தேன்.

உறுதியான பெரிய கட்டில். புதிய படுக்கை விரிப்பு. ஊதுபத்தி மணமும் அறைக்கான ஸ்பிரேவும் ஆளை மயக்கியது. கொலுசு சத்தம் மட்டும் அறைக்கு வெளியே கேட்டவாறு இருந்தது. அது ப்ரியாவின் கொலுசு சத்தம்தான். யார் கண்டது.. இன்னும் இரண்டு மூன்று பேர் கொலுசு அணிந்திருந்தார்கள். யார் காலின் கொலுசாக இருந்தால் என்ன? கிலுகிலுப்புக்குக் குறைவில்லை. பழக்கத்தின் காரணமாக இரண்டாவது

நாளில் நான் பிரியாவின் கொலுசு சப்தத்தை இனம் காண ஆரம்பித்தேன். பிரியாவின் கொலு சப்தம் ஓர் அடி வைக்கும்போது மட்டுமின்றி அடியை எடுக்கும் போதும் சிணுங்குவது தெரிந்தது. இது மிக நுணுக்கமாகக் கவனித்தால்தான் தெரியும். கல்யாணமாண இரண்டாவது நாளில் இதையெல்லாம் கவனிப்பதைவிடுத்து ஒரு புதுக் கணவனுக்கு வேறு என்ன மகிழ்ச்சியான வேலை இருக்க முடியும்?

கதவைச் சாத்தி வைக்கலாமா, திறந்தே கிடக்கட்டுமா? அறையில் இருந்த அலமாரியில் சில வார இதழ்கள் அடுக்கி வைக்கப் பட்டிருந்தன. முன் தீர்மானம் எதுவும் இல்லாமல் இடையிலிருந்து ஒரு இதழை உருவினேன். அது இரண்டு ஆண்டு பழையது. இன்னும் சில இதழ்களின் தேதிகளையும் பார்த்தேன். அவை மேலும் பழையதாக இருந்தன. இரண்டு கனமான புத்தகங்கள் இருந்தன. நான் ஏன் பிறந்தேன்? எம்.ஜி.ஆர். எழுதியது. இப்படி ஒரு தலைப்பை வைப்பதற்கு அவருக்கு அசாத்திய துணிச்சல் இருந்திருக்க வேண்டும். ஏனென்றால் பல எதிரிகள் “அந்த சந்தேகம்தான்யா எங்களுக்கும்” என்று சுலபமாக சொல்லிவிட முடியும். சொல்லியிருப்பார்கள். புத்தகத்தில் பல்வேறு விதமான கிழவிகளுடன் எம்.ஜி.ஆர். போஸ் கொடுத்திருந்தார். தாய்ப்பாசம் பற்றி பேசாத படமே இல்லை, நாளே இல்லை என்றபடி பேசித் தீர்த்துவிட்டுப் போய்விட்டார். நடித்தும் தீர்த்துவிட்டார். அவருடைய தாய் மொழி, தமிழர்களின் தாய் மொழி அல்ல. ஆனால், தமிழகத்துத் தாய்மார்களின் மொழி அவருக்குப் புரிந்திருந்தது.

அடுத்து இன்னொரு புத்தகம் இருந்தது. “நீங்களும் கூடுவிட்டுக் கூடு பாயலாம்’. அந்தப் புத்தகங்களுக்குப் பின்னால் ப்ரியா படித்த பி.காம். புத்தகங்கள் அழகாக அடுக்கி வைக்கப்பட்டிருந்தன. பார்ப்பதற்கு ஒரு நூலகம் போலவே தோற்றம் ஏற்படுத்தி, இப்படி வார இதழ்களையும் எம்.ஜி.ஆர். புத்தகத்தையும் காமர்ஸ் புத்தகத்தையும் வைத்து இப்படி ஒரு தோற்றத்தை ஏற்படுத்துவது சாமர்த்தியம்தான்.

கண்ணதாசன் எழுதிய அர்த்தமுள்ள இந்து மதம் என்ற புத்தகம் ஒன்றும் கிடந்தது.

மூன்றிலும் எனக்கு ஈர்ப்பான சங்கதி எதுவும் இல்லை. கல்யாணமான முதல்நாளில் ஒருத்தன் கூடுவிட்டு கூடுபாய்வதையும் மதத்தைப் பற்றியும் வாழ்க்கைக் கதையையுமா படிப்பான்?

கொலுசு சத்தம் நெருங்கி வருவது கேட்டது. நடையில் நயமும் நாணமும் தயக்கமும் இருப்பதை என்னால் உணர முடிந்தது. அட இது ப்ரியாதான். நான் யூகித்து முடித்த மாத்திரத்தில் ப்ரியா உள்ளே

நுழைந்தாள். அவள் கையில் ஒரு வெள்ளி சொம்பு இருந்தது. உள்ளே நுழைந்த சற்றைக்கெல்லாம் குப்பென்று வேர்த்துப் போனாள்.

"ஏன் ஏஸி போட்டுக்கலை?" என்றாள்.

"நீதான விளக்கேத்தி வைக்கணும். ஏஸி போட்டுவிடணும்" என்றேன். அவள் மெல்ல கதவைச் சாத்தினாள். கதவில் நான் ஆணையிட்டால் என்பதாக சவுக்கை சொடுக்கிக் கொண்டு சைடு வாங்கி சிரித்துக் கொண்டிருந்தார்.

"உங்க வீட்ல எல்லாருமே எம்.ஜிஆர். பைத்தியமா?"

"அப்படில்லாம் இல்லையே?"

இது கடைந்தெடுத்த பொய் என்பது இப்போது இரண்டு ஆண்டுகளுக்குப் பிறகு தெரிந்தது.

"கேரளாவுலகூட அவரை இப்படி யாரும் ஒட்டி வைச்சிருக்க மாட்டாங்க."

"அவரு மலையாள படத்திலயும் நடிக்கல.. கேரளாவிலயும் சி.எம்.ஆ இல்ல. அப்புறம் எப்படி அங்க ஒட்டி வைப்பாங்கன்னு எதிர்பார்க்கிறீங்க?"

"ஆனா தாய்மொழி அவருக்கு மலையாளம்தானே?"

அவள் அதிர்ச்சியோடு பார்த்தாள். ஒரு துளி எரிச்சலும் அதில் கலந்திருந்ததை அப்போது நான் உணரவில்லை. நான் அப்படிச் சொல்லுவேன் என்று அவள் எதிர்பார்க்கவில்லை என்று தெரிந்தது. நான் நிலைமையை சமாளிக்கும் பொருட்டு அவள் கையில் இருந்த பால் சொம்பை வாங்கி வைத்துவிட்டு, ஏஸி.யை ஆன் செய்தேன்.

எம்.ஜி.ஆர். தாயைப் போற்றி பல இடங்களில் சொல்லியிருந்தார். அவருடைய சொந்தத் தாய் மீது அவர் வைத்திருந்த பற்றும் பாசமும் மட்டுமின்றி தமிழ் நாட்டின் மூதாட்டிகள் மீதும் அவர் பாசம் காட்டினார். மலையாளியான அவர் தமிழ் நாட்டில் தாக்குபிடிப்பதற்கு இந்த அம்மா செண்டிமெண்ட்டுதான் பெரும் உதவியாக இருந்தது. ப்ரியாவின் தலையில் நிறைய மல்லிப்பூ சூடியிருந்தார்கள். அது என்னை மேலும் மயக்கியது. ஒருவித சோர்வும் தலையில் விண்ணென்ற வலியும் ஒரே நேரத்தில் தோன்றியது. நான் நிலைமையை வெளிக்காட்டாமல் இருப்பதற்காகச் சட்டையைக் கழற்றிவிட்டுத் தலையணையைக் கட்டிலின் மேல் விளிம்பின் மீது சாய்த்துவிட்டு அதன் மீது சாய்ந்து அமர்ந்தேன். அவள் அதற்குள் பாலை டம்பளரில் ஊற்றி நீட்டினாள். "எனக்கு வேண்டாம். நீயே குடிச்சிடு" என்றேன்.

அவள் வெட்கப்பட்டு, "உங்களைப் பார்க்க வெச்சுட்டு நான்

குடிச்சா அப்புறம் எனக்கு வயிறு வலிக்கும்.” இதற்கெல்லாம் சிரிக்க வேண்டுமா என்ற ஆயாசத்தில் இருந்தேன்.

மேற்கொண்டு அவளுக்குப் பதில் சொல்வதோ, அல்லது பாலை நிராகரிப்பதோ வீண் உரையாடலை வளர்க்கும் என்று தோன்றியது. ஊதிவத்தியை அணைத்துவிட்டால் பரவாயில்லை. ஆனால் அது கம்ப்யூட்டர் ஊதுவத்தி. விரல் கனத்துக்குக் கனன்று கொண்டிருந்தது. காலை வரை எரியும் போல இருந்தது. பாலை வாங்கி மடக்கென்று ஒரு வாய் ஊற்றிக் கொண்டு, அவளுக்குப் பாதியை நீட்டினேன். எத்தனை சினிமாவில் பார்த்தது? அவளுடையஅபிப்ராயத்துக்குக் காத்திருக்காமல் அந்தஊதுபத்தியை எடுத்து அவள் மிச்சம் வைத்த பாலில் நனைத்து அணைத்தேன்.

என் செயல் அவளுக்கு அதிர்ச்சி ஏற்படுவதற்குக் காரணமாக இருந்தது. “இந்த வாசனை தலை வலிக்குது..” என்று மட்டும் சுருக்கமாகச் சொன்னேன்.

“மாத்திரை ஏதாவது வேணுமா?”

“நீதான் வேணும்..”

“இடுப்புல கை வைக்காதீங்க.. சத்தம்போட்டு சிரிச்சிடுவேன்.”

பெண்கள் தொடாதீர்கள் என்றால் தொடுங்கள் என்று அர்த்தம். போ என்றால் வா என்று அர்த்தம். வேண்டாம் என்றால் வேண்டும் என்று அர்த்தம். கொஞ்சும் நேரத்தில் பெண்களின் வார்த்தைகளுக்கு எதிரர்த்தம் எடுக்க வேண்டும். திருமணமான முதல்மாதம் எனக்கு சசிரேகா சொன்ன அறிவுரை இது. சசிரேகா கொஞ்சம் கொஞ்சலாகத்தான் சொன்னாள். சசிரேகா சொன்னதையும் எதிரர்த்தம் கொள்ள வேண்டுமா? எதற்காக சசிரேகா எனக்கு இந்த அறிவுரையைச் சொன்னாள் என்பது நினைவில்லை. என் குடும்ப வாழ்க்கையில் அப்போதே சோகத்தின் இழை வெளியில் தெரியும்படி ஆகிவிட்டது. அந்த மாதிரி ஏதோ தருணத்தில்தான் அவள் அறிவுரை சொல்லியிருக்கக்கூடும்.

சசிரேகா என் அலுவலகத்தில் பணியாற்றிய கலகலப்பான பெண். அவள் “முன் அலுவலக’ப் பணிப் பெண். லட்சக் கணக்கணக்கான விலை கொண்ட காரை வாங்க வருகிற கோடீஸ்வரர்களை எதிர் கொள்ளும் வசீகரம் இருந்தது அவளிடம். கஞ்சி போட்டு இஸ்திரி செய்த முறுக்கான நூல்புடவை மட்டுமே அணிவாள். மார்பகத்தின் மேல் முந்தானை இரு புள்ளிகளில் மட்டுமே பட்டுக் கொண்டிருப்பதுபோல இருக்கும். அவளுடைய ஜாக்கெட் தைக்கப்பட்டதா, உடம்போடு ஒட்டப்பட்டதா என்ற சர்ச்சையைக் கிளப்பும். அவ்வளவு கச்சிதமாக அவளுடைய உடம்பை அறிந்த அந்த டைலர்மீது பொறாமை ஏற்படுவதைத் தவிர்க்க முடியாது.

எழுந்து நடக்கும்போது பளீர் என நிலை குலைய வைக்கும் இடுப்புப் பகுதியைப் பார்க்கலாம். அவளாகக் காட்டினாளா, நாமாகப் பார்த்தோமா என்ற சந்தேகம் தீர்வதற்குமுன் அந்தப் பளீர் மறைக்கப்பட்டுவிடும்.

கார் வாங்க வருகிறவர்களுக்கு நிறைய சந்தேகங்கள் இருக்கும். பின் இருக்கைக்கு பிரத்யேக ஏஸி துவாரங்கள் உண்டா என்றும் தானியங்கி கியர் அமைப்பு இருக்கிறதா என்றும் இன்னும் பலவிதமாகவும் கேட்பார்கள்.

40 லட்ச ரூபாய் பெறுமானமுள்ள காரை அவர்கள் வாங்கி விடும்படி செய்வது சசிரேகாவின் உபசரிப்பில் புன்னகை மாறாத பேச்சில்தான் இருக்கிறது. சசிரேகாவுக்காகவே தமிழ்நாட்டில் 100 காராவது விற்பனை ஆகியிருக்கும் என்று அவளைக் கிண்டல் செய்வேன். அவளுக்குச் சோகமே வந்ததில்லை போல இருப்பாள். அவளுடைய மனசின் அமைப்பு அப்படி. அவளுக்குப் பக்கத்து டேபிளில் பணியாற்றிக் கொண்டிருந்த லதா மேனன் சாலை விபத்தில் இறந்து போனபோதுகூட அவள் இப்படித்தான் தன்னை வெளிப்படுத்தினாள். “நம்பவே முடியவில்லை. நான் சற்றும் எதிர்பார்க்கவில்லை”... புதிய மாடல் காரின் சிறப்பம்சம் ஒன்றை எடுத்து இயம்புவதுபோலவே அது இருந்தது.

ஆனால் என் முகக்குறிப்பு கவலையை இரண்டு மடங்காக வெளிப்படுத்தும் தன்மையுடையது. அந்த மாதிரி தருணத்தில்தான் அவள் இந்த அறிவுரையைச் சொன்னதாக நினைவு. டெல்லியில் வேலை கிடைத்துப் போன பிறகு கல்யாணத்துக்கு எனக்கு பத்திரிகையே வைக்கவில்லையே என்று உரிமையாகக் கேட்டபோது சாரி மறந்துட்டேன் என்றாள் இரக்கமே இல்லாமல். வீட்டில் கொண்டுபோய் விடுமாறு எத்தனையோ முறை பணித்திருக்கிறாள். இரவில் படம் பார்க்க தியேட்டருக்கு அழைத்திருக்கிறாள். அவள் இணங்கக் கூடியவள்தான் என்று என்னையும் அவளையும் ஜோடியாகப் பார்த்துவிட்டு சிவசுப்ரணியன் தீர்மானமாகச் சொன்னான். எங்களுக்குள் எல்லாம் எப்போதோ முடிந்து விட்டதாகவும் கதை கட்டிவிட்டவனும் அவன்தான் என்று தெரிந்தது. “ஸாரி மறந்துவிட்டேன்” என்று அவள் சொன்னபோது எதற்குமே அர்த்தமில்லாமல் போய்விட்டது.

எம்.ஜி.ஆரும்,வி.என்.ஜானகியும் டெல்லியில் நடைபெற்ற ஆசிய விளையாட்டுப்போட்டியைப் பார்ப்பதற்குப் போயிருந்தபோது எம்.ஜி.ஆருக்கு இடது புறத்தில் ஜெயலலிதாவும் வலது புறத்தில் ஜானகியும் அமர்ந்திருந்திருந்த காட்சி பத்திரிகையில் வந்திருந்தது. அதை பிரியா தன் டைரியில் வெட்டி ஒட்டி வைத்திருந்தாள். அந்தப் புகைப்படத்தில் ஏதும் தவறு இருக்கிறதா என என்னிடம்

ஒருநாள் கேட்டாள். படம் பிடித்ததில் ஏதும் தவறு இருப்பதாகக் கேட்கவில்லை. அப்படி இருபுறமும் இரண்டு பெண்களுடன் அமர்ந்திருப்பது தவறா என்பதில்தான் சந்தேகம். மாற்றுக் கட்சியினர் அதைக் கிண்டல் செய்வது தவறா என்கிற தொனி. என்னையும் சசிரேகாவையும் சந்தேகிக்கிறாளா? நான் பதில் சொல்வதற்கு பயந்தேன்.

பிரியா இதைக் கேட்ட நேரத்தில் அவளுடைய உளச்சிக்கலை நான் ஓரளவுக்கு உணர்ந்திருந்தேன்.

எம்.ஜி.ஆர். எதைச் செய்தாலும் அதற்கு ஒரு நியாயமான காரணம் இருக்கும்... இதுதான் நான் சொன்ன பதில்.

அவள் கண்கள் பிரகாசமடைந்தன. அவள் முகத்தில் நிம்மதி தெரிந்தது. டைரியை மீண்டும் பீரோவுக்குள் வைத்துவிட்டு வந்தபோது அந்த நிம்மதி மறைந்திருந்தது.

“ஆனால் எம்.ஜி.ஆரைத் தவிர வேறுயார் இப்படி செய்தாலும் அது தவறாகத்தான் இருக்கும்” இறுக்கமான முகத்துடன் சொன்னாள். சசிரேகாவோட நெருங்கிப் பழகுவது எனக்கு யோசனையாக இருந்ததற்கு இது ஒரு முக்கிய காரணம்.

“சிவாஜி பாட்டுக்கும் எம்.ஜி.ஆர் பாட்டுக்கும் வித்தியாசம் தெரியாத நீயெல்லாம் ஒரு மனுஷனா” பீட்டர் செல்வராஜிடம் அழைத்துச் சென்றிருந்த ஒரு சமயத்தில் இப்படி அவள் என்னைப் பார்த்துக் கேட்டாள். முன்னரே சொன்னதுபோல அவளை முதன் முதலில் சந்திக்கச் சென்றிருந்தபோது துள்ளுவதோ இளமை பாடலை நான் சிவாஜியின் பாடல் என்று கூறியதன் கோப வெளிப்பாடு.

அன்று அவளுடைய கேன்டீனில் காபி சாப்பிடப் போய் அங்கே காபி விற்பதில்லை என்பது மட்டுமே நினைவிருந்தது. மூன்றாண்டுகளுக்குப் பிறகு ஒரு குளிர்பான கடையில் கோக் சாப்பிட்டபோது அதை என் முகத்தில் அப்படியே ஊற்றிவிட்டு சிவாஜி பாட்டுக்கும் எம்.ஜி.ஆர் பாட்டுக்கும் வித்தியாசம் தெரியாது? எனக் கேட்டபோது எதற்காக திடீரென்று அப்படி கேட்டாள் என்று எனக்குத் தெரியாது. பீட்டர் செல்வராஜ் அவளை ஆழ் துயிலில் வைத்து பேசியபோது அவளுடைய கேன்டீனில் நாங்கள் முதல் சந்திப்பில் கோக் சாப்பிட்டதைத் தெரிவித்தாள். அப்போது அவளுடைய ஹெட் போனில் எம்.ஜி.ஆர் பாட்டு பாடிக் கொண்டிருந்ததாகவும் அதை நான் சிவாஜி பாட்டென்று தவறாக சொன்னதாகவும் சொன்னதும் அப்போதுதான் தெரிந்தது.

எம்.ஜி.ஆர். விஷயத்தில் அத்தனை சரியாகப் புள்ளிவிவர சுத்தமாக இல்லையென்றால் என்ன தவறு என்றுதான்

ஆரம்பத்தில் நினைத்தேன். அவர் என்ன பாட்டு பாடியிருந்தால் என்ன? என்ன நடனம் ஆடியிருந்தால் என்ன? என்ன சண்டை போட்டிருந்தால் என்ன? அந்தக் காலம் மலையேறிவிட்டது. நாடகத்தன்மை மிகுந்த மிகையுணர்ச்சியுடன் கூடிய கதைகள் அந்தக் காலத்தில் திரைப்படங்களாக வந்தன. அப்போது எம்.ஜி.ஆர். சற்றே ஜாலியாகவும் விறுவிறுப்பாகவும் கதைகளைத் தந்தார்... அவ்வளவுதானே? இதற்கு எதற்கு எம்.ஜி.ஆர். பக்தர்கள் சங்கம் என்று அவருக்குக் கோவில் கட்ட வேண்டும். எனக்கு வாய்த்துவிட்டவளே இப்படியொரு கோளாறுடனா அமைய வேண்டும்?

எம்.ஜி.ஆர். ஆவியாம்... அதற்கு ஒரு நிராசையாம்... நான் பட்ட பாடுகளை முழுதாகக் கேட்டால்தான் இறந்து போன மனிதர் என் வாழ்வில் எப்படியெல்லாம் சிக்கலை ஏற்படுத்திவிட்டார் என்பது தெரியும்.

5

ரகுவிடம் பிரியா நன்றாகப் பேசிக் கொண்டிருந்த சமயம் அது. ரகுவைப் பற்றிச் சொல்வதென்றால் எல்லா விஷயத்தையும் தனக்குள் இருந்து பார்க்காமல் வெளியே இருந்து பார்க்கக் கூடியவன். உலகம், விஞ்ஞானம், அரசியல், சினிமா என அவனுக்கு பொதுவான ஞானம் இருந்தது. பட்டாணி கட்டித் தந்த பேப்பரையும் ஒரு எழுத்துவிடாமல் படித்து விட்டுத்தான் கீழே போடுவான். அந்தத் துண்டுப் பேப்பருக்காகத்தான் பட்டாணி வாங்கினானோ என்று சந்தேகம் வந்துவிடும். பட்டாணியைவிட பேப்பரைத்தான் அதிகம் சுவைப்பான்.

பல விஷயங்களை அறிந்து கொள்வதிலும் அதைப் பற்றிப் பேசுவதிலும் ஆர்வம் இருந்தது.

அன்று ஒய்ஜா போர்டு பற்றிப் பேச்சு வந்தது. பிரியாவுக்குப் பேய் பிடித்திருப்பதாகப் பிரச்சினை ஏற்படாத சமயம். "ஆவிகளுடன் பேசுவதற்கு ஒரு மீடியம் மூலம் ஒய்ஜா போர்டைப் பயன்படுத்திப் பேசலாம்" இவ்வாறு பிரியா சொன்னாள். எதற்காகவோ அன்று பேயைப் பற்றிப் பேச வேண்டியதாகிவிட்டது. அது எதற்காக என்பது இப்போது நினைவில் இல்லை. ஆனால் எல்லோருமே சிறுவயதில் பேய்களுக்குப் பயந்து நடுங்கியதைப் பற்றிப் பேசிக் கொண்டிருந்தோம்.

ஒய்ஜா போர்டு என்பதை அப்போதுதான் நான் முதன் முறையாகக் கேட்பதால் ஆவியோடு பேசுவதற்கு ஏதோ வழிமுறை இருப்பதைத் தெரிந்து கொள்ளும் ஆவல் மேலோங்கியிருந்தது.

“அப்படீன்னா என்னது?”

“அதை ஒய்ஜான்னு சொல்றதே தப்பு. வீஜா போர்டுன்னுதான் சொல்லணும். அது ஒரு ஜெர்மன் பிரயோகம்... நீ ஜெர்மன் போயிருக்கியே. அங்க ஜே என்பதை யானு உச்சரிப்பாங்க. அதாவது ஆம்ன்னு அர்த்தம்.” ரகு உடனே எதிரில் இருக்கிற புத்தகத்தைப் படித்துச் சொல்வது மாதிரி சொல்ல ஆரம்பித்துவிட்டான்.

எனக்குக் கல்யாணமாகி ஆறுமாதம் ஆகியிருந்தது. பிரியா அப்போது மற்றவர்களிடம் பேசும்போது தன் தரப்பு வாதத்தைத் தெளிவாக சொல்லுவதில், தயக்கமில்லாமல் பேசுவதில் ஆர்வமாக இருந்தாள்.

“ஆவிகளோட பேசமுடியும்னு ஒத்துக்கிறீங்களா, இல்லையா?” அப்போது ரகு மீது அதீத மரியாதை வைத்திருந்தாள். ரகு ஆவி உலகத்தை ஒப்புக்கொண்டால், அது தனக்கு மிகப்பெரிய துணைபோல நினைத்தாள். அவன் மட்டும் ஆவியை நம்புவதாகச் சொல்லியிருந்தால் அவளுடைய அத்தனை நம்பிக்கைகளையும் யார் ஏளனமாகப் பேசுவது பற்றியும் அவளுக்கு அக்கறை இல்லாமல் போயிருக்கும்.

ஆனால் ரகு இதெல்லாம் சுத்தப் பிதற்றல் என்று ஆரம்பித்தான்.

“அந்த போர்டு இங்கிலீஸ் எழுத்துல இருக்கு. நாம இங்க தமிழ் மட்டுமே தெரிந்த பேயைக் கூப்பிட்டுப் பேசினாலும் இங்கிலீஸ் எழுத்திலேயே எல்லாத்துக்கும் பதில் சொல்றான். மீடியம் வெச்சுப் பேசறதா சொல்றது இங்கிலீஷ் மீடியமா இல்ல இருக்குது?”

பிரியாவின் முகம் வாடிவிட்டதைப் பார்த்தேன். ரகு தன் கருத்தை ஏற்றுக்கொள்வான் என்று அவள் பெரிதும் எதிர்பார்த்திருக்கக் கூடும். “ஏம்பா எனக்கு மொதல்ல இருந்து சொல்லு. மீடியம்னா என்ன? அந்த போர்டுல என்ன பண்ணுவாங்க?”

“ஆவியோட பேசணும்னா அதுக்கு சிலபேர் இருக்காங்க. அவங்களுக்குப் பயிற்சியாலயோ, அல்லது இயற்கையாகவோ அமானுஷ்ய சக்தி அமைஞ்சிருந்தாலோ அப்படி ஆவிகளிடம் பேச முடியும். உதாரணத்துக்கு உன்னோட தாத்தாவோட ஆவிகிட்ட நீ பேசணும்ன்னா நீ நேரா ஆவிகிட்ட பேசிட முடியாது. அதுக்குத்தான் அந்த மீடியேட்டர். அவங்ககிட்ட நீ தாத்தாகிட்ட கேட்க வேண்டிய கேள்விய கேட்கணும். நீ கேட்கிற கேள்விக்கு ஆமா, இல்லைனு பதில் சொல்ல வேண்டியிருந்தா மீடியேட்டர் ஒய்ஜா போர்டில் இருக்கிற’ யெஸ், நோ என்ற வார்த்தை மேல சுட்டிக் காட்டுவார்.

மீடியேட்டர் ஒரு காயின் மேல ஆள்காட்டி விரலை வெச்சிருப்பார். அந்த காயின் மெல்ல நகர்ந்து அந்த வார்த்தைக்குப்

போகும். ஆம், இல்லை தவிர வேற சொல்ல வேண்டியிருந்தா ஒவ்வொரு எழுத்தா காயின் நகரும். அப்படி அவங்க சுட்டிக் காட்டுற எழுத்துகள் ஒரு வார்த்தையாவோ, ஒரு வாக்கியமாவோ இருக்கும்."

"காயின் எப்படி நகருது?"

ரகு ஏளனமாகச் சிரித்தான்.

"அது எங்க நகருது? மீடியம்னு சொல்லிக்கிறவன்தான் நகர்த்துறான். ஆவிகிட்ட பேசறேன்னு சொல்லி இவனுங்களே ஆவி போலத்தான் இருப்பானுங்க."

"எடுத்தோம் கவிழ்த்தோம்னு சொல்லாதீங்க. சீனா, ஜப்பான், ஜெர்மன், பிரான்ஸ்னு உலகம் முழுக்க ஆராய்ச்சி நடந்துகிட்டு இருக்கு. இப்ப சொன்னீங்களே.. இவரோட தாத்தாகிட்ட பேசலாம்னு அப்படி பேசினா இவருக்கும் இவங்க தாத்தாவுக்கும் மட்டும் தெரிஞ்ச பல விஷயம் வெளிய வரும். மீடியமா வர்றவங்களுக்கு அதெல்லாம் எப்படி தெரியும்?"

"பிரியா உனக்கென்ன பேய் மேல அவ்வளவு அக்கறை?" நக்கலான தொனியுடன்தான் ரகு கேட்டான். கூடவே தங்க நிற பிரேம் போட்ட மூக்குக் கண்ணாடியை சுட்டுவிரலால் அழுத்திவிட்டான். எல்லோரும் விளையாட்டான மனநிலையில் பேசிக் கொண்டிருந்ததால் அவ்வளவு உரிமை எடுத்துக் கொண்டான்.

பிரியாவின் பதில் ஆச்சர்யமூட்டுவதாக இருந்தது. "ஏன் பேய் மேல அக்கறை இருக்கக் கூடாதா? அவங்களும் நம்மைப் போல நம்மோடு இருந்தவங்கதானே? அவங்கள் நம்மைப் போல உடம்போட இல்லாம வேற ஃபார்ம்ல இருக்காங்க. அதில என்ன வந்தது? அவங்களைப் பார்த்து நாம ஏன் பயப்படணும்? அவங்க நம்மகிட்ட சொல்றதுக்கு எவ்வளவோவிஷயம் இருக்கும்... அதைத் தெரிஞ்சுக்கிறது தப்பா?" வரிசையாகக் கேள்விகள். இவ்வளவு விஷயங்கள் அவள் விவாதிக்க விரும்புவது எனக்குத் தெரியாது. கல்யாண சில நாளில் யாரோ இப்படி போனாப்ல இருக்குது, அப்படி போனாப்ல இருக்குது என்று அவள் சொன்ன போதெல்லாம் நான் காது கொடுத்துக் கேட்கவில்லை. எனக்குப் பேய் நம்பிக்கை இல்லை என்று சொன்னதோடு என் ஆயா சொன்ன ஒரு தகவலை வேடிக்கையாகச் சொன்னேன்.

"கரண்ட் கம்பியில மாட்டிக்கினு எல்லா பேயும் செத்துப் போச்சுப்பா" இந்த மாதிரி அலட்சியமான பதில்கள் அவளை என்னிடம் விவாதிக்க ஏதுமில்லை என்ற எண்ணத்தை ஏற்படுத்தி யிருக்கும். இந்த நேரத்தில்தான் எதற்கெடுத்தாலும் நீண்ட பதிலாகச் சொல்லிக் கொண்டிருக்கும் ரகுவிடம் தனக்குச் சாதகமான பதிலை

எதிர்பார்த்திருக்கிறாள்.

"அருணோட தாத்தாவுக்கு இங்கிலீஷ் தெரியுமா?"

"இல்லை" என்றேன்.

"வீ ஜே போர்ட்ல இங்கிலீஸ் ஆல்ப பெட்ஸ்தான் இருக்கு. அதில எப்படி அவர் பதில் சொல்றாரு?"

"பௌதீக உடம்பில் கண்ணில்லாம இருந்த ஒருத்தர் ஆவியானதும் கண்ணோட இருப்பார். காலில்லாம இருந்தவர் சூக்கும உடம்பில கால்களோட இருப்பார்...மொழியும் அப்படித்தான்... அவங்களுக்கு எல்லா லேங்க்வேஜூம் தெரியும்..."

"எந்த டுடோரியல் காலேஜ்ல படிச்சாரு..? அதுவும் எல்லா லேங்க்வேஜூம் தெரியும்னா.. ஆப்ரிக்க பழங்குடிகள் பேசுற மொழியும் செவ்விந்திய பழங்குடிகள் மொழியும்கூட தெரியுமா? நீங்க கூட்டிக்கிட்டு வர்ற மீடியம் என்ன லேங்க்வேஜ் தெரிஞ்சுவெச்சிருக்காரோ அதில சொல்றாருன்னு சொன்னாகூட நம்பறாமாதிரி இருக்கும்.."

"இறந்து போனவங்க என்ன லேங்க்வேஜ்ல பேசினாலும் அதை மீடியமா செயல்பட்றவங்க இங்கிலீஷூக்கு மாத்திச் சொல்லுவாங்க.." பிரியா திருத்திச் சொன்னாள்.

இந்தத் தருணம்தான் பிரியாவுக்கு அதிக மனவலியை ஏற்படுத்தியிருக்க வேண்டும்.

நான் சும்மா இல்லாமல் "எவனோ ஊர ஏமாத்தறதுக்கு ஆவி கீவினு கதைவுட்டுக்கிட்டு மீடியேட்டர் வேலை பாக்குறான். இத்தனை லட்சம் வருஷத்துல அவ்வளோ பேர் செத்துப் போனானோ அவ்வளவு பேரும் ஆவியா உலாத்தினா உலகமே இன்னேரம் ரொம்பிப் போயிருக்குமே... அதுவுமில்லாம நாய், பூனை எல்லாத்துக்கும் ஆவி இருக்குதுன்னு சொல்றீங்க.. " என கிண்டல் அடித்தேன்.

ரகு "எறும்பு, புழு, பூச்சி, அமீபாவுக்கெல்லாம்கூட ஆவி இருக்குல்ல?" என்று பிரியாவை மடக்கினான்.

அதைத் தொடர்ந்து நாங்கள் இருவரும் ஆவிகளை, பேய்களை, மூடநம்பிக்கைகளைப் பற்றி வெகுநேரம் பேசிக் கொண்டிருந்தோம். பிரியா சூழ்நிலை தனக்குச் சாதகமாக இல்லாததை அறிந்து டீ போட்டுவருகிறேன் என்று போய்விட்டாள்.

டீ சாப்பிட்டு முடித்ததும் நாங்களே பேய் டாப்பிக்கை மறந்துவிட்டு இருந்தபோது பிரியா தன் அனுபவத்திலிருந்து ஒரு விஷயத்தைச் சொன்னாள். அதைச் சொல்லும்போது அவள் முகம்

ரத்தமிழந்து வெளுத்துப் போய்விட்டதுமாதிரி இருந்தது.

"நீங்க யார்கிட்டயும் சொல்லலைன்னா ஒரு விஷயம் சொல்றேன்... என்னோட ஃப்ரண்ட் ஒருத்தி உங்களை மாதிரிதான் ரெவலூஸ்னரியா பேசுவா.. பேய் இல்லை பிசாசு இல்லைனு சொன்னவங்களும் பேயா மாறுவாங்கதானே... அப்ப பெட்ராண்ட் ரஸ்ஸல்லோட ஆவிய கூப்பிட்டுப் பேசுவோம்ன்னு சொன்னா.. விளையாட்டாத்தான் இப்படி யோசிச்சோம். போய் மீடியேட்டர்கிட்ட சொன்னோம். பெட்ரான்ட் ரஸ்ஸல் வந்தாரு..."

நாங்கள் இருவரும் கவனமாகக் கேட்டோம்.

"பேய் இல்லைன்னு சொன்னதாக உங்களை நரகத்தில தண்டிச்சாங்களா'ன்னு கேட்டோம். இந்த மாதிரி அறியாமைல சாமியில்லை, பூதம் இல்லைனு சொல்றவங்களை நரகத்தில தண்டிச்சதில்லை... ஆனா எல்லாரும் அங்க ஏளனமா சிரிக்கிறாங்க.. ஒண்ணும் தெரியாம உளறிக்கிட்டு இருந்தேன்னு ரொம்ப அவமானமா போச்சுன்னு ரஸ்ஸல் சொன்னாரு."

"ரஸ்ஸல், பெரியார்லாம் மேல் லோகத்தில அவங்க பிரசாரம் பண்ணின கருத்துகளுக்காக ரொம்ப ஃபீல் பண்ணிக்கிட்டு இருக்காங்கன்னு சொல்ல வர்றீங்க... அதான?" ரகு நேரடியாகக் கேட்டான். பிரியா என்ன சொல்லப் போகிறாள் என்பதைத் தெரிந்துகொள்ள நான் அவளை நோக்கினேன். அவள் அமைதியாகத்தான் இருந்தாள். இது குறித்து ரகுவே ஏதோ கருத்து சொல்லும்விதமாகத்தான் கொக்கி போட்டு நிறுத்தியிருந்ததான். மீண்டும் நான் ரகுவைப் பார்த்தேன்.

"மனிதன் விலங்குபோல வாழ்ந்தபோது ஆவிகள்ன்னு ஒண்ணு இருக்குதுன்னோ, இல்லைன்னோ சொல்லக்கூட தெரியாம இருந்தான். உங்க ஆவி தியரிபடி மனிதனுக்கு ஆவியைப் பத்தி தெரியாத நாளிலேயே ஆவிகள் இருந்திருக்கும். அப்ப நரகத்தில இருந்த ஆவிகள்லாம் நாமல்லாம் ஆவிய பத்தித் தெரிஞ்சுக்காமயே ஆவியா ஆகிட்டோமேன்னு ஒண்ணைப் பார்த்து ஒண்ணு சிரிச்சிருக்குமா?" என்றான் ரகு.

பிரியாவிடம் பதில் இல்லை. ஏதோ சொல்ல வந்ததுமாதிரி இருந்து பிறகு அதைச் சொல்லாமல் நிறுத்திவிட்டாள். இவர்களிடம் பேசி பிரயோஜனமில்லை என்று நினைத்திருக்கலாம். அதன் பிறகும்கூட அவள் ரகு வரும்போது பேசிக் கொண்டுதான் இருந்தாள். ஆனால் ஒரு போதும் பேய் பிசாசு பற்றி பேசுவதில்லை. அவளுடைய உலகம் யாரும் பரிமாறிக் கொள்ளமுடியாத உலகமாகிவிட்டது. ஒய்ஜா போர்டு முறையில் இல்லாமல் நேரடியாக ஆவிகள் தங்கள் சொந்தக் குரலிலேயே மீடியேட்டர் மூலமாகப் பேசுவதையும்

அவள் எங்கோ போய் கேட்டுவிட்டு வந்தாள். அதையெல்லாம்கூட என்னிடம் சொன்னதே இல்லை. டாக்டர் அவளை அறிதுயிலில் ஆழ்த்தி பேச வைத்தபோது இப்படியான பல மறைக்கப்பட்ட அவளுடைய விருப்பங்கள் தெரிந்தது.

தன்னுடைய வருகை பிரியாவுக்குப் பிடிக்கவில்லை என்பதை உணர்ந்த ரகு, வீட்டுக்கு வருவதைக் குறைத்துவிட்டான். அரிதாக வந்தபோதும் தான் பிரியாவிடம் விரோதம் பாராட்டவில்லை என்பதை நிரூபிப்பதற்காகத்தான் அந்த வருகையைப் பயன்படுத்துவான். பிறகெல்லாம் நானும் ரகுவும் சந்திப்பது ஏதாவது வார இறுதி நாள்களில் பார்களில் பீர் சாப்பிடும் சந்திப்புகளாக மாறிவிட்டன.

என் கதை அவனுக்கு ஆறாத வடுவாக மாறிவிட்டது. இதை அனுபவமாக எழுதப்போவதாக ஒரு முறை சொன்னான்.

அப்போது நான் பிரியாவைப் பிடித்த பேயை ஓட்டுவதற்காக ஒருதரம் நகிரி பேயோட்டியிடம் அழைத்துச் சென்ற சம்பவத்தைச் சொன்னேன். அந்தப் பேயோட்டி அச்சுறுத்தும்படியாகவும் அவனுடைய அறையில் கொடியில் துணிகள் தொங்குவதுபோல பேய்கள் தொங்கிக் கொண்டிருப்பதாகவும் சொன்னதை ரகுவிடம் சொன்னேன். அந்தப் பேயோட்டி தன் கையில் ஒரு கறுப்பு திரவத்தைத் தடவிக் கொண்டு பேய்களைப் பார்க்க விரும்புபவர்கள் என் கையைப் பிடித்துக் கொண்டால் எனக்குத் தெரிகிற பேய் உங்களுக்கும் தெரிய ஆரம்பிக்கும் என்று சொன்னதைச் சொன்னபோது ரகு சிரித்தான்.

ஆனால் அப்போது பிரியா மந்திரவாதியை நோக்கிக் கையை நீட்டி, தான் பேயைப் பார்க்க ஆர்வம் காட்டியதையும் நாங்களெல்லாம் அவளைத் தடுக்கப் படாதபாடு பட்டதையும் சொன்னபோது ரகு ஆர்வமானான்.

பிரியா மந்திரவாதியின் கையைப் பிடித்துக் கொண்டு பேயைப் பார்த்தாளா? என்று கேட்டான். இல்லை நாங்கள் தடுத்துவிட்டோம் என்றோம். ஏன் உனக்கு அந்த ஆர்வம் வரவில்லையா? என என்னைக் கேட்டான்.

எனக்கு அந்த நேரத்தில் பயமாக இருந்தது என்று உண்மையைச் சொன்னேன். அந்த மந்திரவாதியின் தோற்றமே ஒரு பேயைப் போலத்தான் இருந்தது. பேயைப் பற்றிய பயம் இல்லாதவர்கள், நம்பிக்கை இல்லாதவர்களுக்கும் அந்த நேரத்தில் பயம் ஏற்படுவது இயல்புதான். ரகு இதை சுருக்கமாக இரண்டு வரியில் எழுதி வைத்துக் கொண்டான்.

தமிழ்மகன் | 181

6

பிரியா சொன்ன ஒரு சம்பவம் அவளை எனக்கானவள் இல்லை என்பதை உணர்த்துவதாக இருந்தது. கும்பகோணத்தில் ஒரு ஜோசியர் வீட்டுக்குப் போயிருந்தபோது அவளுக்கு ஏற்பட்ட அனுபவத்தை எனக்குச் சொன்னாள். அது சாதாரணமாக யாருக்கும் ஏற்பட்டிராத அனுபவம். அவள் என்னிடம் சொன்னதை அப்படியே நினைவுபடுத்தி, முடிந்த அளவுக்கு ரகுவிடம் சொன்னேன். டாக்டர் பீட்டர் செல்வராஜிடமும் இப்படித்தான் சொன்னேன். பலன் சொல்லுவதற்கு முன் ஜோசியர், பிரியாவின் அப்பாவையும் அம்மாவையும் பிரியாவையும் கண்களை மூடிக் கொள்ளச் சொன்னார். அந்த அறை சிறியதாகவும் விபூதி வாசனை கொண்டதாகவும் இருந்தது. வெளிர் பச்சை நிறம் பூசப்பட்ட வீடு, கற்பூரப் புகை, ஒட்டடை காரணமாக அடர்த்தி கூடியிருந்தது.

ஜோசியரிடம் சென்றது ப்ரியாவின் உடம்பில் ஏற்பட்ட வெண்புள்ளிகள் திருமணத்துக்குத் தடையாக இருக்குமா என்பது குறித்தும் அவளுக்கான நாடி சோதிடத்தின் பிரதிகள் அங்கே இருப்பதாகச் சொல்லப்பட்டதும்தான். எம்.ஜி.ஆர். தன் நான்காவது வயதில் கண்டியிலிருந்து கும்பகோணத்தில் வேலு நாயரின் வீட்டில்தான் தன் தாய் சத்யபாமாவோடும் தமையன் சக்ரபாணியுடனும் அடைக்கலமாக வந்து தங்கியிருந்ததாக பிரியா அறிந்திருந்தாள். அதனால் கும்பகோணம் அவளுக்கு மிகவும் பரிச்சயமான ஓர் ஊராக இருந்தது.

ஜோசியர் கண்களை மூடச் சொன்ன நேரத்தில் மூவருமே கண்களை மூடினர். மீண்டும் தான் மணியடிக்கும் வரை யாரும் கண்களைத் திறக்கக் கூடாது என்று அவர் கூறியிருந்தார். பெற்றவர்கள் இருவரும் கண்களை மூடிய நிலையில் இருக்க, பிரியாமட்டும் கண்களைத் திறந்துவிட்டாள். ஜோசியர் சொன்னதை மீறுகிற நோக்கமோ, அவநம்பிக்கையோ, அவமதிப்பின் வெளிப்பாடோ அல்ல. அவளுக்கு ஜோசியர் மணியடித்தது நன்றாகக் காதில் விழுந்தது. அதனால்தான் கண்களைத்திறந்தாள்.

ஆனால் பெற்றவர் இருவரும் கண்களை மூடி, கைகூப்பி அமர்ந்திருந்தனர். அவர்கள் ஏன் கண்களை இன்னும் திறக்காமல் இருக்கிறார்கள் என்று புரியாமல் விழித்தாள். ஜோசியரும் கண்களை இறுக மூடிய நிலையில் இருந்தார். நாம் கண்களைத் தவறுதலாகத் திறந்துவிட்டோம் என்று உத்தேசித்த நேரத்தில் அவளால் கண்களை மூடவே முடியவில்லை. மீன்களுக்கானதுபோல இமைகள் இல்லாமல் தாம் பிறந்துவிட்டதாக அவள் நினைத்தாள்.

இமை மூட முடியாமல் இருந்த நேரத்தில் அவளுக்கு அமானுஷ்யமான ஒரு தோற்றம் காணக் கிடைத்தது. ஜோசியரின் தாடி வளர்ந்து அறை முழுதும் வியாபித்தது. பூமிக்குள் புதைந்து கிடக்கும் மரத்தின் சல்லி வேர் போல அறை முழுதும் அடைத்துக் கொண்டது ஜோசியரின் தாடி. இனி சுவாசிப்பது எப்படி என்று தடுமாறும் நிலைக்கு ஆளானாள். அப்படி நினைத்த நேரத்திலேயே அவள் மயங்கி விழுந்தாள். அதே நேரத்தில் ஜோசியரின் மணியோசையும் ஒலித்தது. இதுதான் அவள் சொன்னது.

திருமணமான முதல் மாதத்தில் கடற்கரையில் அமர்ந்து பஞ்சு மிட்டாய் சாப்பிட்டுக் கொண்டிருந்தபோது அவள் சொன்னாள். பஞ்சு மிட்டாயை நம்பகத் தன்மைக்காகத் துணைக்கழைத்தமைக்கு ஒரு காரணம் உண்டு. பஞ்சு மிட்டாய் வண்டிக்காரனின் சுழலும் வட்ட பாத்திரத்தில் பஞ்சு போல அந்த இனிப்புப் பண்டம் திரண்டு வருவதைப் பார்த்தபோது அவளுக்கு ஜோசியரின் தாடி நினைவு வந்ததாகச் சொன்னாள்.

அது முதற்கொண்டு எனக்கும் எங்கே பஞ்சு மிட்டாய் பார்த்தாலும் உடனே ஒரு முகம் தெரியாத ஜோசியனின் நினைவு வந்துபோக ஆரம்பித்தது. அவளுக்கு இது போல விஷயங்கள் சொல்வதற்கு நிறைய இருந்தன. மனைவியே சொல்வதால் இது நம்பும்படியான விஷயமாக இருக்கும் என்று சில நாள்கள் நம்பினேன்.

மன நோய்க்கான மருந்துகள் சாப்பிட ஆரம்பித்து கடைசியில் அவள் பெரிய நடமாட்டம் இல்லாதவளாக மாறிப் போனாள்.

ஜன்னல் கம்பிகளைப் பிடித்துக்கொண்டு தூரத்தில் சாயம் போய் பறந்து கொண்டிருந்த அ.இ.அ.தி.மு.க. கொடியைப் பார்த்துக் கொண்டிருப்பாள். மனதளவில் அவள் தன்னை எம்.ஜி.ஆராக நினைத்துக் கொண்டிருந்தாள். தான் கண்ணாடியில் பார்க்கிற நேரத்தில் மட்டும்தான் எம்.ஜி.ஆர் இல்லை என்பதை அவள் உணர நேரிட்டது. அதற்காகவே அவள் கண்ணாடியைப் பார்ப்பதைத் தவிர்க்கத் தொடங்கியிருந்தாள். நான் ஒரு நாளைக்கு ஒரு தரம்தான் கண்ணாடி முன் நிற்பேன். காலையில் குளித்து தலைவாரும்போது. அதன் பிறகு அந்த நாளில் நான் கண்ணாடி பார்ப்பது ஏதேச்சையான தருணங்களில்தான். ஆனால் ஒரு ஆண் கண்ணாடி பார்ப்பதற்கும் பெண் பார்ப்பதற்கும் வித்தியாசம் இருந்தது.

ஆணுக்கும் பெண்ணுக்கும் இருக்கும் வித்தியாசம் பற்றி தமிழ்மகன் ஒரு நாவலே எழுதியிருந்தார். அது குங்குமச் சிமிழ் மாத இதழில் வெளியாகியிருந்தது. அதில் ஆணும் பெண்ணும் வேறு வேறு விலங்குகள்.. வேறு தனித்தனி உயிரினங்கள் போல செயல்படுவதாகச் சொல்லியிருந்தார். ஒரு பட்டாம்பூச்சிக்கும் சிங்கத்துக்கும் இருக்கும் வித்தியாசம்போல அதைச் சொல்லியிருந்தார். பல்ப் ரைட்டிங் என்பார்களே அந்த ரக நாவல். நாவல் என்பது பெரிய வார்த்தை. குறுநாவல். வித்தியாசமான எழுத்து நடையோ, கதையைக் கொண்டு செல்வதில் திறமையான உத்தியோ அதில் இல்லை. அந்த நாவலில் இந்த விஷயத்தை வலியுறுத்தியிருந்தார். விலங்குகளில் இருந்தே ஆண், பெண் பாகுபாடு எப்படி செயல்படுகிறது என்பதை தேனீக்களின் வாழ்க்கை முறையிலிருந்தும் சிங்கங்களின் வாழ்க்கை முறையிலிருந்தும் சொல்லியிருந்தது நன்றாக இருந்தது. உண்மையில் அதை நான் கல்யாணத்துக்கு முன்பு படித்திருந்தாலும் கல்யாணம் ஆன சிறிது நாளிலேயே நினைவுபடுத்திக் கொள்ளும்படியாக ஆகிவிட்டது.

முதல் முறை பிரியா செக்ஸ் மறுத்த தருணத்தில் அந்த நாவல் சுரீர் என நினைவில் வெட்டியது. இரவு பதினோரு மணியிருக்கும். வீடடங்கிவிட்ட தருணம். ஏற்கெனவே பிரியா படுத்துவிட்டாள். நான் ஏதோ பத்திரிகையைப் புரட்டிவிட்டு விளக்கை அணைத்து விட்டு படுக்கைக்கு வந்தேன். படுத்த சிறிது நேரத்தில் பிரியாவின் வளையல் சத்தம். ஏதோ கொசுவைத் தட்டுவதுபோலவோ திரும்பிப் படுப்பதுபோலவோ இருக்கும் அந்தச் சத்தம். ஆனால் அது ஒரு சமிக்ஞை. திருமணத்துக்குப் பிறகு நான் கண்டுபிடித்த குறியீடு. அழைப்பு. ஆண்மைவிழிக்க, அவளை நெருங்கிப்படுத்து முந்தானையை விலக்க முயன்றேன்.

"எப்பப் பார்த்தாலும் அதே நெனப்புதானா?" அதில் தெறித்த

வெறுப்பும் என் மீது காட்டிய இகழ்ச்சியும் திடுக்கிட வைத்தது. துடித்துப் போனேன். சுட்டெரிக்கும் அவமதிப்பாக இருந்தது. தமிழ்மகன் காதல் தேனீ என்ற பெயரில் எழுதி வெளியிட்டிருந்த அந்த மாத நாவலிலும் கதாநாயகனுக்கு அத்தகைய வலி இருந்தது.

குடும்பப் பிரச்சினை காரணமாக அம்மாவீட்டுக்குப் போய்விட்ட மனைவியைச் சந்திக்க ஒரு ராத்திரி நேரத்தில் சந்திக்கச் செல்கிறான் கணவன். கல்யாணமான புதிது. காமம்தான் குறிக்கோள். அவனை பஸ்ஸில்லாத இருட்டுச் சாலையில் கடும் குளிரில் அவளை நோக்கி விரட்டிச் செல்கிறது காமம். ஆனால் அவள் அதுக்குத்தானே வந்தே என்று கேட்கும்போது குற்றுயிரும் குலையுயிருமாகக் குலைந்து விழுகிறான். அந்த அவமானத்தை பிரியாவின் வெறுப்பு உமிழ்வில் உணர்ந்தேன்.

அவளுடைய வளையல் சிணுங்களை அதற்கான அழைப்பாக நான் உணர்ந்திருந்தேன் என்று தெரிந்தே அந்த ஓசையால் என்னை உசுப்பிவிட்டுப் பழிவாங்குகிறாள். சேடிஸம்.

நேற்றுவரை தொட்டுத் திருப்பியபோது சிணுங்கியவள் இப்படி எரிந்து விழுவாள் என்று நான் கனவிலும் கருதவில்லை. சட்டென அதட்டித் திருப்பி, நேத்துவரைக்கும் என்னை நீ யூஸ் பண்ணிக்கிட்டதுக்கு என்ன அர்த்தம் என்று கேட்கத் துடித்தேன்.

கடும் ஆத்திரம். அவள் ஆர்வப்பட்ட நேரத்தில் எப்பவும் இதே எண்ணம்தானா என்று நான் அவளைத் திருப்பிக் கேட்க வேண்டும் என்றும் கோபம் கொப்பளித்தது. ஆனால் அதன் பிறகான தாம்பத்தியத்தில் அவள் தூண்டுதலில் ஈடுபட்ட நேரத்திலும்கூட அப்படிக் கேட்கத் தோன்றவில்லை. அது அவள் மனதை வருத்தமடைய வைக்கும் என்று நான் நினைத்தேன். அவள் என் மனது வலிக்கும் என்று ஒரு போதும் நினைக்கவில்லை. அவளுக்குத் தேவைப்படும்போதெல்லாம் நான் வேண்டும். அப்படியில்லையென்றால் பொறுப்பில்லாத கணவன் என்றோ, பொண்டாட்டியின் உணர்வை மதிக்காதவன் என்றோ பட்டம் கிடைக்கும். அவளுக்குத் தேவைப்படாத நேரத்தில் எனக்கு அவள் தேவைப்பட்டுவிட்டால் பெருங்குற்றம். அப்போதும் பொண்டாட்டியின் மனதைப் புரிந்து கொள்ளத் தெரியாதவன் என்ற பட்டம் கட்டப்படும். ஆணுக்கும் பெண்ணுக்கும் ரத்தத்திலேயே ஏதோ வித்தியாசம் இருக்கிறது. சரியாகச் சொல்வதென்றால் விரோதம் இருக்கிறது.

இரண்டொரு நாளில் தமிழ்மகன் எழுதிய காதல் தேனீ என்ற அந்த நாவலை அவளிடம் படிக்கக் கொடுத்தேன். அவள் புரிந்து கொள்வாள் என்று எதிர்பார்த்தேன். அவள் படித்துவிட்டு அதைப்

பற்றி ஒரு கருத்தும் கூறாமல் இருந்தாள். நானே இரண்டுநாள் காத்திருந்துவிட்டுக் கருத்து கேட்டேன்.

அது ஒரு குப்பைப் புத்தகம் என்று மட்டும் சொன்னாள். அவர் எழுதியதிலேயே படுகுப்பையான புத்தகம் அதுதான்.. தீர்மானமாகச் சொன்னாள். படுகுப்பையான எழுத்தாளர் என்று அவளால் முத்திரைக் குத்தப்பட்டவர்தான் பின்னர் அவளுடைய கதையையும் எழுதப் போகிறார் என்று அவளுக்குத் தெரியாது. பிரியாவின் முழுத்தகவலையும் விசாரித்தது பிரமிளாதான் என்றாலும் அதைக் கதையாக்குகிற பொறுமையோ, திறமையோ அவருக்கு இல்லை. ரகுவும் பிரமிளாவும் சேர்ந்தே இதை அவரிடம் ஒப்படைத்திருக்கக் கூடும். இருக்கட்டும் நான் சொல்ல வந்ததைச் சொல்லிவிடுகிறேன்.

காதல் தேனீ பற்றி இரண்டு நாள்கள் கழித்துக் கருத்துக் கேட்டேன் இல்லையா? ம்ம்..

"அவரை உனக்கு முன்னரே தெரியுமா?"

"ஒரு பையன் சர்டிபிகேட் கிடைக்காம ரொம்ப கஷ்டப்படுவான். பேர் மறந்து போச்சி. அந்தக் கதை படிச்சிருக்கேன். பத்திரிகையில எப்பவாவது சார்ட் ஸ்டோரி எழுதுவாரு. அத படிச்சிருக்கேன். ஆனா அவருக்கு எம்.ஜி.ஆரைப் பிடிக்காது போலிருக்கு" அவளுக்கு நான் எதற்காக அந்தப் புத்தகத்தைப் படிக்கக் கொடுத்தேன் என்பதைவிட அதை எழுதியவனுக்கு எம்.ஜி.ஆரைப் பிடிக்காது என்பதில்தான் அக்கறை அதிகமாக இருந்தது.

"எப்படித் தெரியும்?"

"படிச்ச ஒண்ணு ரெண்டு புக்கலயே எம்.ஜி.ஆரைக் கிண்டல் பண்ற மாதிரிதான் எழுதியிருந்தாரு.."

"அதைவுடு. கதை எப்பிடி?"

மௌனமாக இருந்தாள். அவளுக்குக் கதை பிடிக்கவில்லை என்பது தெரிந்தும் அதை விவரிக்கச் சொல்லிக் கேட்பதை அவள் யூகித்தாள். ஆனால் அவள் என்னிடம் நடந்து கொண்டதைத் தவறென்று உணர்த்தவேண்டும் என்று தோன்றியது. ஆனால் அவளுக்கு நான் தவறைச் சுட்டிக் காட்ட விரும்புகிறேன் என்ற நோக்கம் தொனிக்காமல் நடந்துகொண்டேன்.

ஓர் ஆரோக்கியமான இலக்கிய விவாதம்போல அதைச் செய்தேன்.

அவள் என்னை முதன்முதலாக அலட்சியம் செய்த இரவிலும்கூட அவளை பதிலுக்கு அவமானப்படுத்தும்விதமாக உனக்கு வேண்டும் என்னும்போது செய்வதற்கும் உனக்கு வேண்டாம் என்று சொல்லும்போது பேசாமல் இருக்கவும் நான் என்ன அடிமையா

இப்படி கேட்கலாம் என்று உத்தேசித்தேன்.

"என்னம்மா உடம்புக்கு முடியலையா?" இப்படி கரிசனமாகத்தான் கேட்க முடிந்தது. அதில் ஒரு நாடகத்தன்மை இருப்பதை நானே நன்றாக உணர்ந்தேன். அவளும் அதை உணர்ந்திருப்பாள். அவள் பதிலே சொல்லாமல் கண் மூடி இருந்தாள்.

"தலை வலிக்குதா? மாத்திரை ஏதாவது வேண்டுமா?"

பிரியா தூங்கிவிட்டதுபோல நானே நினைத்துக் கொண்டேன். அவள் தூங்கவில்லை. அலட்சியம் காட்டுகிறாள். நானும் தூங்குவதாக பாவனை செய்தேன். மறுபடி வளையல் சத்தம் கேட்கும் என நினைத்தேன். அப்படி வளையல் சத்தம் கேட்டபோது அவள் நிஜமாகவே தூங்கிப் போயிருந்தாள்.

அடுத்த சில மாதங்களில் அவளுக்கு முகத்தில் வெண் தழும்பு ஏற்பட்டது. அதை அவள் ரோஸ் பவுடர் போட்டு மறைக்க முயற்சி செய்தாள். ஆனாலும் அவளை பலரும் முகத்தில என்ன என்று விசாரிக்கத் தொடங்கிவிட்டார்கள். அந்தத் தழும்பு பெரிதாக மாறிக் கொண்டிருந்தது. அது வெண்குஷ்டம். அம்மாவும் அப்பாவும் பெண்ணுக்கு வெண்குஷ்டம் இருப்பதை மறைத்துத் தலையில் கட்டிவிட்டதற்காக சம்பந்தி வீட்டில் சண்டைக்கு நின்றார்கள். அவர்கள் எங்களுக்கு முன்னரே தெரியாது என்று கூறிவிட்டார்கள். அந்த பதில் சமாதானமாகவில்லை. பிரியாவுக்கும் இதனால் மன வேதனை இருப்பது தெரிந்தது.

பிரியாவின் தாய் மாமா செய்த வேண்டாத வேலை. தண்டமான டி.வி. சேனல் படு தண்டமான நேரத்தில் வெளியான மருத்துவ நிகழ்ச்சியைப் பார்த்துவிட்டு பிரியாவின் வெண்புள்ளிக்கு மருந்து வாங்கினார்.

ஏதோ சித்த வைத்திய மருந்து. பரம்பரை பரம்பரையாக சிகிச்சை அளிப்பதாக சொன்னதை நம்பி அந்த மருந்தை வாங்கிவந்து கொடுத்தார். அது பிரியாவுக்கு மேலும் அதிக வெண்புள்ளிகளை உருவாக்கிவிட்டது.

பரம்பரை பரம்பரையாக எப்படி இதுபோல ஏமாற்ற முடியும் என்று பேச்சுவந்தபோது, ஒரு பரம்பரையை ஏமாற்றி முடித்து அவர்கள் சபித்துவிட்டுப் போனதும் புதிய பரம்பரை உருவாகி விடுவதால் புதிய ஏமாளிகள் கிடைக்கிறார்கள்... அதனால்தான் இந்த மாதிரி வைத்தியர்கள் எல்லாம் தலைமுறை தலைமுறையாக வைத்தியம் பார்க்கிறார்கள் என்றான் ரகு.

நான் சொல்வதை ரகு எழுதிக்கொண்டு வருவதால் சில நேரங்களில் அது நான் சொல்லிக்கொண்டு வருவதுபோல்

இல்லாமல் ரகு சொல்லுவது போலவே இருப்பதாக ரகு ஒருமுறை சொன்னான். கதையின் பல இடங்களில் தன்னையே முன்னிலைப்படுத்தி எழுத வேண்டியிருப்பதையும் தவிர்க்க முடியாமல் தவித்தான். அதனால் என்ன..? என் வாழ்க்கையில் ரகுவுக்குப் பிரதானமான பாத்திரம் இருக்கிறது. அவன் அதிகமாக இடம்பெறுவதில் தவறு இல்லை என்று சொல்லிவிட்டேன். தர்ம சங்கடமான விஷயம்தான். இதையும் ரகுவாகிய நான் அருண் சொல்வதாகத்தானே எழுத வேண்டியிருக்கிறது?

அவளைக் கொஞ்ச நாளைக்கு அவர்கள் வீட்டில் இருக்குமாறு சொன்னேன். அதன் பிறகுதான் கொஞ்சம் நிம்மதி ஏற்பட்டது.

7

அவரை மலையாளி என்று சொல்லுவதை அவளால் ஏற்றுக்கொள்ளவே முடியவில்லை.

ரகுவிடம் பேசும்போதுதான் இந்தப் பிரச்சினை குறித்தும் ஒரு முறைவிவாதிக்க வேண்டியதாகிவிட்டது.

எம்.ஜி.ஆரை செந்தமிழ் வேளிர் என்று சொன்னாள். கோவையைச் சேர்ந்த வேளாண் குடியைச் சேர்ந்த தமிழர்தான் அவர் என்று சொன்னாள். இந்த விவாதம் கல்யாணமான இரண்டு ஆண்டுகளுக்குள் நடந்தது. அவள் மீது மனநோய் அடையாளங்கள் எதுவும் அப்போது எங்களுக்குத் தெரியவில்லை. அவள் ஒரு கதையைச் சொன்னாள். அது எழுதி வைத்து வாசித்தது மாதிரி இருந்தது.

கொங்கு நாட்டில் இருந்து பாலக்காட்டுக்குக் குடிபெயர்ந்த வேளாளர் பரம்பரையில் வந்தவர்தான் எம்.ஜி.ஆர். தமிழகத்தில் இருந்து குடிபெயர்ந்து போன மன்றாடியார் பரம்பரையில் வந்தவர்தான் அவர்.

18 ஆம் நூற்றாண்டில் வள்ளுவ நாட்டை ஆண்ட வல்லபன் ராமவர்ம வலிய ராஜா, அங்காடிப்புரம் என்ற இடத்தில் அரசு புரிந்து வந்தார். சேரமான் பெருமாளின் அழைப்பின் பேரில் மானீச்சன், விக்கிரமன் முதலியோர் சேர நாட்டுக்குச் சென்றபோது இவரும் உடன் சென்றார். அவர்கள் எல்லோரும் வேளாளர் பரம்பரையைச் சேர்ந்தவர்கள். இவர்கள் கொங்கு வேளாளரில் பெரிய குலத்தைச் சேர்ந்தவர்கள். அதனால் வலிய ராசா என்ற பட்டத்தைப் பெற்றனர்.

ஹைதர், திப்பு கலவரத்தின்பின் கிழக்கிந்தியக் கம்பெனியின் இடைவிடாத கொடுமையின் காரணமாக வள்ளுவ நாட்டு இராம வர்ம வலிய ராஜாவின் குடும்பம் ஆட்சிப் பொறுப்பைச் சரியாக நடத்த இயலாமல் சிதறியது. அவருடைய மனைவி இலக்குமி அம்மாள் தன் குமாரர்களான கிருஷ்ணமேனன், இராமன் மேனன் ஆகியோருடன் அங்காடிப்புரத்திலிருந்து புறப்பட்டுப் பாலக்காட்டை அடுத்த நரிக்கோடு என்னும் இடத்துக்கு சென்றுவிட்டார். நல்லே பள்ளி அங்கராத் மன்னாடியார் மாளிகையின் ஒரு பிரிவுதான் நரிக்கோடு. நரிக்கோடு என்னும் அங்கராத்து என்று கூறும் மரபும் உண்டு. அதாவது அங்கராத்து இல்லத்தினரும் நரிக்கோட்டில் காணி உடைய அங்காடிப்புரம் வள்ளுவ நாட்டு அரசர் மரபினரும் ஒரே தாய்வழியைச் சேர்ந்தவர்கள். கொங்கு நாட்டு வழக்கப்படிப் பங்காளிகள். மாங்கட மன்னரின் நிலபுலங்கள் பல நரிக்கோட்டுப் பகுதியில் இருந்தன. கொச்சி அரசுக்கு செலுத்த வேண்டிய பாக்கியைச் செலுத்தி கிருஷ்ணமேனன் அங்கராத்து மன்னாடியார் மாளிகைக்கு உரியவரானார். அதனாலேயே மெக்ன்சி எழுதிய குறிப்பில் அங்கராத்து மாளிகைக்கு உரியவர் நரிக்கோடு கிருஷ்ண மேனன் என்று உள்ளது.

ஆக, கொச்சி அரசுக்குச் செலுத்த வேண்டிய பாக்கியைச் செலுத்தி அங்காரத்து மன்னாடியார் மாளிகைக்கு உரியவரானார் கிருஷ்ண மேனன். கிருஷ்ண மேனனுக்கு ஐந்து மகன்கள், ஐந்து மகள்கள். ராவுண்ணி வலிய மன்னாடியார், கோவிந்தன் உண்ணி மன்னாடியார், கிட்டுண்ணி மன்னாடியார், சங்குண்ணி வலிய மன்னாடியார், நாராயணன் உண்ணி மன்னாடியார் இவர்கள் மகன்கள்.

மகள்கள் லக்குமி நேத்தியார், பாரு நேத்தியார், நாணி நேத்தியார், இக்கு நேத்தியார், அம்மணி நேத்தியார்.

மன்றாடியார்தான் மன்னாடியாராக திரிந்துபோனது. நாச்சியார் என்ற தமிழ்ப் பதம்தான் நேத்தியார் என்று திரிந்தது. வைத்தான் என்பதை வைச்சான் என்று திரிவதைப் போல.

இதில் கிருஷ்ணமேனனின் நான்காவது மகன் சங்குண்ணி வலிய மன்னாடியார். இவர் 1832-ல் பிறந்து 1915-ல் மறைந்தார். கொச்சி சமஸ்தானத்தில் நீதிபதி பதவிக்குச் சமமான சிரஸ்தார் என்ற பதவி வகித்தவர்.

அந்த சங்குண்ணி வலிய மன்னாடியாரின் மூத்த பையன்தான் எம்.ஜி.ஆரின் அப்பா கோபால மேனன்.கோபாலமேனனின் இரண்டாந்தாரத்துக்குப் பிறந்த கடைசி பையன்தான் எம்.ஜி.ராம சந்திரன்... அதாவது எம்.ஜி.ஆர். மன்றாடியார், மன்னாடியார்

என்று மாறிவிட்டது சரி... மேனன் எங்கிருந்து மொளைச்சார் என்றுதானே கேட்கிறீர்கள்?

மேனன் என்பது எல்லாரும் நினைக்கிற மாதிரி சாதி பேர் இல்ல. அது ஒரு பட்டப் பெயர். மெக்கன்ஸி குறிப்பு அதை தீர்மானமாகச் சொல்கிறது. மேனன் என்பது பட்டம். மேலானவன், மேனவன் என்பதன் மரூஉ. “மேல் கூட்டல் அவன்’ என்பதன் சேர்க்கை. மேனவனாகி மேனன் ஆகிவிட்டது. எம்.ஜி.ஆரின் அப்பா கோபால மேனன் அந்தக் காலத்து தாசில்தார்.

சில சிவில் வழக்குகளையும் அவரே விசாரிக்கும் உரிமை அந்தப் பதவிக்கு அப்போது இருந்தது. அந்த வகையில் அவர்களின் குடும்பத்தின் வழக்கு ஒன்றுக்கு அவர் தீர்ப்பு வழங்க வேண்டியிருந்தது. நீதி வழுவாத குணம் அவருக்கு. அதனால் சொந்த குடும்பத்தினர் என்றும் பாராமல் கறாராகத் தீர்ப்பு வழங்கினார். அதனால் அந்தக் குடும்பத்தினரின் விரோதத்தைச் சம்பாதிக்க வேண்டியதாகிவிட்டது. ஊரைவிட்டு வேறு எங்காவது போய்விட்டால் போதும் என்ற அளவுக்கு மனக்கசப்பு. அதுக்கப்புறம் அந்தக் குடும்பம் இலங்கைக்குப் போய் கண்டியில் குடியேறியது. அங்கே கோபால மேனன் இறக்கிறார். எம்.ஜி.ஆரோடு பிறந்த இரண்டு தமக்கைகள் இறக்கிறார்கள். தாய் சத்யபாமா, சக்ரபாணியையும் எம்.ஜி.ஆரையும் கூட்டிக்கொண்டு அவர்கள் உறவினர் இருந்த கும்பகோணத்துக்கு வந்து சேர்ந்தார். கஷ்ட ஜீவனம். ராஜ பரம்பரையில் வந்தவங்களுக்கு சாப்பாட்டுக்கே திண்டாட்டம். அப்பத்தான் யானையடி பள்ளிக்கூடத்தில படித்தது. திரௌபதி அம்மன் கோவில்ல பிரசாதம் வாங்கிச் சாப்பிட்டது. சிலம்பம் கத்துக்கிட்டது எல்லாம். அந்தம்மா சத்திய பாமா இல்லை என்றால் அவ்வளவுதான். டம்... டம்.. டம்...எப்படியோ காப்பாத்தி கரையேத்தினார்கள். வயிறார சாப்பிட்டு நல்லா இருந்தா போதும் என்று நினைத்தார்கள்.

ஒரு தமிழர்... மலையாளியாகிப் போய்விட்டார்.. கேரளம் என்பது என்ன சேர மன்னன் ஆண்ட பூமிதானே? மலையாளியாகவே இருக்கட்டுமே... சேர, சோழ, பாண்டிய மன்னர்களின் கூட்டு தானே மூவேந்தர் ஆட்சி? சேரன் செங்குட்டுவன் தம்பிதானே இளங்கோவடிகள். அதற்கு முன்னாடி கன்னடத்திலும் தமிழன்தான்...

இன்னும் சில பேர் நாயர்னு அவரை ஒதுக்கப் பாக்கறாங்க. நாயர்னா என்ன அது தலைமைப் பண்பைப் குறிக்கிறது. நாயகர் என்பதுதான் நாயர்னு மாறிப் போச்சு. மன்னாடியார் என்பதுதான் மன்னாடி நாயர் என்று மாறிவிட்டதாகவும் சொல்கிறார்கள். ஒரு தமிழரை தமிழர் என்று நிரூபிக்கிறதுக்கு என்ன பாடுபட வேண்டியிருக்கிறது?

எம்.ஜி.ஆர். தன்னை தமிழர் என்று நிரூபிக்க முயற்சி எதுவும் எடுக்கவில்லை. அது அவருக்குத் தெரிந்திருந்தது. ஆனால் ஆராய்ச்சியாளர்கள் அப்படி முடிவாகத் தெரிவிப்பதைத் தங்கள் கடமையாக நினைத்தார்கள்.

இப்படியாக அவள் சொல்லி முடித்தாள். அவள் ஏதோ ஒரு புத்தகத்தின் சாராம்சத்தைத் தொடர்ச்சியாக சொல்லி முடிக்கிறாள் என்ற ஆச்சர்யம் எங்கள் இருவருக்கும் ஏற்பட்டது.

"அவர் தமிழர் இல்லைனு நீங்க நினைக்கிறீங்களா?" ரகுவைப் பார்த்து தீர்மானமாகக் கேட்டாள்.

அவர் யாராக இருந்தால் என்ன என்ற மனநிலையில்தான் நான் இருந்தேன்.

ரகு சிரித்துவிட்டு, "இந்த ஆராய்ச்சி சுவாரஸ்யமாகத்தான் இருக்கிறது. இன்னும் கொஞ்சம் ஆராய்ந்தால் எல்லோரும் ஒரே குரங்கில் இருந்துதான் வந்தோம் என்பதையும் நிரூபித்திருக்கலாமே?" என்றான்.

ரகு தன் கருத்தை ஏற்றுக்கொள்வான் என பிரியா எடுத்த ஒவ்வொரு முயற்சியும் இப்படித்தான் புறக்கணிக்கப்பட்டது.

8

திருமணம் ஆன இரண்டாவது நாள் என்று நினைக்கிறேன். அவள்தான் இனி எனக்கு எல்லாம் போல இருந்தது. அவளுடைய வாசனையை உணர்ந்து கொண்டேன். அது எனக்கு முற்றிலும் புது அனுபவம். இதற்கு முன்னால் நான் புடவைகளையோ, பெண்களின் வேறு ஆபரணங்களையோ ஸ்பரிசித்திருந்தாலும் அவை பிரியாவின் தன்மைகளைக் கொண்டதாக இல்லை. இவை வேறு உணர்வுகளைத் தட்டி எழுப்பக் கூடியவையாக இருந்தன. மென்மையானவையாகவும் மனதுக்கு நெருக்கமானவையாகவும் இருப்பதை அறிந்தேன். அவளுடைய புடவையை மேலே போர்த்திக் கொண்டிருப்பதே அவளுடன் இருப்பதுபோல இருந்தது. அது எனக்கு ரொம்பவும் பிடித்திருந்தது.

இதற்கு முன்னால் எத்தனையோ கொலுச் சத்தங்களையும் கம்மல் மினுமினுப்புகளையும் பார்த்திருந்தாலும் அவையெல்லாம் பிரியாவின் மூலம் தரிசனமாவதை உணர்ந்தேன். அது காதலின் வலிமைதான். அவள் கெண்டைக்காலில் வெண்புள்ளி அறிகுறிகள் இருப்பதை அவள் எனக்கேகூட மறைப்பதை அறிந்து அவளைத் தேற்றினேன். அதனாலெல்லாம் உன்னை வெறுத்துவிட மாட்டேன். அது தோலின் நிறமிப் பொருளில் ஏற்படும் மிகச் சாதாரணமான குறைபாடுதான் என்று எடுத்துச் சொல்லித் தேற்றினேன். தேமல் போல மச்சம் போல அது சாதாரண விஷயம் என்றேன்.

அவளுக்குச் சந்தோஷம் தாளவில்லை. இதன்

காரணமாக கல்யாணமே நின்றுவிடுமோ என வீட்டில் பயந்தார்கள் என்று மெல்ல சொன்னாள். நம் திருமண வாழ்வுக்கு இது எந்த விதத்திலும் எந்த சமயத்திலும் தடையாக இருக்காது என்பதை வலியுறுத்தினேன். அவள் தோளின் மீது சாய்ந்து கண்ணீர்விட்டாள். எனக்குப் பெருமிதமாக இருந்தது.

ஆனால் அதற்கு அவள் எனக்கு ஒரு மதிப்பெண்தான் போட்டாள். நான் வாழ்க்கை முழுவதுக்குமான மதிப்பெண்ணைப் பெற்றுவிட்டதாகப் பூரித்துப் போயிருந்தேன். திருமணமான இரண்டாம் நாளில் ஒரு பெண் தன் கணவன் மீது சாய்ந்து தன் வாழ்க்கையின் மிக முக்கியமான ரகசியத்தைச் சொல்லி அது காப்பாற்றப்பட்டதற்காக மனமுருகும் சந்தர்ப்பத்தில் ஒரு கணவனாகப்பட்டவன் அடைகிற சந்தோஷம் என்னவாக இருக்கும்? அது முழு நிறைவானது. அதற்குப் பொதுவாக நூறு மதிப்பெண்கள் கொடுப்பதுதான் சரியாக இருக்கும்? ஆனால் அதற்கு அவள் ஒரே ஒரு மதிப்பெண்தான் போட்டாள். கடற்கரைக்குப் போகும்போது மல்லிகைப் பூ வாங்கித் தந்தால் அவள் எனக்குப் போடுவதும் ஒரு மதிப்பெண்தான். தாமதமாகக் கிளம்பினாலும் வாகன நெருக்கடிக்கு இடையில் அவளை சரியான நேரத்தில் அலுவலகத்தில் கொண்டுபோய் விட்டாலும் அதற்கும் அதே ஒரு மதிப்பெண்தான்.

இதை என்னால் புரிந்துகொள்ள முடியவில்லை. எல்லா சந்தோஷங்களுக்கும் அவள் ஒரு மதிப்பெண்தான் போட்டாள். வைர கம்மல் வாங்கித் தந்தாலும் வெண்ணிலா ஐஸ்கிரீம் வாங்கித் தந்தாலும் சமம்தான். அவளுடைய சந்தோஷங்கள் ஒரே அலைவரிசையில் ஏறி இறங்குவதை அறிந்த தருணம் என்னைத் திடுக்கிட வைத்தது. இதையும் நான் எங்கள் வீட்டில் என் சகோதரியிடமோ, அம்மாவிடமோ நான் உணரவில்லை. உலகின் எந்தப் புடவையிலும் உணராமல் அவளுடைய புடவையின் உரசலில் மட்டுமே உணர்ந்த ஸ்பரிசம்போல இந்த ஒரு மார்க் விவகாரமும் எனக்கு பிரியாமூலம் மட்டுமே உணரக் கிடைத்தது, இது எல்லா பெண்களுக்கும் பொதுவான குணமாக இருந்தபோதும்.

வெண்புள்ளியை ஒரு குறையாக நான் கருதாததை அவள் வாழ்நாள் முழுதும் மனதில் ஏற்றி எனக்குக் கடமைப் பட்டவளாக இருப்பாள் என நினைத்தேன். அடுத்த சில நாளிலேயே சாதாரண வாழைப்பழம் வாங்கும் விஷயத்தில் எனக்கு பேரம் பேசவே தெரியவில்லை என்று குறைபட்டுக் கொண்டாள். அவளுடைய அப்பா என்றால் பத்து ரூபாய்க்கு ஆறு பழங்களை பேரம் பேசி வாங்கத் தெரிந்தவராக இருப்பதாகவும் எனக்கு ஒன்றுமே தெரியவில்லை என்றும் கூறிவிட்டாள். மீண்டும் அவளுடைய

கருணை உணர்வைத் தூண்டிவிடும் சந்தர்ப்பத்தை எதிர்பார்த்துக் காத்திருந்தேன். அதற்கான வாய்ப்பும் அமைந்தது.

அவள் ஆபிஸில் இருந்து திரும்பும் வழியில் ஓர் இடத்தில் அருகில் இருந்து போன் செய்தாள். போனிலேயே அழுகை. விசும்பினாள். என்ன தான் கருணையைக் காட்ட நேரம் கிடைத்தாலும் அவள் பதறிக் கொண்டு சொல்லும்போது என்னுடைய எதிர்பார்ப்பில் இருந்து வெளியே வந்துவிட்டேன்.

மவுண்ட் ஆர்ட்ஸ் காலேஜ் திருப்பத்தில் நிற்பதாகச் சொல்லியிருந்தாள். என்னுடைய அலுவலகத்தில் இருந்து எப்படியும் இருபத்தைந்து நிமிட தூரம். போய்ச் சேருவதற்குள் அவள் கலங்கி விடாமல் இருக்க வேண்டுமே என்று தவிப்பாக இருந்தது.

“அங்கேயே இரு’ என்று சொல்லிவிட்டு பைக்கை விரட்டிக் கொண்டு போய் சேர்ந்தேன். ஒவ்வொரு சிக்னலிலும் எரிச்சலும் தவிப்பும் அதிகமாகிக் கொண்டே இருந்தது. வேகமாக பைக் ஒட்டியதால் வழியில் நான்கு பேர் கெட்ட வார்த்தையில் சபித்தார்கள். தாயின் கற்பைச் சந்தேகிக்கும் பிரயோகத்தில் இருந்து... வீட்டில் சொல்லிவிட்டு வந்துவிட்டாயா என்பது வரை அந்தச் சபிப்பில் அடங்கியிருந்தது.

சர்வீஸ் சாலையில் மெல்ல பைக்கை ஓட்டிக் கொண்டு வந்தேன். என் கண்கள் அவள் அமைதியாகவும் தைரியமாகவும் இருக்கும் காட்சியை எதிர்ப்பார்த்தன. கனரா வங்கி வாசலில் அவள் டீக்கடையில் அமர்ந்திருந்தாள். அவளைச் சுற்றிக் கூட்டமாக இருந்தது.

நான்பார்த்த அதேநேரத்தில் அவளும் என்னைப் பார்த்துவிட்டாள். என்னைப் பார்த்ததும் கேவி அழுதபடி ஓடிவந்து அணைத்துக் கொண்டாள். அவ்வளவு பேர் எதிரில் என்னை அப்படி அணைத்துக் கொண்டது சங்கோஜமாகப் போய்விட்டது. அவளைத் தோளைப் பிடித்துக் குலுக்கி என்ன நடந்தது எதற்காக அழுகிறாய் என்று கரிசனமாகக் கேட்ட அந்தத் தருணத்தில் என்னை ஒரு ராஜாபோல உணர்ந்தேன். என்ன வேண்டும் கேள் என்கிற மிதப்பு தழுவிக் கொண்டது. அந்த நேரத்தில் நீ எதற்காகக் கவலை கொண்டிருந்தாலும் அதற்காக நீ கவலை கொள்ளவேண்டியதில்லை என்று மறுக்கத் தயாராக இருந்தேன்.

அவ்வளவு கூட்டத்தில் அவளுக்கு நான் ஒருத்தன்தான் ஆறுதல் சொல்ல முடியும்.. கணவன், மனைவி உறவில் எத்தனை அரிய காட்சி. ராவணனால் பாதிக்கப்பட்ட சீதைக்கு ராமன் ஒருத்தன்தான் ஒரே தீர்வு. உலகில் வேறுயாருமே அந்த அநீதியைத் தட்டிக் கேட்கவில்லை. அது அவர்கள் பாடு என்று எல்லோருமே சும்மா

இருப்பார்கள். ராமன் மட்டுமே கடமைப்பட்டவன்... நன்றாகத்தான் இருக்கிறதல்லவா? ராமன் வருகிறவரை அவளை வன்புணர்ச்சி செய்யாமல் இருந்ததும் ஹீரோ கால்நடையாகவே புறப்பட்டுவந்து சாவகாசமாக ராவணனை வீழ்த்திவிட்டு பொண்டாட்டியை மீட்டுக் கொண்டு போனதும் கதாநாயகனைத் துதிபாடும் இந்தியச் சினிமாக்களுக்கு நிரந்தர தேற்றமாகிவிட்டது.

ஓர் உண்மையைச் சொல்லிவிடுகிறேன். இந்த ஒப்புமையை நான் அந்தச் சம்பவம் நடந்தபோது நினைத்துப் பார்க்கவில்லை. இப்போது இதைச் சொல்லிக் கொண்டு போகும்போது தோன்றியது இது. கழுத்தில் தாலி கட்டிய அந்தத் தருணத்திலேயே அந்த உரிமையும் கடமையும் ஏற்பட்டு விடுகிறதென்றால் அது எப்படி ஏற்படுகிறதென்றும் இப்போது யோசித்துப் பார்க்கிறேன்.

சுற்றியிருந்த கூட்டத்தில் இருந்த ஒருவரே பிரச்சினையை விளக்கத் தலைப்பட்டார். அவருடைய முகம் இந்த மாதிரி பொது விஷயங்களுக்காகவே தயாரிக்கப்பட்ட பிரத்யேக முகம் போல அந்த நேரத்தில் தோன்றியது. சென்னையில் நடக்கும் இந்த மாதிரியான அசம்பாவிதம் எல்லாவற்றிலும் அவர் முன்னின்று பிரச்சினைகளைத் தீர்த்துவைப்பவர் மாதிரி தோற்றம் தந்தார்.

அவள் மொப்பட்டில் வந்து கொண்டிருந்தபோது பின்னால் வேகமாக பைக்கில் வந்த இருவர் அவளுடைய கழுத்தில் இருந்த தங்கச் சங்கிலியை அறுத்துக்கொண்டு போனதோடு அந்த வேகத்தில் பிரியாவைக் கீழே சாய்த்துவிட்டுப் போய்விட்டார்கள்.. இதுதான் நடந்தது. ஐந்து பவுன் செயின். நான் அதைப் பற்றி கவலைப்படக்கூடாது என்பதில் கவனமாக இருந்ததோடு, “அடி எதுவும் படலையே?” என்றேன், அவளுடைய கைகளையும் நெற்றியையும் பார்த்து.

அவள் உதடு துடிக்க மீண்டும் என் மீது சாய்ந்து அழுதாள். “வேற வாங்கிக்கலாம்.. கவலைப்படாதே... அடிபடலை இல்லை? அது போதும்.”

கூட்டத்திலிருந்தவரில் ஒருவர் இப்படியொரு புருஷன் கிடைக்க கொடுத்து வைச்சிருக்கணும்மா என்றது பெருமையாக இருந்தது.

“யாரோ ரெண்டு பேர் பைக்கில வேகமாகப் போனதைப் பார்த்தேன். கொஞ்ச நேரம் கழிச்சு இவங்க பைக்கைத் தள்ளிக்கிட்டு அழுதுகிட்டே வந்தாங்க. அப்புறம் விசாரிச்சப் பிறகுதான் விஷயமே தெரியும்” என்றார் ஒரு நடுவயதுக்காரர்.

“அதோ அந்தத் திருப்பத்தில அடிச்சிருக்கானுங்க. இவங்க விழுந்து எழுந்து என்ன நடந்ததுனு சுதாரிக்கறதுக்குள்ள.. எஸ்கேப். அப்புறம் அழுதுகிட்டு வந்து சொல்லி என்ன பிரயோஜனம்?”

எல்லாருக்கும் ரொம்ப நன்றிங்க என்று விடைபெற்று அவள் எனக்கு முன்னால் தன் மொப்பட்டை ஓட்டிச் செல்ல, நான் அவளுடைய நிதானத்துக்கு பைக்கை ஓட்டிக் கொண்டு போனேன்.

இதற்கும் அதே ஒரு மார்க்குதான். சொல்லப் போனால் சம்பவம் நடக்கும்போது நூறு மார்க் போட்டுவிட்டு அடுத்த சில நிமிடங்களில் எல்லாம் அதை அவள் ஒரு மார்க்காகக் குறைத்து விடுவதாகத் தோன்றியது. அது பிரியாவின் குறையில்லை. அது மனைவிகளின் குறைபாடு.

ஓர் ஆண் தன் சகோதரியிடமோ, தன் தாயிடமோ இந்த சராசரி ஒரு மதிப்பெண் பிரச்சினையைக் காண்பதில்லை. மனைவிகளின் மதிப்பெண் இது. திருமணமான புத்திசாலி ஆண்கள் மட்டுமே இதை உணர முடியும். பல பெண்கள் சாமர்த்தியமாக இதை மறைக்கத் தெரிந்திருக்கிறார்கள். அல்லது பல ஆண்கள் இதை உணரத் தெரியாதவர்களாக இருக்கிறார்கள். நான் கொஞ்சம் கொஞ்சமாக உணர்ந்து இப்போது நான் பெற்ற மொத்த ஒரு மதிப்பெண்களையும் கூட்டி அது ஒரு மிகப் பெரிய ஒரு ஒன்றாக இருப்பதையும் உணர்ந்த ஞானியாகிவிட்டேன்.

வெண்புள்ளியால் வீட்டைவிட்டு அவள் அம்மாவீட்டுக்குப் போயிருக்கும் சமயத்திலும் அவள் என்னிடம் அவ்வப்போது போனில் அழுதபோதும் எம்.ஜி.ஆர் வீட்டுக்குப் போய்விட்டு தாமதமாக வீட்டுக்கு வந்தநேரத்தில் அம்மா ஆர்ப்பாட்டம் செய்தபோதும் அவளைத் தற்காத்து ஆதரித்தேன். குழந்தை பிறக்காததற்காக பிரியாவைத் துறந்து வேறொரு கல்யாணத்துக்கு ஏற்பாடு செய்த நேரத்தில் அவளை நான் கைவிட மாட்டேன் என்ற போதும் அந்த எண்ணின் உயரம் வளரத் தொடங்கியது. உண்மையில் எண் என்பது என்ன? ஒன்று எப்படி இரண்டாக ஆகும் என்று தத்துவக் குழப்பம் ஏற்பட்டது. ஒன்று என்பது இரண்டு ஆவதற்கு முன் ஒன்று புள்ளி பூஜ்ஜியம் பூஜ்ஜியம் பூஜ்ஜியம் பூஜ்ஜியம் என்று எத்தனையோ பில்லியன் டிரில்லியன் பூஜ்ஜியத்துக்குப் பிறகு ஒரு ஒன்றைப் போடுகிறது. அது ஒவ்வொன்றாகக் கூடிக் கொண்டே வந்து ஒன்று புள்ளி ஒன்று ஆகி.. ஒன்று புள்ளி இரண்டு ஆகி.. ஒன்று புள்ளி மூன்று ஆகி.. ஒரு வழியாக இரண்டு என்ற முழு எண்ணாக ஆகிறது. பிரியா விஷயத்தில் அந்த இரண்டு மதிப்பெண் எப்போது எத்தனை யுகங்களுக்குப் பின்னால் கிடைக்கும் என்பது தெரியவில்லை. வாழ்க்கையின் மையக் காலத்தை எட்டிய இந்த நிலையிலும் எனக்கு அதற்கான அறிகுறி தெரியவில்லை.

பாரதியாருக்கு செல்லம்மாவிடம் கிடைத்திருக்குமா? காந்திக்கு கஸ்தூரிபாவிடம் கிடைத்திருக்குமா? மார்க்ஸுக்கு ஜென்னியிடம் கிடைத்திருக்குமா?

அவளைக் கட்டிப் பிடித்து உருள வேண்டும் என்று நான் தவித்ததைக் கல்யாணமான இரண்டாம் நாள் பிரியாவிடம் சொல்லியதற்கு பிரியா எப்படி ஆனந்தப்பட்டு சிரித்தாள்? இப்படி உண்மையாக எல்லாவற்றையும் பகிர்ந்து கொள்ளும் ஒரு கணவன் தனக்குக் கிடைத்தமைக்காகவே அவள் நூறு மார்க் கொடுத்திருப்பாள் என் எப்படி மகிழ்ந்து போனேன்? ஆனால் அவள் இப்போதுமார்க் போடும் திறன் அற்றவளாக எம்.ஜி.ஆரின் ஆவியால் பீடிக்கப்பட்டிருப்பதாக உலகம் அவளை ஒதுக்கித் தள்ளி வைத்திருப்பதைப் பார்த்தபோது என் மீதே எனக்கு இரக்கமாக இருந்தது.

பிரியாவின் அப்பா ஒருநாள் வந்து பிரியாவுக்கு எம்.ஜி.ஆர். ஆவி பிடித்ததற்கு தானும் ஒரு காரணம் என்று கண்கலங்கினார். ஒரு காலத்தில் தான் எம்.ஜி.ஆர். பித்தனாக இருந்ததாகவும் அப்போது எம்.ஜி.ஆரின் பாடல்களை மட்டுமே கேட்டு வந்ததாகவும் எம்.ஜி.ஆர் நடித்த படங்களை மட்டுமே பார்த்ததாகவும் குழந்தைகளையும் தன் ஆசைக்கு உடன்பட்டு வளரும்படி செய்துவிட்டதாகவும் சொன்னார். எம்.ஜி.ஆர். பனை நுங்கைப் பதப்படுத்தி ஏற்றுமதி செய்வது சம்பந்தமாகவும் புழல் ஏரி கோடையில் வற்றிவிடாமல் இருக்க அதை மேலே மூடி போட்டு மூடிவிடுவது சம்பந்தமாகவும் பேசியபோது அவர் மீது இருந்த மரியாதை கொஞ்சம் கொஞ்சமாக விளக்கிக் கொண்டதாகவும் சொன்னார். பிரியா அவளுடைய அலுவலக ஆவணத்தில் இருந்து கிழித்து எடுத்து வந்து படுக்கைக்குக் கிழே வைத்திருந்த நான்காக மடிக்கப்பட்ட பக்கங்கள் இந்தச் செய்திகளைத் தாங்கியவையாகவே இருந்தன. எம்.ஜி.ஆரின் பல போட்டோக்களை கழற்றி பரண் மீது வைத்துவிட்டதாகவும் சொன்னார். பிரியாவுக்கு பதினைந்து வயதாகும் வரை எம்.ஜி.ஆரின் போட்டோக்கள் வீடு முழுதும் மாட்டப்பட்டிருந்ததாக சொன்னார்.

எம்.ஜி.ஆர். மீது அவருக்கு வெறுப்பை வளர்ப்பதற்கான காரணங்கள் அதன் பிறகு அவருக்குக் கிடைத்துக் கொண்டே இருந்தன. தி.மு.க. உறுப்பினர்கள் தங்கள் சொத்துக் கணக்குகளைக் காட்ட வேண்டும் என்பதில் விரமாக இருந்து தனிக்கட்சி தொடங்கி நடத்தியவர், ஒழுங்காக வருமானவரி கட்டுவதில்லை என்றும் இந்திய அளவில் வரி செலுத்தாமல் இருப்பவர்களில் முக்கியமானவராகவும் இருந்தார். பிரபாகரனுக்கு இரண்டு கோடி ரூபாயை எடுத்துக் கொடுத்தார். யார் பணம், எங்கிருந்து வந்தது, என்ன கணக்கு? சட்டத்தின் பிடியில் இருந்து யாரும் தப்பவே முடியாது என்று அதிக தரம் பேசியவர் அவர்தான். சட்டத்துக்கு உட்பட்டு நடப்பதில் அதிக சிரமப்பட்டவரும் அவர்தான்.

எம்.ஜி.ஆர். குறித்து யூட்யூபில் பிரபாகரன் பேசுவதை

கேட்டவர்களுக்குத் தெரியும். ஈழப்போருக்கு இரண்டு கோடி ரூபாய் தேவைப்படுவதாகச் சொன்னதும் கேட்ட அடுத்த வினாடி சம்மதித்தார் என்று பூரிக்கிறார்

பிரபாகரன் ஆண்டன் பாலசிங்கம் பூமிக்குக் கீழே இருந்த ஒரு அறைக்கு லிஃப்ட் மூலம் எம்.ஜி.ஆர். அழைத்துச் சென்றதையும் அங்கே கட்டுக் கட்டாக பணம் இருந்ததையும் அதிலிருந்து பணத்தை எடுத்துத் தந்ததையும் சொல்கிறார்.

இதெல்லாம் எந்தச் சட்டத்துக்கு உட்பட்டு என்று தெரியவில்லை. ஆனாலும் பிரியாவின் அப்பா எம்.ஜி.ஆர். ரசிகராகவே இருந்திருக்கலாம். அவர் எம்.ஜி.ஆரைப் பிரிந்ததுமே உடற்பயிற்சி செய்வதை அறவே விட்டுவிட்டார். அது அவருடைய உடற் சதைகளின் இறுக்கத்தைத் தளர்த்திவிட்டது. குறிப்பாக மார்புப் பகுதி உண்ணாமுலையாகக் குலுங்கிக் கிடந்தது.

ஆனால் பிரியாவிடம் ஒரு சமயம் இதுபோல வேடிக்கையாக சொன்னபோது நான் நினைக்கவில்லை, அது இரண்டாண்டுகளுக்குப் பிறகு வேறு மாதிரி வெடிக்கும் என்று.

நடு ஜாமம். ஏடாகூடமாகக் கழுத்தை வளைத்துப் படுத்திருந்ததில் தொண்டைக் கமறலாகி கனைத்து எழுந்தேன். தண்ணீர்க் குடிக்க வேண்டும்போல் இருந்தது. கண்ணைக் கசக்கிக் கொண்டு பார்த்தபோது படுக்கையில் எனக்கருகே தெரிந்த நிழலுருவம் என்னைத் திடுக்கிட வைத்தது. தனக்கு முன்னாள் டார்ச் லைட்டை வைத்தபடி பிரியா உட்கார்ந்திருந்தாள். அவளுடைய முதுகுப்புறம் இருந்து அவளுடைய விளிம்புகள் மட்டும் தெரிந்தன. டார்ச் லைட் வெளிச்சத்தில் என்ன செய்கிறாள் என்று பார்த்தேன். இருட்டுக்குப் பழகிய கண்கள், அதிர்ச்சியில் விரிந்தன. ஏனென்றால் அவள் ஜாக்கெட் அணியாமல் முந்தானை போர்த்தாமல் அமர்ந்திருந்தாள். வேகமாக எழுந்து அவளுக்கு முன்புறமாகத் தோன்றினேன். அவள் அதற்காக சலனமடையவில்லை. டார்ச் லைட் வெளிச்சத்தில் அவள் தன் மார்பகத்தைத்தான் பார்த்துக் கொண்டிருந்தாள். மார்பக புற்றுநோய் பற்றி விபரீதமாக ஏதாவது படித்துவிட்டு பரிசோதித்துப் பார்த்துக் கொண்டிருக்கிறாளா என்று ஆரம்பத்தில் நினைத்தேன். அவள் பதற்றப்படாமல் அவளுடைய மார்பகத்தையும் என்னையும் சம தட்டில் நோக்கினாள். சொல்லப்போனானால் அத்தனை அருகாமையில் அவளுடைய மார்பகத்தை விளக்கொளியில் பார்க்கும் சந்தர்ப்பத்தையும் மறந்து அவளுடைய முகத்தைத்தான் வெறித்துப் பார்த்தேன்.

அவள் “நீங்கள் சொன்னது சரிதான்” என்றாள்.

என்ன சொன்னேன் என்பது அப்போது ஞாபகம் வரவில்லை.

“அவருக்கும் முடியே இல்லாமல் இப்படித்தான் இருக்கும்” என்றாள். முதலிரவில் நான் அதைப் பார்ப்பதைத் தவிர்த்துக் கூச்சம் தெரிவித்தவள் அவள். தொட்டுப் பார்ப்பதற்கே அனுமதி மறுத்தாள். செல்லமாகத் தன் மெத்தென்ற விரல்களால் என் கையைத் தட்டிவிட்டாள். அப்படி கூச்சத்தின் குவியலாக அதைப் பராமரித்தவளா இப்படி பப்பரப்பா என்று உட்கார்ந்திருந்திருப்பதை சற்றும் எதிர்பார்க்கவில்லை.

9

கல்யாணமானதும் பிரியாவிடம் ஒரு வித்தியாசமான குணம் வெளிப்பட்டது. கவனித்தேன். ஆனால் அதை கவனிப்பதற்குள் எனக்குப் பல ஆண்டுகள் கடந்துவிட்டன.

அவள் ஏதாவது கோவையாகப் பேசினாள் என்றால் அதற்கு தோதான ஒரு சம்பவம் தேவையாக இருந்தது. அவள் அதைப் பேசுவதற்காகவே தயாராகக் காத்திருந்தது மாதிரி இருந்தது. இது மூன்று கட்டங்களாக நிறைவேறியிருப்பதை அறிந்தேன். முதலில் அவளுக்கு அவள் எதிர்பார்த்தது போலவே சந்தர்ப்பங்கள் கிடைத்திருக்கக்கூடும் இரண்டாவதாகத் தான் அவளுக்கு ஏற்ற சந்தர்ப்பங்களுக்காகக் காத்திருக்கத் தொடங்கியது. மூன்றாவது அவளாக உருவாக்கிக் கொண்டது. அந்த மூன்றாவது கட்டத்துக்குப் பிறகு அந்தச் சந்தர்ப்பத்துக்காக அவள் காத்திருப்பதில்லை. காத்திருந்தாலும் கிடைக்காத சந்தர்ப்பங்களாக அவை இருந்தன. ஆகவே சந்தர்ப்பங்களை அவள் செயற்கையாக உண்டாக்க ஆரம்பித்தாள்.

அவளுக்கான சந்தர்ப்பங்கள் செயற்கையானவை என்பது மிகத் தெளிவாகத் தெரிந்தன.

சிறிய முகமும் அதற்கேற்ற சிறிய மூக்கும் கொண்ட மகேஸ்வரியின் எம்.சி.ஏ. படிப்புக்கான சில சந்தேகங்களைக் கேட்பதற்காக அவளுடைய அம்மா வந்தார். அவர்கள் கேட்கும் சந்தேகங்களுக்கெல்லாம்

சாதாரணமாக சொல்ல வேண்டிய தகவல்களையும் பிரமாதப் படுத்திச் சொன்னாள்.

போகும்போது, "அப்ப எஸ்.ஆர்.எம்.லயே முடிக்கலாம்னு சொல்றீயாம்மா?' என்று எதார்த்தமாக உறுதிப்படுத்த நினைத்தார் மகேஸ்வரியின் அம்மா. அதற்கு பிரியா சொன்னது ஹாலில் இருந்த எல்லோரையுமே அதிர்ச்சியோடு திரும்பிப் பார்க்க வைத்தது.

"என்னால வாழ்ந்தவங்க நிறைய பேர் இருக்காங்க. ஆனா என்னால கெட்டுப் போனவங்க ஒருத்தர்கூட இல்லை."

இதை சாதாரணமாக எடுத்துக்கொள்ள முடியவில்லை.

குழாயில் தண்ணீர் வராமல் பிளம்பரை அழைத்து வர வெளியே கிளம்பிக் கொண்டிருந்தேன். 24x26 சைஸ் ஸ்பேனர் இருந்தால் நானே அந்த ரிப்பேரை சரி செய்து விடுவேன் என்று இதற்கு முன்னரே அவளிடம் சொல்லியிருந்தேன். சட்டையை மாட்டிக் கொண்டு வெளியே கிளம்பிய நேரத்தில் அவள் என்னை மறித்தபடி "திருவள்ளுவர் என்ன சொல்லியிருக்கிறார்?" என்றாள்.

"எதைப் பற்றி?" என்றேன்.

"அந்தந்த வேலையை அவ்வப்போதே செய்துமுடிப்பதுதான் புத்திசாலித்தனம் என்று அவர் சொல்லவில்லையா?"

இதுக்கெல்லாமா திருவள்ளுவர் என்று அப்போதைக்கு அவள் கன்னத்தைத் தட்டிவிட்டு புறப்பட்டேன். ஆனால் இரண்டு நாள் கழித்து சாப்பிட்டுவிட்டு தம் அடித்துக் கொண்டிருந்தபோது, திருவள்ளுவர் இதைப் பற்றிச் சொல்லியிருக்கிறாரா என்ற சந்தேகமும் எதற்காக சாதாரண ஸ்பேனர் விஷயத்தில் அவ்வளவு காட்டமாகச் சுட்டிக் காட்ட வேண்டும் என்ன நியாயமான யோசனையும் தோன்றியது.

அதற்கு மேல் யோசிக்கவிடாமல் சதீஷ் தடுத்துவிட்டான். அவனுக்கு ஏதோ கடன் தொல்லை. லோன் போட்டுவீடு வாங்கிவிட்டு, ஆடம்பரச் செலவும் அதிகமாக செய்துகொண்டிருந்தால், மாத மாதம் அங்கே இங்கே கை நீட்டுவான். இந்த முறை என் யோசனையைத் தடுப்பதற்கு அவனுடைய கடன்.

ஆனால் இது பற்றி யோசிப்பதற்கு அவளே இன்னொரு விஷயத்தை ஆரம்பித்தாள்.

அவள் சாமி கும்பிட்டுக் கொண்டு இருந்தாள். "என் பர்ஸ் எங்கே வெச்சே" என்று சத்தம் போட்டுக் கேட்டேன்.

"இது புனிதமான இடம். இங்க எந்த சண்டையும் வேண்டாம்" இரண்டு நாளாக இதைச் சொல்வதற்குத் தயாராக இருந்தது மாதிரி வெடுக்கென்று சொன்னாள்.

இது அதீதமானதாக இருந்தது. நான் இங்கிருந்து பின்னோக்கிச் சென்றேன். இது புனிதமான இடம், இங்கே சண்டை வேண்டாம் - இது எம்.ஜி.ஆர். நம்பியாரிடம் சொல்லும் வசனம். இது உலகம் சுற்றும் வாலிபன் படத்தில் இடம் பெற்றது. ஒரு புத்த விகாரில் நம்பியார் பௌத்த துறவியைப் போல வேடமிட்டு எம்.ஜி.ஆரிடம் ரகசியத்தை கறக்க நினைப்பார். எண்.ஜி.ஆர். அவரிடம் நம்பிக்கை ஏற்படாமல் ரகசியத்தைச் சொல்லாமல் காலம் தாழ்த்துவார். நம்பியார் ரகசியத்தை தெரிந்து கொள்ள முடியாத எரிச்சலில் எம்.ஜி.ஆரை அடிக்க முனைவார். எம்.ஜி.ஆர். அப்போதும் பொறுமையாக "இது புனிதமான இடம் இங்கே சண்டை வேண்டாம்" என்பார்.

பிரியா சாமி போட்டோ மாட்டி வைத்திருந்த ஒரு இடத்தைக் காட்டி ஒரு சாதாரண விஷயத்துக்காக இது புனிதமான இடம் இங்கே சண்டை வேண்டாம் என்று கூறியது, அந்த வசனத்தை அந்த இடத்தில் எப்படியாவது பயன்படுத்திவிட வேண்டும் என்ற ஒரே நோக்கத்தினால்தான்.

அடுத்தது திருவள்ளுவர். அது எம்.ஜி.ஆர். - ஜெயலலிதா நடித்தபடம். ஒரு ஹோட்டலில் எம்.ஜி.ஆரும் ஜெயலலிதாவும் முறையே 9 மற்றும் 6 ஆம் எண் அறையில் தங்கியிருப்பார்கள். அப்போது 9 என்ற எண் மாட்டப்பட்டிருந்த ஆணி கழன்று கீழ்ப்பக்கம் சுழன்று நிற்கும். அதாவது 6 போல. அதனால் 9-ம் எண்ணுள்ள அறையை ஆறு என நினைத்து ஜெயலிலதா உள்ளே நுழைவார். அங்கே எம்.ஜி.ஆர். இருப்பதைப் பார்த்து தாம் தூம் என கத்துவார். யார் நீங்கள், என் அறைக்கு எப்படி வந்தீர்கள் என்பதாக.. எம்.ஜி.ஆர். அதற்கு பதில் கூறாமல், "திருக்குறள் படிச்சிருக்கியா?" என்பார். அதாவது அதில் பொறுமை மிகவும் அவசியம் என அவர் வலியுறுத்தியதைச் சொல்வார்.

மகேஸ்வரியின் படிப்பு விஷயத்தில் கருத்து கேட்டபோது "என்னை நம்பி கெட்டவர்கள் யாரும் இல்லை' என்ற டயலாக்கும் அவர் நடித்த ஏதோ ஒரு பட வசனம்தான் என்பதை உடனடியாக யூகிக்க முடிந்தது.

நேரடியாகவே பிரியாவிடம் கேட்டேன். ஏன் எம்.ஜி.ஆர். பட வசனங்களைப் பேசுவதற்காகவே சந்தர்ப்பங்களைத் தேடுகிறாய் என்று. சொல்லப்போனால் அவள் வித்தியாசமானவளாக இருக்கிறாள் என்பதை உணரத் தொடங்கிய முதல் அறிகுறி அதுதான்.

நான் கேட்டதும் அவள் உடனே கண் கலங்கிவிட்டாள். தன்னுடைய விபரீதமான நடவடிக்கையை ஒருவர் கவனிக்க

ஆரம்பித்துவிட்டார் என்று மனநிலை சரியில்லாதவருக்குத் தெரிய ஆரம்பிப்பதும்கூட பிரச்சினைக்குரியதுதான். என்னைச் சற்று நேரம் வெறித்துப் பார்த்தாள். முறைத்தாள் போலவும் இருந்தது. ஒரு மூலையில் போய் அமர்ந்து கொண்டாள். நான் நேரடியாக அப்படிக் கேட்டுவிட்டது அவளுக்கு வருத்தம் ஏற்படுத்திவிட்டது. அது சற்றுத் தணியும் வரை அவகாசம் தந்து காத்திருந்தேன். "ஏனோ தெரியவில்லை எனக்கு அப்படி ஆகிறது. நீங்கள் என்னை ஏதாவது கோயிலுக்குக் கூட்டிச் செல்லுங்கள்" என்றவளிடம் பதிலுக்கு நான், அவளுக்கு விருப்பமான கோவிலைச் சொல்லுமாறு கேட்டேன்.

அவள் கும்பேஸ்வர் கோவிலைச் சொன்னாள். அது எங்கிருக்கிறது என்பது தெரியாது. என் வீட்டுக்குப் பக்கத்தில் இருக்கிற கோவிலே எனக்குத் தெரியாது. தெருமுனையில் ஒரு கோவில் இருக்கிறது என்பதோடு சரி. அது பிள்ளையார் கோவிலா, அம்மன் கோவிலா, சிவன் கோவிலா?.. எதுவும் தெரியாது.

அது கும்பகோணத்தில் இருப்பதாகச் சொன்னாள். அவளுக்கு அங்கு சென்றுவருவது திருப்தி அளிக்கும் என்றால் அதற்கு குறுக்கே நிற்பானேன் என அடுத்த சனிக்கிழமையே கார் எடுத்துக் கொண்டு கும்பகோணம் போய் சேர்ந்தோம். அறையில் தங்கியிருந்துவிட்டு காலையில் கும்பேஸ்வரர் கோவிலுக்குச் செல்ல திட்டமிட்டோம்.

அவள் கும்பேஸ்வரரைப் பார்க்கும் ஆசையில் அங்கு வரவில்லை என்பது தெரிந்தது. இடிந்து போய்விட்டேன். இரவு, "இலங்கையில கோபாலன் நாயர் இறந்து போனதும் இங்கதான் வந்துசெட்டில் ஆனாங்க" நான் கேட்ட கேள்விக்கு பதில் சொல்வதுபோல சர்வசாதாரணமாகச் சொல்லிக் கொண்டு போனாள்.

"யாரைப் பற்றி சொல்லிக்கிட்டு இருக்கே?"

இந்தக் கேள்வியைக் கேட்கும்போதே அவள் எம்.ஜி.ஆரைப் பற்றித்தான் பேசுகிறாள் என்பது புரிந்தது. நிலைமையை உணர்ந்து அவள் போக்கிலேயே போவதென்று தீர்மானித்தேன். நாங்கள் தங்கியிருந்தது ராயல் ஹோட்டல். அது கும்பகோணத்தில் பெரிய ஹோட்டல். படுக்கை அறைக்கு வெளியே சிட் அவுட் ஒன்று இருந்தது. அங்கிருந்த ஜன்னல் வழியே கும்பேஸ்வரர் கோவில் குளத்தைப் பார்க்க முடிந்தது. "காலையில குளத்தில குளிக்கலாமா?"

எனக்குத் தெரிந்துவிட்டது. இதில் எம்.ஜி.ஆர். குளித்திருக்கக் கூடும். அதனால் அதில் தானும் குளிக்க வேண்டும் என்று முடிவு செய்துவிட்டாள். அவர் உண்மையில் கும்பகோணத்தில் இருந்து எந்த வயது பிராயத்தில் என்பது தெரியவில்லை. பிறந்ததுமே கண்டியிலிருந்து கும்கோணத்துக்குத் தூக்கி வந்ததாகக் கேள்விப்பட்டிருந்தேன். பள்ளிக்கூடத்தில் இரண்டாம் வகுப்போ

என்னவோ படித்ததாகவும் அறிந்திருந்தேன். அவர்கள் வீடு இந்தக் குளத்துக்கு அருகாமையில் இருந்ததா? இருந்தாலும் இங்கு வந்து குளிக்க வாய்ப்பிருந்திருக்குமா? அவர் குளித்ததால் இவளும் அதில் குளிக்க வேண்டுமா?

ஒரு கட்டத்தில் நான் எம்.ஜி.ஆரின் வில்லனாக மாறினேன். அவர் எனக்கு வில்லனாக மாறினார் போலவும் இருந்தது. என் மனைவியின் மீது அதுவும் இறந்து இத்தனை ஆண்டுகள் கழித்து ஆதிக்கம் செலுத்துவது அதிகபட்சமாக இருந்தது. அவரைப் பற்றிப் பேசுவதே என் ஆண்மைக்கு இழுக்கு என்று நினைத்தேன். ஜெயகாந்தன் எழுதிய சினிமாவுக்குப் போன சித்தாளு கதையாக இருந்தது.

இரவு முழுதும் சேர்த்து முழுசாக மூன்று மணிநேரம் தூங்க வில்லை. காலையில் அவள் காலையில் பரபரப்பாக இருந்தாள். சிறிய பையில் ஒரு செட் மாற்றுத்துணி, டவல், சோப்பு என்று எடுத்து வைத்திருந்தாள்.

“நான் அங்கு குளிக்கப் போவதில்லை” என்றேன்.

“உங்களுக்கென்ன? எனக்கு லூக்கோடெர்மாவுக்காகத்தான் குளிக்கிறேன். இங்க குளிச்சா தீராத வியாதியெல்லாம் தீர்ந்திடும்னு படிச்சிருக்கேன். அதுக்காகத்தானே இங்கே வரணும்னு சொன்னதே.”

நான் நினைப்பதை யூகித்துவிட்டதால், அவள் அப்படி மாற்றிச் சொன்னாள் என்பதைப் புரிந்துகொள்ள ஆரம்பித்த பிறகு, இந்த மாதிரி சமயங்களில் அவள் எவ்வளவு ஜாக்கிரதையாக இருக்கிறாள் என்பது அச்சுறுத்துவதாக இருந்தது.

காலையில் குளத்தில் குளித்து முடித்த கையோடு பக்கத்தில் ஏதோ திரௌபதி அம்மன் கோவிலுக்குப் போகவேண்டும் என்றாள். ஒரு தயக்கமும் இல்லாமல் உடனடியாக சம்மதித்தேன். எப்படித்தான் இப்படியெல்லாம் கோவிலைக் கண்டுபிடிக்கிறாளோ? பிரசாதம் தருகிறார்கள் என்று ஒரு தொன்னையில் எலுமிச்சை சாதம் வாங்கிச் சாப்பிட்டாள். அவளுடைய திருப்தி முக்கியமாக இருந்தது. வந்தது அவளுக்காகத்தானே என்று அவளுடனேயே போனேன். பக்கத்தில் ஏதோ பள்ளிக்கூட நிழலில் போய் உட்காரலாம் என்றாள். பக்கத்திலேயே ஒரு ஹோட்டலில் சாப்பிட்டோம்.

இப்போது நினைத்தால் வேதனையாக இருக்கிறது. அத்தனைக்குப் பின்னால் எம்.ஜி.ஆர். நோக்கம்தான் அவளுக்கு முக்கியமாக இருந்தது. சமீபத்தில் ஒரு கும்பகோணத்துக்காரர் கார் சர்வீஸுக்காக வந்திருந்தார். பேச்சு எப்படியோ யானையடி பள்ளிக்கூடம் பற்றி திரும்பியது. அதில்தான் எம்.ஜி.ஆர். படித்தார் என்று சொல்லிக் கொண்டு போனார். எனக்கு ஆரம்பத்தில் நான் கும்பகோணத்தில்

ஓய்வெடுத்த பள்ளிக்கூடத்தைப் பற்றித்தான் அவர் சொல்கிறார் என்ற யோசனை வரவில்லை. பக்கத்தில் இருக்கிற திரௌபதி அம்மன் கோவிலில்தான் எம்.ஜி.ஆர். பிரசாதம் வாங்கிச் சாப்பிடுவார் என்று சொன்னார்.

எலுமிச்சை சாதமும் அதை வாங்கித் தின்ன பிரியா எடுத்துக் கொண்ட பிரயாசை சமீபத்தில் பார்த்த சினிமா போல ஓட ஆரம்பித்தது. முதலில் இத்தனை எளிமையாக என்னை ஏமாற்றி விட்டாளே ஏமாற்றமும் ஆவேசமும் ஏற்பட்டது. அதன் பிறகு அந்தக் கும்பகோணத்துக்காரர் சொன்னவற்றுக்கெல்லாம் தலையசைத்துக் கொண்டிருந்தேனே தவிர மனதில் அவமானம் ஏற்படுத்திய வெற்றிடம்தான் உருண்டுகொண்டிருந்தது.

பிரியாவைப் பிரிந்துவிட்ட இந்த நிலையிலும் அந்த ஏமாற்றத்தைத் தாள முடியவில்லை. சற்று அமைதியடைந்தபோது, அவளைப் புரிந்து கொள்ளாமல் அவளுடைய நோய் வலுப்பதற்கு நாமும் உடந்தையாக இருந்துவிட்டோமே என்ற கவலையாக அது மாறியது.

அதன் பிறகு கும்பகோணத்தில் என்ன நடந்தது என்று நினைவு படுத்திப் பார்க்கிறேன்.

யாரோ ஜோஸ்யக்காரனைப் பார்க்கப்போகிறேன் என்றாள். அந்த மாதிரி அழுக்கு வீடுகளைப் பார்க்கவே அருவருப்பாக இருந்தது. கல்யாணத்துக்குப் பொருத்தம் பார்த்துக் கொடுத்தவர் என்று சொன்னாள். நீயே போய் பார்த்துவிட்டு வா என்று வெளியிலேயே இருந்துவிட்டேன். இருபது நிமிடம் கழித்து வெளியே வந்தவள் முகத்தில் திருப்தி தெரிந்தது. காசை வாங்கிக் கொண்டு கோடீஸ்வரி ஆகிவிடுவாய் என்று அளந்திருப்பான் போலும்.

ஜோசியக்காரனைப் பார்த்துவிட்டு வந்தபின்பு மீண்டும் அவள் அந்தப் பள்ளிக்கூடத்துக்கு எதற்காக அழைத்தாளோ? கம்மலைக் காணவில்லை என்பதாக கலங்கி நின்றாள். பிடிவாதமாக அந்தக் கம்மல் கிடைக்காது, வீட்டுக்குப் போகலாம் என்று அழைத்துவந்துவிட்டது மட்டும்தான் அன்று நானே என்னை அறியாமல் செய்த புத்திசாலித்தனமான காரியம்.

10

எல்லோரும் நினைத்திருந்ததுபோல பிரியாவுக்கு எம்.ஜி.ஆர். பாதிப்பு ஏற்பட அவளுடைய அப்பா மட்டும் காரணமல்ல என்பதில் ஒரு சந்தேகம் இருக்கத்தான் செய்தது. அந்த சந்தேகத்தைத் தீர்த்து வைக்கும் பதிலை பிரியாவே பல ஆண்டுகளுக்கு முன்பு சொல்லியிருக்கிறாள். அப்போது அந்த பதில் தேவையற்றதாக இருந்தது. அதை உள் வாங்கிக் கொள்ளவும் இல்லை. ஓரளவுக்கு வெளிவாங்கிக் கொண்டிருந்தேன். பதில் தேவைப்பட்ட மனக் குடைச்சல் நேரத்தில் பிரியா எப்போதோ சொன்ன, தேவையற்றதாக இருந்த அந்தச் செய்தி பதிலாக மாறியது.

பிரியாவுக்கு பதினான்கு வயதான நேரத்தில்தான் கெண்டைக்கால் பகுதியில் முதன் முதலாக வெண் புள்ளி தோன்றியது. அப்போது அதற்கு வெண் குஷ்டம் என்ற பெயர். குளிக்கும்போதே, தனிமையாக அறையில் இருக்கும் தருணங்களிலோ அதைப் பார்த்து அஞ்சுவதற்கு ஆரம்பித்தாள். அடுத்து திடீரென்று கணுக்காலுக்குச் சற்று மேலே புள்ளிகள் தோன்ற ஆரம்பித்தன. யாருக்கும் தெரியாமல் மறைப்பது இனி சாத்தியமில்லை என்பதே அவளுக்குப் பெரியதொரு அச்சமாகக் கிளர்ந்து வளர ஆரம்பித்தது. மேல் நிலைப் பள்ளி யூனிபார்மில் வெளிர் நீல பாவாடையும் ஊதா ஜாக்கெட்டும் வெள்ளை தாவணியும் உண்டு. பாவாடை லேசாகப் பறந்தாலும் பல லட்சம் கண்கள் அவளுடைய கணுக்காலுக்கு மேலே இருக்கும்

வெள்ளைத் தழும்பைத்தான் பார்ப்பதாகப் பதறுவாள். எங்காவது சபையில் உட்காரும்போதோ இடது காலின் மீது வலது காலை வைத்து மறைக்க முயற்சி செய்தபடியே இருப்பாள். அம்மா முதலில் பார்த்துவிட்டாள். அம்மாவிடமும் மறைக்க வேண்டிய ரகசியமாக அவளுக்குள் இருந்தது அது.

ஏதோ தப்பு செய்துவிட்டது மாதிரி அம்மா கேட்டாள்: "என்னடி இதெல்லாம்?"

பிரியா தேம்பித் தேம்பி அழுதிருக்கிறாள். அப்பாவுக்கு உடனடி கவலை இவளுக்குக் கல்யாணம் ஆகுமா என்பதாக இருந்தது. நல்லவேளையாக அவள் தொடர்ந்து படித்தாள். நல்ல மதிப்பெண். நல்ல வேலை. தன் பாட்டி தனக்குப் பெரிய ஆறுதலாக இருந்ததாக பிரியா சொல்லியிருக்கிறாள். நான் தவறவிட்டது இதைத்தான். அப்போது பாட்டி சொன்ன ஆறுதல். "முழுக்க வெள்ளையா மாறிட்டா நீயும் எம்.ஜி.ஆர் மாதிரி செவப்பா மாறிடுவேடீ..."

பிரியாவின் மனதில் அது ஒரு பொறியாக கனன்றது. கழுத்துப் பகுதியில் புள்ளிகள் ஏற்பட்ட போது மனதிலிருந்த எம்.ஜி.ஆரும் வளர ஆரம்பித்தார். ஆரம்பத்தில் அவளுக்கு மனதில் ஏற்படும் உணர்வுகளை என்னிடம் அடிக்கடி பகிர்ந்துகொள்ள ஆரம்பித்தாள்.

"எனக்குள்ள எம்.ஜி.ஆர். ஆவி புகுந்துடுச்சிங்க" அவளே ஒரு சந்தர்ப்பத்தில் சொன்னது இது.

அவள் சொன்னவிதம் அச்சுறுத்தும்விதமாக இருந்தபோதும் நான் மிகுந்த தைரியத்தோடு "என்ன இது விபரீத கற்பனை?" என்றபடி எள்ளலாக சிரித்தேன்.

அவள் முகம் வாடிவிட்டது. அதன் பிறகு கரிசனத்தோடு அவளுடைய மன உணர்வைக் கேட்க நான் பல முறை முயன்றும்கூட அது எடுபடவில்லை. அவள் மன உதடுகள் மூடிக் கொண்டன. அது அதன் பிறகு திறக்கப்படவேயில்லை. நான் காது கொடுத்துக் கேட்பேன் என்று அவள் நினைத்திருக்கக் கூடும்.

எம்.ஜி.ஆர். தினமும் இரவு பனிரெண்டு மணிக்கு இந்த வாசல் வழியாகத்தான் உள்ளே நுழைகிறார். அரசியல்வாதியான பிறகு ஏற்படுத்திக் கொண்ட தொப்பி, மூக்குக் கண்ணாடி வேட்டி, சட்டை வேடத்தில் இல்லை. அவர், நான் ஆணையிட்டால் என்று சவுக்கு சொடுக்கும் பாணியில் துள்ளலோடுதான் உள்ளே வருகிறார் என்றாள்.

"தினமுமா?"

"தினமும்தான். சரியா பனிரெண்டு மணிக்கு.."

"வந்து என்ன செய்கிறார்?"

நான் கிண்டல் செய்துவிடுவேனோ என்ற தயக்கம். மெதுவாக சொன்னாள். "என்னைப் பார்த்து சிரிப்பார்.. சில நேரம் அழுவார். அவருக்கு ஏதோ வருத்தம் இருக்கிறது. அவருக்கு நிறைவேறாத ஆசை ஏதாவது இருக்கிறதா என்று தெரியவில்லை. அதனால்தான் அழுகிறார். ஆரம்பத்தில் ரொம்ப பயமாக இருந்தது. வெள்ளை ஆவி என்பதால் பயம் போய்விட்டது. சாப்பிட்டுக் கொண்டிருக்கும்போது, ஆபிஸில் வேலையாக இருக்கும்போது, பாத்திரங்கள் கழுவிக் கொண்டிருக்கும்போது... ஏதாவது ஒரு வேலையில் மூழ்கியிருக்கும்போது திடீரென்று வந்து நிற்பார். முதலில் ஏதோ பிரமை மாதிரி இருந்தது. அப்புறம் அப்புறம்தான் எனக்கே தெரிந்தது. பயமெல்லாம் தெளிஞ்ச உடனேதான் நெருங்கி வரஆரம்பிச்சாரு. தொட்டுப் பார்க்கலாம்னா, கையால தொட முடியாது. நான் தொடுவதற்குப் போனாலே சிரிப்பாரு. அவரைப் புரிந்துகொள்ளாமல் ஏடாகூடமாகப் பேசுகிறவர்களைப் பார்த்து சினிமாவில் சிரிப்பாரே அதே போல சிரிப்பு. "உன்னால என்னைத் தொடவே முடியாது. ஆனா நான் உன்னைத் தொட்டுடுவேன்..'னு சொன்னாரு. அதே மாதிரி அவர் என்னைத் தொட்டார். அந்த இடம் சூடா தெரிந்தது. பிறகு ஒரு லைட் மாதிரி எனக்குள்ள புகுந்துடுவார். அப்புறம் நானே எம்.ஜி.ஆர். ஆகிட்டமாதிரி இருக்கும். ராத்திரி ஃபுல்லா இதே கற்பனை..."

"காலையில மறுபடி போயிடுவாரா?"

"அத்தை வர்றது தெரிஞ்சதும் வேகமாகப் போயிடுவார். போகும்போது சிரிச்சிட்டு கைகாட்டுவார்"

"இதெல்லாம் என்ன கற்பனை பிரியா? புரிய வேண்டாமா? படிச்ச பொண்ணுதானே?"

இந்த மாதிரி தருணத்தில் பொதுவாக எல்லோரும் கேட்கிற கேள்விதானே இது? பிரியா இதை சாதாரணமாக எடுத்துக் கொள்ளவில்லை. அவள் தனக்கு சாதகமாக இருப்பார்கள் என்று எதிர்பார்த்த ரகுவோ, நானே சாதகமாக இல்லாமல் போனது மனக்காயமாக மாறிவிட்டது. அவர்கள் குடும்பத்திலோ, எங்கள் குடும்பத்திலோ, நட்பு வட்டத்திலோ அவள் வேறு யாரையும் சாதகமானவர்களாக நினைக்கவில்லை என்பதைப் புரிந்துகொள்வதற்குள் காலம் கடந்துவிட்டது.

அதன் பிறகு அவள் என்னிடம் சகஜமாக இருக்க விரும்பினாள். அதாவது எல்லாவற்றையும் மறைக்க ஆரம்பித்தாள். அத்தை வந்தாலும் எம்.ஜி.ஆர். போக மறுப்பது தெரிந்தது. இதுதான் சிக்கலான கட்டம். நகிரிக்குப் பக்கத்தில் பேய் ஓட்டும் வித்தை தெரிந்தவர் ஒருவர் இருப்பதாகச் சொன்னார்கள். எந்தவிதமான பேயையும் ஒரு வாரத்தில் கிளப்பிவிடுவார் என்றார்கள்.

நம்பிக்கை இல்லாமலேயே அழைத்துப்போனேன். அம்மாவின் பிடிவாதத்துக்காகப் போக வேண்டியதானது.

பேயோட்டி எம்.ஜி.ஆரின் ஆவி மிகவும் சக்தி மிக்கது என்றான். எமனுக்கே மூன்று முறை டிமிக்கி கொடுத்தவராச்சே என்றான். அவ்வளவு சீக்கிரம் கிளப்புவது கஷ்டம் என்றான். இதே கண்டி சிவாஜியா இருந்தா ஒரு நிமிஷ வேலை என்றான். நம்புகிற மாதிரியே பேசினான்.

எம்.ஜி.ஆருக்கு தெரிந்த பாதையை அடைப்பது முதல்கட்ட வேலை என்றான். அதாவது எம்.ஜி.ஆர். எந்தப் பக்கமாக வருகிறாரோ அந்தவாசலை அடைத்துவிட வேண்டியது. எம்.ஜி.ஆர். தினமும் வந்து பார்த்துவிட்டு திரும்பிப் போய்விடுவார். அப்புறம் வேறு ஆளைத் தேடிக் கொள்வார் என்றான். வாடகை வீடு தேடுவது மாதிரியே சொன்னான்.

அவன் சொன்னதை வேதவாக்காக எடுத்துக்கொண்டு, காலம் காலமாக இருந்த வீட்டு வாசலைப் பூசிவிட்டு, வேறொரு பக்கத்தில் வாசல் ஜன்னலை வைத்தோம். அதில் பிரியாவுக்குச் சற்று திருப்திதான். எம்.ஜி.ஆர். தொல்லை இனி இல்லை என்றாள். ஒரு மாதம்தான் கட்டுப்பாடாக இருந்தாள்.

முகத்தில் ஒரு வெண் புள்ளி வட்டம் தோன்றியதும் இந்த சங்கல்பம் போதவில்லை. மீண்டும் எம்.ஜி.ஆர். ஆதிக்கம். மனசில் பரவியிருந்த அவர் முகத்திலும் பரவ ஆரம்பித்தார். இது அவளுக்கு ஒருவித அனுகூலமாக ஆனதைக் கவனித்தேன்.

ரகு அண்ணா நகரில் இருக்கும் மனச்சிதைவு ஆராய்ச்சி மையத்தில் தனக்குத் தெரிந்த டாக்டர் இருப்பதாகச் சொல்லி, பிரியா விஷயமாக அவரைச் சந்திக்கவும் நேரம் வாங்கித் தந்திருந்தான். நகரி பேயோட்டி, கும்பகோணம் ஜோசியர், வெண்புள்ளி வைத்தியம் என்று ஏதாவது ஒன்றில் பிரியா சரியாகிவிடுவாள் என்று அசட்டையாக இருந்துவிட்டேன். ரகு சொல்லியிருந்த அந்த டாக்டர் கரிசனமாக போன் செய்து ஏன் வரவில்லை என்றும் கேட்டார்கள். தவறு செய்யும்போது மட்டும் அதை எவ்வளவு அழகாக அதை ஆதரிக்க நினைக்கிறோம்? அந்தத் தவறைக் காப்பாற்ற நினைக்கிறோம்? இப்போது பிரச்சினை எதுவும் இல்லை என்று சொன்னேன்.

கம்பெனியில் கொஞ்சம் வேலை பளு. சீனியர் ஃபீல்ட் என்ஜினியர் பதவிக்குப் போட்டி நடந்து கொண்டிருந்தது. அந்த நேரத்தில் இதற்கும் அதற்கும் அலைந்து கொண்டிருந்தால் சரியாக இருக்காது என தள்ளிப் போட்டேன்.

பாத்ரூமில் இருந்துபடி யாருடனோ பேசிக்கொண்டிருப்பதைக்

கண்டுபிடித்தேன். பாத்ரூமில் வேறு யாருமில்லை. அவள் செல் போனில் யாருடனோ ரகசியமாகப் பேசுகிறாள் என்பது தெரிந்தது.

“சரி நானே வந்து கலெக்ட் பண்ணிக்கிறேன். சாயங்காலம் ஆறு மணிக்கு ஆள் இருப்பாங்க இல்ல?”

ஏதோ அடுத்தகட்ட வேலையில் இறங்கிவிட்டாள் என்பது தெரிந்தது. மாலை எங்கே போகப் போகிறாய் என்று நேரடியாகக் கேட்டுவிடுவது சுலபம்தான். ஆனால் அப்படிச் செய்வதன் மூலம் அவளுடைய மனசை அறிந்து கொள்வதற்கான கதவை அடைத்து விடுகிறோம் என்று அர்த்தம். பெற்றவர்களிடமும் எதையும் தெரிவிக்காமல் மனதுக்குள் புயலோடு காத்திருந்தேன். என் மனைவிக்கு இப்படி ஒரு போராட்டம் நடந்து கொண்டிருக்கும்போது அதைப் பற்றி வெளியார் யாரிடமும் கருத்து கேட்பதும் சங்கடமாக இருந்தது. பலரும் பிரியாவுக்கு இப்படியொரு விபரீத பிரச்சினை இருப்பதில் காட்டும் ஆர்வத்தில் நூறில் ஒரு பங்கையாவது அதைப் போக்குவதற்குக் காட்டுவார்களா என தெரியவில்லை.

வெண்குஷ்டத்தால் ஏற்பட்டுவிட்ட சங்கடத்தால் இப்படி யெல்லாம் நடந்து கொள்கிறாள். முதலில் அந்த நோய் தீர்வதற்கான வழி முறைகளைப் பார்க்கலாம். ஆனால் அது தோலின் நிறமிப் பொருளின் கோளாறு. அது தீர்ப்பதற்கானதல்ல. மைக்கேல் ஜாக்ஸன் கோடி, கோடியாக சம்பாதிக்கிறவன். அவனுக்கே லூக்கோடெர்மா வந்து கருப்பாக இருந்தவன் செக்கச் சிவப்பாக மாறிவிட்டான். அதற்காக வைத்தியம் பார்த்துக் கொள்வதெல்லாம் தண்டச் செலவு. அது பாட்டுக்கு இருந்துவிட்டுப் போகட்டும் என்றால் பிரியாவுக்குத் தெரியவில்லை. கல்யாணமான நாளில் இருந்தே சொல்லிப் பார்த்துவிட்டேன்.

அவளுடைய அலுவலக வாசலில் ஐந்தரைக்கே வந்து காத்திருந்தேன்.

பிரியா வந்தாள். அவள் முகத்தில் தவிப்பு தெரிந்தது. தவறு செய்யப் போகிறவள் முகம் என்பது நன்றாகவே தெரிந்தது. பதற்றம். ரகசியம். இங்குமங்கும் பார்த்துவிட்டு ஓர் ஆட்டோவை மடக்கி ஏறினாள்.

மந்தவெளி போவதற்கு ஆட்டோகாரரிடம் பேரம் பேசுவதைக் கேட்க முடிந்தது. நான் மறைந்திருந்த மின் கம்பத்துக்குப் பக்கத்தில்தான் ஆட்டோ இருந்தது. ஊதிய உயர்வு கேட்டு சைக்கிள் டயர் வட்டத்தில் கோரிக்கை வைத்த தட்டியில் முகத்தை மறைத்துக் கொண்டேன். ஆட்டோ கிளம்பியது.

பின்னாலேயே பைக்கில் தொடர்ந்தேன். மந்தவெளி பேருந்து நிலையத்தின் அருகே ஒரு மாடியில் ஏறினாள். இரண்டு நிமிடத்தில்

இறங்கிவந்தாள். மீண்டும் ஆட்டோ. அண்ணா நகர் போகணும் என்று சொல்வது கேட்டது. ஆக, வீட்டுக்குப் போகிறாள். நான் மாடிக்கு ஏறினேன். மாடியில் ஒரு டைலர் கடை இருந்தது. அதைத் தொடர்ந்து டி.வி., டேப் ரெக்கார்டர் பழுது பார்க்கும் கடை. அதைத் தொடர்ந்து ஒரு பலகையும் இல்லாமல் ஒரு கடை இருந்தது. இதில் எந்தக் கடைக்கு வந்திருப்பாள் என்று தெரியவில்லை. மூன்று கடையையும் மாறி, மாறி பார்த்தேன். இந்த மாதிரி இடத்துக்கெல்லாம் இவள் எதற்காக வருகிறாளோ என்று கவலையாக இருந்தது. மூன்றாவது கடையின் வாசலை ஒட்டி ஒரு பூந்தொட்டியிருந்தது. அதில் பான் பராக் போட்டு துப்பி பிரமாதப்படுத்தியிருந்தனர்.

"என்ன வேணும்?" டைலர் கடையில் இருந்து ஒருவர் குரல் கொடுத்தார். நான் தயங்கி முன் நகர்ந்து, "இப்போது ஒரு பெண் வந்தாரே.. அவர் எந்தக் கடைக்கு வந்தார் என்று தெரியணும்"

"எப்போது?" என்றார் டைலர்.

துணிகளை அளவு பார்த்து வெட்டுவதற்கான டேபிள் இடது புறமாகத் திரும்பியிருந்தது. அவர் அப்படி துணி வெட்டிக் கொண்டிருக்கும் வேளையில் யாராவது அவருடைய கடையைக் கடந்து போனால் அவர்களைக் கவனிக்க வாய்ப்பில்லை.

"பக்கத்துல கேட்டுப் பாக்கறேன்."

டி.வி.யில் இருந்து தலையை வெளியே நகர்த்திப் பார்த்தவர் "நான் யாரையும் கவனிக்கலையே" என்றார்.

நான் போர்டு இல்லாத மூன்றாவது கடையைத்தான் முதலிலேயே சந்தேகித்தேன். இப்போது உறுதியாகிவிட்டது.

தன் அண்ணனுக்குத் தைத்த பேண்ட், சர்ட் போல ஒன்றை அணிந்திருந்தார் அந்தக் கடையில் இருந்தவர். ஒருவித நமத்துப் போன வாசனை அங்கே வீசியது.

"இப்போது ஒரு பெண் இங்கே வந்தாரே..."

ஜாக்கிரதையாக பதில் சொல்வதற்கு ஏற்ப தன் முகத்தை வைத்துக் கொண்டார். உடனடியாக அந்த முகத் தொனியை மாற்றும்விதமாக, "நான் அவளுடைய கணவன்" என்றேன்.

அவர் முகக் குறிப்பில் வேகமாக மாறுதல்கள் தோன்றின. என்னை சந்தேகமாகவும் வியப்பாகவும் பார்த்தார். இனி நான் கேட்கிற கேள்விகளுக்குப் பதில் சொல்கிற மனநிலையை அவருடைய முகம் வெளிக்காட்டியது.

"என் மனைவி இங்க எதுக்காக வந்தாங்கன்னு தெரியணும்."

“அது ஒண்ணுல்ல சார்.. நான் பழைய போட்டோகிராபர். நிறைய ரேர் போட்டோலாம் கலெக்ட் பண்ணி வெச்சிருக்கேன். எம். ஜி.ஆர் கலர் போட்டோ கேட்டிருந்தாங்க. ஆயிரத்தில் ஒருவன்ல ரெண்டு, எங்க வீட்டுப் பிள்ளைல ரெண்டு ஸ்டில். பன்னென்டுக்கு எட்டு சைஸ்ல. காலைலயே கேட்டிருந்தாங்க. பிரிண்டு போட்டு ரெடியா வெச்சிருந்தேன்.”

“உங்களை எப்படித் தெரியும்?”

“இன்னா சார் இப்பிடி கேட்டுட்டீங்க. நேத்துல இருந்து எர்நூறு போனு. ஹிண்டுல ரேர் ஆல்பம் ஆஃப் தமில் சினிமானு போட்டு கலக்கிட்டாங்கல்ல... உங்களுக்கு எதனா போட்டா வேணுமா சார்?”

11

இதுவரை பிரியாவை நான் எப்படி விவரித்து வந்திருக்கிறேன் என்பதில் ஒரு விளக்கத்தைச் சொல்லி விடுகிறேன். நான் விவரித்தவள் என்னால் மட்டுமே அறியக்கூடியவிதமாக இருந்தாள். இந்திய கணவன் மனைவிகளில் நிறைய பேருக்கு இது சாத்தியமாகியிருக்கக் கூடும். ஒரு மனைவி உலகினர் பார்வையில் இல்லாத இன்னொரு பெண்ணாகக் கணவனுக்குத் தெரிகிறாள். இந்த அனுபவம் தெரிந்த பின்பு, பிரியாவைப் பற்றி மேற்கொண்டு படித்துக் கொண்டு போவதற்கு லகுவாக இருக்கும். ஏனென்றால் உலகத்தில் இருக்கும் சகலருக்கும் தெரியாதவளாக இருக்கும் ஒரு பெண்ணைக் கணவன் மட்டுமே அடையாளம் காண்கிறான். ஒரு பெண்ணின் முழு உருவம் என்பது அவருடைய சகோதரிக்கும் தாய்க்கும் தந்தைக்கும் கிடைக்காத தரிசனம். இவர்களுக்கும் மற்ற உலகில் எல்லோருக்கும் தெரியாத புதிய உருவத்தில் அவளுடைய கணவனுக்குத்தரிசனமாகிறாள். சுலபமாக சொல்வதென்றால் கணவனுக்கு எல்லோருக்கும் தெரிவதைவிட வித்தியாசமாகத் தெரிகிறாள்.

கல்யாணம் ஆன அன்று இரவு தொட்டால் தட்டிவிடும் கூச்சம் கொண்டு இருந்தவள் இரண்டாம் ஜாமத்தில் வேறொரு பெண்ணாக இருந்தாள். அதாவது இரண்டாவது முறையின்போது. அவளுடைய ரகசியங்களை எனக்குப் பரவசத்தோடு பகிர்ந்தாள். என் கற்பனையில் இல்லாத ஒரு தரிசனமாக அது இருந்தது. பாதி முயக்கத்தின்

போது அனுபவம் பெற்றவளாக இருப்பாளோ என்று சந்தேகமே வந்துவிட்டது. சாத்தான் மூளையை இறை மூளை உடனடியாக மறுத்தது. காலமெல்லாம் காப்பாற்றி வந்த கன்னித்தன்மையை மனமுவந்து கணவனிடம் சீதனமாக அளிக்கும் ஒரு பெண்ணின் உணர்வை இப்படி தப்புக் கணக்குப் போடலாமா என்று இறை மூளை கண்டனம் செய்தது. அவளைத் தண்டிப்பதற்காக இல்லையென்றாலும் அவளைத் தெரிந்து கொள்வதற்காகவாவது அவளை சந்தேகிப்பதில் தவறில்லையே என்றது சாத்தான். அன்று எங்களால் மூன்று முறைதான் முடிந்தது. நான்காவது முறையின்போது மாமாவுடன் வந்த குழந்தை அழுது ஆர்ப்பாட்டம் செய்து எழுப்பி விட்டது. வீடே நடமாடத் தொடங்கிவிட்டது கதவுக்கு மறுபக்கத்தில் கேட்டது. பிரியா செல்லமாக தவிர்த்துவிட்டு வெளியேறினாள்.

மூன்றாவது நாளின்போது அவள் அறைக்குள் வருவதற்கு சற்று முன்பே நான் கண் அயர்ந்துவிட்டேன். அவள் உள்ளே வந்து நான் தூங்கிவிட்டதை சற்றே ஏமாற்றத்துடன் பார்த்திருப்பாள் என்றே தோன்றியது. பிறகு விளக்கை அணைத்துவிட்டு எனக்கருகில் வந்து படுத்தவள், பத்து பதினைந்து நிமிடங்களுக்கு சலனமற்று இருந்ததாள். பிறகு திரும்பிப் படுப்பதுபோல வளையல்கள் குலுங்க திரும்பிப் படுத்தாள். குஷன் படுக்கையில் அந்த அளவுக்குத் திரும்பிப் படுத்தால் அருகே படுத்திருப்பவன் கண்டிப்பாக எழுந்து விடுவான் என்ற பிரக்ஞை அற்றவள் அல்ல அவள். அப்போதும் நான் விளையாட்டை நிறுத்தவில்லை. அவள் எப்படி என்னைத் தூண்டப் போகிறாள் என்பதைத் தெரிந்து கொள்ளும் குசும்பு எனக்குள். இன்னொரு முறை திரும்பிப் படுத்தாள். அப்போதும் பலிக்காமல் போகவே, எதே ச்சையாக கை என் மேல் பட்டுவிட்டதுபோல பாவனை செய்தாள். தூக்கக் கலக்கத்தில் அணைத்துக் கொண்டதுபோல அடுத்தகட்டத்துக்கு வந்தபோது அவளை நான் சோதிக்க விரும்பவில்லை. சோதிக்கும் பொறுமை எனக்கும் போய்விட்டது.

“என்ன தூக்கம் வரலையா?”

நெடிய தூக்கத்தில் இருந்து விழித்தது மாதிரியான குரலில் “ம்.. என்னது..” என்றபடி கண்ணைக் கசக்கிக்கொண்டு எழுந்தாள். இந்த நாடகம் எனக்குப் பிடித்திருந்தது. தமிழகப் பெண்களின் கூச்சத்துக்கு ஒரு எல்லையே இல்லை என்று படித்திருந்தேன். தங்கள் ஆசையை அவர்கள் வெளிப்படுத்துவது இல்லை. அல்லது முற்றிலும் வேறுவிதமாக வெளிப்படுத்துவார்கள். இச்சைக்கு ஏங்கினார்கள் என்பது தெரிந்துகொள்வது மாதிரி நடந்து கொண்டாலும் அவர்களுக்கு இழுக்கு. அப்படி அவர்கள்

ஏங்கியதைக் கண்டுபிடித்துவிட்டதாகக் காட்டிக் கொண்டாலோ, சுட்டிக் காட்டினாலோ போச்சு. ஒரு நேரம் போல இன்னொரு நேரம் இருக்காது. சில சமயம் வெட்கத்தில் புன்னகையை வீசிவிட்டுப் போய்விடுவார்கள். சில சமயமோ அது கோபமாக மாறிவிடும். விஷயம் ஒன்றுதான் உணர்வுகள் இப்படி புரட்டிப் போட்டுவிடும்.

கல்யாணமான மூன்றாவது நாளிலேயே அதை நான் எப்படி உணர்ந்து கொண்டேன் என்பது ஆச்சர்யமாகத்தான் இருக்கிறது. ஒரு வேலை அது என் மூளையில் பதிவாகிப் போனதாக இருக்க வேண்டும். ஆயிரம் ஆண்டு பதிவு. என் நூறாம் தலைமுறை பாட்டியிடம் அவளுடைய கணவன் பெற்ற பாடமாக இருக்கலாம்.

“நான் இப்போ நாக்கத் தொங்கப் போட்டுக்கிட்டு அலையறனா.. பெசாம திரும்பிப் படு” இது பல காலம் பயணம் செய்து இன்று கிடைத்த வாக்கியம்.

பிரியாவுக்கு உண்மையிலேயே அப்படியெல்லாம் எந்த ஏக்கமும் இல்லாதது போலவும் நான்தான் அவளைக் கட்டாயப்படுத்துவது போலவும் நடித்தேன். இதிலே இரண்டு வெற்றிகள் அடங்கியிருந்தன. ஒன்று பிரியாவுக்கு உண்மையிலேயே இதில் ஈர்ப்பு இல்லை என்பதை உறுதிப்படுத்துவது. அவளுக்கு அதில் அவ்வளவாக ஆர்வம் இல்லை போலவும் நான் கட்டாயப்படுத்துவதனால்தான் இணங்குவது போலவும் அலுத்துக் கொள்வதில் அப்படியொரு நிறைவு. அதே சமயத்தில் நான்தான் அவளைக் கட்டாயப்படுத்தி ஈடுபடுத்த வைக்கிறேன் என்பதாக அவள் திருப்தியடைவதை அங்கீகரிப்பதில் எனக்குள் ஒரு பெருமிதமும் ஏற்பட்டது. இந்தப் பெருமிதத்தில் ஒளிந்திருந்தது என் ஆண்மை. அடங்காத தாகத்தோடு நான் அவளை எதிர்பார்ப்பதுபோல காட்டிக்கொள்ள முடிந்தது.

உடன் ஈடுபட்டதுடன் இணக்கமாகவும் நடந்துகொண்ட அவள், “என்னை ஸ்லீப்பிங் பில்ஸ் மாதிரி யூஸ் பண்ணாங்க” என்றாள். இவ்வளவு காட்டமாக அவள் பேசுவாள் என்பதை எதிர்பார்க்கவில்லை. ஆனால் வெகு சீக்கிரத்திலேயேஅவள் ஒவ்வொரு முறை உதிர்க்கும் வார்த்தையிலும் காட்டம் கூடிக் கொண்டு வருவதை உணர்ந்தேன். அதன்பிறகான இரண்டு ஆண்டுகளில் உன்னிப்பாகக் கவனித்தபோது, அவளுடைய பாலுணர்வு ஈடுபாடுகள் எல்லாம் நியாயமானவை போலவும் என்னுடையவை வக்கிரம் நிரம்பியதாகவும் பொருள் கொள்ளப்பட்டதை அறிந்தேன். அவளாக என்னைப் பயன்படுத்திய நேரங்களை நாமும் பதிலுக்குச் சுட்டிக் காட்டினால்தான் அவள் தன் தவறை உணர்வாள் என நினைத்தேன். ஒரு முறையும் அதற்கு தைரியம் வரவில்லை.

ஒருமுறை அலுவலகத்துக்குப் போன் செய்தாள். வீட்டுக்கு வந்து சாப்பிட்டுட்டு போங்களேன் என்றாள். நான் காலையிலேயே ஹாட்பேக்கில் சாப்பாடு கொண்டு வந்திருந்தேன்.

"சாப்பாடுதான் இருக்குதே?"

"நண்டு வறுவல்.. சூடாக இருக்கு.. அதான் கூப்பிட்டேன்" சாப்பாட்டுக்கு வீட்டுக்கு வந்தபின்புதான் தெரிந்தது, அம்மாவும் அப்பாவும் கடலூர் வரைக்கும் கிளம்பி போயிருக்கிறார்கள் என்ற விஷயம்.

வீட்டில் யாரும் இல்லை. இதற்காகத்தான் கூப்பிட்டிருப்பாளோ என்று இயல்பாகவே எண்ணம் வந்தது. சாப்பாட்டைப்போட்டுவிட்டு முந்தானையை உதறியபோது கிறக்கமாக இருந்தது. ஜாக்கெட் வியர்வை ஈரத்தில் நனைந்து கழற்றிவிட்டால் காற்றோட்டமாக இருக்கும்போல இருந்தது. ஏற்கெனவே அதில் இரண்டு ஊக்குகளைக் கழற்றிவிட்டிருந்தாள். அது அழைப்பின் வெளிப்பாடு. காக்கை கரையும் சப்தம் மட்டும் கேட்டுக் கொண்டிருந்த உச்சி வெயில் சம்போகம். மிக நிறைவாக இருந்தது இருவருக்கும். சாப்பிட வந்த இடத்தில் எதேச்சையாக நடந்துவிட்டது மாதிரி இருவரும் பரஸ்பரம் எண்ணிக் கொண்டோம். அடுத்த நாளே அதை என் வலுக்கட்டாயத்தின் பேரில்தான் செயல்பட்டதாக மாற்றிச் சொன்னாள்.

எப்படியென்றால் "இனிமேல் யாரும் இல்லாத நேரத்தில் சாப்பிட கூப்பிடமாட்டேம்பா.. வந்தா சாப்பிட்டமாம் போனமாம்னு இருந்ததாத்தானே?" செல்லமான வெட்கத்தோடு சொன்னாள். அப்படியானால் உனக்கு எந்த ஏக்கமோ, விருப்பமோ இல்லாமல்தான் ஈடுபட்டாயா என்று கேட்கத் தோன்றவில்லை. பதிலாக ஆண்மை பொங்கும் பெருமிதத்தோடு புன்னகைத்தேன். நான் எவ்வளவு பழிகளை ஏற்றுக்கொள்கிறேன் என்பது புரியும். ஆனால் கணவன் மனைவி அன்னியோன்னியத்தில் இதையெல்லாம் கணக்கு வைத்துக்கொள்ளக் கூடாது என்றுதான் நினைத்தேன். என்னுடைய பெருந்தன்மைக்கு அவளிடம் மரியாதை எதிர்பார்த்தேன். அவள் முதன் முதலில் போட்ட ஒரு மார்க்கின் உயரம்தான் வளர்ந்ததே தவிர அது இரண்டாக மாறவேயில்லை. காலப் போக்கில் அந்த ஒன்றின் உயரம்கூட உயரவே இல்லை.

அவளுடைய இச்சைகள் நியாயமானவையாகவும் என்னுடைய இச்சைகள் பொருளற்ற காமவேட்கையாகவும் இருப்பதாக அவள் நிறுவ முயன்றாள். அது எனக்குப் புரிந்தும்கூட அவள் அப்படி வெளிப்படுத்தவில்லை என்பதாகவே நான் எதிர்பாவனைகள் செய்யப்பழகிக் கொண்டேன். இதுவும் ஒரு நாடகம் போலத்தான்.

அவள் வெளிப்படையாகவே என்னைக் குற்றவாளி என்றாலும்கூட நான் அதை அவள் அந்த அர்த்தத்தில் சொல்லவில்லைபோல எதிர் வினையாற்ற வேண்டும். இதை நான் முனைந்து செயலாற்றாமலேயே வெளிப்படுத்த முடிந்தது. ரத்தத்தோடு கலந்துவிட்ட உணர்வு என்பது இதைத்தானோ? மட்டுமின்றி உறவு இதோடு முறித்துக் கொள்கிற விஷயமில்லையே. காம இச்சை கொண்ட மிருகமே என்பதற்கு நிகரான பதத்தில் திட்டினாலும், “சரி இன்னைக்கு வேண்டாம் என்றால் பரவாயில்லை.. நாளைக்குப் பார்த்துக் கொள்ளலாம்” என்கிற மாதிரியாக பேசிவிட்டு உறங்க வேண்டும். அதற்கெல்லாம் அவள் ஒரு மதிப்பெண் போடுவதைக்கூட மறந்து போய்விட்டாள்.

கல்யாணமான இரண்டு ஆண்டுகளில் எல்லா முறையுமே என்னுடைய விருப்பத்துக்காகவே செய்தது மாதிரி அவள் நடந்து கொண்டாள். சுமார் ஆயிரம் இரவுகள் என்று வைத்துக் கொண்டால்... புள்ளி ஒரு சதவீதம் கூடவா அவளுடைய பங்கு இருக்காது? என்ன செய்வது பெண்களுக்கு இருக்கிற சுதந்திரம் அவ்வளவுதான் என நினைத்துக் கொண்டேன்.

என்ன செய்வது எல்லாவற்றையும் மீறி எனக்கு அவளும் அவளுக்கு நானும் தேவைப்பட்டுக் கொண்டிருந்தோம். உடல் ரீதியாக மட்டுமின்றி மனம் ரீதியாகவும்தான். அவளாக என்னை இணங்க வைத்தாள் என்பதை அவளுக்குத் தெரியப்படுத்தினால் அவளுக்குக் கோபம் வந்தது. ஆனால் சீக்கிரத்திலேயே அவள் ஆர்வத்தை இழந்துகொண்டு வந்ததையும் சொல்ல வேண்டும். என்னுடைய அலுவலக போட்டா போட்டிகளில் எனக்கு சில நேரங்களில் பிரச்சினையாக இருக்கும். அது கட்டில் போட்டியில் இருந்த ஆர்வத்தைத் தள்ளி வைத்துவிடும். சில நேரங்களில் அவளுடைய விருப்பத்துக்கு ஈடு கொடுக்காமல் இருந்துவிட்டதுதான் அவள் அப்படி மாறிப்போய்விட்டதற்கான காரணமாக இருக்குமோ என்ற குற்ற உணர்வும்கூட தேவையே இல்லாமல் என்னை அரித்தது. கல்யாணம் ஆன நாளிலிருந்தே அவளுக்கு எம்.ஜி.ஆர். தாக்கமும் வெண்புள்ளி தாக்கமும் இருந்ததால்தான் அவள் அப்படி மாறிப் போய்விட்டாள் என்று மனதைச் சமாதானம் செய்ய வேண்டியிருந்தது.

ஒருநாள் அவள் கேட்டாள்: “ஒருவேளை நான் கை கால் விளங்காமல் விழுந்துவிட்டால் என் மீது உங்களுக்கு அன்பு இருக்குமா? என் முகம் விபத்தில் கருகிவிட்டால் நீங்கள் இதே ஆசையோடு இருப்பீர்களா?” முதலில் பளார் என்று அறையலாம் என்று தோன்றியது. “ஏன் இப்படியெல்லாம் கற்பனை செய்றே?” ஆதரவான அலுப்புடன் சொன்னேன்.

"கற்பனைதான் அறிவைவிட ஆற்றல்மிக்கதாக இருக்கிறது."

"ஐஸ்வர்யா ராய்க்கு இப்படி நேர்ந்தால் அபிசேக் பச்சன் எப்படி நடந்துகொள்வாரோ அப்படி நடந்துகொள்வேன்" இது அந்த நேரத்துக்குத் தோன்றிய வேடிக்கையான பதில்.

அவள் தலையில் குட்டிவிட்டு, "எப்படியெல்லாம் சமாளிக்கிற பாரு" என்றாள்.

12

எங்களுக்கு ஏதாவது ஒருவித்தில் எம்.ஜி.ஆர். குறித்து சண்டை வந்தது.

பிரியா என்று பனிரெண்டு மணி ஆனபின்பும் தூங்காமல் இருந்தாள். அவள் காதில் எப்போதும்போல ஹெட்போன். அதில் அவருடைய பாட்டுத்தான் ஓடிக் கொண்டிருக்கும் என்பதில் எனக்குச் சந்தேகமில்லை.

அவளுக்கு இடதுபுறம் இருந்த நான் அந்தப் பக்கத்தில் அவள் காதில் இருந்த ஹெட் போனை இழுத்து என் காதில் வைத்தேன். அப்படி நான் செய்தபோது ஏதோ பக்கத்து வீட்டுக்காரனின் படுக்கையறை ஜன்னலை திறந்து பார்த்துவிட்டதுபோல பிரியா பதறினாள்.

ஊரெல்லாம் தூங்கையிலே விழித்திருக்கும் என் இரவு இந்த வரிதான் காதில் விழுந்தது. அதற்குள் அவள் பாட்டை நிறுத்திவிட்டாள்.

உலகமெல்லாம் சிரிக்கையிலே அழுதிருக்கும் அந்த நிலவு என்ற வரி தானாக என் மனதில் ஒலித்தபோது அந்தப் பாட்டின் பெருமையை உணர்ந்தேன்.

எனக்கு அந்தப் பாட்டு பிடித்திருந்தும்கூட ஊரெல்லாம் தூங்கும்போது அவரோட இரவு மட்டும் எதற்கு விழித்திருக்கிறது என்று கேட்டேன். அவள் பொறுமை காத்தாள். பேசாமல் திரும்பிப் பார்த்து விட்டு ஞான சூன்யம் என்பதுபோல அலட்சியம் காட்டினாள். அவளை மேற்கொண்டு சீண்டுவதற்கு அது வழிவகுத்தது.

"மெத்தைய வாங்கினேன் தூக்கத்த வாங்கலைனு

ஒரு படத்தில செந்தில் பாடுவாரு. அட நாயே மெத்தை வாங்கும்போதே ரெண்டு தூக்க மாத்திரைய வாங்கிப் போட்டுக்க வேண்டியதுதானேனு கவுண்டமணி திருப்பிக் கேப்பாரு...” சொல்லி முடிக்கதும் பிரியா பதிலுக்குத் தயாராகிவிட்டது தெரிந்தது.

“இந்தப் பாட்டு எந்தப் படத்திலனு தெரியுமா? ஆயிரத்தில் ஒருவன். சம்பந்தமில்லாம அவரை அடிமையாக்கி ஒரு தீவுக்குள்ள அடைச்சு வைப்பாங்க. அங்க இருக்கிற இளவரசி அவரை விரும்புவா... அப்ப தன்னோட நிலைமைய விளக்கி அவர் பாடுற இது. அந்த வலியும் வேதனையும் இயலாமையும் இந்தப் பாட்டுல...”

“சரி.. அவருக்கு ஏதோ வேதனை. அதை நீ ஏன் இந்த ராத்திரியில கேட்டுக்கிட்டு இருக்கே?”

“எனக்கும் வேதனைனு வெச்சுக்கயேன்.”

இதுவரைக்கும்கூட வெளியே தெரியாத போராக வார்த்தைகள் வந்து கொண்டிருந்தன.

“உன்னை யார் அடிமைப்படுத்தி வெச்சுருக்காங்க.. வேதனை படுறதுக்கு?”

“வேற யாரு நீங்கதான்... சாதாரணமா ஒரு பாட்டு கேட்க முடியுதா? இதுதான் அடிமைத்தனம்...” விருட்டென்று செல்போனை படுக்கையின் மறுமுனைக்கு வீசி எறிந்துவிட்டுக் குப்புறப்படுத்துக் கொண்டிருந்தாள்.

இதுவாவது நானாக சீண்டி விளையாடி உற்பத்தியான சண்டை. மூலக்கடையில் பஸ்ஸுக்காக நின்று கொண்டிருந்தபோது ஒரு சண்டை வந்தது. நிச்சயமாக அதற்கு நான் காரணமில்லை.

எல்லோரும் பஸ் ஸ்டாண்டுக்குள் நின்றிருந்தோம். அக்கா வீட்டிலிருந்து குடும்ப சகிதம் திருப்பதி போவதற்கு பஸ்ஸுக்காகக் காத்திருந்தோம். எங்களுக்குக் குழந்தை பாக்கியம் வேண்டித்தான் அந்தப் பயணம். மழை தூறிக் கொண்டிருந்தது.

எங்கள் திருப்பதி பயணக்குழுவில் இடம்பெற்றிருந்த உறவுக்காரர் ஒருவரின் பையன், “ஏன் அந்த ஆளுமட்டும் மழையில நனையறாரு?” என்று கேட்டான்.

அவனுடைய கேள்வியை யாரும் பொருட்படுத்திக் கேட்கவில்லை. “பிரியா மட்டும் அது ஆள் இல்லை சிலை” என்று பதில் சொல்வது கேட்டது.

புளியாதோரை, தயிர் சாதம், பூரி என்று ஏகப்பட்ட மூட்டை முடிச்சுகள். என் எடைக்கு எடை வாழைப்பழம் தருவதாக பிரார்த்தனை. அந்த வாழப்பழம் வேறு ஈ மொய்த்துக் கிடந்தது.

மழைத்தூறல் அதிகமாகிவிட்டதால் எல்லோருமே அந்தசின்ன பஸ்ஸ்டாண்டுக்குள் ஒடுங்கவேண்டிய நிர்பந்தம். இத்தனைக்கும் இடையில் ஒரு ஒன்றாம் வகுப்பு பையனுக்குப் பிரியா பதில் சொல்லிக் கொண்டிருப்பது ஏனோ என் கவனத்தைக் கவர்ந்தது.

அந்த ஆளு ஏன் மழையில நனையறாரு என்று பையன் கேட்டது ஒரு சிலையை. எம்.ஜி.ஆர். சிலை. தொப்பி போட்டு, கறுப்புக் கண்ணாடி, போட்டு வலது கையை உயர்த்தி விரல்களில் 'வி' காண்பித்துக் கொண்டிருந்தார். சின்ன பையனுக்கு அது நிஜமான ஆள் போல தெரிந்ததில் ஆச்சர்யமில்லை.

அந்தப் பையன் பிடிவாதமாக அது நிஜமான ஆள்தான் என்று வாதிட்டுக் கொண்டிருந்தான். எதிரில் பேசுபவர் எரிச்சலடைய ஆரம்பித்துவிட்டார் என்பதைப் புரிந்து கொள்ளும் பக்குவம் அந்தப் பையனுக்கு இன்னும் வரவில்லை. எந்தவித நோக்கமும் இல்லாமல் பிடிவாதம்பிடித்து பிரியாவிடம் பேசிக்கொண்டிருந்தான். "ஆமாண்டா அது நிஜமான ஆள்தான்" என்று சொல்லிவிட்டுப் போகாமல் அது ஒரு சிலை என்று உறுதிப்படுத்திக் கொண்டிருந்தாள்.

லாரி ஒன்று சாலையில் இருந்த மழை நீரின் கருப்பு கசடை வாறி இறை த்துவிட்டுப் போன தருணத்தில் பிரியா என்னை பஸ் ஸ்டாண்டை விட்டு வெளியே இழுத்து வந்து மழைத்தூறும் இடத்தில் நிறுத்தி, "நான் இப்போது திருப்பதிக்கு வரவில்லை" என்றாள். அதிர்ச்சியோடு காரணத்தை வினவினேன். கல்யாணமான ஒரு வருடத்துக்குள் நடந்த நிகழ்ச்சி இது. அவளுடைய விபரீதங்களை அவ்வளவாக அறியாதவனாக இருந்தேன். இரண்டாவது முறையும் மூன்றாவது முறையும் நான் நிதானமாகவும் மெதுவாகவும் விசாரித்துக் கொண்டிருந்தேன். எந்த நேரத்திலும் பஸ் வந்துவிடலாம். எல்லோரும் பையையும் பலகாரத்தையும் தூக்கிக்கொண்டு பஸ்ஸில் ஏறிக் கொண்டிருக்கும்போது இவள் பிடிவாதம் பிடித்து காட்சிப் படுத்துவாளோ?

நான் சற்று கோபமாக அடுத்த முறை கேட்டேன். அவள் மாதவிடாய் ஏற்பட்டுவிட்டதாகச் சொன்னாள். எல்லோரும் பயணத்துக்குத் தயாராகிக் கொண்டிருக்கும்போது இப்படியாகிவிட்டதே.. அம்மா எங்களுக்குள் நடக்கும் சம்பாஷணையைப் பார்த்துக் கொண்டிருந்தாள். அவருக்கு எதுவும் கேட்டிருக்காது. அம்மாவை அழைத்து விஷயத்தைச் சொன்னேன். அம்மா பிரியாவை யோசனையாக ஒரு தரம் முழுவதுமாகப் பார்த்தார். அப்பாவை அழைத்துச் சொன்னார். எங்களுக்காகத்தான் கோவில் வேண்டுதல். பிரியா வீட்டினரும் அக்காவும் மாமாவும் வந்திருந்தார்கள். எல்லாரும் சலசலவென கலந்துபேசி ஒரு முடிவுக்கு வந்தனர். இந்தமுறை அக்காவுக்கும் மாமாவுக்கும் வேண்டுதல் நிறைவேற்றிக்

கொள்ளலாம் என்று முடிவு செய்தார்கள். தன் மகளின் வேண்டுதலுக்காக வந்த பிரியாவின் அம்மாவுக்கும் அப்பாவுக்கும் திருப்பதிக்குப் போவதா, வேண்டாமா என்ற யோசனை. அப்பாதான் அவர்களை சம்மதிக்க வைத்தார்.

அப்பா எங்கள் இருவரையும் வேண்டுமானால் வீட்டுக்குப் போய்விடச் சொன்னார். பஸ் ஸ்டாண்டிலேயே எங்கள் துணிகள் இருந்த பையை மட்டும் பிரித்து எடுத்துக் கொண்டு வழிச் செலவுக்கு அப்பாவிடம் பணத்தைக் கொடுத்துவிட்டு ஆட்டோ பிடித்து வீட்டுக்குப் போய்விட்டோம்.

கல்யாணமான புதிது என்பதால் மருமகளின் மாதாந்திர விஷயங்களில் அம்மா கவனமாக இருந்தார். பிரியா இப்படி நடுவழியில் காரணம் சொல்லிவிட்டுத் திரும்பியது குறித்து அம்மா என்னிடம் இரண்டு வருஷம் கழித்துத்தான் பேசினார். பிரியா அப்படி ஒரு காரணம் சொன்ன பத்து நாள்களுக்கு முன்புதான் தலைக்குக் குளித்ததாக அம்மா சொன்னார். பொய்யாக ஒரு காரணத்தைச் சொல்லி மருமகள் பயணத்தைப் பாதியிலேயே நிறுத்திவிட்டாள் என்பது அம்மாவுக்கு எவ்வளவு வருத்தமாக இருந்திருக்கும்? அதனால்தான் குழந்தை பிறக்காமல் போய்விட்டதாக அம்மாவுக்கு வருத்தம். பிரியாவின் மீது நெருக்கம் குறைந்து போனதும்கூட இதனால்தான்.

அன்று ஆட்டோ பிடித்து வீடு திரும்பிக் கொண்டிருந்தபோது முகத்தை இறுக்கமாக வைத்திருந்தாள். 'திடீரென்று என்ன ஆனது' என திரும்பத்திரும்பக் கேட்டேன்.

அந்தப் பையனுக்கு எம்.ஜி.ஆரை யாரென்றே தெரியவில்லை... அந்த ஆளு என்றே சொல்லிக் கொண்டிருக்கிறான் என்பதை ஆட்டோவிலிருந்து சாலையைப் பார்த்தவாறே சொன்னாள்.

"அதுதான் உனக்கு இப்ப கவலையா?"

பதிலுக்கு அவள் தன் நெற்றியைச் சொறிந்து கொண்டாள். "அது ஒரு சிலைனு சொன்னாலும் நம்ப மாட்டேங்கிறான்..."

"என்ன பிரியா நாலு வயசு பையன் கிட்ட நீ என்ன எதிர் பார்க்கிறே?" "என்னமோ அந்தப் பையனால எனக்கு இந்தப் பயணமே பிரச்சினையாகிடும்னு தோணுச்சி..."

"அதனாலதான் இப்ப திரும்பி வந்துட்டியா?"

சிறிது அமைதிக்குப் பிறகு, "நல்ல வேளையா பீரியட் வந்துடுச்சி.."

அதன் பிறகு நான் எதுவும் பேசவில்லை. அவள் சொன்னதை நம்பினேன். இருந்தாலும் அந்தச் சின்ன பையனிடம் இவளுடைய எதிர்பார்ப்பும் ஆதங்கமும் தவிர்க்க முடியாத எரிச்சலை இரண்டு

தமிழ்மகன் | 223

நாளைக்கு ஏற்படுத்தியிருந்தன. அவளுடைய கோபத்தின் காரணத்தைத் தெரிந்து கொள்ள பல தடவை பலவாறாகக் கேட்டுப் பார்த்தேன். நான்கு வயது பையன் மட்டுமில்லை; நாற்பது வயது மனிதருக்குக்கூடத்தான் எம்.ஜி.ஆரைத் தெரியாமல் இருப்பது அவ்வளவு பெரிய குற்றமா என்று கேட்டேன். தமிழ்நாட்டில் பிறந்து வளர்ந்தவர்களுக்கு நிச்சயமாகத் தெரிந்திருக்க வேண்டும் என்று வாதிட்டாள். ஆனாலும் அதை ஒரு மனநோயின் கூறாக எண்ணத் தோன்றாமல் காலம் கடத்திவிட்டேன். அம்மா இரண்டு வருஷம் கழித்து பிரியாவின் பொய்க்காரணத்தைச் சொன்னபோது நான் பிரியாமீது கோபப்படும்படியான சூழ்நிலை இல்லாமல் போய்விட்டது.

13

என் அம்மாதான் எல்லாவற்றையும் சகித்துக்கொண்டு குடும்பத்தை நகர்த்திக் கொண்டு போவதாக நான் நினைத்திருந்தது சரியில்லை என்பதை நான் என் திருமணத்துக்குப் பிறகு கொஞ்சம் கொஞ்சமாக உணரத் தொடங்கினேன்.

அப்பாவுக்கு வெளிக் காரியங்கள் அதிகமிருக்கும் எப்போதும். பள்ளிக் கல்வித்துறை இயக்குநரகத்தில் பிரிவு அலுவலராக வேலை பார்த்தவர். ஊரிலிருந் தெல்லாம் பள்ளிக்கூடத்துக்கு வாத்தியார் இல்லை, பள்ளிக்கூடத்துக்குச் சுவர் இல்லை போன்ற காரணங்களுக்காக அப்பாவின் சிபாரிசு கேட்டு வருவார்கள்.

அவர்களுக்காக அப்பா தினமும் யாரையோ போய் பார்த்துக் கொண்டிருக்க வேண்டியிருக்கும். கிராமத்தில் பள்ளிக்கூடம் கட்டுவதற்கு, ஆசிரியர் பற்றாக்குறையைத் தீர்க்க, பத்தாம் வகுப்பு பரீட்சை எழுதிய பையனின் மார்க்கை மறுகூட்டல் செய்ய என்று எத்தனையோ வேலைகள் நிமித்தம் உள்ளூரிலிருந்தும் வெளியூரிலிருந்தும் ஆட்கள் வந்து பார்த்த வண்ணமிருந்தார்கள். அப்பாவுக்குக் குடும்ப பொறுப்பு இல்லை என்பது அம்மாவின் வாதம். சிறுவயதில் அம்மா சொல்வதைக் கேட்கும்போது கொஞ்சம் பொறுப்பாக இருந்திருந்தால் சென்னையில் நாம் இரண்டு வீடாவது வாங்கிப் போட்டிருக்கலாம். எப்பப் பார்த்தாலும் சங்கம்.. சங்கம் என்று சுற்றிக் கொண்டிருந்துவிட்டார் என்பார்.

எனக்கு ஜெமினி சர்க்கஸுக்குக் கூட்டிக்கொண்டு போவதாகச் சொல்லி தயாராக காத்திருந்தபோது அப்பா இந்த மாதிரி சங்க விஷயத்துக்காக வராமலேயே போய்விட்டது அடிமனதில் வடுவாக இருந்தது. பள்ளி நண்பர்களோடு பக்கத்திலிருக்கும் படேல் பூங்காவில் கிரிக்கெட் விளையாடுவதைப் புறக்கணித்துவிட்டு சர்க்கஸுக்குக்குக் கிளம்பிய நாள் அது. நான் சர்க்கஸுக்குப் போவது என் நண்பர்களுக்குப் பொறாமையான விஷயமாக இருந்தது. ஏனென்றால் அவர்களுடைய அப்பாக்கள் யாரும் அவர்களை சர்க்கஸுக்குக் கூட்டிக் கொண்டு போகிறேன் என்று சொன்னதே இல்லை. அப்பாக்கள் என்போர் சர்க்கஸ், சினிமா போன்றவற்றை வெறுப்பவர்களாக இருந்தார்கள் முத்துராமன் ஆச்சர்யத்துடன் கேட்டான். உங்கப்பா சர்க்கஸ் பார்ப்பாரா?

எவ்வளவு பெருமிதமாக இருந்தது. ஆனால் வீட்டில் எல்லோரும் தயாராக இருந்தபோது அப்பா வரவேயில்லை. அக்கா அதைப் பெரிதாக எடுத்துக் கொள்ளவில்லை. அவள் எதிர்வீட்டில் பத்மாவோடு பல்லாங்குழி விளையாடிக் கொண்டிருந்தாள். அப்பா வந்தால் கூப்பிடுமா என்று சொல்லியிருந்தாள். நான் அப்படியில்லை. கிரிக்கெட்டை ஒதுக்கி வைத்து விட்டுக் காத்திருந்தேன். நாங்கள் ஐ.சி.எஃப். கிரவுண்டில் நண்பர்களோடு விளையாடுவதற்குத் திட்டமிட்டிருந்து, அதைத் தவிர்த்திருந்தேன்.

சர்க்கஸ்ஸில் சிங்கம் வளையத்தில் நுழைந்தது. புலி நாற்காலி மீது உட்கார்ந்தது. யானை ஷேக் ஹாண்ட் கொடுத்தது என்று எல்லாவற்றையும் மறுநாள் நண்பர்களிடம் சொல்வதற்காக விலாவரியான காட்சிகளாகத் தயாரித்துவைத்திருந்தேன். அப்பா அன்று பத்து மணிக்குமேல்தான் வந்தார். நான் சாப்பிடாமல் அழுது கொண்டிருந்தேன்.

அப்பா பொறுமையாக தனக்கு திடீர் வேலை ஏற்பட்டுவிட்டதைச் சொன்னார். நான்பெருங்குரலெடுத்து அழ ஆரம்பித்தேன். என்ன எரிச்சலில் இருந்தாரோ விட்டார் ஒரு அறை.

கல்யாணத்துக்குக் கிளம்பியிருந்தபோது வராமல் போய்விடுவது. பள்ளிக்கூட விழாவில் அர்ச்சுனன் வேடம் போட்டபோது போட்டோ கிராபரையும் அழைத்துக் கொண்டு வருகிறேன் என்று ஏமாற்றியது....

இப்படி அப்பாவை சொன்ன சொல் காப்பாற்றாதவராக மனதில் சித்திரித்திருந்தேன்.

சின்ன வயது சித்திரம் அப்பாவைக் குடும்பப் பொறுப்பு இல்லாதவராக உரு கொடுத்திருந்தது. ஆனால் ஒரு மகன் தன் அப்பாவை அம்மாவின் வார்த்தைகளால் அடையாளப்படுத்திக்

கொள்ளக் கூடாது. என்ன இருந்தாலும் அம்மா ஒரு பெண். பெண்கள் பார்வையில் ஆண்கள் குறையுள்ள மனிதர்களாகத்தான் காணப்படுகிறார்கள்.

இது எனக்கு பிரியாவை மணந்த பிறகு உதித்த ஞானோதயம்.

அப்பா பொது நலத்தில் ஆர்வமாக இருந்ததை அம்மா எனக்கு உணர்த்தத் தவறிவிட்டார் என்பதைப் புரிந்து கொண்டபோது அப்பா மீது மரியாதை அதிகமாகியது.

அப்பா காலையில் பேப்பர் படிப்பார். வார இதழ்கள் படிப்பார். அதில் உள்ள செய்திகளை, அரசியல் வேடிக்கை நடப்புகளை என்னிடம் விவாதிப்பார். இது அம்மாவுக்கு எட்ட முடியாத விஷயம். அக்காவிடமும் அவர் விருப்பப்பட்டு எதையும் விவாதித்ததில்லை. அப்பா, குடும்பத்தினருடன் இதைப் பற்றியெல்லாம் விவாதிக்க முடியாதவராக இவ்வளவு நாள் கஷ்டப்பட்டதைப் புரிந்து கொண்டேன். அப்பாவுக்கு நான் நண்பனாகத் தெரிவதற்கு என் கல்லூரி இறுதியாண்டு வரை தேவைப்பட்டது.

அன்று ஒரு சந்தோஷமான நாள். எல்லோரும் ஹாலில் டி.வி. பார்த்துக் கொண்டிருந்தோம். அப்பா இடையிடையே வார இதழையும் படித்துக் கொண்டிருந்தார். எதையோ படித்துவிட்டு வெடித்துச் சிரித்தார்.

"அருண்.. அருண்.. அம்மாவைக் கூப்பிடு" சிரிப்புக்கு நடுவே ஒருவாறு சொன்னார். பிரியாதான் சமையல் கட்டுக்குப்போய் அம்மாவை அழைத்து வந்தாள்.

அப்பா இப்படிச் சிரித்து சமீபத்தில் நான் பார்த்ததேயில்லை. அதுவும் பிரியாவுக்கு மனநிலை பாதிக்கப்பட்டு செல்வராஜ் டாக்டரின் வைத்தியத்தால் சற்றே நிவாரணம் கிடைத்திருந்த நேரம். மீண்டும் வீட்டில் கலகலப்புக்கான காலம் கனிந்துவிட்டதாக நினைத்தேன்.

அப்பா எதற்காகச் சிரித்திருந்தாலும் அது எல்லோரும் சேர்ந்து மகிழ வேண்டியதாகத்தான் இருக்கும்.

பத்திரிகையில் வந்த சிரிக்க... சிந்திக்க என்ற பகுதியில் ஒரு பொன் மொழியை வெளியிட்டிருந்தார்கள். அப்பா நிறுத்தி நிதானமாக வாசித்தார். வாசித்து முடித்ததும் குடும்பமே கொல்லென்று சிரிக்கும் என்ற எதிர்பார்ப்பு அவரிடம் இருந்தது.

"தன் மனதுக்குப் பிடித்த கணவன் வாய்க்காத பெண்ணுக்கு, வாய்க்கிற கணவனைக் கடவுள்தான் காப்பாற்ற வேண்டும்."

நான் சிரிப்பதற்கு ஏற்கெனவே தயாராக இருந்ததால் சொல்லி முடித்ததும் வாய்விட்டுச் சிரித்தேன். அம்மாவுக்கு வெட்கம்

தாளவில்லை. பொய்க் கோபச் சிணுங்கலாக ஒரு சிரிப்பை உதிர்ந்தார்கள். பிரியா எதையும் வெளிக்காட்டவில்லை.

"இதில சிரிக்க என்ன இருக்கு மாமா?" பிரியா இறுக்கமான முகத்துடன் கேட்டாள். அவள் பரிபூரணமாகக் குணமடைந்து விட்டதாக நினைத்தது தவறு என்பதை ஒரே நேரத்தில் சந்தேகித்தோம். எல்லோருமே சிரிப்பதை உடனடியாக நிறுத்திவிட்டு அமைதியாக அவளைப் பார்த்தோம். என் அப்பா பிரியாவை சமாதானம் செய்யும் நோக்கத்தோடு இதற்கு அமைதியாக பதில் சொன்னார்.

"இல்லம்மா மனசுக்குப் பிடிக்காத கணவன் வாய்ச்சா... ஒரு பொண்ணு தன் வீட்டுக்காரனை அந்தப் பாடுபடுத்துவா.. அவ்வளவுதான். இது ஜஸ்ட் ஜோக். விருப்பமிருந்தா சிரிக்கலாம். இல்லாட்டி டி.வி. பார்க்கலாம்."

தமக்குச் செவி சாய்ப்பதை அவள் மேலும் இறுக்கமான முகத்தோடு கேட்டாள். இது பற்றியெல்லாம் விவாதிக்கக் கூடிய நிலையில் அவள் இல்லை என்பது சட்டென விளங்கியது. "இந்த நாட்டல மனசுக்குப் பிடிக்காத கணவனைக் கட்டிக்கிட்டு காலமெல்லாம் செத்துச் சுண்ணாம்பா போற எத்தனையோ பொண்ணுங்க இருக்கிறது உங்களுக்குத் தெரியாதா?" என அடுத்த கேள்வியைக் கேட்டபோது அது தெளிவாக விளங்கியது.

"இது ஒரு ஜோக். இதுக்குப் போய் ஆர்க்யூ பண்ணிக்கிட்டு.. விடு பிரியா" என்று சூழ்நிலையை இயல்பாக்க விரும்பினேன்.

"நோ அருண்... இங்க இருக்கிறது ரெண்டு பெண்கள்.. ரெண்டு ஆண்கள்... இதில எந்த பெண்ணோட கொடுமைல எந்த ஆண் இருக்கீங்க?"

அவள் முகத்தில் மெல்லிய விகாரம் பரவியிருந்தது. டாக்டர் கொடுத்த மாத்திரையை அவள் ஒழுங்காகப் போடுகிறாளா என்ற சந்தேகம் தொனிக்கப் பார்த்தேன்.

"பிரியாவை உள்ள கூட்டிக்கிட்டுப் போடா.. மாத்தரைக் குடுத்துப் படுக்க வை" அம்மா பதற்றமானாள்.

"நான் உங்களுக்குக்காகத்தான் வாதாடறேன்" பிரியா அம்மாவை நோக்கி சற்றே கோபமாகக் கேட்டாள்.

"எனக்கு யாரும் வாதாட வேண்டாம்மா... போ. உள்ள போய் படு" அவளும் உள்ளே வந்து படுப்பதற்குத் தயாரானது போலத்தான் இருந்தது. திடீரென அவள் முகம் விறைப்பாக மாறியது. உடம்பே முறுக்கிக் கொண்டதுபோல நின்றாள். எங்களுக்குப் பயமாக இருந்தது. பேய்பிடிப்பது என இதற்கு ஏன் பெயர் வைத்தார்கள்

என்பதை உணர்த்துவதாக இருந்தது. சட்டென திரும்பி அப்பாவை நோக்கி விரல்களை நீட்டியபடி பேசினாள்.

"நீங்க புனிதமான கல்வித்துறையில பணி புரிஞ்சவங்க. உங்களுக்கு இது தவறுன்னு புரியாம இருக்கறதுதான் ஆச்சர்யமா இருக்கு" மீண்டும் எம்.ஜி.ஆர். அதிக்கம்.

வீட்டில் மருந்து இருக்கிறதா, இல்லையா என்ற கவனம்தான் அப்போது. கொஞ்சம் சுமாராக இருக்கும்போதே மாத்திரையை கொடுக்க ஆரம்பித்து விடுங்கள் என்று டாக்டர் சொல்லியிருந்தார். கொஞ்சம் சுமார் என்பதற்கு சரியாக அர்த்தம் புரியாமல் இருந்துவிட்டோம்.

தீவிரமாகிவிட்டால் அவளை மாத்திரை போட வைப்பதே பெரும்பாடாகிவிடும்.

"சரி, வா" கையைப் பிடித்தேன். அவளுடைய கைகள் ஆணுடைய கையைப்போல முறுக்கலாக இருந்தன. செயல்பாடு வினோதமாக இருந்தது. எதிர்பாராத நேரத்தில் கையை வேகமாக உதறினாள். நான் பிரியாவின் கையை வழக்கமாகப் பிடிக்கும் அளவுக்குத்தான் பிடித்திருந்தேன். அவள் வழக்கத்துக்கு மாறாக இருந்தாள். எதிர்பாராத உந்துதலில் நிலை தவறி கீழே விழப்பார்த்தேன். அம்மாவும் அப்பாவும் என் வாழ்க்கை இப்படியானதற்காக அடுத்த வினாடியே கவலைப் பட ஆரம்பித்தார்கள். உடனடியாக அவளை அங்கிருந்து அப்புறப்படுத்துவதற்கு முற்பட்டேன்.

"எனக்கு எந்த மாத்திரையும் வேண்டாம்.. நான் டி.வி. பார்க்கப் போறேன்" இது மேலும் எங்களோடு விவாதம் செய்வதற்கான உத்தி.

பிரியாவை நினைத்தால் பாவமாகத்தான் இருந்தது. அவள்மீது நாங்கள் எல்லோரும் எவ்வளவு பிரியம் வைத்திருக்கிறோம் என்பதை உணரும் மனநிலை அவளுக்குக் கடந்த ஒரு வருடமாகவே இல்லை. போதாததற்கு எங்கள் மீதெல்லாம் விரோதமாகவும் இருந்தாள். அவளைப் பிடிவாதமாகத்தான் அறைக்கு அழைத்துச் செல்ல வேண்டியிருந்தது. மாத்திரையை எடுத்து அவளுக்குப் புகட்ட இருந்த நேரத்தில் கதவை நோக்கி ஓடுவதற்கு ஆயத்தமானாள். நான் அவளுடைய கழுத்தை ஒரு கையால் சுற்றி வளைத்துக் கொண்டு மறுகையால் வாய்க்குள் மாத்திரையை செலுத்த வேண்டியிருந்தது. அவள் விழுங்குகிற வரை அப்படியே பிடித்திருந்தேன். எரிச்சலும் கோபமுமாக அதை விழுங்கினாள்.

கைகளைத் தளர்த்தினேன். ஏதாவது மாற்றம் இருக்கிறதா என பார்த்தேன்.

மாத்திரை வேலை செய்ய ஆரம்பித்தது. அமைதியாகக் கட்டிலில்

சென்று படுத்தாள். அவளுடைய முக இறுக்கம் தளர்ந்தது. முகம் சாதாரணமாக மாறியது. தேம்பித் தேம்பி அழ ஆரம்பித்தாள். அழுகிறாள் என்பதில் இருந்து அவள் தன் செய்கையை உணரத் தொடங்கிவிட்டாள் என்பது புரிந்தது.

நிதானமாகப் பேச்சுக் கொடுத்தேன்.

"சாதாரண ஜோக்குக்கு என்ன அமர்க்களம் பண்ற நீ?" "அது ஜோக் இல்ல அருண்."

அவள் தணிந்து பேசுவது நிம்மதியளித்தது. அடுத்து இரண்டு நாள் ஒழுங்காக மாத்திரை போட்டால் இயல்பாக மாறிவிடுவாள். நாளைக்கு ஒரு நாள் வேண்டுமானால் அவள் விடுப்பு எடுத்துக் கொள்ளட்டும் என்று உத்தேசித்தேன். ஏற்கெனவே கடந்த ஆறு மாதத்தில் நாற்பது நாள்களுக்கு மேல்விடுப்பு எடுத்துவிட்டாள். அவள் வேலைக்குப் போகாமல் வீட்டிலேயே இருந்தாலும் பேசுவதற்கும் பழகுவதற்கும் இல்லாமல் மேலும் மோசமடைய நேரிடும் என டாக்டர் எச்சரித்திருந்தார். பிரியாவை அவளுடைய வீட்டில் விட்டு வைப்பது சரியென்று தோன்றவில்லை. சிலமுறை அவளுடைய பெற்றோருடன் இருந்தால் நலமாக இருப்பாள் என்று நினைத்திருந்தது மோசமான விளைவைத்தான் ஏற்படுத்தியது.

விசும்பல் தணிந்தது. உறங்குவதுபோல தோன்றியது. நான் மெதுவாக கதவைச் சார்த்திவிட்டு வெளியே வந்தேன், பெற்றோர்களின் பயத்தைப் போக்கும் நோக்கத்தோடு.

அவர்கள் அறைக் கதவை சந்தேகமாகப் பார்த்தவாறே என்னைப் பார்த்தனர். என்னுடைய வாழ்க்கை எல்லோரையும் கவலையாக்கி விட்டது. அக்காவுக்கும் குழந்தையில்லாமல் போய்விட்டது அவர்களுக்கு வேர் அறுந்துபோய்விட்டது மாதிரி ஆகிவிட்டது.

"தூங்கறா... ஒண்ணும் கவலைப்பட வேணாம். ஒரு வாரமா மாத்திரை போடலை. பரவாயில்லைனு பார்த்தேன்."

"டாக்டர் சொன்ன மாதிரி மாத்திரையை போட்டுடுப்பா."

"டாக்டர்தாம்மா சொன்னாரு. தொடர்ந்து மாத்திரை கொடுக்காதீங்க. சுமாரா இருக்குன்னு தெரிஞ்சா ரெண்டுநாள் குடுக்கலனாலும் பரவாயில்லனு சொல்லியிருக்காரு.."

"தூங்கிடுச்சா?" அம்மாவுக்கு இன்னும் பதற்றம் தணியவில்லை.

"இவரு ஒருத்தரு... அதுக்குப் பிடிக்காததையெல்லாம் ஏன் சொல்றீங்க?"

"அம்மா.. அப்பா மேல ஒரு தப்பும் இல்ல. அது நார்மலா இருந்தா சிரிச்சிருக்கும்."

அப்பா ஒன்றும் சொல்லவில்லை. குழந்தை பேறு இல்லாத குடும்பம் என்ற கவலை அவருக்கு அதிகம். அக்காவுக்குக் குழந்தையில்லாமல் போய்விட்டதாலும் என்னுடைய வாழ்க்கை இப்படியாகிவிட்டதாலும் ஒரேயடியாகக் கவலையில் மூழ்கினார். அம்மா குற்றம்சாட்டியதுபோல தானே எல்லா தவறுககும பொறுப்பானவர் போல இருந்தார்.

14

எல்லோரும் வீட்டுக்குப் போகத் தயாராகும் நேரம். அலுவலக நேரம் ஆறுமணிக்கு முடிகிறது என்றால் ஐந்து மணிக்கே காய வைத்த டிபன் பாக்ஸை எடுத்துக் கொண்டு கைப் பைக்குள் வைப்பது, சிறுநீர் கழித்துவிட்டு முகத்தைக் கழுவிக் கொண்டு வருவது என்று காட்சிகள் அரங்கேறும்.

அந்த நேரத்தில்தான் என்னுடைய செல் போன் சிணுங்கியது.பெண்ணின் குரலாகஇருந்ததால்எனக்கும் அந்த நேரத்தில் யாராக இருந்தாலும் கொஞ்ச நேரம் பேசிக் கொண்டிருக்கலாம் என முடிவெடுத்தேன். தன் பெயரை அருணா என அவள் அறிமுகப்படுத்திக் கொண்டாள். மெத்தென்ற ஆங்கில உச்சரிப்பு. அதன் பிறகு அவள் சொன்ன விஷயங்கள் அவளுடன் தொடர்ந்து பேச வைத்ததே தவிர, அவளை ரசிக்கும்படியான மன நிலையை மாற்றிவிட்டது.

“உங்கள் மனைவியுடன்தான் நான் பணியாற்றி வருகிறேன். கொஞ்ச நாளாகவே அவளுடைய நடவடிக்கை வினோதமாக இருந்தது. எப்போதும் கலகலப்பாக இருப்பதில்லை. சில நேரங்களில் எந்த வேலையும் செய்யாமல் எதையோ வெறித்துப் பார்த்துக் கொண்டிருப்பாள். இன்றைக்கு அவளுடைய நடவடிக்கை அலுவலக செயல்பாட்டையே பாதித்துக் கொண்டிருப்பது கண்டுபிடிக்கப்பட்டது.”

“என்ன செய்தாள்?”

“அவள் அலுவலக ஆவணங்களை அழிக்கும்

வேலையில் இறங்கிவிட்டாள். கடந்த சில மாதங்களாகவே அரசல் புரசலாக இது தெரிய ஆரம்பித்தது. யார் இதைச் செய்கிறார்கள் என்பதில் கவனம் செலுத்தியதில் பிரியாதான் என்று என்று உறுதியாகிவிட்டது."

அதற்குமேல் என்ன கேட்பது என்று தெரியவில்லை. இப்படியெல்லாம் நடக்கும் என்று எதிர்பார்த்ததுதான் போல அமைதியாக இருந்தேன்.

அருணா நான் லைனில் இருக்கிறேனா என்ற சந்தேகத்தில் சார்? என்றாள்.

"எந்த மாதிரியான ஆவணங்களை அழித்தாள்?" இது குருட்டாம் போக்கில் நான் கேட்ட கேள்வி. கேட்கும் போதே இந்தக் கேள்வியில் பிழை இருப்பதை உணர்ந்தேன்.

டி.வி. பேட்டிகளில் சில அறிஞர்கள் பேட்டி காண்பவரிடம் சொல்வது போல நல்ல கேள்வி என்று சொல்லாததுதான் குறை. அருணா வேகமாக சொல்ல ஆரம்பித்தாள்.

"சில செய்தித்தாள்களின் பக்கங்களைக் கிழித்துப் போட்டி ருக்கிறாள். குறிப்பாக 1980-களில் வெளியான செய்திகள் அவை. இப்படி 60 பக்கங்கள் கிழிக்கப்பட்டிருக்கின்றன. தமிழ் தினசரி, ஆங்கில தினசரி இரண்டிலுமே அப்படிச் செய்திருக்கிறாள்.

அவள் எந்த மாதிரியான செய்திகளில் கவனம் செலுத்தினாள் என்பது சரியாகத் தெரியவில்லை. ஆனால், இந்திரா காந்தியின் மறைவு முதல் ராஜீவ் காந்தியின் மறைவு வரையான செய்திகள் என்று அவளுக்கு வழங்கிய ஆணையில் எங்கள் நிறுவனத் தலைவர் குறிப்பிட்டிருக்கிறார்."

"எதற்கான உத்தரவு?"

"அவளை வேலையில் இருந்து நீக்குவதற்கான உத்தரவு..."

பண இழப்பாக இன்றி மெல்லிய அவமானமாக உள்ளுக்குள் பரவியது. மனரீதியாக பாதிக்கப்பட்டவள் என்பது இன்னேரம் அவளுடைய அலுவலகம் முழுவதும் தெரிந்து போயிருக்கும். மாத்திரைகளை சமீபகாலமாக அவள் சரியாகப் போட்டுக் கொள்வதில்லை என்பது மேலும் உறுதியானது.

"நீங்கள் உடனடியாக வரமுடியுமா? இங்கே விசாரணை நடந்து கொண்டிருக்கிறது. காணாமல் போன பிரதிகளை மீட்டுத் தரவேண்டியது அவளுடைய செலவில் வைக்கப்படும். தண்டத் தொகையாக அவளுடைய சம்பளத்தில் பிடித்தம் செய்யப்படும்." என்னுடைய மௌனத்தை வெட்டிப் பேசினாள்.

தமிழ்மகன் | 233

“அரை மணிநேரத்தில் வந்தால் போதுமா?”

அவள் “ம்” மட்டும் சொல்லி வைத்துவிட்டாள். நீங்கள் இருப்பீர்களா என கேட்க நினைத்தேன். நினைக்கும்போதே ஒருவித தவிப்பு ஏற்பட்டது. அப்படி கேட்பதின் பின்னணியில் கெட்டபுத்தி செயல்படுவதாக தோன்றியது காரணமாக இருக்கலாம். ஏற்கெனவே சசிரேகா பற்றி எப்போதோ ஒரு தரம் சொன்னதைவைத்து பிரியா பல சந்தேகக் கேள்விகள் கேட்டு என்னைத் துன்புறுத்திவிட்டாள். சசிரேகா என்னை எத்தனை லாகவமாகப் பயன்படுத்திக் கொண்டவள் என்பது எனக்கு மட்டும்தான் தெரியும். பெண்களின் வசீகரம் நம்ப வைத்துக் கழுத்தறுக்கும் ஆயுதம். அவளிடம் வசீகரத்தின் காரணமாக அவளிடம் என்ன எதிர்பார்த்தேன் என்பது எனக்குச் சரியாகத் தெரியவில்லை. அவள் இணங்குவதற்குத் தயார் என்று சொல்லியிருந்தாலும் தைரியமாக களத்தில் இறங்கியிருப்பேனா என்பது தெரியவில்லை.

இது என்னமோ கவர்ச்சியான ஒருத்தி பக்கத்திலேயே இருக்க வேண்டும் என்ற நோக்கம் கொண்ட ஆசையாக இருந்தது. நானாக வலிந்து அவளை அழைக்கப் போவதில்லை. அவளாக வந்து விழ வேண்டும் அதற்கு நான் சம்மதிக்க வேண்டும். இந்த லட்சணத்தில் ஆசை மட்டும் இருந்தது பெண்கள் விஷயத்தில். பிரியாவைச் சொல்கிறோமே இது என்ன கோளாறோ?

விசாரணை, தண்டனை என்ற வார்த்தைகள் எல்லாம் எச்சரிக்கை செய்யவே ரகுவிடம் போனில் கருத்து கேட்டேன்.

முதலில் என்ன சொல்கிறார்கள் என்று கேட்டுக் கொண்டு வா. ஆலோசித்துவிட்டு பதில் சொல்வதற்கு அவகாசம் கேள் என்றான்.

அரை மணி நேரத்துக்குள் அங்கு சென்றுவிட்டேன். எனக்காகவே காத்திருந்தவர்கள் மாதிரி வரவேற்பு பெண்மணியை நெருங்கியதுமே “அருண்?” என்றாள்.

இன்னொருவர் பின் தொடரும்படி சைகைகாட்டிவிட்டு காரிடாரில் நடக்கத் தொடங்கினார். பின்தொடர்ந்தேன்.

சில்லென்ற அறையில் சற்று பெரிய சைஸில் அமர்ந்திருந்தவர் முன்னால் கொண்டு போய் நிறுத்தினான். அவர் என்னை ஒரு தரம் ஏறிட்டுவிட்டு, என்னை அழைத்து வந்தவரிடம் பிரியாவை அழைத்துவரச் சொன்னார். கடுமையான கோபத்தில் இருப்பதை அவர் என் முன்னால் தொடர்ச்சியாக வெளிப்படுத்திக் கொண்டிருந்தார். ஒருவேளை அவருக்கு அதிகாரிகளுக்கான முகம் வாய்த்திருக்கலாம். அவர் தன் முன்னால் இருந்த கண்ணாடியால் ஆன பேப்பர் வெயிட்டை உருட்டிக் கொண்டே இருந்தார். இதெல்லாம் பழக்கப்பட்ட அதிகார தோரணையாக இருந்தன.

பிரியா வருகிறவரை பேசக் கூடாது என்ற உறுதியில் இருந்தவர், உட்காரும்படி சொன்னார்.

பிரியா வந்தாள். அவளுடைய முகம் ஒரே நாளில் வேறுமாதிரி மாறிவிட்டது மாதிரி இருநதது. அவள் என்னையும் விரோதமாகப் பார்த்தது போல இருந்தது. ஏராளமான கேள்விகள் அவளுடைய மனதை வன்மாக்கிவிட்டிருக்கக் கூடும். நான் அவளை நோக்கித் தயங்கித்தான் புன்ன கைத்தேன்.

"அறுபது பக்கத்தைக் கிழித்திருப்பது இதுவரைக்கும் தெரிந்திருக்கிறது. இன்னும் இப்படி என்னென்ன அழிக்கப்பட்டிருக்கிறது என்று இனிமேல்தான் தெரியும்.." இறுக்கமாகச் சொன்னார்.

இதற்கு நான் ஒன்றும் சொல்லவில்லை. அந்தப் பக்கங்கள் திரும்ப வேண்டும். ஆனால் போட்டோ காப்பியாகக் கொண்டு வந்தால் அவை சீக்கிரத்திலேயே அழிந்துபோய்விடும். அவை எங்களுக்கு அந்தக் குறிப்பிட்ட செய்தித் தாளாகவே வேண்டும் என்றார்.

அவை எங்கு கிடைக்கும் என்றேன்.

அவர் முகத்தில் எரிச்சலுடன் கூடிய அலுப்பு கவிந்து மறைந்தது. அந்தந்த செய்தித்தாள் அலுவலகங்களில் விசாரியுங்கள்.

அப்படிக் கிடைக்கவில்லையென்றால்...

இந்த மாதச் சம்பளப் பணம், பி.எஃப். பணம், கிராஜ்யூட்டி எல்லாவற்றை யும் வழக்கு முடிவு வரை நிறுத்தி வைக்க எங்களுக்கு உரிமை உண்டு. இது குறித்த விசாரணையின்போது உங்கள் மனைவி பொறுப்பாக பதில் சொல்லவில்லை. அவையெல்லாம் தேவையில்லாத பக்கங்கள் என்பது ஒரு பதிலா நீங்களே சொல்லுங்கள் என்றார்.

ஆமாம் என்று பிரியா பதில் சொன்னாள்.

அதிகாரி அவளுடைய பதிலை கண்டுகொள்ளாமல் ஒரு பட்டியலை என்னிடம் நீட்டினார்.

ஒருவாரம் அவகாசம். இந்தத் தாள்கள் இங்கே வரவேண்டும் என்றார். நான் பிரியாவை அழைத்துக் கொண்டு வெளியே வந்தேன். அவளை அலுவலகத்தில் எல்லோருமே ஒரு மாதிரியாகப் பார்த்துக் கொண்டிருக்கிறார்கள் என்பது பார்க்காமலேயே தெரிந்தது. முதன் முதலில் பார்க்க வந்தபோது பிரியா எனக்குக் கோக் வாங்கித் தந்த கேன்டீனுக்குச் செல்லும் வழியைப் பார்த்துவிட்டு பிரியாவை நோக்கினேன். அவளுடைய முகத்தில் கடந்த கால நினைவுகள் எதுவும் தெரியவில்லை. எந்தக் காலமும் இல்லாமல் இறுக்கமாக இருந்தது.

பைக்கில் நான் ஏறி உட்காருவதற்குமுன்பே அவள் அவளுடைய பைக்கை எடுத்துக் கொண்டு கிளம்பிவிட்டாள். எல்லோரிடமும் விடைபெற்றுக் கொண்டு கிளம்பினேன். வீட்டுக்குள் நுழைந்ததுமே அம்மாவும் அப்பாவும் புரிந்துகொண்டு பார்த்தனர். அவளை அறையில் விட்டுவிட்டு அவர்களிடம் சுருக்கமாக நடந்ததைச் சொன்னேன். அதாவது இந்தக் காரணத்துக்காக வேலை போய் விட்டது என்று.

அவர்களும் மேற்கொண்டு எதுவும் கேட்காமல் அமைதியாக இருந்தனர்.

நான் ரகுவிடம் நடந்ததை போனில் சொன்னேன்.

"இந்திரா காந்தி முதல் ராஜீவ் காந்தி வரை' என்று ஏதோ ரகசிய போலீஸ் போல ஒரு முறை முணுமுத்தான். எம்.ஜி.ஆர். முடிந்து இப்போது இந்திரா காந்தியும் ராஜீவ் காந்தியும் புதிய சிக்கல்களை ஏற்படுத்துவார்களோ என்ற அச்சம் கூடியது. இப்படி தலைவர் தலைவராகத் தாண்டிக் கொண்டிருந்தால் அது எங்குபோய் முடியும் என்ற ஆயாசம் அதிகமாகியது.

15

அதன் பிறகுதான் பிரியா அலுவலகத்துக்குப் போவது நிறுத்தப்பட்டது. மனச் சிதைவு நோய் என்பது கலெக்டருக்கும் இருக்கலாம், குப்பை அள்ளுபவனுக்கும் இருக்கலாம். ஐந்து வயதுக் குழந்தைகள் முதலே இந்த நோயால் பாதிக்கப்படுகின்றன. மரபு சார்ந்த நோயாகவும் சில குடும்பங்களில் இந்த நோய் தொடர்கிறது. ஆரம்பத்தில் சாதாரணமாகப் பார்ப்பவர்களுக்கு நோயுள்ளவர்களை அடையாளம் காண முடியாது. பொதுவாக நெருக்கமானவர்களின் இழப்பு இதற்குக் காரணமாக இருக்கிறது என்று ஆயூர்வேதம் சொல்கிறது. மூலிகை எண்ணெய் ஆவிக் குளியல் மூலமாக இதைக் குணப்படுத்தலாம் என்று நசரத் பேட்டை ஆயூர்வேத ஆய்வு மையத்தில் சொன்னார்கள். திடீரென்று பெரும் வித்தியாசங்களோடு வெளிப்படுவார்கள். தன்னெதிரில் யாரோ இருப்பது போலவும் காதுக்குள் யாரோ பேசுவது போலவும் அவர்களுக்குப் பிரமைகள் இருக்கும். அனாவசிய மாயத் தோற்றங்களும் மூட நம்பிக்கைகளும் மனதில் பொங்கித் துரத்தியபடி இருக்கும். பிரியாவுக்கு மருந்துகள் மூலமே வைத்தியம் தொடரலாம். அவள் அலுவலகம் போய் வருவதை நிறுத்த வேண்டாம். தனிமைப்படுத்துவது மேலும் பாதிப்புகளை ஏற்படுத்திவிடும் தேவைப்பட்டாலொழிய அவளை இங்கேயே தங்கவைத்து வைத்தியம் பார்க்க வேண்டிய தில்லை என்றெல்லாம் டாக்டர் சொல்லியிருந்தார்.

இப்போது திடீரென்று பெரும் வித்தியாசங்களோடு வெளிப்படுவார்கள் என்றநிலை ஏற்பட்டிருப்பதாகவும்

இனி மருத்துவமனையில் வைத்து வைத்தியம் பார்ப்பதுதான் சிறந்ததென்றும் முடிவுக்கு வந்தேன். அம்மா, அப்பாவுக்கு அவர்கள் வீட்டில் விட்டுவிட்டு வந்துவிடுவதுதான் சரி போல இருந்தது. நல்லதோ, கெட்டதோ பெற்றவர்களின் முடிவாக இருக்க வேண்டும் என்கிற தப்பித்தல்.

ஆனால் டாக்டர் இப்போதும் மருத்துவமனையில் சேர்க்க வேண்டிய தில்லை. மாத்திரைகளை ஒழுங்காக போட்டுக் கொண்டு வந்தால் போதும். வேண்டுமானால் இன்னொரு முறை சி.டி. ஸ்கேன் எடுத்துப் பார்த்துவிடலாம் என்று கூறியிருந்தார். கெமிகல் இம்பேலன்ஸ் நிலையைப் பரிசோதிப்பதற்காக அது. என்னமோ மனநிலை பாதிப்புக்கெல்லாம் உலகில் சரியான வைத்தியம் இருக்குமா என்பதே சந்தேகமாகிவிட்டது.

பிரியா கிழித்த தினசரிகளின் பட்டியலை எடுத்துக் கொண்டு ரகுவோடு பத்திரிகை ஆபிஸ்கள்தோறும் அலைந்தேன். அதுவரை எல்லா பத்திரிகையும் யாரோ ஒருத்தரே அச்சிடுவதாக நினைத்து வந்தேன். எதற்காக அப்படி நினைத்திருந்தேன் என்று தெரியவில்லை. வக்கீல்கள் எல்லாம் ஒரு குடும்பத்தைச் சேர்ந்தவர்கள் என்று சிறுவயதில் ஏற்பட்டிருந்த கருத்துருவம்போலத்தான் இதுவும்.

எந்தப் பத்திரிகையிலும் பழைய நாளிதழ்களைத் தருவதாக இல்லை. அதற்குப் பதிலாக தேவைப்படும் பக்கங்களை போட்டோ எடுத்து அதை சி.டி.யில் தருவதாகச் சொன்னார்கள். பிரியாவின் அலுவலகத்தில் இதற்கு ஒப்புதல் வாங்க வேண்டியிருந்தது.

ஒவ்வொரு பத்திரிகை அலுவலகத்திலும் யாரோ ஒரு ஆளைப் பிடித்து இந்த வேலையைச் சாதிக்கப் பிரயத்தனப்பட்டோம். ரகுவுக்குத் தெரிந்த ஒரு பத்திரிகையாளர் மூலமாக வரிசையாக பலரை அறிமுகப்படுத்திக் கொண்டு இதைச் செய்து முடிக்க வேண்டியிருந்தது. ஒவ்வொரு பத்திரிகையும் ஒவ்வொரு இடத்தில். ஒன்று அண்ணா சாலையில். இன்னொன்று அம்பத்தூரில். இன்னொன்று எக்மோரில். ஒவ்வொரு அலுவலகத்திலும் ஒவ்வொரு சட்டதிட்டம். ஒவ்வொரு அலுவலகத்திலும் ஒவ்வொருவிதமான மனிதர்கள். ரகுதான் ஒரு வாரத்துக்குள் அத்தனையையும் சமாளித்துச் சாதித்தான். நான் சும்மா அவனுக்கு நிழல் மாதிரி போய்வந்தேன்.

அப்படி எடுத்து வந்த பக்கங்களை ரகு அவனுடைய கம்ப்யூட்டரில் காப்பி பண்ணி வைத்துக் கொண்டான். அவனுக்கு இந்திரா காந்தி முதல் ராஜீவ் காந்தி வரை என்ற பிரயோகத்தில் ஒரு ஈர்ப்பு ஏற்படுவதை ஆரம்பத்திலேயே கவனித்தேன்.

இரண்டு நாள்கள் கழித்து ரகு வந்தான்.

அவன் முகத்தில் யுரேகா தெரிந்தது. எல்லோரும் நினைத்துக் கொண்டிருந்ததுபோல பிரியா கிழித்தவை இந்திரா காந்தி, ராஜீவ் காந்தி செய்திகள் இல்லை. அவை அனைத்துமே எம்.ஜி.ஆர். செய்திகள்.

எம்.ஜி.ஆர். முதல்வரான பிறகு நடிப்பதாக இருந்த உன்னைவிட மாட்டேன் பட பூஜை செய்திகள், அவர் பனை நுங்கை ஏற்றுமதி செய்வதாகவும் ஏரிகளை மூடிவிட்டால் அவை ஆவியாவதைத் தடுக்க முடியும் போன்ற அவருடைய கேலிக்குரிய பேச்சுகள், அவர் உடல்நிலை பாதிக்கப்பட்டபோது வெளியான செய்திகள் போன்றவற்றைத்தான் அவள் கிழித்திருக்கிறாள். அவருக்கு இழுக்கு ஏற்படுத்தும் என்று அவள் எதையெல்லாம் நினைத்தாலோ அதை வரலாற்றின் பக்கங்களிலிருந்து நீக்கிவிட முயற்சி செய்திருக்கிறாள்.

ரகு இதை என்னிடம் சொன்னபோது விஷயத்தின் வீரியம் மனதில் அமிலம்போல இறங்கியது. அவளுக்குள் புகுந்திருக்கும் எம்.ஜி.ஆர். இட்ட கட்டளையாக இதை ஏற்றுக் கொண்டு செயல்பட்டுக் கொண்டிருக்கிறாள். அவர் சொல்வதாக இவள் யூகிப்பதுதான் இவ்வளவும்.

நாளைக்கே கருணாநிதியைக் கொலை செய்துவிடு என்று அவளுக்கு உதிக்கலாம். என்ன விபரீதம்...

ரகு தெளிவாகச் சொன்னான். பிரியாவை வீட்டிலேயே வைத்து பார்த்துக் கொள்ள வேண்டுமானால் அதிக அக்கறையும் நேரமும் செலவிட வேண்டியிருக்கும்.

மாத்திரை போடச் சொல்லிக் கட்டாயப்படுத்துவதையும் சாப்பிடச் சொல்லுவதையும் தவிர வேறு அக்கறைகளை எப்படிக் காட்டுதென்று தெரியவில்லை. ஒவ்வொரு நேரத்திலும் இதைத் திரும்பத் திரும்பச் சொல்லிக் கொண்டிருப்பதும்கூட தொல்லை போல ஆகிவிட்டது. அம்மாவுக்கு அவள் கடித்துவிடுவாளோ என்ற அச்சம். ஒவ்வொருத்தரும் அவரவர் பார்த்த பைத்தியங்களோடு பிரியாவைக் கண்டு ஒதுங்கிப் போயினர். உஷாவும் என் அக்காவும்கூட அப்படித்தான் நடந்து கொண்டனர். மன நோயாளி என்று இல்லை... உடல் நோயாளியாக இருந்தாலும் யாருக்கும் அவர்களைக் கவனித்துக் கொள்வது கடினமான வேலையாகத்தான் இருக்கிறது.

எல்லோருக்கும் எல்லாமும் நிறைவாகவும் மகிழ்ச்சியாகவும் பயனுள்ளதாகவும் எல்லாநேரத்திலும் கிடைக்க வேண்டும் நோயை, குறை யைக் கண்டு பயப்படுகிறார்கள். வாழ்வில் அதனோடு ஒரு தொடர்பும் இருந்துவிடக் கூடாது. நெருப்புக் கோழிபோல ஆபத்து வந்தால் தலையை மண்ணுக்குள் மறைத்துக் கொள்கிறார்கள்.

நானே தான் பிரியாவை கவனிக்க வேண்டியிருந்தது. அடைத்து வைக்காமல் சுதந்திரமாக அவளுக்கு விருப்பமான இடங்களுக்குக் கோவிலுக்குப் போய்வரட்டும் என்று நினைத்தேன். அவள் தொடர்ந்து மாத்திரை எடுத்துக் கொள்வதால் அப்படி நினைத்தேன். அவள் பலநேரங்களில் நான் அவளுக்காக சிரமப்படுவதை உணர்ந்து கொள்வதுபோல இருந்தது. அதனால்தான் அவளை வெளியே செல்ல அனுமதித்தேன். மாலை வேளைகளில் அவளாகவே ஒரு நடைச் சுற்று போய் வருவாள்.

இந்தச் சமயத்தில்தான் அவள் மயிலாப்பூர் குளத்தருகே தங்கபஸ்பம் தயாரிப்பதற்குத் திட்டமிட்டது.

16

கணவன் மனைவிக்குள் இந்த மாதிரி ஒளிவு மறைவும் இருக்க வேண்டியதில்லை. பிரியாவிடம் அவளுடைய விருப்பத்தை நேரடியாகக் கேட்டாலும் வருத்தப்படுகிறாள். இதையெல்லாம் கேட்கப்போய் அவளுக்குள் என் மீது விரோதமான உணர்வுதான் வளர்ந்தது. ஒழுக்கமில்லாத அயோக்கியன் சித்திரம் அவளுக்குள் உருவாகிவிட்டது.

இது சுலபமாக எம்.ஜி.ஆரோடு என்னை ஒப்பிட்டுப் பார்க்க வைத்தது. அவர் தாய்மையையும் பெண்களையும் மதித்தவராகவும் நான் வில்லன் போலவும் பதிந்துவிட்டது.

டாக்டர் எனக்கு இப்படி வழி காட்டிவிட்டதற்காக கோபம்தான் வந்தது. நானும் ரகுவும் பிரியாவிடம் எம்.ஜி.ஆரின் நடிப்பைப் பற்றி குறைசொல்லி கிண்டல் அடித்ததெல்லாம் வாஸ்தவம்தான். ஆனால் அது அவளுடைய மனதில் பாதிப்பை ஏற்படுத்திவிடும் என்று தெரிந்த பிறகு அதை நாங்கள் முழுவதுமாகத் தவிர்த்துவிட்டோம்.

ரகு எனக்கு முக்கியமான நண்பன். எனக்கு சர்வதேச கார் கம்பெனியில் வேலை கிடைப்பதற்கும் கூட அவனுடைய ஆலோசனை பெரிதும் பயனளித்தது. ஜெர்மன் போவதற்கு பத்து பேரை தேர்வு செய்வதற்கான தேர்வு நடந்தபோதும் அவன் எனக்கு சிறப்பான பயிற்சியளித்துத் தேற்றினான். அவனில்லை யென்றால் நான் ஜெர்மன் பார்த்திருக்க முடியாது.

சில மாதங்களுக்கு முன்பு நானும் ரகுவும் சுவாரஸ்யமாக ஒரு விஷயத்தைப் பேசிக் கொண்டிருந்தோம். அவன் சொல்வது எல்லாமே சுவாரஸ்யமாக இருக்கும்.

அர்ஜென்டீனாவின் அதிபர் பரான் பற்றி அவன் சொன்னபோது ஆச்சர்யமாகக் கேட்டுக்கொண்டே இருந்தேன்.

அவர் தனது ஐம்பது வயதுக்குப் பிறகு இளம் வயது நடிகையான ஜுவானைத் திருமணம் செய்து கொண்டார். பத்திரிகையாளர்கள் அவரிடம் பதிமூன்று வயது பெண்ணைத் திருமணம் செய்து கொள்ளப் போகிறீர்களா என்று கேட்கிறார்கள். அதற்கு அவருடைய பதில்: "எனக்கு மூட நம்பிக்கையெல்லாம் இல்லை..."

அதாவது பதிமூன்று ராசியில்லாத எண் என்ற மேற்கத்திய நம்பிக்கையையும் நடிகையின் வயதையும் சம்பந்தப்படுத்தி அடித்த கமெண்ட் அது.

அதன் பிறகு அந்தப் பெண்ணை தன் கட்சியில் முக்கிய பதவி கொடுத்து பக்கத்திலேயே வைத்துக் கொண்டார். கட்சியின் முக்கிய முடிவுகளின் போதெல்லாம் அந்த நடிகையும் கூடவே இருப்பார். பிறகு அந்த நடிகை சமூக சீர்திருத்தத்தில் ஈடுபட ஆரம்பித்தார்.

எம்.ஜி.ஆர் - ஜெயலலிதா உறவையும் பரான் ஜுவான் உறவையும் ஒப்பிட்டு தமிழ்நாட்டுப் பத்திரிகையில் தொடர் கட்டுரையும் கூடவெளியானது. என்ன அவர்கள் கல்யாணம் செய்து கொண்டார்கள். இங்கே ஜோடியாக நடித்து அரசியலிலும் ஈடுபட்டார்கள். ரகு இந்த இரண்டு ஒற்றுமைகளிலும் வயது வித்தியாசத்தை ஒரு ஒற்றுமையாகச் சொல்லிவிட்டது தாங்கிக் கொள்ள முடியாததாகிவிட்டது. இதை முதலில் நாங்கள் கவனிக்கவில்லை. அவர் வயதான கதாநாயகனாக ஆனார். மிகவும் வயதான பிறகு உலகம் சுற்றும் வாலிபனானார். இதை அவருடைய சாதனையாகச் சொல்வதற்கும் கேலியாகச் சொல்வதற்குமான வித்தியாசம் அவளுக்கு சுருக்கென்று

புரிந்தது. சந்திரபாபு தயாரிப்பில் எம்.ஜி.ஆர். ஒரு படம் நடிப்பதாக இருந்து அது முதல் நாள் படப்பிடிப்போடு நின்று போனதையும் ரகு அப்படித்தான் சொன்னான்.

சந்திரபாபுவுக்கு உதவி செய்வதற்காகத்தான் எம்.ஜி.ஆர். அந்தப் படத்தில் நடிக்கவே சம்மதித்தார். படப்பிடிப்புக்கு வந்த சந்திரபாபு, உற்சாகமாக எல்லோரிடத்திலும் பேசிக் கொண்டிருந்தார். மேக்அப் ரூமிலிருந்து எம்.ஜி.ஆர். வருவதற்கு தாமதமானது. "வயசானவங்களுக்கு மேக் அப் போடணும்னா கொஞ்சம் லேட் ஆகத்தான் செய்யும்" என்று உற்சாக மிகுதியில் கமெண்ட் அடித்தார் சந்திரபாபு. அது எம்.ஜி.ஆர். காதுக்குப் போய்விட்டது. அன்றோடு

படப்பிடிப்பு கேன்சல். சந்திரபாபு நடையாக நடந்து பார்த்தார். கடைசிவரை எம்.ஜி.ஆர். நடிக்கவேயில்லை.

"எம்.ஜி.ஆரை மனசில வஞ்சம் வைத்துவிட்டால் அவ்வளவுதான் அவன் அதோ கதிதான்." என்ற ரீதியில் பேசிக் கொண்டு போனான். இது பிரியாவுக்குப் பிடிக்கவில்லை. அவள் காபி கொண்டு வந்து கொடுத்தபோதே அவள் முகத்தில் கடுமை தெரிந்தது. அவளைச் சிரிக்க வைக்கும் முயற்சியாக மேற்கொண்டு எம்.ஜி.ஆரைப் பற்றியே பேச ஆரம்பித்தோம். அவளே உண்மையைப் புரிந்து கொண்டு சிரித்துவிடுவாள் என்று எதிர்பார்த்தேன். நாகரிகம் கருதியாவது ஏதாவது எங்கள் பேச்சில் கலந்து கொள்வாள் அப்போது விவாதம் செய்வதுபோல் அவளுடைய கருத்தை ஏற்றுக் கொள்வதுபோல செய்யலாம் என்பது என் திட்டம். அதற்கு அவள் இடம் தரவில்லை. அவளுடைய முகம் ரத்தம் வெளியேறிவிட்டதுபோல வெளுத்துக் காணப்பட்டது. என்னால் ரகுவின் பேச்சை உடனடியாக நிறுத்தமுடியவில்லை. அவன் நிலைமை புரியாமல் உற்சாகமாகப் பேசிக் கொண்டிருந்தான்.

எம்.ஜி.ஆர். பற்றி பிரியாவுக்குள் இருக்கும் இமேஜ் தகர்க்கப்பட வேண்டும். அதுதான் அவளை மாற்றும் மருந்து என்று ரகு கூறியிருந்தான். இந்தச் சந்தர்ப்பத்தை அவன் அப்படித்தான் பயன் படுத்திக் கொண்டிருந்தான். ஆனால் நிலைமை அதற்கு உகந்ததாக இல்லை.

அவருக்கு நடிக்கும்போது கையை எங்கே வைத்துக் கொள்வது என்பது தெரியாது. அதனால்தான் ஆட்டுக்குட்டியையோ, ஏர் கலப்பையையோ, மஞ்சுளாவையோ, மேளத்தையோ கையில் வைத்துக் கொண்டு பாட ஆரம்பித்தார் என்பது ரகுவின் வாதம். நான் சுரத்தில்லாமல் ஆமோதித்துக் கொண்டிருந்தேன். அடிக்கடி பிரியாவின் முகத்தைப் பார்த்துக் கொண்டே இருந்தேன். அது வினாடிக்கு வினாடி மாறிக் கொண்டிருந்தது. ஏதாவது ரசாபாசமாக மாறிவிடும்போன்ற நிலை. ரகுவிடம் "நாளைக்குப் பார்ப்போம் ரகு.. தலைவலியா இருக்கு" என்று காரணம் சொல்லித்தான் அனுப்ப வேண்டியதாக இருந்தது.

பிரியா சோர்ந்து போய்விட்டாள். அவளைத் தேற்றுவது கடினமாகிவிட்டது.

"அவன் எதுக்கு இங்க வர்றான்?"

அவன் எல்லாவிதத்திலும் எனக்கு உற்ற தோழனாக இருந்து உதவியவன். அவனைவிட்டால் இப்போது எனக்கு வேறு தோழன் இல்லை என்று விளக்கிப் பார்த்தேன். அவள் அதைக் கேட்கிற நிலையில் இல்லையென்பதாலேயே நானே எரிச்சலும்

தோராயமுமாகத்தான் சொல்ல வேண்டியிருந்தது.

முட்டாள்தனமும் அறியாமையும் ஓர் இடத்தில் குடிகொண்டு விட்டால் அது எவ்வளவு வேகமாக வளர்கிறது? பிரியாவை வீட்டிலேயே அடைத்து வைக்க வேண்டிய நிர்பந்தம் ஏற்பட்டது.

எம்.ஜி.ஆரையும் தங்கத்தையும் இணைத்துப் பார்ப்பது அவளுக்கு வழக்கமாகிவிட்டது. பொன்மனச் செம்மல், எங்கள் தங்கம் போன்ற பிரயோகங்கள் ஆபத்தான விளைவை ஏற்படுத்தின. அவருடைய தோலின் மீது தங்கத்தின் தகதகப்பு இருப்பதாக நம்பத் தொடங்கினாள். அவர் தங்க பஸ்பம் சாப்பிட்டதால்தான் அப்படி மின்னினார் என்பது அவளுடைய நம்பிக்கை.

மாலையில் தினமும் நடைப்பயணம் போய் வருகிறாள். காற்றோட்டமான உடற்பயிற்சியாகவும் ஆறுதலாகவும் இருக்கும் என்று நினைத்தோம். அவள் பாட்டுக்கு எந்த நோக்கமும் இல்லாமல் முக்கியமான வேலையாகக் கிளம்பிப் போய்க் கொண்டிருப்பதுபோல ஒரு செவ்வகச் சாலையில் சுற்றி வருவாள். இதை அவள் போக்கில் விட்டுவிட்டதுதான் சிக்கலில் முடிந்தது.

மயிலாப்பூர் குளத்தருகே இருக்கும் கடை ஒன்றில் தங்கபஸ்பம் செய்வது குறித்து விசாரித்திருக்கிறாள். தங்க நகைகளைக் கழற்றிக் கொடுத்தால் அதை தங்கப் பொடியாக்கி சாப்பிட உகந்த லேகியம் போல மாற்றித் தருவதாக யாரோ நம்ப வைத்திருக்கிறார்கள்.

நகைப் பெட்டியை பையில் எடுத்துப் போட்டுக்கொண்டு கிளம்பும்போது அம்மாதான் பார்த்துவிட்டு பிடித்து நிறுத்தியிருக்கிறாள். பிரியா திமிரிக் கொண்டு ஓடுவதற்கு முயற்சி செய்தபோது அம்மா அவளை அறையில் தள்ளி பூட்டிவிட்டார். நாங்கள் வந்து சேருகிற வரை பிரியா கெட்ட கெட்ட வார்த்தைகளால் அம்மாவையும் பிறகு சகலரையும் திட்டிக் கொண்டிருந்ததாக அம்மா சொன்னாள்.

நான் கதவைத் திறந்து உள்ளே போனேன். டி.வி. ரிமோட் கண்ட்ரோலரை எடுத்து முகத்தில் வீசினாள். முதுகில் இரண்டு அடி கொடுத்து அவளை அடக்கவேண்டியிருந்தது. அவளுடைய டைரியில் அவள் கிறுக்கி வைத்திருந்த தங்க பஸ்ப செய்முறை விளக்கம் படித்துவிட்டு அவளை வீட்டிலேயே அடைத்து வைத்தோம்.

பாத்ரூம் இணைக்கப்பட்ட அறை. ஆனாலும் அவள் சில சமயம் புடவையிலேயே ஈரம் பண்ண ஆரம்பித்தாள்.

17

விரக்தியும் சோகமும் முன்னர் எப்போதோ நம் வாழ்க்கையில் கடந்து போய்விட்ட நல்ல தருணங்களைக்கூட அர்த்தமில்லாமல் செய்துவிடுகிறது. மணவாழ்க்கையை முறித்துக் கொண்டு நான் என்ன மகிழ்வை எதிர்கொண்டேன் என்பது பெரிய கேள்விக்குறிதான். பெற்றவர்களைப் பொறுத்தவரை எனக்கும் அக்காவுக்கும் குழந்தை இல்லாமல் போய் விட்டதில் வருத்தம். நதி ஒன்று நடு வழியில் நின்று போய் விட்டது மாதிரி தவித்தார்கள். அக்காவுக்கு வேறு ஒரு கல்யாணம் செய்துவைக்க முடியாது. அகப்பட்டவன் நான்தான்.

வெண்குஷ்டம் இருந்ததை மறைத்துவிட்டது, பேய் பிடித்திருந்ததை மறைத்துவிட்டது, குழந்தைபேறு இல்லாமல் போய்விட்டது எல்லாம் சேர்ந்து கொண்டது.

“எனக்கென்னமோ ஆரம்பித்திலேயே பிடிக்கல. கட்டிக்கப் போறவன், நீ போய் பாருன்னு சொன்னேன். பார்த்துட்டு வந்து பிடிச்சுப் போச்சுன்னு சொல்லிட்ட... மொதல்லியே சொன்னனா, இல்லையா?” அப்பா கேட்டார்.

பொண்ணு கொஞ்சம் மீறினாப்ல இருக்கு என்றுதான் சொன்னார். அம்மா அதுகூட சொல்ல வில்லை. லட்சணமாக இருப்பதாகச் சொன்னதாக நினைவு. எல்லோருமே குற்ற மற்றவர்களாக நிரூபிக்க நினைத்தார்கள். நான் கொஞ்சம் ஜாக்கிரதையாக

இருந்திருக்க வேண்டும் என்று சொல்ல ஆரம்பித்துவிட்டார்கள். அவளுக்குக் கல்யாணத்தன்றே வெண்புள்ளி இருந்ததை நான் யாரிடமும் சொன்னதும் இல்லை. கல்யாணத்துக்குப் பிறகு ஏற்பட்டதாகத்தான் நம்ப வைக்க முயன்றேன். அது முடியாமல் போய்விட்டது. நான் ஒரு தடவையும் இந்தக் குற்றச்சாட்டை முன் வைக்கவில்லை என்பதால் பிரியாவின் அம்மாவுக்கும் உஷாவுக்கு என் மேல் நல்ல மரியாதை இருந்தது.

கோர்ட்டில் தலைவிரி கோலமாக பிரியா நின்றிருந்தாள். நரையோடிய சுருள்முடி அச்சுறுத்தும்விதமாக இருந்தது. ஆறே மாதத்தில் எப்படி மாறிவிட்டாள்? அவளைக் கோர்ட்டுக்கு வரும்போதுகூட குறைந்தபட்ச அலங்காரம் செய்ய முடியாத நிலை அவர்கள் குடும்பத்தினருக்கு இருப்பதை அறிய முடிந்தது.

தலையில் சூடப்பட்டப் பூ தளர்ந்து கீழே விழப் போவதுபோல தொங்கிக் கொண்டிருந்தது. குங்குமம் இட்டிருந்தார்கள். அது நெற்றியின் மையமாக இல்லை. அவசரத்தீற்றலாக இடதுபுறத்தில் மேல் நோக்கியபடி இருந்தது. அணிந்திருந்த சுடிதார் அவளுடையதுதான். ஆனால் அவள்தான் அவளுடைய சுடிதாருக்குப் பொருத்த மில்லாதவளாகச் சுருங்கிப் போயிருந்தாள். காலில் செருப்பில்லை. அதை அவளை கூட்டிவந்த காரிலேயே மறந்துவிட்டிருந்தாள். உஷா அவளைக் கையில் பிடித்துக் கொண்டிருந்தாள். உஷாவின் அதட்டலுக்குத்தான் அவள் கொஞ்சம் கட்டுப்படுவதாக சொன்னார்கள். உஷா, “எப்படி இருக்கீங்க மாமா?’ என்று கேட்டபோது எனக்கு அழுகையே வந்துவிட்டது. இன்றோடு இந்த உறவு முறியப் போகிறதே என்று.

எனக்கு வேறு இடத்தில் பெண் பார்த்து வாரிசு உருவாக்க வேண்டும் என்ற அவா என் பெற்றோருக்கு. இல்லையென்றால் பிரிய வேண்டிய அவசியமே இல்லை.

பிரியா என்னைப் பார்த்தாள். எனக்கும் அவளுக்கும் நடக்கப் போகிற பந்தப் பிரிவை உணர்ந்திராத பார்வை. அவள் மிகவும் களைத்திருந்தாள். அருவருக்கும்படியாகவும் பரிதாபமாகவும் தோற்றமளித்தாள்.

அவளை மணக்கோலத்தில் பார்த்தது நினைவுக்கு வந்தது. பிரியா கோர்ட்டில் கருப்பு அங்கி அணிந்து நடந்து போய்க் கொண்டிருந்தவரைப் பார்த்து குபீரென்று சிரித்தாள்.

இந்த நிலையில் அவளைக் கைவிடுவது மனசுக்கு உகந்ததாக இல்லை. எப்படி ஏற்றுக்கொள்வது என்பதிலும் தயக்கம் இருந்தது. அவளை அழைத்துப் போய் ஒரு அறையில் பூட்டிவைத்து பணிவிடை செய்து கொண்டிருப்பது சாத்தியமில்லாததாக தோன்றியது.

இது பிரிவு இல்லை. அவளுக்கு சாதகமான இடத்தில் அவளை சட்டப்படி ஒப்படைத்தல்.

காமத்தில் அவளுக்கு ஒரு சிறுபிள்ளை போன்ற வெட்கம் இருந்து கொண்டே இருந்தது. தன் கட்டுப்பாட்டை இழந்து சுகத்தைப் பகிர்ந்து கொண்டவளாக ஒருபோதும் நடந்து கொள்ளவேயில்லை. அவள் எல்லா நேரத்திலும் முழுப் பிரக்ஞையோடு இருந்தாள். போதும் முடித்துக் கொள்ளலாம் என்பதாக அவள் கோரிக்கை அமையும். திருமணமான சில மாதங்களிலேயே இதைப் பார்த்தேன். அவள் விருப்பம் இயல்பானதாக இருந்தாலும் அதை மறைப்பதிலேயே கவனமாக இருந்தாள். ஒரு நாள் மதிய வேளையில் அலுவலகத்துக்குப் போன் செய்து சாப்பிட அழைத்தபோது மிகமிக அரிதாக சந்தர்ப்பமாக காமம் முழுவீச்சில் அரங்கேறியது.

மனச் சிதைவு ஏற்பட்டவுடன் காம ஈடுபாடு குறைந்ததா, அது குறைந்து போனதால் மனச்சிதைவு ஏற்பட்டதா எனத் தீர்மானமாச் சொல்ல முடியவில்லை. அறைக்குள் நுழைந்த சூரிய கிரணம்போல அவளுடைய காமம் தன் தடயத்தை விலக்கிக்கொண்டது. அவள் அறிந்திராத புதிய பகுதிக்கு அந்தப் பகுதியை அறிந்திராத நான் அழைத்துச் சென்ற அந்தப் பரவசம் எங்கள் இருவருக்குள்ளும் இருந்தது. மரத்தில் இலை உதிர்ந்ததும் ஏற்படும் வடுவாகஎனக்குள் அந்தப் பரவசம் தங்கிவிட்டது. அவள் தன் அலங்காரத்தில் ஆர்வம் குறைத்துக்கொண்ட சில காலங்களிலேயே அவளிடம் இருந்த ஈர்ப்பு எனக்கும் குறையத் தொடங்கியது. இரவுகள் எனக்கு ஏதாவது புத்தகம் படிப்பது, டி.வி. பார்ப்பது என்று மாறிவிட்டது. அவளும் சீக்கிரத்திலேயே தூங்க ஆரம்பித்துவிடுவாள். வெறுப்பின் விதை மனதில் முளைவிட்டிருந்த நேரத்தில் எனக்கு களைப்புரும்வரை டி.வி. பார்க்க முடிந்தது. சில நேரங்களில் டி.வி. ஓடிக் கொண்டிருக்கும்போதே தூங்கிவிடுவேன். காலையில் எழுந்திருக்கும்போது அது யாராலோ அணைக்கப்பட்டிருக்கும்.

டாக்டர் சொன்னபடி அவளுக்கு இச்சையை விதைப்பது ஒவ்வொரு நாளும் தோல்வியில் முடிந்துகொண்டே வந்ததால் நான் முயற்சி செய்வதையும்கூட நிறுத்திவிட்டேன்.

ஆனால் அவள் என் இன்பக் கனவுகளின் ஊற்றாக இருந்த காலம் ஒன்று உண்டு.

அவளுடைய வெட்கத்தில்தான் எனக்கு அத்தனை ஈர்ப்பும் இருந்தது. ஒவ்வொரு நாளுமே அவளுக்கு உடலைப் பற்றிச் சொல்லிக் கொண்டே இருக்க வேண்டியிருந்தது. இல்லையென்றால் அவள் உடல் அற்றவள்போல நடந்துகொள்வாள். அவளுக்கென்று உணர்வும் இச்சையும் இல்லையோ என்ற சந்தேகம் இருந்து கொண்டே இருந்தது.

தமிழ்மகன் | 247

தினமும் அவளுக்கு நாம் சொல்லித்தான் இந்த உணர்வுகள் ஏற்படுகிறதா, இல்லை நம்முடைய புதிய இச்சையூட்டும் தகவல்களுக்காக அவள் காத்திருக்கிறாளா என்பதும்கூட சந்தேகமாகவே இருந்தது. ஏதாவது ஒரு கட்டத்தில் அவள் தன்னுடைய விருப்பத்தை வெளிப்படுத்துவாள் என்பதை எதிர்பார்த்துக் கொண்டே இருந்தேன். இச்சையூட்டும் ஒரு கதையுமா அவளுக்குத் தெரிந்திருக்காது? எனக்கு ஒரு ராஜேந்திரனும் ஒரு மதனும் இருந்தது போல அவளுக்கு யாரோ ஒரு அனிதாவோ, சீதாவோ இருக்க மாட்டார்களா? அதை அவள் வாய் மூலமாக வெளிக் கொணர்ந்துவிட வேண்டும். இச்சை வகுப்பை அவள் எடுக்கும்படி செய்ய வேண்டும். இந்த என் எதிர்பார்ப்புகள் எப்போதுமே ஈடேறவேயில்லை. இது பெண்களுக்கான பொதுவான அம்சமா? பிரியாவின் குணமா என்றும்கூட யோசிக்க ஆரம்பித்துவிட்டேன். தொடர்ச்சியான வற்புறுத்தலுக்குப் பிறகே அவள் இறங்கி வருவாள். அதில்தான் ஈர்ப்பு அதிகமாக இருந்தது.

அவளுக்கு செக்ஸில் கவனம் குறைவாக இருப்பது மனப் பிறழ்வுக்கு ஒரு காரணம் என்று டாக்டர் சொல்லியிருந்தார். திருநெல்வேலிக்காரர். உளவியலில் டாக்டர் பட்டம் பெற்றவர். நல்ல பயிற்சியும் மக்களிடத்தில் நல்ல அறிமுகமும் இருந்தது. மக்கள் மனதில் நம்பிக்கையை விதைப்பதில் குறிப்பாக நம்பகத் தன்மையை விதைப்பதில் மிகுந்த கவனமுள்ளவராக இருந்தார்.

"பிரியாவுக்கு செக்ஸ் உணர்வை தூண்டுவது உங்கள் கையில்தான் இருக்கிறது. உலகில் எல்லா இயக்கமும் ஒன்றை ஒன்று ஈர்ப்பதன் மூலம்தான் இருக்கிறது. சூரியனின் ஈர்ப்பில் பூமி சுற்றுகிறது. சூரிய மண்டலம் என்ற ஒன்றே பால்வீதியின் ஈர்ப்புக்குள்தான் இருக்கிறது. பார்க்கப் போனால்

பிரபஞ்சமே ஈர்ப்பின் வடிவம்தான்.

எறும்புக்கும் தவளைக்கும் ஈக்கும் யானைக்கும் உடலுறவின் தேவையை யார் கற்பிக்கிறார்கள்? பூ மலர்வது போல, மழை பொழிவது போல, காற்றுவீசுவதுபோல காமம் இயற்கையான விஷயம். மனிதர்களுக்கு மட்டும்தான் தயக்கங்கள். அதிலும் இந்தியர்களுக்கு... அதிலும் குறிப்பாக இந்தியப் பெண்களுக்கு. அவர்களில் பலருக்கு உடலுறவின் உச்சநிலை என்பதே என்னவென்று தெரியாது. ஆரம்ப கட்டத்திலேயே எல்லை மீறிப் போய்க் கொண்டிருப்பதாக பயமும் தயக்கமும் குற்ற உணர்வும் ஏற்பட்டு தாபத்தைப் பூட்டிவிடுகிறார்கள். குழந்தைகள் வளர ஆரம்பித்ததும் அதாவது வளர்க்க ஆரம்பித்ததும் கொஞ்ச நஞ்ச ஆசையும் போய்விடுகிறது.

இந்தியப் பெண்களுக்கு செக்ஸ் சுதந்திரம் பெரும்பாலும் இல்லை. அவர்களின் தேவையைக் கேட்டுப் பெறுவதில் நிறைய தடைகள் உள்ளன. எனக்கு இந்த மாதிரி ஆசை இருக்கிறது என்பதை கணவனிடம் வெளிப்படுத்தினால் அது விபரீதத்தில் முடிந்துவிடும். அவளை கரை கண்டவள் என்று கணவன் முடிவுகட்டிவிடுவான். சிலர் அசட்டு தைரியத்துடன் அதையெல்லாம் நிறைவேற்ற கள்ளக் காதலன் தேடுகிறார்கள். கள்ளக்காதலில் சுதந்திரமும் பழியும் அவப் பெயரும் உண்டு. என்ன செய்வாள் இந்தியப் பெண்?

பிரியாவின் ஆசையை நீங்கள்தான் கவனமாகத் தெரிந்து கொள்ள வேண்டும். என்னுடைய கிளைண்ட் ஒருத்திக்கு வாயைப் பயன்படுத்துவதில் ஆர்வம். கணவனுக்கோ மேலே படுத்து சில நிமிடங்களில் காரியத்தை முடித்துவிட்டு தூங்கிவிடுகிற சுபாவம். மனைவி ஒரு தூக்க மாத்திரை மாதிரி. அவளுடைய கோரிக்கையை வைப்பதற்கு அவளும் பல முயற்சிகள் செய்து பார்த்திருக்கிறாள். எல்லாம் ஜாடை மாடையாக. கணவனின் எதிரே வாழைப்பழத்தை உரித்து வாயருகே வைத்துக் கொண்டு பேசுவது, கோன் ஐஸ்கிரீம் வாங்கிச்சுவைப்பது போன்ற தந்திரங்களைப் பயன்படுத்தியிருக்கிறாள். இதுவே அவளுடைய துணிச்சலான முயற்சிதான். அவனுக்கு அது புரியவேயில்லை. தொடர்ச்சியான ஏமாற்றம். மன அழுத்தம். கணவன் அவள் அப்படி ஜாடையாக முயற்சி செய்த நேரத்தில் எல்லாம் தானும் ஒரு வாழைப் பழத்தையோ, ஐஸ்கிரீமையோ வாங்கிச் சாப்பிட்டதோடு சரி.

இதுதான் விஷயம். பெண்களை மகிழ்ச்சியாக வைத்திருப்பது ஒரு கலை.

சிலருக்குக் கடைத் தெருவைச் சுற்றிவிட்டு வருவதுதான் இன்பம். அல்லது அப்படிச் சுற்றிக்காட்டி அழைத்து வந்தால்தான் கிளர்வார்கள். சிலர் சாப்பாட்டுப் பிரியையாக இருப்பார்கள். சுவையான உணவு அவர்களுக்குக் கிளர்ச்சி ஏற்படுத்தும். சிலருக்கு இணக்கமாகப் பேசுவதால் கிளர்வு வரும். நான் சொல்பவை எல்லாம் உதாரணங்கள்தான். இதையே பரீட்சிக்காதீர்கள். அவர்களின் மனதை ஆராயுங்கள்."

அவர் இரண்டு மணி நேரம் பேசியதன் சாராம்சம் இது. அது முதல் நான் பிரியாவின் மனதை ஆராய ஆரம்பித்தேன்.

உதாரணத்துக்கு ஒரு ஹோட்டலுக்குப் போயிருந்தபோது அங்கே சாப்பிட்டுச் செல்பவர்கள் தரும் பில்லை மேஜையிலிருந்த ஒரு கம்பியில் குத்தி வைப்பதைப் பார்த்தேன். அந்தக் காட்சியை வைத்தே அவளைக் கிளர்ச்சிப்படுத்த முயற்சி செய்தேன்.

"இதைப் பார்த்தால் உனக்கு என்ன தோணுது?"

தமிழ்மகன் | 249

அவள் அந்த ஊசியைப் பார்த்துவிட்டு என்னையே பதில் எதிர்பார்க்கும் விதமாகப் பார்த்தாள்.

நான் சொன்னேன். எனக்குச் சிரிப்பு தாளவில்லை. அவளுக்கும் சிரிப்பு வந்துவிட்டது. அவள் மனதைப் படித்துவிட்டது மாதிரிதான் இருந்தது. இரவு அவளை என் மீது சாய்த்துக்கொண்டேன். ஏதோ பேசிக் கொண்டே இருந்தாள். அதே நிலையிலேயே அவளுடைய ஆடையை விலக்க எத்தனித்தபோது, “என்ன பண்றீங்க?” வெளியில் இருக்கும் அப்பா அம்மா காதில் விழுகிற அளவுக்குக் கத்திவிட்டு கீழே இறங்கிவிட்டாள்.

அலுவலக நண்பர்களோடு டூர் போயிருந்தபோது முதுமலை டார்மெட்ரியில் ஒரு இரவு தங்கினோம். எங்கள் ஊட்டி பயணத்தின் ஆரம்பித்தில் இருந்தே எங்கள் பார்வையில் ஒரு பிரெஞ்சுக்காரி தென்பட ஆரம்பித்திருந்தாள். மகேஷ் அவளிடம் பேச்சுக் கொடுத்து அவள் பிரெஞ்சு தேசத்தவள் என்பது வரை புரிந்து வந்து சொன்னான். அவள் தனியாக வந்திருந்தாள். அவளுடன் வந்திருந்த மற்ற சிலர் மைசூருக்குப் போயிருப்பதாகவும் எல்லோரும் ஒருவாரம் கழித்து மதுரையில் சந்தித்துக் கொள்வோம் என்றும் சொன்னாள் என்பதை மகேஷ், அவளிடம் பேசியதிலிருந்து திரட்டினான்.

முதுமலை எலிபண்ட் சபாரியின்போது அங்கே புதிதாக ஒரு பிரிட்டீஷ்காரன் வந்து சேர்ந்தான். அந்த பிரிட்டீஷ்காரனும் இந்த பிரெஞ்சுக்காரியும் பார்த்த மாத்திரத்தில் காதலர்கள் போல பழக ஆரம்பித்துவிட்டார்கள். அவள் வாங்கி வந்திருந்த உணவை அவனுக்குக் கொடுத்தாள். அவன் வாங்கி வந்திருந்ததை அவளுக்கு ஊட்டினான். இவள் காமிராவில் அவனைப் படமெடுத்தாள். அவனும் இவளைப் படம்பிடித்தான். இதுவரைக்கும் ஓ.கே.

இரவு அந்தப் பெண், அந்த பிரிட்டீஷ்காரனின் கட்டிலுக்குப் பாயந்துவிட்டாள். இத்தனைக்கும் ஆண்களும் பெண்களும் சூழ்ந்திருந்தார்கள். அது இருபது பேர் தங்குகிற அறை. அந்தப் பெண் பிரிட்டீஷ்காரனோடு போர்வைக்குள் என்ன செய்கிறாள் என்பதை எல்லாராலும் சுலபமாக யூகிக்க முடிந்தது. அரைமணி நேரத்துக்கு நீடித்தது கட்டில் சத்தம்.

யாராவது போய் கம்ப்ளைண்டு பண்ணுங்கப்பா என்று மகேஷ் முணுமுணுத்தான்.

“பல் இருக்கிறவன் பட்டாணி திங்குறான்.. வுட்றா” யாரோ ஒருத்தன் போர்வைக்குள் இருந்து குரல் கொடுத்தான்.

ஒரு மணி நேரம் கழித்து அந்தப் பெண் ஏதோ முகம் கழுவிக் கொண்டு திரும்பி வந்து படுப்பதுமாதிரி அவளுடைய படுக்கையில்

வந்து படுத்துக் கொண்டாள். அவள் ரஜீனீஸ் சொன்ன பாணியில் செயல்பட்டதை பார்த்தேன்.

எனக்குத் தெரிந்த உத்திகளான தேங்காய் உரிக்கும் கருவிபற்றி பேசுவது, அறுபத்தொன்பது என்ற எண்ணை வரைந்து காட்டுவது, ஐஸ்கரீம் சாப்பிடுவது பற்றிப் பேசுவது என்று சொல்லிப் பார்த்தேன்.

டாக்டர் தன்னிடம் மனப்பிரச்சினைக்காக அழைத்துவரப்பட்டப் பெண்ணைப் பற்றிச் சொன்னாரே, அந்த மனம் பிறழ்ந்த பெண்ணின் நிலையில் நான் ஆதங்கத்தை வெளிப்படுத்துவதாகவும் அவள் புரிந்து கொள்ளாமல் தூங்குவதாகவும் ஆகிப்போனது.

18

பீட்டர் செல்வராஜைப் பார்ப்பதற்கு பிரியாவின் அப்பா என்னுடன் வந்தார். பிரியாவின் மனச் சிதைவுக்குக் காரணங்கள் என்ன என்பதை ஆராய்வதற்கு அவரையும் பார்க்க வேண்டியிருப்பதாக என்னிடம் சொல்லியிருந்ததால் அவரை அழைத்து வந்திருந்தேன்.

மகளிடம் எம்.ஜி.ஆர். பற்றி விவாதித்தவை, விளக்கியவை, புதிராக வியந்தவை எல்லாவற்றையும் கேட்டறிந்தார்.

அவருக்கு எல்லாவற்றையும் நினைவுபடுத்திப் பார்க்க முடியவில்லை. சென்ட்ரலுக்குப் பின்னால் இருந்த ஜூவுக்குப் போனபோது அங்கே எம்.ஜி.ஆர். வளர்த்த சிங்கம் இருந்ததை நினைவுபடுத்திச் சொன்னார். அநந்த சிங்கத்தின் பெயர் ராஜா என்றும் அதுதான் எம்.ஜி.ஆருடன் குலேபகாவலி படத்தில் நடித்தது என்றும் தெரிவித்தார். (அருண் தவறாகச் சொல்கிறான். அது படம் அடிமைப் பெண்.) அந்தச் சிங்கத்தைப் பார்த்தபோது இப்படியான சில தகவல்களைச் சொன்னேன் என்றார்.

இளம் வயதில் எம்.ஜி.ஆர். ரசிகர் மன்றத்தில் இருந்ததால் தன் திருமணத்துக்கு ரசிகர்கள் பலர் எம்.ஜி.ஆர். படத்தைப் போட்ட வாழ்த்து மடல்களை பிரேம்போட்டு கொடுத்தனர் என்றார்.

மீண்டும் யோசனை சிலவற்றைச் சொல்லலாமா என்ற தயக்கமும் மனதில் வடிகட்டும் நோக்கம் உருவாகி விட்டதும் தெரிந்தது. செல்வராஜ் டாக்டர் தயங்காமல்

சொல்லுங்கள் என்றார். நீங்கள் சொல்வது பிரியாவை குணப்படுத்த மிகவும் பயன்படும் என்பதையும் விளக்கினார்.

“எம்.ஜி.ஆரின் சிங்கத்தை ஜூவில் பார்த்தபோது பிரியா, எம்.ஜி.ஆர். இந்த சிங்கத்தை வந்து பார்த்துவிட்டுப் போவாரா என்று கேட்டதாகவும் அதற்குத்தான் அவர் அடிக்கடி வந்து பார்த்துவிட்டுப் போவார்” என்று தெரிவித்தேன்.

தி.நகர். ஆற்காடு சாலையில் உள்ள எம்.ஜி.ஆர். நினைவு இல்லத்துக்குப் போய் பிரியா இப்போது அங்கு பாடம் செய்து வைக்கப்பட்டிருக்கும் சிங்கத்தின் அருகில் நின்று படம் எடுத்துக் கொண்டதாக கூறியபோது பிரியாவின் அப்பாவுக்கு அதிர்ச்சியோ, ஆச்சர்யமோ ஏற்பட்டதைவிட குற்ற உணர்வுதான் அதிகமாக ஏற்பட்டது.

என்னால்தான் அவளுக்கு இப்படி ஆனது என்னால்தான் என்று கலங்கி அழுதார். அவரை நானும் டாக்டரும் தேற்ற வேண்டியிருந்தது. தேற்றுவதைவிட மேற்கொண்டு வேறு ஏதாவது தகவல் கிடைக்குமா என்பதுதான் டாக்டரின் நோக்கம்.

திருமணத்துக்குப் பிறகு தான் ரசிகர் மன்ற வேலைகளில் இருந்து விலகிவிட்டதாகவும் அதன் பிறகு அவருடைய அரசியல் போக்கிலும் ஈடுபாடு குறைந்துவிட்டதாகவும் தெரிவித்தார். திடீரென நினைவு வந்ததாக அவர்கள் வசித்தத் தெருவுக்கு எம்.ஜி.ஆர். தேர்தல் பிரசாரத்துக்கு வந்ததை நினைவுகூர்ந்தார்.

“அண்ணா நகருக்குக் குடி வருவதற்கு முன்பு நாங்கள் ஓட்டேரியில் இருந்தோம். அது ஒரு குறுகலான தெரு. அங்கே ஒரு குப்பம் இருந்தது. அந்தக் குப்பத்து மக்கள் அவர் வரப்போவதை அறிந்து காலையில் இருந்தே காத்திருந்தனர். அவருக்காக சோடா கலர், காளி மார்க் என்று வாங்கி வைத்திருந்தனர். ஆனால் அவர் வருவதற்கு பிற்பகலாகிவிட்டது. என்றாலும் மக்கள் அந்த வெயிலில் அவருக்காக தவம் போல காத்திருந்தனர். அவர்களின் வியர்வையும் கசகசப்பும் அவர்களை நிழலில் போய் உட்கார்ந்து கொள்ளும்படி செய்துவிடவில்லை. எம்.ஜி.ஆரை முதலில் வரவேற்று தாம் வாங்கி வைத்திருக்கும் சோடா கலரை அவருக்குத் தாம்தான் கொடுக்க வேண்டும் என்பதில் எல்லோருக்குள்ளும் போட்டியும் வைராக்கியமும் இருந்தது. அது அவர்கள் வெயிலைப் பொறுத்துக் கொள்ளும் வலிமையை வழங்கியது.

எம்.ஜி.ஆர். வந்தார். திறந்த ஜீப் அது. அதில் அவர் நின்றபடி விரல்களால் இரட்டை இலை சின்னத்தைக் காட்டிக்கொண்டு வந்தார். மக்கள் தெய்வம் நேரில் வந்துவிட்டதுபோல அடித்துப் பிடித்துக் கொண்டு அவரை நோக்கி ஓடினர். நானும் பிரியாவும்

இந்தக் காட்சியை எங்கள் வீட்டு மொட்டை மாடியில் இருந்து பார்த்துக் கொண்டிருந்தோம். பிரியாவுக்கு இந்தக் காட்சி பிரமிப்பாக இருந்தது."

"கடவுளே வந்துட்டா மாதிரி ஜனங்க ஓடுது பாரு" என்று நான் சொன்னது அவளுக்கு எந்த அளவுக்குப் புரிந்திருக்கும் என்று தெரியவில்லை. கடவுள் வந்தால் இப்படித்தான் ஓடிப்போய் பார்க்க வேண்டும் என்பது அப்போதுதான் அவளுடைய மனதில் பதிந்திருக்க வேண்டும். வியந்து போய் அந்தக் காட்சியைப் பார்த்துக் கொண்டிருந்தாள்.

எம்.ஜி.ஆர். எல்லோரின் அன்பையும் பார்த்து பாசத்தோடு சிரித்தார். வணக்கம் சொன்னார். ஒரு பெண்மணி எல்லோரையும் முந்திக் கொண்டு அவர் கையில் இருந்த காளி மார்க்கை அவரிடம் நீட்டினார். அவருடைய அன்பைச் சிலாகிக்கும் விதமாக எம்.ஜி.ஆர். தலையை இட வலமாக அசைத்து பூரித்தபடி அந்த பாட்டிலை வாங்கிக் கொண்டார். உதட்டருகை வைத்து ஒரே ஒரு மிடறு குடித்துவிட்டு அந்த அம்மையாரிடம் திருப்பிக் கொடுத்துவிட்டார். சாட்சாத் கண்ணபெருமாள் லட்டுவை கொஞ்சம் கடித்துவிட்டு வைணவ பக்தனுக்கு அதைத் தந்தால் எப்படி பிரசாதமாகக் கொண்டாடுவானோ அப்படி அந்தப் பெண்மணி திகைப்பும் களிப்புமாக வாங்கிக் கொண்டாள்.

எம்.ஜிஆர். மறக்காம இரட்டை இலைக்கு ஓட்டுப் போடுங்க என்றார். ஐயா நீங்க சொல்லவே வேண்டாம். எங்களுக்கு உங்களை விட்டா வேறு யாரு இருக்காங்க என்று பதிலுக்குக் கேட்டனர். அவர் மாறாத புன்னகையுடன் நன்றி என்றார்.

எம்.ஜி.ஆரின் ஜீப் புறப்பட்டது. அந்தப் பெண்மணி அவர் மிச்சம் தந்த காளிமார்க்கை எடுத்துக் கொண்டு தனிமையான இடம் தேடி ஓடினாள். அந்தக் காளி மார்க்கைக் குடிப்பதற்கு முற்பட்டாள். பலரும் அவள் செய்ய இருந்த காரியத்தைப் பார்த்துவிட்டனர். அந்தக் காளி மார்க்கைப் பிடுங்க முயன்றனர். அவளுடைய புருஷன் அதைப் பிடுங்கிக் குடிப்பதற்கு பெரும் முயற்சி செய்தும் அவனால் அதை வாங்க முடியவில்லை. எனக்கு அந்தத் தெருவில் அனைவரையும் நன்றாகத் தெரியும். அவன் அவளுடைய புருஷன்தான்.

இந்த நேரத்தில் கூடியிருந்த அத்தனை பேருமே எம்.ஜி.ஆர். மிச்சம் வைத்த கலருக்காகப் போராடினர். இதையெல்லாம் பிரியா பார்த்துக் கொண்டிருந்தாள். நான் அவர் மீது மக்களுக்கு இருக்கும் செல்வாக்கை மகளுக்கு உணர்த்தும்விதமாக மட்டுமின்றி நானே உணரும் விதமாகவும் பார்த்துக் கொண்டிருந்தேன்.

எல்லோரும் அந்தக் கலரைக் குடிக்க விரும்பியதால் அந்தக் கலரை ஒரு குடத்தில் ஊற்றி அங்கிருந்த மற்ற எல்லோரும் வாங்கி வைத்திருந்த கலர்களையும் அதில் ஊற்றி நன்றாகக் கலக்கினர். எம்.ஜி.ஆரின் உதடுபட்ட அந்தக் காளிமார்க் பாட்டிலின் விளிம்பை அந்தக் கலர் கலவையில் முக்கி எடுத்தனர். ஆயிற்று இப்போது எல்லோருக்கும் எம்.ஜி.ஆர். மிச்சம் வைத்த கலரை பகிர்ந்து வழங்க முடிந்தது. இந்தக் காட்சியை பிரியா முழுவதுமாகப் பார்த்துக் கொண்டிருந்தாள்' என்று கூறிமுடித்தார் பிரியாவின் அப்பா.

இதை பிரியாவும் சொல்லியிருக்கிறாள். எம்.ஜி.ஆர். லிப்ஸ்டிக் போட்டிருந்ததார் என்று ஒரு சாராரும் அவருடைய உதட்டின் நிறமே அப்படித்தான் என்று ஒரு சாராரும் வெகுகாலத்துக்கு விவாதித்துக் கொண்டிருந்ததைச் சொல்லியிருக்கிறாள்.

பிரியாவின் அப்பா எல்லாவற்றையும் சொல்லி முடித்தபின்பு கண்ணாடியைக் கழற்றி டாக்டரின் டேபிளின் மீது வைத்தது நாடகத் தன்மை கொண்டதாக இருந்தது.

டாக்டர் பீட்டர் செல்வராஜ் அவருடை முகத்தில் புதிதாக எதையோ கண்டுபிடித்துவிட்டதுபோல பார்த்தார்.

பிரியாவின் அப்பா அவசரமாகக் கண்ணாடியை எடுத்து மாட்டிக் கொண்டார்.

டாக்டர் கேட்டார்.. "உங்கள் புருவத்தில் அடர்த்தியாக முடிவளர்ந்திருக்கிறதே?"

"எங்க அப்பா, தாத்தாவுக்கெல்லாம்கூட இப்படித்தான்."

""பிரியாவுக்கு இப்படியிருக்குமா? அவள் கண்ணாடியைக் கழற்றாததால் சரியாக கவனிக்க முடியவில்லை" என்றார் டாக்டர்.

புருவம் கொஞ்சம் அடர்த்தியாத்தான் இருக்கும் என்பதைச் சொல்லிவிட்டு அதில் ஏதாவது தவறு உண்டோ என்று என்னையும் ஒரு தரம் பார்த்தார். உண்மையில் டாக்டர் எதற்காக அதை விசாரித்தார் என்பது புரியாமல் நான் டாக்டரைப் பார்க்க ஆரம்பித்தேன்.

டாக்டர் முகவாயை தடவிக்கொண்டார். குறுந்தாடியை முடிக்கு மேலாக லேசாக சொறிந்துவிட்டார்.

"அருண், உங்களுடைய முதலிரவின்போது பிரியா தனக்கு ஒரு நிழலுருவம் தெரிந்ததாக சொன்னாள் என்று கூறினீர்களே அதற்குக் காரணம் தெரிந்துவிட்டது. புருவத்தில் இருக்கும் முடியில் ஒன்றிரண்டு சற்றே நீளமாக வளர்ந்துவிட்டால், வெளிச்சம் குறைந்த இடத்தில் இப்படியும் அப்படியும் திரும்பும்போது சில நேரங்களில் அந்தக் கண்ணுக்கு நெருக்கமாக இருக்கும் அந்த முடியே ஒரு

உருவம்போல இல்யூஷனை ஏற்படுத்தும். பிரியாவுக்குச் சில நேரங்களில் அப்படி தோன்ற ஆரம்பித்து அது அவர் படித்த கூடுவிட்டு கூடு பாயும் புத்தகம், ஆவியுலக புத்தகம், எம்.ஜி.ஆர். எல்லாவற்றையும் சம்பந்தபடுத்திக் கொண்டுவிட்டது. இது ஒரு யூகம்தான்."

பிரியாவின் அப்பா விசும்பி அழ ஆரம்பித்தார்.

"நான் ஒரு பாவிங்க... கல்யாணத்துக்கு முன்னாடி புருவத்தை சரி பண்ணிக்கிட்டு வர்றதுக்கு பியூட்டி பார்லர் போகட்டுமாப்பான்னு கேட்டா... அதெல்லாம் வேண்டாம்மான்னு சொல்லிட்டேன். அப்படி பண்ணியிருந்தா உருவம் தெரியறதுலாம் இருந்திருக்காதில்ல?"

ஆனால் இந்த விஷயத்தை நாங்கள் பெரியதாக எடுத்துக் கொள்ளவில்லை. மனச் சிக்கல் ஏற்பட்டுவிட்ட பின்பு சாதாரணமாக கொடியில் ஆடும் துணியும்கூட வெவ்வேறு பிரமைகளை எற்படுத்தி விடும். இதில் கண் இமை முடி, புருவ முடி என்றெல்லாம் தனித் தனியாகச் சொல்லிக் கொண்டிருக்க வேண்டியதில்லை என்று விட்டுவிட்டோம்.

பிரியாவுக்கு வெண்புள்ளி இருந்தது எனக்கு முன்பே தெரியாது என்று சொல்லிவிட்டதால் அதை நானும் கிளறுவதில்லை. பிரியாவுக்கு வெண்புள்ளி, புருவமுடி, அவள் வீட்டுப்புத்தகம், அவருடைய அப்பா, பாட்டி என்று பல்வேறு காரணங்கள் அவளுடைய மனதைச் சலனப்படுத்துவதற்கு இருந்தன. அவள் மனதை இடையூறு செய்யும் எல்லாவிதமான சிக்கல்களும் அவளுக்கு முழுமையாக இருந்தன. ஆனால் அவையாவுமே பலரும் சாதாரணமாக எதிர் கொள்ளக்கூடியவைதான். மருத்துவர்களோ டோபமன் அதிகமாக சுரப்பதால் மனச்சிதைவு ஏற்படுகிறது என்கிறார்கள். அது அதிகமாக சுரக்காமல் இருக்க என்ன செய்யலாம் என்பதை பிரசாரம் செய்தால் பலன் விளையும். உடம்புக்கு ஒன்று ஏற்படுவதற்கு முன்னால் உடம்பைப் பற்றி யார் அக்கறையாக இருக்கிறார்கள். மனதுக்குக்கும் இது பொருந்தும்தானே?

இருந்தாலும் அவளுக்கு இச்சை நிறைவின்மையும் இருந்திருக்கக் கூடும் என்று கூடுதலாக ஒரு காரணத்தை டாக்டர் சொல்லியிருக்க வேண்டாம். அதற்காக நான் எடுத்த முயற்சிகளை இப்போது நினைத்தால் அவமானமாக இருந்தது.

19

மூன்றாம் பிறை போல மிகக் குறைந்த நேரமே என் வாழ்வில் காதலுக்கு இடமிருந்தது. அவள் எனக்குத் தந்த மகிழ்ச்சியான தருணங்களைவிட ஏமாற்றங்களின் துக்கங்களின் எடை கூடுதலாக இருந்தது. ஆனாலும் அவளுடைய நினைவு எனக்கு நிழலாக ஆறுதலாக இருந்தது.

பிரியாவின் மனப் போக்கு ஆரம்பத்தில் எரிச்சலை தந்தாலும் காரணம் புரிந்தபிறகு அவள் மீது இரக்கம் ஏற்பட்டது. உடல் ரீதியான பிரிவு, மன ரீதியான பிரிவு இரண்டையும் கடந்தும் அவள்மீது கரிசனத்தை ஏற்படுத்தும் ஏதோ ஒரு அம்சம் இருந்தது. அவள் பரிதாபத்துக்குரிய பெண்ணாக இருந்தாள். இவ்வளவு பேர் இருந்தும் அவளை கைவிட்டுவிட்டோமே என்கிற குற்ற உணர்வாகவும் இருக்கலாம். அவளைப் புரிந்துகொள்ளாமலேயே காலத்தை வீணடித்துவிட்டது பொறுப்பின்மை. அலட்சியம்.

இதை நான் உணர்ந்துதான் அவள் மீது கரிசனம் காட்டினேனா என்று அவ்வளவு உறுதியாகத் தெரியவில்லை. இப்போது இதைச் சொல்லிக் கொண்டிருக்கிற வேளையில் இந்த நியாயத்தை முன் வைத்துக் கொண்டிருக்கிறேன். ரகுவும் இதைச்சிறப்பாகவே எழுதிக்கொண்டு வருகிறான். ரகுவைப் பற்றிச் சொல்ல வேண்டியதில்லை. அவன் சிறப்பாகவே எழுதுவான். என்னுடைய தரத்துக்கு இறங்கி எழுதுவதுதான் அவனுக்குச் சவால்.

இந்தக் கதையில் முடிந்த அளவு உண்மையைச் சொல்லியிருக்கிறேன். நான் சொன்னது உண்மையா என்று யோசிக்கும் வேளையிலேயே அது பொய் கலப்பாகிவிடுகிறது. சந்தேகிக்க வேண்டிய தருணமே

பொய்யின் அடையாளம்தான்.ஆயினும் இது சத்திய சோதனை இல்லை. சத்திய சோதனை எழுதியவருக்கும்கூட இந்த சந்தேகம் இருந்ததைச் சொல்லியிருக்கிறார். அப்பட்டமான உண்மை என்று ஒன்று இல்லை.சசிரேகாவும் நானும் சினிமாவுக்குப் போயிருந்ததைப் பற்றிச் சொல்லியிருந்தேன். அந்த அளவுக்கு வாசகருக்குப் போதும் என்றுதான் தோன்றுகிறது. அங்கு என்ன நடந்தது என்பதைப் பற்றிச் சொல்லவில்லை. அப்படித் தேவையில்லை என்று நான் தவிர்த்து விட்டதைப் பொய்யின் கணக்கில் சேர்க்க வேண்டியதில்லை அல்லவா?

அவளைவிட்டுப் பிரிந்தபின்பும் அதாவது கோர்ட் மூலமாக பிரிவதற்கு முன்னால் இருவீட்டாரும் சம்மதித்துப் பிரிந்ததைச் சொல்கிறேன். அந்தத் தருணங்களிலும் நான் பிரியாவைப் போய் பார்த்துவிட்டு வந்தேன். ரகுதான் சொன்னான். பிரிந்துவிடுவதுதான் பிரியாவுக்கும் உனக்கும் நல்லது என்று. இந்த மாதிரி ஒரு நிலைமையில் கை கழுவிவிடுவது சரியா என்ற தயக்கம் எனக்கு அதிகமாக இருந்தது.

அப்பாவுக்கும் அம்மாவுக்கும் வம்சம் தழைக்க இந்தத் தருணத்தையும் விட்டுவிட்டால் அவ்வளவுதான் என்ற கவலை. வேறு ஒரு கல்யாணம் செய்துவைக்க விரும்பினார்கள். திருமணம் என்பது கசப்பான வடுவாக மாறிவிட்டிருந்தது. வம்சம் தழைப்பது அவ்வளவு முக்கியமாகவும் தோன்றவில்லை.

எரிச்சலான தருணம் ஒன்றில் அம்மா என் திருமணத்தை வலியுறுத்திக் கொண்டிருந்தார்கள். நிதானமான குரலில் முதலில் என் மறுப்பைச் சொன்னேன். விளையாட்டாகப் பேசித் திசை திருப்பினேன். அம்மா கேட்பதாக இல்லை. குலம் விளங்க வேண்டும் என்றார்கள். என்ன பொல்லாத குலம்? இப்படி ஒரு குலம் தழைத்து என்ன செய்யப் போகிறது? இரண்டு தலைமுறைக்கு முன்னால் இந்தக் குலத்தில் யார் இருந்தார்கள், என்ன செய்து கொண்டிருந்தார்கள். யார் வயிற்றில் அடித்தார்கள், எப்படி பிழைத்தார்கள் எதுவும் தெரியாது. அப்புறம் என்ன வேண்டிக்கிடக்கிறது குலம்?

மூளை வேகமாக அம்மாவின் கருத்துக்கு எதிர் கருத்துகளைத் திரட்டிக் கொண்டிருந்தது. அவரோ அழுது என்னைக் கட்டாயப் படுத்தி விடலாம் என்று நினைத்தார். கண்ணைக் கசக்கியபடி பேசிக்கொண்டிருந்தார்.

நான் நிதானமாகச் சொன்னேன்.. "அம்மா குலம் தழைக்க வேண்டும் என்று விரும்பினால் அக்காவை வேறு ஒரு கல்யாணம் செய்து கொள்ளச் சொல். என்னை இனி நம்பாதே.."

அம்மா டமார் என்று கதவை அறைந்து சாத்திவிட்டு அந்த இடத்தைவிட்டுப் போய்விட்டேன்.

20

எங்கள் குடும்பத்தின் ஒட்டு மொத்த கோபமும் பிரியாவுக்கு எதிராக இருந்தது.

அவர்கள் யாரும் பிரியாவின் மன நிலையை உணராத வர்களாக இருந்தார்கள். நான் உணர்ந்திருந்திருந்தும் செயலற்றவனாக இருந்தேன். பிரியாவின் மூலமாக வாழ்வின் இரண்டு பார்க்கக் கூடாத இடங்களைப் பார்த்துவிட்டேன். ஒன்று மன நோய் மருத்துவமனை. இன்னொன்று குடும்ப நீதிமன்றம்.

தான்யாரென்றேதெரியாமல்ஆளுக்கொரு அங்கியை மாட்டிக்கொண்டு நகர்ந்து கொண்டிருந்த மருத்துவ மனையின் நோயாளிகள் என்னை உலுக்கி எடுத்து விட்டனர். உலகில் ஆசை, பேராசை, நிராசை என்று மனிதர்கள் அத்தனை பேரின் உள்ளும் கிடந்து இயக்கும் இந்த மூன்றும் இழந்தவர்களை அங்கு பார்த்தேன்.

கோரிக்கைகள் இல்லாத, நோக்கங்கள் இல்லாத அவர்கள் செயல்பாடுகள் வரமா, சாபமா என்று கணிக்க முடியவில்லை. அவர்கள் கோரிக்கை இல்லாதவர்களாக இருந்தாலும் அவர்களுக்கே தெரியாமல் அவர்களுக்கான தேவைகள் இருந்தன. அந்தத் தேவையை அறிந்து செயல்படும் செவிலியர்கள், மருத்துவர்களைப் பார்த்தேன். உலகில் எத்தகைய சேவைக்கும் முன்னே நிற்கும் ஒரு சேவையாக அது தோன்றியது. ஆங்கோர் ஏழைக்கு எழுத்தறிவித்தல், தானத்தில் சிறந்தது கண்தானம், கைவிடப்பட்ட முதியோர்களை அனாதைக் குழந்தைகளை

தத்தெடுப்பது என்று நிறைய சேவைகள் உண்டு. இது எல்லாம் எதிராளிகளின் தேவை அறிந்து செய்யப்படுவது. கேட்டால் செய்கிற உதவிதான் தெரியும். தனக்கு இது வேண்டும் என்று கேட்கவும் தெரியாவர்கள் இவர்கள். குழந்தைகளுக்கும் கீழே நிற்பவர்கள் அவர்கள். கேட்காமலேயே தினம் தினம் அவர்களுக்கு உதவிக் கொண்டிருக்கிறார்கள். சாப்பிட வேண்டும், அடிபட்டு ரத்தம் கசிந்து கொண்டிருக்கிறது என்பதெல்லாம் அறியாவர்களை அங்கே பார்த்தேன். அவர்கள் பார்வையே ஒருவித கலக்கத்தை ஏற்படுத்தியது. உலக இயக்கத்தை உணர்ந்தேதான் அப்படி அமைதி காத்துக்கொண்டிருப்பது போல இருந்தது அந்தப் பார்வை. நன்றாய் இருப்பதாகக் கூறிக் கொண்டிருப்பவர்களின் அத்தனை அலட்டலையும் அலட்சியப்படுத்திப் பார்க்கிற பார்வையாக இருந்தது அது.

குடும்பத்தில் நிம்மதியில்லை என்பார் ஒருமுறை குடும்ப நீதி மன்றத்தின் பக்கம் போய் வந்தால் நாம் எவ்வளவு நிம்மதியாக இருக்கிறோம் என்பதை அறியமுடியும்.

இது ஏதோ செருப்பில்லாதவன் காலே இல்லாதவனைப் பார்த்து ஆறுதல் அடைகிற சித்தாந்தம் இல்லை. ஒரு உண்மை, ஒரு நியாயம்.

பிஞ்சுக் குழந்தைகளைத் தோள் மீது போட்டுக்கொண்டு குடிகாரக் கணவனிடம் விவாகரத்துக் கேட்டுக் கொண்டிருக்கும் பெண், மனைவி மீது சந்தேகம் என்று பிரிந்து வாழ விரும்பும் கணவன், வேறு பெண்ணை வைத்திருக்கிறான் என்று பிரிய விரும்பும் மனைவி, அவர்களுக்கெல்லாம் கூட வந்திருக்கும் அவர்களின் பெற்றோர்கள்... ஒவ்வொன்றும் ஒரு சோகச் சித்திரம். பிரிய விரும்பும் இரண்டு பேரின் பரிதாபம் ஒரு பக்கம் என்றால் அந்தப் பாவத்தின் சம்பந்தமில்லாத தண்டனையாளர்களாகக் குழந்தைகள். அவர்களின் எதிர்காலம் என்ன ஆகும்? அவர்கள் உணவு, படிப்பு, வாழ்க்கை உத்திரவாதம், திருமணம், வேலை வாய்ப்பு எல்லாமும் ஒரு நொடியில் அச்சுறுத்தின. எல்லாவிதமான பாதுகாப்புகளும் நிறைந்தவர்களே சடுதியில் தடுமாறி நிலைகுலைந்து போகிறார்கள். இவர்களுக்கான நிச்சயம் என்ன? அப்படி ஒன்று அவசியம் என்பதையும் அறியாதவர்களாக இருக்கிறார்களே?

இந்த இரண்டு இடங்களும் என் சொந்த அனுபவத்தில் வலி நிரம்பிய ஓலங்களால் ஆனவையாக இருந்தன.

எங்கள் பிரிவினை மனு சுலபமாக முடிந்துவிட்டது. மனநிலை பாதிக்கப்பட்டவள். ஆபத்து நிறைந்தவள். இனிமே மனச் சிதைவு நிலையத்தில் வைத்துப் பராமரிக்கப்பட வேண்டியவள் போன்ற காரணங்கள் போதுமானவையாக இருந்தன. அக்காவும், அம்மாவும்

விசாரிக்கப்பட்டபோது சற்றே மிகைப்படுத்தி அச்சுறுத்தினர். பிரியாவின் அம்மாவும் அப்பாவும்கூட இந்தப் பிரிவை ஏற்றுக் கொள்வதுதான் இரண்டு குடும்பத்தினருக்கும் ஏற்றது என்ற விதத்திலேயே வாதத்தை வைத்தனர். பிரிந்துபோவதற்கான ஆணையை வழங்குவதாகச் சொல்லியிருந்தார்கள்.

அதற்காக இரு தரப்பினருமே கோர்ட்டுக்கு வந்திருந்தோம்.

கோர்ட் சம்பிரதாயங்கள் முடிந்து எங்களை நோக்கி வந்தனர்.

பிரியாவின் பெற்றோர் என்னை கையெடுத்துக் கும்பிட்டது பெரும் வலியை ஏற்படுத்தியது. அப்பா, அம்மாவின் கையைப் பிடித்துக் கொண்டு உங்களுக்கு ரொம்ப சிரமம் கொடுத்துட்டோம் என்றனர். அதற்குள் கூட்டத்தில் ஒரு பக்கம் நகர்ந்து செல்ல ஆரம்பித்துவிட்ட பிரியாவை நோக்கி, உஷா, “அக்கா அக்கா” என்று ஓடினாள்.

“ஹாஸ்பிடல்லதான் கொண்டு போய் விடறதா இருக்கோம்.” எங்களுக்குத் தேவையில்லாத தகவலைச் சொல்லிவிட்டது மாதிரி சுதாரித்தார். தான் எதுவும் சொல்லவே இல்லைபோல தலையை மட்டும் இரண்டு முறை ஆட்டிவிட்டுக் காரை நோக்கிப் போனார். அதற்குள் உஷா அவளை இழுத்துக் கொண்டு வந்து சேர்ந்தாள். பிரியாவுக்கு இடப்புறம் உஷாவும் வலப்புறம் அவளுடைய அம்மாவும் உட்கார்ந்து கொண்டனர். பிரியாவின் அப்பா முன் சீட்டில்.

இறுதியாக ஒரு முறை பிரியாவை நோக்கி கையசைத்தேன். அவளுடைய வெறித்த பார்வையில் கண்ணீர் திரண்டிருந்த மாதிரி இருந்தது. நடப்பது என்னவென்று ஒருவேளை அவளுக்குப் புரிகிறதோ என்ற அதிர்ச்சி மூளைக்குள் சம்மட்டியாக இறங்கியது. மீண்டும் அவள் கண்களைப் பார்த்துவிடத் துடித்தேன். கார் நகர ஆரம்பித்துவிட்டது.

(முற்றும் என்பதற்கு முன்... ஒரு முன்னுரை)

முன்னுரை தொடர்ச்சி....

ஒரு கதையை அதனுடைய முடிவை முதல் அத்தியாயத்திலேயே சொல்லிவிட்டு அதன் பிறகு இருபது அத்தியாயங்களுக்கு இழுத்துக் கொண்டு போவதில் என்ன பயன்? இதையெல்லாம் நான் செய்யவே மாட்டேன்.

72 ஆம் ஆண்டு கட்சியைவிட்டுப் பிரிந்து தனிக் கட்சி ஆரம்பித்தபோது எம்.ஜி.ஆருக்கு பெரிய பொருளாதார நெருக்கடி. அவர் பணத்துக்காகப் பலரிடமும் உதவி கேட்டார்.

இது பிரியா மூலமாக எம்.ஜி.ஆர். சொல்லியிருந்த தகவல். அவர் எல்லாருக்கும் பணம் கொடுத்ததுதான் தெரியும். வேட்டைக்காரன் புதூர் முத்துமாணிக்கம், கே.ஆர்.விஜயாவின் கணவர் வேலாயுதம் நாயர் போன்ற பலர் அவருடைய புதுக்கட்சிக்கு உதவியிருக்கிறார்கள்.

அம்பாசடர் பல்லவா ஓட்டல்தான் எல்லோருக்கும் தெரியும். அதற்கு முன்னர் அந்த ஓட்டலின் பெயர் சுதர்சன். அந்த ஹோட்டலில்தான் வேலாயுதம் நாயர் பெரும்பாலும் இருப்பார். அங்கு நாயரைச் சந்திக்க வந்தார் எம்.ஜி.ஆர். பிரியா சொன்னதற்கு என்ன ஆதாரம் என்று தெரியவில்லை. சுதர்சன் ஹோட்டலில் வேலைபார்த்த ஒருவரின் தம்பி மகன் பிரியா வேலை பார்த்த நிறுவனத்தில் பியூனாக இருந்தார். அவர்தான் அந்தத் தகவலைச் சொன்னார்.

ஒவ்வொரு தகவலும் நான்கு காதுகளைக் கடந்து வந்ததும் அது வேறு தகவலாக மாறிவிடுவதுண்டு. அப்படியே எதிர் கருத்தாகவும் மாறிவிடும். பிரியாவுக்குக் கிடைத்தது எத்தனையாவது காதுகளைக்

கடந்து வந்ததோ? தகவல்களை உயர்வு நவிற்சியாகவும் மிகையாவும் ஏற்றியோ, இறக்கியோ சொல்லுவது மனிதப் பண்பு. அதில்தான் கலையும் கதையும் ஒளிந்திருக்கிறது. பதினாயிரம் யானை பலம் கொண்டவன் பீமன் என்றால் அதில் இருக்கிற மிகைதான் வியாசனின் பலம். பிரியாவுக்கு எம்.ஜி.ஆர். சம்பவங்களைக் கடத்தியவர்களிடமும் வியாசன் இருந்திருக்கக் கூடும். கதைகளில் இருக்கும் மிகையை இனம் கண்டு ரசிப்பவன்தான் உண்மையான வாசகன். படைப்பாளிக்கும் வாசகனுக்கும் நடக்கும் இடையறாத விளையாட்டு இது.

டாக்டர் பிரமிளா, அந்த மனச்சிதைவு மையத்துக்கு வந்த சில நாட்களுக்குள் பிரியாவைச் சந்தித்தபோது, அவள் தான்தான் எம்.ஜி.ஆர். என்பதாக அறிமுகப்படுத்திக் கொண்டாள். பிரமிளாவுக்குப் பிரியா மீது தனி கவனம் ஏற்படுவதற்கும்கூட அதுதான் காரணமாக இருந்தது. பேய் என்றால் ஏதோ முனியாண்டி பிடித்துக் கொண்டது, காத்துக் கருப்புப் புகுந்துவிட்டது என்றுதான் மக்கள் சொல்லுவார்கள். பிரியாவுக்கு எம்.ஜி.ஆர் பிடித்துக்கொண்டது வினோதமாக இருந்தது. ஆனால் பிரியாவுக்குப் பிடித்திருந்த பேய்(?) சில நம்பகத் தன்மையைத் தொடர்ச்சியாக உருவாக்கிக் கொண்டேயிருந்தது.

பிரமிளாவிடம் பிரியா சொன்னது முக்கியமானது. எம்.ஜி.ஆருக்குக் கட்சி நடத்த பணம் தேவைப்பட்டது. அதற்காக அவர் பலரிடம் கடன் வாங்கினார். அதைப் பிறகு ஒன்றுக்கு பத்தாகத் திருப்பித்தந்தார்.

இதை முன்னும் பின்னுமாக அவள் சொன்னாலும் பிரமிளாவால் அதைப் புரிந்துகொள்ள முடிந்தது. வெறித்த பார்வையோடு ஜன்னலைப் பார்த்து பிரியா முணகிக்கொண்டே இருந்தாள். இருபத்தி நான்கு மணிநேர செய்திச் சானல் மாதிரி அதில் சொன்னதே திரும்பத் திரும்ப வந்துகொண்டிருந்தது. அதில் புதுப்பிக்கப்பட்ட செய்திகள் குறைவாகவே இருந்தன.

வேட்டைக்காரன் புதூர் முத்துமாணிக்க கவுண்டரிடம் உதவி கேட்டதும்கூட அதே போல சுவாரஸ்யமான நம்பகத் தன்மையோடு இருந்தது.

அவர் எங்கள் வீட்டுக்கு ஒரு தரம் வந்து சாப்பிட வேண்டும் அப்போதுதான் பணம் தருவேன் என்றார் கவுண்டர்.

எம்.ஜி.ஆர். சம்மதித்தார். ஆனால் அவரும் ஒரு நிபந்தனை போட்டார். நான் வருவது யாருக்கும் தெரியக்கூடாது. உங்கள் வீட்டில் வேலைக்காரர்களுக்கும் தெரியக்கூடாது. இதுதான் அவர் போட்ட கண்டீஷன்.

கவுண்டர் சம்மதித்தார்.

கோயமுத்தூரில் அவருடைய வீட்டுக்கு இரவு வந்தார் எம்.ஜி.ஆர். யாருமில்லை. பரிமாறியது எல்லாம் கவுண்டர் வீட்டு ஆசாமிகள்தான். இதுவும் பிரியா உருவில் எம்.ஜி.ஆர் சொன்னதாக பிரமிளா எழுதி வைத்திருந்ததுதான். முதல்வரானதும் ஒரு தரம் எம்.ஜிஆர். ஒரு விஷயம் கேள்விப்பட்டார். அவர் கட்சி ஆரம்பித்த நாளில் இருந்து அவருக்காகப் பாடுபட்ட ஒருத்தன் இப்போது வறுமையில் வாடிக் கொண்டிருக்கிறான். ஏதோ குடிசை வீட்டில் நோய்வாய்ப்பட்டுப் படுத்திருக்கிறான் என்ற செய்தி அது.

கல்யாணம் செய்து கொள்ளாமல் தன் பங்காக வந்த வீட்டையும் விற்று கட்சிக்காகவே செலவிட்டவன் அவன் என்பதை அறிந்ததும் எம்.ஜிஆர். உடனே புறப்பட்டார். வேலூரில் அந்தக் குப்பத்தில் எம்.ஜி.ஆரின் கார் நுழைந்தபோது மணி மாலை நான்கு. குறுகலான சந்து. பையன்கள் சிலர் தெருவில் விளையாடிக் கொண்டிருந்தனர். பெண்கள் சிலர் தெருவிலேயே உட்கார்ந்து முறத்தால் எதையோ புடைத்துக் கொண்டிருந்தனர்.

அவன் வீட்டை காருக்குள் அவனைத் தெரிந்த யாரோ அடையாளம் காட்டுகிறார்கள்.

எம்.ஜி.ஆர். காரை விட்டு இறங்கி அந்தக் குடிசைக்குள் குனிந்து நுழைகிறார். கட்டிலில் இறுமிக் கொண்டு படுத்துக் கிடந்த அவன் திடுக்கிட்டு எழுந்திருக்கிறான். அவனுக்கு ஆச்சர்யம் தாளவில்லை. தெய்வம் நேரில் வந்துவிட்டால் மக்கள் எப்படி நடந்து கொள்வார்கள் என்று இதுவரை யாரும் பார்த்ததில்லை. ஒருவேளை அவன் நடந்துகொண்டது மாதிரி நடந்து கொள்ளக்கூடும்.

ஆவேசமும் கண்கள் விரியவும் அவன் படுக்கையில் இருந்து எழுந்து வந்தான். எம்.ஜி.ஆரின் அருகில் வந்து நின்றான். அவரை இரண்டு தரம் சுற்றி வந்து பார்த்தான். அவனுக்கு வந்திருப்பது எம். ஜி.ஆர்.தான் என்பது உறுதியாகத் தெரிந்தது. அவரைக் கும்பிட்டபடி அவர் எதிரில் அமைதியாக நின்றான். அவன் கண்களில் தாரை தாரையாகக் கண்ணீர் ஓடிக் கொண்டிருந்தது.

“நீங்க வருவீங்கன்னு எனக்குத் தெரியும்” என்பதை அவனால் அத்தனைச் சுத்தமாக சொல்ல முடியவில்லை. இடையே தேம்பியதால் சில எழுத்துகள் மறைந்துவிட்டன.

எம்.ஜி.ஆர். அவனுடைய ஆனந்தத்தை அமைதியாகப் பார்த்துக் கொண்டிருந்தார். அவருடைய புன்னகை மாறாமல் இருந்தது. அவனுடைய எல்லா நடவடிக்கையையும் ரசிக்கும் புன்னகை அது.

எம்.ஜி.ஆருடன் வந்திருந்தவர்கள் அத்தனை பேரும் பேச்சிழந்து அதைப் பார்த்துக் கொண்டிருந்தனர்.

"உனக்கு என்ன வேணும் கேள்" என்றார் எம்.ஜி.ஆர். எதிராளியின் அன்பில் திக்கு முக்காடிப் போகும் உணர்ச்சிகரமான தருணத்தில் அவர் அப்படி கேட்பார். முதலமைச்சர் பதவி வேண்டும் என்று கேட்டாலும் உடனே அதை அவன் பெயருக்கு மாற்றித் தந்துவிடக்கூடிய பெருமையான கேள்வி அது. செய்த தருமம் தலைகாக்கும் தக்க சமயத்தில் உயிர்காக்கும்...

அளவோடு ரசிப்பவன், எதையும் அளவின்றிக் கொடுப்பவன் என்று புகழப் பெற்ற அவரால் முதலமைச்சர் பதவியையும்கூட தானமாகத் தந்துவிட முடியும் என்பதை அவரோடு நெருங்கிப் பழகிய சிலர் அவர் இறந்த பத்தாண்டுகள் கழித்துப் பெருமையாகச் சொல்லிக் கொண்டிருந்தார்கள்.

அவன் கேட்டான்: "உங்களைக் கட்டிப் புடிச்சுக்கட்டுமா?"

அவர் இரண்டு கைகளையும் அகல விரித்து அவன் கட்டிப் பிடித்துக்கொள்வதற்கு ஆயத்தமாக நின்றார். அவன் அவரைக் கட்டிப் பிடித்துக்கொண்டான். அவரைக் கீழே சாய்த்துவிடும் அளவுக்கு ஆவேமாக அவரைப் பிடித்து முறுக்கினான்.

சுற்றியிருந்தவர்கள் பதறினார்கள். அவனைக் கட்டுப்படுத்த நினைத்தார்கள். எம்.ஜி.ஆர். ஒரு விரலசைவில் அனைவரையும் அமைதியாக இருக்கச் சொல்லிவிட்டார்.

அவனோ கொஞ்ச நேரம் எம்.ஜிஆரைக் கட்டிப் பிடித்து முறுக்கிப் பார்த்துவிட்டு, அது போதாமல், அவரை அப்படியே இடுப்பைப் பிடித்துத் தூக்கினான். எம்.ஜி.ஆரைத் தூக்கிவிடும் அளவுக்கு அவனுக்கு பலம் இல்லை. ஆனாலும் அவன் தூக்கிவிட்டான். அது மனோபலம். சிறிது நேரம் கழித்துக் கீழே இறக்கிவிட்டான். அவனுக்கு எம்.ஜி.ஆரின் பெருமையும் பதவியும் தெரியும். இவ்வளவு நேரம் தன்னுடன் அவர் இருந்த நேரத்தின் மகத்துவமும் அவனுக்குத் தெரியும்.

மெதுவாக அவரைவிட்டு இரண்டடி விலகி நின்று... "நீங்க கிளம்புங்க" என்றான். எம்.ஜி.ஆர் அவனுடைய தோளில் தட்டிவிட்டு விடைபெற்றார். கார் கிளம்பிய சிறிது நேரத்தில் எம்.ஜி.ஆர். "அவன் கட்சிக்காக விற்றுவிட்ட வீடு யாரிடம் இருந்தாலும் எவ்வளவு விலையென்றாலும் நாளை இவன் பெயருக்கு மாற்றப்பட வேண்டும்" காரில் தனக்கு அவன் வீட்டை வழிகாட்டிய நபரிடம் சொன்னார். மறுநாளே அந்த வீடு அவன் பெயருக்கு மாற்றப்பட்டது.

...இந்தக் காட்சி நாடகத் தன்மை வாய்ந்ததாக இருந்தாலும் இதைப் பிரியா ஆதாரங்களோடு சொல்லியிருந்தாள்.

ஆனால் இந்த விவரங்கள் நூலில் இடம்பெறவில்லை. அழிக்கப் பட்டிருக்கின்றன. இத்தனை சுவையான ஒரு நிகழ்ச்சியை அழிக்க

தமிழ்மகன் | 265

வேண்டிய அவசியம் என்ன? கதையைத் திருத்திய யாரோ பச்சை மையால் அந்தப் பகுதிகளை அகற்றியிருந்தனர். கதையில் பிரியாவின் கூற்றுப்படி நான் எம்.ஜி.ஆருக்கு விரோதமாகச் சிந்திப்பவனாக இருந்தாலுமே இந்தக் காட்சியை நான் எழுதிய கதையாக இருந்தால் நீக்கியிருக்க மாட்டேன். வேலூரில் இருந்த எம்.ஜி.ஆர். திரும்பிக் கொண்டிருந்தபோதுதான் அந்த விபத்து நடந்தது. எம்.ஜி.ஆர். காரின் மீது ஒருவன் கல்லெறிந்தான்.

அவரைக் குறிபார்த்து எறியப்பட்டக் கல்.

தனக்கு விசுவாசமான உயிரையும் தரக்கூடிய தொண்டனைப் பார்த்துவிட்டுத் திரும்பிக் கொண்டிருந்தவர் கொஞ்சம் நெகிழ்ச்சியான மனநிலையில் இருந்தார். அவருடைய மனநிலையை உணர்ந்தவர்போல காரை மெதுவாகச் செலுத்திக் கொண்டிருந்தார் காரோட்டி. அந்த நிதானமான சூழ்நிலையைத்தான் தனக்குச் சாதகமாகப் பயன்படுத்திக் கொண்டான் எதிரி. எதிர்க்கட்சிக்காரன். அல்லது முன்னாள் கட்சியின் தொண்டன்.

காஞ்சிபுரம் தாண்டி வேடலுக்கு முன்பு அவன் சற்றும் எதிர்பாராத விதமாக அவன் கல் எறிந்தான். காருக்கு முன்னால் ஒரு மாட்டு வண்டி போய்க் கொண்டிருந்தது. குறுகலான சாலை. எதிர்புறத்தில் தொடர்ந்து வாகனங்கள் வந்து கொண்டிருந்ததால் மாட்டு வண்டியை கடந்து முன்னோக்கிச் செல்ல முடியவில்லை. அப்போதுதான் சாலை ஓரத்தில் இருந்து அவன் அங்கிருந்த கல்லை எடுத்துக் காரின் மீது எறிந்தான்.

அவன் தனி ஆள். சாதாரணமானவன். கல் காரின் பின் பகுதியில் டொக் என்ற சப்தத்துடன் விழுந்தது. காரோட்டி வேகமாக காரை ஓட்டிச் சென்றுவிட நினைத்தான். எம்.ஜி.ஆர். சுதாரித்துவிட்டார். காரை நிறுத்தும்படி சொன்னார். கார் நிற்கும் என்று அவன் எதிர்பார்க்கவில்லை. அவன் முகம் வெளிறிவிட்டது. எம்.ஜி.ஆர். காரில் இருந்து இறங்கினார். அது அந்திப் பொழுது. சாலையில் யாருமில்லை. முன்னாடி சென்று கொண்டிருந்த மாட்டுவண்டிக்காரனுக்கும் இந்த சம்பவம் எதுவும் தெரியாது.

அவன் ஓடப் பார்த்தான். ஆனால் எம்.ஜி.ஆரை இவ்வளவு நெருக்கத்தில் பார்த்தது அவனுக்கு ஆச்சர்யமாக இருந்தது. பிரமித்து நின்று கொண்டிருந்தான். எம்.ஜி.ஆருடன் காரில் வந்தவர்கள் காரில் இருந்து இறங்க எத்தனித்தார்கள். விரலைச் சற்றே உயர்த்தியதால் அவர்கள் காருக்குள்ளேயே உட்கார்ந்திருந்துவிட்டனர். அவர், அவனை நெருங்கினார். அவன் தோளைத் தொட்டார்.

“எம் மேல என்ன கோபம்?” என்றார். அவனுக்கு அவர் மீது என்ன கோபம் என்பது மறந்து போயிருந்தது. அவன் யார்

என்பதும்கூட நினைவில்லை. இந்தா செலவுக்கு வெச்சுக்க என்று அவன் பாக்கெட்டில் நூறு ரூபாய் தாளை வைத்தார். அவனுக்கு மறுக்கவும் தெரியவில்லை. ஏற்றுக்கொள்ளவும் தெரியவில்லை. அவனைப் பார்த்து புன்னகைத்துவிட்டு மீண்டும் நிதானமாக வந்து காரில் ஏறிக்கொண்டார்.

பிரியா இந்த விஷயத்தைச் சொல்லிவிட்டு அதன் பிறகு இரு தரப்பு சந்தேகங்களை வைத்திருந்தாள்.

எம்..ஜி.ஆரை நோக்கி கல் எறிந்த அந்த மனிதன். மறுநாளில் இருந்து அந்த ஊரில் இல்லை என்றார்கள். அவன் என்ன ஆனான், எங்கு போனான் என்பது பற்றி யாருக்கும் தெரியவில்லை என்றார்கள். இது எம்.ஜி.ஆர். பாணி. அவர் மனதில் வஞ்சம் வைத்துவிட்டால் யானை மாதிரிதான். எத்தனை நாளானாலும் பழி தீர்க்காமல் விடமாட்டார்.

கண்ணதாசன் எழுதிய எம்.ஜி.ஆரின் உள்ளும் புறமும் நூலில் எம்.ஜி.ஆர். யாரையெல்லாம் பழிவாங்கினார் என்று எழுதியிருப்பார். அறுபது வயது மனிதர் பதினாறு வயது பெண்ணைத் தனக்கு ஜோடியாகப் போட்டுக் கொண்டார். ‘மேக்அப் ரூமிலிருந்து மேடைக்கு வந்தவர்’ என்றெல்லாம் கண்ணதாசன் எழுதினார். கண்ணதாசனை எம்.ஜி.ஆர். பழிவாங்கவில்லையே. ஆட்சிக்கு வந்ததும் அரசவைக் கவிஞராக்கிப் பார்த்தாரே?

அவரைக் கிண்டலடித்து எழுதிய, பேசியயாரையும் இவர் கிண்டலடித்துப் பேசவோ, எழுதவோ இல்லையே..

பிரியாவின் இரண்டாவது வாதமே அதுதான். கல் எறிந்த அந்த ஆள் அதன் பிறகும் சகஜமாக தன் கட்சிக்கு விசுவாசமாகவே தொண்டாற்றினார் என்பதுதான். அவரை யாரும் தடுக்கவில்லை. அவர் எப்போதும்போல இருந்தார் என்ற இந்த இரண்டாவது வாதத்தைப் பிரியா ஏற்றுக் கொண்டதாகத் தெரிகிறது.

அப்படியானால் எம்.ஜி.ஆர். மீது கல் எறிந்த அவன் வேடல் கிராமத்துச் சுற்று வட்டாரத்தில் எங்கோ இப்போதும் இருக்கிறான். அவனைச் சந்தித்துத் தீர்த்துக்கட்டிவிட வேண்டும் என்பது பிரியாவின் மனதில் ஒரு வார்த்தையாக வளர்ந்து கொண்டிருந்தது. அந்த ஊரில் எம்.ஜி.ஆர். முதல்வராக இருந்த காலத்தில் தி.மு.க தொண்டர்கள் பட்டியல் தேவையாக இருந்தது.

அவள் துணிச்சலாக ஒரு காரியம் செய்தாள். அண்ணா அறிவாலயத்துக்குச் சென்றாள். அங்கே... இப்படி ஒரு அத்தியாயம் பிரியா சொன்னதாக பிரமிளா எழுதியதில் இருந்தது. இது அறைகுறையாய் இருந்தது. முடிக்கப் பெறவில்லை. பிரியா சொன்னது இப்படி முற்றுப் பெறாமல் இருக்கிறதே என நினைத்தேன். ஆனால்

பிரியாவின் பாதுகாப்பு கருதி அந்தப் பகுதிகள் நீக்கப்பட்டிருப்பதை இப்போது இந்த நூலைப் படிக்கும்போது அறியமுடிகிறது.

அம்மா, அரை பக்கெட் நீரில் சில சொட்டு நீலத்தைக் கலந்து வெள்ளைத் துணிகளை முக்கி எடுத்துப் பிழிந்து போடுவார். அரை பக்கெட் நீர் சில சொட்டுகள் கலந்ததும் நீலமாக மாறிவிடுவது ஆச்சர்யமாக இருக்கும். இந்த உண்மைக் கதையில் சில சொட்டு கற்பனை கலந்து முழு கதையையுமே வேறு நிறத்துக்கு மாற்றிவிட்டது தெரிகிறது. எழுதியது யாராக இருந்தாலும் என் பாராட்டுகளைத் தெரிவித்துக் கொள்கிறேன்.

நாவலில் பிரியா சொல்வதாக பிரமிளா எழுதியதில் இப்படி சில பத்திகள் வருகின்றன...

"டாக்டர் பிரமிளா ஒவ்வொரு முறை நான் சொல்லும் விவரங்களையும் தனித்தனியாகக் குறித்துக் கொள்கிறார். ஆனால் எந்தச் சம்பவம் எதற்கு முன்னால் அல்லது எதற்குப் பின்னால் நடந்தது என்பதில் நான் சொல்லும் அடுக்கில் அவருக்கு சில சந்தேகம் இருந்து கொண்டே இருந்தது. அவர் எல்லாவற்றையும் முறைப்படுத்தி எழுதுவதில் கடும் அவதிக்குள்ளானார்.

உதாரணமாக, 'நான் நகிரி பேயோட்டியைச் சந்தித்துவிட்டு வந்தபிறகுதான் ரகு, அர்ஜன்டீனா பிரிசிடென்ட் பரான் பற்றி பேசினானா' என்று கேட்டார். அவர் அப்படிக் கேட்டதும் இல்லை பேயோட்டியைச் சந்தித்துவிட்டு வந்தபிறகுதான் என்று கூறினேன். ஆனால் அதற்கு முன்னர் அர்ஜென்டீனா ஜனாதிபதி பற்றி பேசிய பிறகுதான் மந்திரவாதியைப் பார்க்கப் போனதாகச் சொல்லியிருந்தேன். மறுபடி ஒரு தரம் கேட்டபோது மீண்டும் மாற்றிச் சொன்னேன். அதனால் வாசகர்கள் எந்தச் சம்பவத்துக்குப் பிறகு எது இருந்தால் சரியாக இருக்கும் என்று வரிசைப்படுத்திக் கொள்ளவும்."

நானாக இருந்தால் இந்தக் கதையை இப்படி எழுதியிருக்க மாட்டேன் என்பதற்காகத்தான் இவ்வளவு விளக்கமும் தந்திருக்கிறேன். இதை நாவலின் ஒரு பகுதியாக நீங்கள் படித்தால் அதற்கு நான் ஒன்றும் செய்வதற்கில்லை. எம்.ஜி.ஆரை நினைவுபடுத்த மக்களிடம் ஆயிரம் கதைகள் கொட்டிக்கிடக்கின்றன. புனைவும் நிஜமும் கலந்தவை. இந்த நாவலைப் போல.

தங்கள் உண்மையுள்ள,

தமிழ்மகன்

21.07.11.

இது சிவாஜிகணேசன் நினைவு நாள்

writertamilmagan@gmail.com